विद्यापीठ अनुदान आयोग (UGC) अभ्यासक्रमानुसार महाराष्ट्रातील सर्व विद्यापीठांतील पदवी आणि पदव्युत्तर वर्गांच्या विद्यार्थ्यांसाठी संदर्भग्रंथ.

आर्थिक विचार
व
विचारवंत

डॉ. बी. डी. कुलकर्णी
सेवानिवृत्त प्राध्यापक
नेहरू सामाजिक विद्यास्थान, टिळक महाराष्ट्र विद्यापीठ,
पुणे

डॉ. एस. व्ही. ढमढेरे
अर्थशास्त्र विभागप्रमुख
एस.पी.जे. कला व वाणिज्य महाविद्यालय, पाबळ,
जि. पुणे

डायमंड पब्लिकेशन्स

आर्थिक विचार व विचारवंत

डॉ. बी. डी. कुलकर्णी, डॉ. एस. व्ही. ढमढेरे

प्रथम आवृत्ती : ऑगस्ट २००८

ISBN : 978-81-8483-031-6

© डायमंड पब्लिकेशन्स

मुखपृष्ठ
शाम भालेकर

प्रकाशक
डायमंड पब्लिकेशन्स
२६४/३ शनिवार पेठ, ३०२ अनुग्रह अपार्टमेंट
ओंकारेश्वर मंदिराजवळ, पुणे-४११ 030
☎ ०२०-२४४५२३८७, २४४६६६४२
info@diamondbookspune.com

ऑनलाईन पुस्तक खरेदीसाठी भेट द्या
www.diamondbookspune.com

प्रमुख वितरक
डायमंड बुक डेपो
६६१ नारायण पेठ, अप्पा बळवंत चौक
पुणे-४११ 030 ☎ ०२०-२४४८०६७७

मनोगत

विद्यापीठ अनुदान आयोगाचा (U.G.C.) निर्देशानुसार महाराष्ट्रातील सर्व विद्यापीठांतील पदवी व पदव्युत्तर अभ्यासक्रमानुसार "**आर्थिक विचार व विचारवंत**" हा ग्रंथ लिहिला आहे.

'आर्थिक विचार व विचारवंत' हा ग्रंथ अभ्यासकांच्या हाती देताना मनस्वी आनंद वाटतो. या ग्रंथात अर्थशास्त्रीय विचारवंत, अर्थशास्त्रज्ञ यांच्या आर्थिक विचारांचा मागोवा घेण्याचा प्रयत्न केला आहे. यामध्ये पाश्चात्य अर्थशास्त्रज्ञ आहेत, तसेच भारतीय विचारवंतदेखील आहेत. त्यांच्या अर्थशास्त्रीय विचारांचा ऊहापोह केला आहे. विवेचन साध्या आणि सोप्या भाषेत करण्याचा प्रयत्न केला आहे. प्रत्येक प्रकरणाच्या शेवटी सरावासाठी प्रश्न दिले आहेत. त्यामुळे सदर ग्रंथ या विषयाचे अभ्यासक, प्राध्यापक, विद्यार्थी यांना उपयुक्त ठरेल, याची खात्री आहे.

पहिल्या विभागात अर्थशास्त्रीय विचारांच्या इतिहासाचे स्वरूप व महत्त्व, व्यापारवाद, निसर्गवाद यांचे तपशीलवार विवेचन केले आहे. ॲडम स्मिथ, माल्थस, रिकार्डो, जे. बी. से, सिसमॉडी, लिस्ट, केन्स, महंमद युनुस, कार्ल मार्क्स, मार्शल इ. यांच्या विविध संकल्पना, विचार; सिद्धान्त यांचे स्पष्टीकरण केले आहे.

दुसऱ्या भागात भारतीय आर्थिक विचारवंतांच्या विचारांचा ऊहापोह केला आहे.

भारतीय प्राचीन काळातील आर्थिक विचारांची माहिती वेदांतून व उपनिषदांमधून मिळते. कौटिल्याच्या 'अर्थशास्त्र' ग्रंथावरून भारतात प्राचीन काळापासून अर्थशास्त्र व अर्थशास्त्रीय विचारांचे अस्तित्व होते, असे स्पष्ट होते. प्राचीन काळात माणसाचे आर्थिक वर्तन धर्माशी निगडित होते. त्या वेळी सामाजिक कल्याणाऐवजी सामूहिक कल्याण संकल्पना महत्त्वाची होती. मध्ययुगीन काळात या विचारांना फारशी गती मिळाली नाही. आधुनिक काळात मात्र काही अर्थशास्त्रज्ञांनी आपल्या आर्थिक सिद्धान्तांना धार्मिक शिकवणीची झालर लावली,

हे अमर्त्य सेन यांच्या आर्थिक विश्लेषणावरून दिसून येते. खऱ्या अर्थाने भारतातील आर्थिक विचारांची सुरुवात १९ व्या शतकात झाली.

आर्थिक विचारांचा इतिहास या विषयाचे अभ्यासक्रमात भारतीय आर्थिक विचारवंतापैकी कौटिल्य, दादाभाई नौरोजी, महात्मा गांधी, महात्मा फुले, डॉ. बाबासाहेब आंबेडकर, धनंजयराव गाडगीळ, शाहूमहाराज, यशवंतराव चव्हाण, अमर्त्य सेन इ. चा समावेश केला आहे. त्यांच्या विचारांचा सविस्तर अभ्यास दुसऱ्या भागात केला आहे.

प्रस्तुत पुस्तक नीटनेटके, सुबक प्रकारे केल्याबद्दल प्रकाशक श्री. दत्तात्रेय पाष्टे यांचे ऋणी आहोत. तसेच आंतरराष्ट्रीय ख्यातीचे अर्थतज्ज्ञ डॉ. नरेंद्र जाधव कुलगुरू, पुणे विद्यापीठ पुणे, प्रा. तनपुरे एम. डी. 'अध्यक्ष' अर्थशास्त्र अभ्यासमंडळ पुणे, विद्यापीठ, प्रा. डी. एस. कदम 'सदस्य' अर्थशास्त्र अभ्यासमंडळ पुणे विद्यापीठ, प्राचार्य नंदकुमार निकम 'अधिष्ठाता' मानसनीती व समाजविज्ञान विद्याशाखा, पुणे विद्यापीठ, डॉ. टी. जी. गिते 'चेअरमन' व्यापारी अर्थशास्त्र अभ्यासमंडळ, पुणे विद्यापीठ, तसेच शिक्षण प्रसारक मंडळ, पाबळ संस्थेचे अध्यक्ष श्री. अरुण चौधरी, उपाध्यक्ष श्री. राजीव जाधव, सचिव सतीश वाबळे, तसेच सर्व पदाधिकारी, महाविद्यालयाचे प्रभारी प्राचार्य एस. डी. घोडेकर, प्राध्यापक स्नेही या सर्व मान्यवरांचा उल्लेख करणे हेही आमचे कर्तव्य आहे. त्याचप्रमाणे आमच्या कुटुंबातील सर्वांनी सहकार्य केले, याबद्दल त्यांचे मन:पूर्वक धन्यवाद.

विशेषत: सौ. सुषमा कुलकर्णी, प्रा. शुभांगी ढमढेरे यांचाही उल्लेख करणे गरजेचे वाटते.

डायमंड पब्लिकेशन्समधील सर्व सहकाऱ्यांनी केलेल्या मन:पूर्वक सहकार्याबद्दल या सर्वांचे आभार मानणे आम्ही आमचे कर्तव्य समजतो.

आपापल्या सूचना आणि परीक्षण व अभिप्राय यांचे आम्ही स्वागत करीत आहोत.

लेखक

लेखक परिचय

डॉ. बाळकृष्ण कुलकर्णी

एम. ए., पीएच. डी. (अर्थशास्त्र)

१९६५ ते १९९९ अशी ३४ वर्षे अर्थशास्त्राचे प्राध्यापक.

टिळक महाराष्ट्र विद्यापीठात संचालक; सामाजिकशास्त्र विद्याशाखा अधिष्ठाता

एम. फिल; पीएच.डी.चे मार्गदर्शक, २२ विद्यार्थ्यांना पीएच.डी. प्राप्त, १६ विद्यार्थ्यांना एम्. फिल. प्राप्त, अर्थशास्त्र विषयावर नऊ पुस्तके प्रकाशित, १० संशोधन शोधनिबंध प्रकाशित, विविध संमेलनांमध्ये १७ शोधनिबंध सादर केले, राष्ट्रीय पातळीवरील तीन संमेलने व चर्चासत्रांने आयोजन, विविध चार संशोधन प्रकल्प पूर्ण केले, व्यवस्थापन अभ्यासक्रमाचे व्याख्याता, पाच पारितोषिके प्राप्त, १४ मान्यवर संस्थांचे सदस्य.

-- -- -- -- --

प्रा. डॉ. एस. व्ही. ढमढेरे

एम.ए., एल.एल.बी., एम्. फिल., पीएच.डी. (अर्थशास्त्र)

अर्थशास्त्र विभागप्रमुख.

एस. पी. जे. कला व वाणिज्य महाविद्यालय, पाबळ, जि. पुणे येथे कार्यरत, विविध महाविद्यालयांत १८ वर्षे अध्यापनाचा अनुभव, केंद्र शासनाच्या अनौपचारिक शिक्षणविषयक महाराष्ट्र राज्याच्या साधन केंद्राचे सह-संचालक, 'अर्थ' त्रैमासिक सह-संपादक, प्रोग्रेसिव्ह रीसर्च संस्था, पुणे येथे सामाजिक–आर्थिक संशोधन प्रकल्पात संशोधन अधिकारी म्हणून काम, विविध चर्चासत्रे, कार्यशाळा सहभाग, शोधनिबंध वाचन, पुणे विद्यापीठाच्या कमवा व शिका योजनेचे केंद्रकार्यवाह व अर्थशास्त्रावरील अनेक पुस्तकांचे लेखन, महाविद्यालय परिसर विकास विभागाचे प्रमुख, ५०० वृक्षांची लागवड.

अनुक्रमणिका

विभाग – २

विभाग – १

१

अर्थशास्त्रीय विचारांच्या इतिहासाचे स्वरूप आणि महत्त्व

१.१ अर्थशास्त्रीय विचाराच्या इतिहासाचे स्वरूप, १.२ आर्थिक विचारांचा विकास, १.३ आर्थिक विचारांच्या इतिहासाच्या अभ्यासाचे महत्त्व

१.१ अर्थशास्त्रीय विचाराच्या इतिहासाचे स्वरूप

प्रास्ताविक

अर्थशास्त्र हे अलीकडील काळात विकसित झालेले सामाजिकशास्त्र असले तरी अर्थशास्त्रीय विचार हा फार पूर्वीपासून चालत आलेला आहे. परिस्थितीनुसार तो बदलत गेला. मानवाच्या जन्मापासून आणि मानवी संस्कृतीच्या आरंभापासून आर्थिक विचाराचा उगम सुरू होतो. मानवाच्या उत्पत्तीपासून मानवी गरज सुरू झाली. आर्थिक विचार सुद्धा तेव्हापासून अस्तित्वात आले. मानवी गरजा पूर्ण करण्यासाठी मानवाला सतत प्रयत्न करावा लागला. अनेक आर्थिक प्रश्न सोडविण्यासाठी मानवाला प्रयत्न करावे लागले. निरनिराळ्या काळी आणि निरनिराळ्या परिस्थितीत निर्माण झालेले प्रश्न सोडविण्यासाठी उपाययोजना करावी लागली. त्याचा अभ्यास करून विचारवंत मतप्रदर्शन आणि मार्गदर्शन करतात. आर्थिक कल्पना आणि आर्थिक प्रश्न सोडविण्यासाठी निरनिराळ्या विचारवंतांनी वेळोवेळी विचार प्रगट केले. त्या विचारात परिस्थितीनुसार जे बदल झाले त्याचा अभ्यास अर्थशास्त्रीय विचारांच्या इतिहासामध्ये आपण करतो.

इ.स. १७७६ मध्ये ॲडॅम स्मिथचा 'राष्ट्राची संपत्ती' (Wealth of Nations) हा ग्रंथ प्रसिद्ध झाला. तेव्हापासून आधुनिक अर्थशास्त्राचा आरंभ झाला. परंतु त्यापूर्वी प्राचीन काळातही आर्थिक विचार व्यक्त केल्याचे पुरावे पुराणग्रंथातून, धर्मग्रंथातून, नीतिशास्त्रातून आढळतात. कौटिल्याने त्यांच्या 'अर्थशास्त्र' या ग्रंथामध्ये अनेक आर्थिक विचार मांडलेले दिसून येतात. मानवाने स्वत:ची आर्थिक स्थिती सुधारण्यासाठी तसेच मानवी गरजांची पूर्तता करण्यासाठी वैयक्तिक व सामाजिक पातळीवर आर्थिक प्रश्नांची सोडवणूक करण्यासाठी मांडलेला प्रत्येक विचार हा आर्थिक विचारांचा एक भाग असतो. आर्थिक विचाराचे तीन निरनिराळे भाग दिसून येतात. (१) आर्थिक इतिहास (Economic History) (२) अर्थशास्त्राचा विचाराचा इतिहास (History of Economic Thought). यापैकी (१) आर्थिक इतिहासामध्ये मानवाने आपल्या गरजा पूर्ण करण्यासाठी ज्या संज्ञा निर्माण केल्या आणि ज्या तंत्राचा वापर करून आपल्याला आवश्यक वाटणाऱ्या भौतिक वस्तूंची प्राप्ती करून घेतली त्या संबंधीची माहिती दिलेली असते. (२) अर्थशास्त्राचा इतिहास व अर्थशास्त्रीय विचारांचा इतिहास या दोहोंत फरक आहे. अर्थशास्त्रीय विचारांना अर्थशास्त्र हा दर्जा विशिष्ट परिस्थितीत प्राप्त होतो. अर्थविषयक विचारांना शास्त्र असे स्वरूप प्राप्त झाल्यानंतर त्या विषयाचा जो विकास होतो त्याचा अभ्यास अर्थशास्त्राच्या इतिहासामध्ये समाविष्ट केला जातो. (३) अर्थशास्त्रीय विचाराचा इतिहास हा जास्त व्यापक व विस्तृत आहे. आर्थिक समस्या आणि आर्थिक संस्था याबाबतच्या संकल्पना फार पूर्वीपासूनच्या असून त्यात वेळोवेळी परिस्थितीनुसार आणि अनुभवानुसार बदल व सुधारणा घडवून आणल्या आहेत. आर्थिक विचारांच्या इतिहासामध्ये अशा प्रकारे वेळोवेळी मांडण्यात आलेल्या कल्पना, विचार इत्यादींचा अभ्यास येत असतो.

व्याख्या – प्रो. हॅने यांच्या मते, 'आर्थिक विचारांचे उगमस्थान, त्यांचे परस्परांशी असलेले संबंध आणि आविष्कार यांचा चिकित्सक आढावा म्हणजे आर्थिक विचारांचा इतिहास होय.' ("The Subject, the History of Economic Thought, may be defined as a critical account of the development of economic ideas searching into their origins interrelations and manifestations." - Prof. Haney)

प्रा. जे. एस. बेल यांच्या मते, 'आर्थिक विषयावर लेखन करणाऱ्या अर्थशास्त्रज्ञांच्या आर्थिक विचारांचा वारसा अभ्यासणे म्हणजे आर्थिक विचारांचा इतिहास होय.'

("The History of Economic Thought is the study of the heritage left by writers on economic subject)"

फक्त ॲडॅम स्मिथपासून आर्थिक विचारांचा उदय झालेला नाही तर त्यापूर्वीही आर्थिक विचारांची दीर्घकालीन परंपरा इतिहासात आढळून येते. धर्मग्रंथ, नीतिशास्त्र, पुराणे यामध्ये आर्थिक विचारांचे उल्लेख आढळतात. म्हणजे १७७६ हे आधुनिक अर्थशास्त्राचे वर्ष मानले असले तरी अर्थशास्त्रीय विचार हजारो वर्षांपासून समाजामध्ये अस्तित्वात होते हे दिसून येते. आधुनिक अर्थशास्त्रांप्रमाणे त्यांच्या आर्थिक विचारामध्ये व मांडणीमध्ये समबद्धता दिसून येत नाही. मात्र तरीही आर्थिक विचार होते हे मान्य करावे लागते. काही विचारवंतांनी मांडलेल्या संकल्पनेत आधुनिक सिद्धान्ताची बीजे सापडतात. अशा अनेक विचारवंतांच्या आर्थिक विचारांचे एकत्रीकरण म्हणजे आर्थिक विचारांचा इतिहास होय.

१.२ आर्थिक विचारांचा विकास

आर्थिक विचाराच्या इतिहासाचे तीन कालखंडात वर्गीकरण केले जाते. इतिहासातील निरनिराळे कालखंड घेऊन त्या प्रत्येक कालखंडात महत्त्व पावलेल्या विचारप्रणाली आणि सिद्धान्त यांचा परिचय महत्त्वाचा ठरतो. प्राचीन काळापासून आजपर्यंत कसा विकास होत गेला आणि त्याची आजची स्थिती काय आहे हे लक्षात घ्यावे लागते. निरनिराळ्या काळी निरनिराळ्या विचारप्रणाली आणि अर्थशास्त्रीय पंथ (Schools) निर्माण झाले आणि त्यांनी अर्थशास्त्रीय विचार आणि अर्थशास्त्र यांच्या विकासाला हातभार लावला. आर्थिक विचाराच्या इतिहासाचे कालखंड पुढीलप्रमाणे –

१. प्राचीन काळ – धर्मशास्त्र आणि दैनंदिन वागणुकीबाबत नियम, यामध्ये शेती, व्याज, कामगार, मजुरी, मालमत्तेचा हक्क, वजने, मापे, किमती इ.चा उल्लेख आहे. त्यावरून आर्थिक विचार समजून येतात. प्राचीन काळात अर्थशास्त्राचे स्वरूप व शास्त्र म्हणून आजच्यासारखे स्वतंत्र अस्तित्व नव्हते. एकाच ग्रंथात सर्व शास्त्रांचे विवेचन केले जात असे. प्राचीन काळात भारतीय, ग्रीक, रोमन विचारवंतांनी धर्मशास्त्र, वनस्पतिशास्त्र यामध्ये आर्थिक विचार मांडले. भारतात गौतम, शुक्र, कौटिल्य यासारखे धर्मपंडित व राजनीतिज्ञ, ग्रीकांमध्ये ॲरिस्टॉटल, प्लेटो यासारख्या विचारवंतांनी आर्थिक विचार मांडले.

२. मध्ययुगीन काळ – इ.स. ५०० ते १५०० हा हजार वर्षांचा काळ मध्ययुगीन काळ मानला जातो. या हजार वर्षांचे दोन विभाग पाडले जातात. इ.स. १२०० पर्यंतचा पहिला कालखंड आणि इ.स. १२०० ते १५०० पर्यंतचा दुसरा कालखंड होय. मध्ययुगीन कालखंडात सेंट थॉमस, ॲक्विनास, निकोलस ओरेस्मे या विचारवंतांनी आर्थिक विचार मांडले. मध्ययुगीन कालखंडात किंमत, व्याज, राज्याची

आणि सरकारची कार्ये, व्यापार व उत्पादन इ. विषयी विचार मांडले गेले.

३. आधुनिक काळ – आधुनिक अर्थशास्त्राचा कालखंड १६व्या शतकाच्या उत्तरार्धापासून मानला जातो. १६व्या शतकाच्या उत्तरार्धात व्यापारवादाचा उदय झाला आणि खऱ्या अर्थाने आधुनिक अर्थशास्त्राच्या पाऊलखुणा त्यामध्ये दिसून येतात. तरीही १७७६ मध्ये ॲडॅम स्मिथ यांचा 'राष्ट्राची संपत्ती' हा ग्रंथ प्रकाशित झाला तेव्हापासून आधुनिक अर्थशास्त्राचा प्रारंभ झाला असे मानले जाते. १६व्या शतकाचा उत्तरार्ध ते आजपर्यंत अनेक अर्थशास्त्रज्ञांनी अर्थशास्त्रात मौलिक सिद्धान्तांची भर घातली. त्यामध्ये व्यापारवादी, निसर्गवादी, सनातनवाद्यांमध्ये ॲडॅम स्मिथ व त्यांचे अनुयायी, राष्ट्रवादी विचारसरणी, स्वप्नाळू समाजवाद, शास्त्रीय समाजवादाचे जनक कार्ल मार्क्स, ऑस्ट्रियन संप्रदाय, गणितीय संप्रदाय, आधुनिक अर्थशास्त्रज्ञ या सर्वांचा समावेश केला जातो.

१.३ आर्थिक विचारांच्या इतिहासाच्या अभ्यासाचे महत्त्व

अर्थशास्त्र हे नैसर्गिकशास्त्र नसून सामाजिकशास्त्र आहे. माणसाच्या आर्थिक जीवनाचा अभ्यास हे शास्त्र करते. विविध कालखंडात आर्थिक स्थितीचे घडणारे बदल प्रतिबिंबित होतात. परिस्थितीनुसार जसजसे परिवर्तन होते तसतसे नवीन सिद्धान्त मांडले जातात. याचा विचार आर्थिक विचाराच्या इतिहासात केला जातो.

कोणतेही शास्त्रीय सिद्धान्त हे कायम स्वरूपाचे नसतात. ते परिस्थितीसापेक्ष असल्याने परिस्थितीनुसार होणाऱ्या बदलानुसार त्याच्यामध्ये बदल घडवून आणावे लागतात. ते जर चुकीचे आणि अयोग्य असतील तर ते रद्द करावे लागतात. त्याची जाणीव या अभ्यासामुळेच होते. अर्थशास्त्रीय विचाराच्या इतिहासावरून असे दिसून येते की, आज जे विचार आपण आधुनिक काळातील आहेत असे मानतो, त्यापैकी अनेक विचार फार पूर्वीपासून चालत आलेले असून परिस्थितीनुसार त्यांच्या स्वरूपात फरक पडत गेलेला आहे. उदा. पैसा, मालमत्ता, व्याज, किंमत इ. हे विचार आज जे चुकीचे व निरूपयोगी वाटतात ते पूर्वी एके काळी योग्य व उपयुक्त असे ठरले होते. विशिष्ट काळी व विशिष्ट परिस्थीत ते सर्वमान्य झालेले होते. परंतु बदलत्या परिस्थितीशी ते विसंगत झाल्यामुळे त्यांचे महत्त्व नाहीसे होत गेले त्याचप्रमाणे आजचे सिद्धान्त, विचार योग्य व मार्गदर्शक वाटतात ते नंतरच्या काळात महत्त्वाचे मानले जातील आणि उपयुक्त ठरतील असे नाही. परिस्थितीत बदल होत जातील त्यानुसार त्यात बदल केले जातील. कित्येक नवीन विचार मान्यता पावतील व जुने नष्ट होतील. म्हणजेच कोणतेही विचार व सिद्धान्त हे कायमचे असू शकत नाहीत. ते

परिस्थितीसापेक्ष असतात हे अर्थशास्त्रीय विचाराच्या अभ्यासामुळे सहज पटू शकते.

अर्थशास्त्रीय विचारांच्या इतिहासावरून असेही दिसून येते की, निरनिराळ्या विचारवंतांमध्ये अनेक बाबतीत मतभेद दिसून येतात. त्या मतभेदांना अवास्तव महत्त्व न देता शास्त्राच्या विकासाच्या दृष्टीने त्यातील उपयुक्त भागाकडे लक्ष दिले पाहिजे याची जाणीव या अभ्यासामुळे होते.

अर्थशास्त्रज्ञाने फक्त अर्थशास्त्राच्या दृष्टिकोनातून विचार करण्याऐवजी व्यापक दृष्टीने मानवाच्या वागणुकीसंबंधी विचार आणि अभ्यास केला पाहिजे. मानवाच्या वागणुकीसंबंधी अभ्यास करणारी इतर सामाजिक शास्त्रे ही अर्थशास्त्राशी संबंधित अशी शास्त्रे असून त्या शास्त्रातील सिद्धान्त अर्थशास्त्राला उपयुक्त ठरण्यासारखे असतात, हे लक्षात घेऊन त्यांना योग्य ते महत्त्व दिले पाहिजे. याबाबतचे मार्गदर्शन अशा अभ्यासामुळे होऊ शकते.

❑

२

व्यापारवाद

२.१ प्रास्ताविक, २.२ व्यापारवाद अर्थ व व्याख्या, २.३ व्यापारवादाच्या उदयाची कारणे, २.४ व्यापारवादाची प्रमुख वैशिष्टचे, २.५ व्यापारवाद्यांचे आर्थिक विचार/सिद्धान्त , २.६ काही व्यापारवादी विचारवंत, २.७ व्यापारवादी विचारसरणीचे मूल्यमापन

२.१ प्रास्ताविक

मध्ययुगाच्या अंतानंतर म्हणजे १४व्या शतकाच्या अखेरीस युरोपमधील विविध देशांत व्यापारवाढ होऊ लागली आणि सरंजामशाहीचा ऱ्हास होऊ लागला. सरंजामशाहीचा ऱ्हास, राजेशाहीचा उदय आणि 'राष्ट्रराज्य' या कल्पनेचा विकास, याबरोबरच व्यापारवादी विचारसरणीचा प्रभाव जाणवू लागला. सरंजामशाहीच्या ऱ्हासाबरोबरच मध्ययुगीन अर्थव्यवस्था आणि समाजरचना यात झपाट्याने बदल होत गेले. व्यापारवाढीबरोबर व्यापारी लोकांजवळील संपत्ती व सत्ता यात वाढ होऊ लागली. मध्ययुगीन स्वयंपूर्ण ग्रामव्यवस्था हळूहळू कोलमडू लागली व सरंजामदार, जमीनदार यांचे महत्त्व कमी होऊन व्यापारीवर्गाचे महत्त्व वाढू लागले. तसेच राजाचे महत्त्व व सत्ता यामध्ये वाढ होऊ लागली.

व्यापारी व कारखानदार यांनी मोठ्या प्रमाणावर उत्पादन करण्यासाठी सरंजामशाहीच्या सत्तेखाली असणाऱ्या भूदासांची मुक्तता करण्याचे धोरण आखले. व्यक्तिस्वातंत्र्याच्या कल्पनेच्या प्रसाराबरोबर मध्ययुगीन समाजरचनेचा शेवट झाला.

बौद्धिक जागृती, ज्ञानाचे पुनरुज्जीवन, शास्त्रीय प्रगती या सर्वांचा परिणाम होऊन अंधश्रद्धा, रूढी–परंपरा, यांच्यापेक्षा बुद्धिनिष्ठ आणि तर्काधिष्ठित स्वतंत्र विचार व व्यापक दृष्टिकोन यांना महत्त्व प्राप्त झाले. या बदलत्या परिस्थितीस अनुरूप असे नवे विचार, विशेषत: आर्थिकक्षेत्रातील नवे विचार फ्रान्स, इटली, इंग्लंड या देशांमधील व्यापारी, उत्पादक, मुत्सद्दी व राजकारणी लोकांकडून मांडण्यात येऊ लागले. या विचारसरणीला स्थूलमानाने व्यापारवाद असे नाव दिले गेले. १५व्या शतकाच्या अखेरीपासून १८व्या शतकाच्या मध्यापर्यंत युरोप खंडातील निरनिराळ्या देशात जी आर्थिक परिस्थिती दिसून येत होती, त्याबाबतच्या विविध विचारांचा समावेश व्यापारवादी विचारात केला जातो.

२.२ व्यापारवाद अर्थ व व्याख्या

व्यापारवादाचा अर्थ – व्यापारवादी विचारसरणी ही एखाद्या देशात एखाद्या व्यक्तीने अथवा गटाने जाणीवपूर्वक मांडलेली विचारसरणी नाही, तर अनेक युरोपीय देशांतील विचारवंतांनी वर उल्लेख केलेल्या काळात तत्कालीन परिस्थितीला व विशिष्ट आर्थिक प्रश्नांना अनुसरून काही समान मते मांडलेली होती. ही मते निरनिराळ्या वेळी ग्रंथ, पुस्तिका, महत्त्वाचे दस्तऐवज यामध्ये समाविष्ट केली गेली. त्याचा अभ्यास करून त्यातील सर्वसाधारण विचार, कल्पना एकत्रित करून त्यांना 'व्यापारवाद' असे नाव दिले गेले. देशपरत्वे या मतप्रणालीचे स्वरूपही भिन्न होते व तिला नावेही भिन्न दिली होती. उदा. जर्मनीत जर्मन व्यापारवाद किंवा कॅमेरॅलिझम (German Mercantilism or Kameralism) फ्रान्समध्ये कोलबर्ट वाद (Colbertism) इ. नावांनी ही विचारसरणी ओळखली जाते. मात्र, या विचारसरणीमागील प्रमुख सूत्र 'व्यापारवृद्धी' हे असल्याने ॲडम स्मिथ यांनी तिला दिलेले 'व्यापारवाद' हे नाव समर्पक ठरते.

व्यापारवादाच्या व्याख्या – व्यापारवादाच्या अनेक विचारवंतांनी व्याख्या केल्या आहेत. काही प्रमुख व्याख्या पुढीलप्रमाणे –

१. **प्रा. एच. एल. हॅने** यांच्या मते, ''सोळाव्या शतकापासून अठराव्या शतकाच्या उत्तरार्धापर्यंत जे आर्थिक विचार युरोपातील राजकारणी व्यक्ती, मुत्सदी यांनी मान्य केले त्या सर्वांचा समावेश व्यापारवादात केला जातो.''

२. **प्रा. स्पॅन** (Prof. Othmar Spann) यांच्या मते, ''त्या काळच्या आर्थिक जीवनात राज्यकर्ते आणि व्यापारी यांनी ज्या तत्त्वांचा किंवा सिद्धान्ताचा प्रत्यक्ष व्यवहारात उपयोग केला, त्यांचा एकत्रितरीत्या निर्देश करण्यासाठी स्थूलमानाने 'व्यापारवाद' ही संज्ञा वापरली जाते.''

३. **स्मॉलर** यांच्या मते, ''व्यापारवाद म्हणजे फक्त राज्याची निर्मिती किंवा व्यापारवाद म्हणजे आर्थिक बाजूने राज्याची निर्मिती होय.''

४. **प्रा. रॉबर्ट लेक्चमन** यांच्या मते, ''व्यापारवाद म्हणजे अडथळे निर्माण करणाऱ्या मध्ययुगीन विचारांविरुद्ध व परंपरांविरुद्ध केलेला संघर्ष.''

वरील व्याख्यांमध्ये साधारणतः १६व्या शतकापासून १८व्या शतकापर्यंत युरोपातील राजकीय मुत्सद्दी, व्यापारी, विचारवंत, तत्त्वज्ञ या सर्वांनी जे आर्थिक विचार मांडले त्यांना एकत्रितपणे व्यापारवाद असे म्हटले जाते. ही विचारसरणी त्या विशिष्ट काळी दिसून येणाऱ्या मनोवृत्तीतून निर्माण झालेली आणि आपोआप विकसित झालेली होती.

व्यापारवाद्यांना आर्थिक बाजूने समर्थ असलेल्या राज्याची निर्मिती अभिप्रेत होती.

व्यापारवादाचा कालखंड ठरविण्यात विचारवंतांमध्ये मतभेद दिसून येतात. साधारणतः १६व्या शतकापासून १८व्या शतकाचा उत्तरार्ध हा व्यापारवादाचा कालखंड म्हणून ओळखला जातो.

व्यापारवादाचा प्रभाव इंग्लंड आणि फ्रान्स या दोन देशांत होता. याशिवाय रशिया, स्कॉटलँड, स्पेन, जर्मनी, इटली, ऑस्ट्रेलिया व युरोप खंडातील अनेक देशांत व्यापारवादी विचाराचा प्रसार झाला होता.

व्यापारवादी विचारवंतांमध्ये कोलबर्ट, सर विल्यम पेट्टी, थॉमस मन, रिचर्ड कॅन्टिलॉन, जेम्स स्टुअर्ट, ॲन्टिनिओ जीन, डेव्हिड ह्यूम, चार्ल्स डव्हेनंट, जेम्स स्टीवर्ड, सर उडली नॉर्थ, पी. डब्ल्यू. हार्निक, जोशुवो चाईल्ड इत्यादींचा समावेश होता.

२.३ व्यापारवादाच्या उदयाची कारणे

(Causes of Rise of Mercantalism)

युरोपमध्ये १५व्या आणि १६व्या शतकात आर्थिक, सामाजिक, राजकीय आणि धार्मिक क्षेत्रात अनेक बदल घडून आले. या बदलांचा परिणाम व्यापारवादी विचारसरणीच्या उदयात झालेला दिसून येतो. व्यापारवादाच्या उदयाची कारणे पुढीलप्रमाणे आहेत –

१. सरंजामशाहीचा अस्त – पंधराव्या शतकाच्या सुरुवातीपासूनच सरंजामशाहीचा ऱ्हास सुरू झाला. सरंजामशाही पद्धतीत जमिनीवरील अंतिम मालकी हक्क राजाचा असला तरी व्यवहारात प्रत्येक सरंजामदार हा त्याच्या त्याच्या जहागिरीमध्ये सर्वाधिकारी असे. त्याच्या जहागिरीत काम करणारे भूदास स्वतंत्र नसत,

तर त्यांच्यावर अनेक बंधने असत. शेती पारंपरिक पद्धतीने केली जाई. आर्थिकदृष्ट्या स्वयंपूर्ण उपजीविकाप्रधान अशी अर्थव्यवस्था होती. सरंजामशाहीच्या ऱ्हासामुळे सर्व बाबतीत बदल झाला. बाजाराधिष्ठित अर्थव्यवस्थेला महत्त्व प्राप्त झाले. शेतीकडे पाहण्याचा दृष्टिकोन व्यापारी झाला. शास्त्रशुद्ध तंत्राचा वापर करून शेती उत्पादन वाढविण्याकडे कल दिसून येऊ लागला. पैशाच्या मोबदल्यात भूदासांची मुक्तता केली गेली. पगारी नोकरांकडून शेतीचे काम करून घेतले जाऊ लागले. त्यामुळे स्वतंत्र शेतकरी आणि शेतमजूर असे नवे वर्ग निर्माण झाले. व्यापारात वाढ होऊ लागली. त्यामुळे मोठ्या प्रमाणावर शेतमालाचे व इतर वस्तूंचे उत्पादन होऊ लागले व व्यापारवादी विचारसरणीला पोषक परिस्थिती निर्माण झाली.

२. धर्मसुधारणा चळवळ – युरोपमध्ये धर्मसुधारणेची चळवळ सुरू झाली. त्यामध्ये रोमन कॅथॉलिक धर्मतत्त्वांना विरोध करण्यात आला व नवीन प्रोटेस्टंट विचारसरणी मान्य होऊ लागली. त्यामुळे पोपच्या वर्चस्वाला धक्का बसला आणि राजे लोकांचे महत्त्व व सत्ता वाढू लागली. व्यक्तिस्वातंत्र्य व व्यक्तीचे मूलभूत हक्क यांना मान्यता मिळाली. व्यापारवाद्यांनी धर्मगुरूंच्या विरुद्ध जाऊन अनियंत्रित राज्यसत्ता, साम्राज्यवाढ, लष्करी सामर्थ्यात वाढ व वसाहतवाद इत्यादींचा पुरस्कार केला. सर्व बाबतीत धर्माचे वर्चस्व असावे ही कल्पना मागे पडली. धर्मसंस्था व पोप यांचे महत्त्व कमी होऊन धार्मिक व राजकीय क्षेत्रात राजाचे महत्त्व मान्य करण्यात आले.

३. ज्ञानाचे पुनरुज्जीवन – १४५३ मध्ये कॉन्स्टँटिनोपलचा पाडाव झाल्यानंतर मध्ययुगाचा अंत होऊन आधुनिक युग सुरू झाले असे मानले जाते. या काळात साहित्य, कला, शिल्प, संगीत, शास्त्र इ. क्षेत्रात जे जे वैचारिक बदल झाले त्यांना एकत्रितपणे ज्ञानाचे पुनरुज्जीवन म्हणून ओळखले जाते. पारंपरिक समजुतींवर अथवा सिद्धान्तावर विश्वास न ठेवता शास्त्रीयदृष्ट्या चौकशी करून निष्कर्ष काढावे, असे मत प्रभावी ठरले. भौतिकशास्त्रांच्या विकासास आवश्यक असणाऱ्या शास्त्रीय साधनांत वाढ झाली. आर्थिक क्षेत्रात मध्ययुगीन स्वयंपूर्णतेचे पर्व संपून नवीन अर्थव्यवस्था निर्माण होऊ लागली. राष्ट्रवादी भावनांना चालना मिळाली. व्यापार व उद्योग क्षेत्रातील निर्बंध कमी होऊ लागले. व्यक्तिस्वातंत्र्य आणि मानवतावाद ही विचारसरणी वाढीस लागली. त्यातूनच व्यापारवादी विचारसरणीचा उदय झाला.

४. पैशाचा वाढता वापर – विनिमयाचे प्रमाण वाढल्याने प्रत्यक्ष वस्तुविनिमयाऐवजी पैशावर आधारित विनिमय व्यवहारांचे प्रमाण वाढले. अमेरिका खंडाचा शोध लागून तेथील सोने व चांदी या धातूंचा साठा युरोपात येऊ लागला. त्यामुळे चलनासाठी या धातूंचा वापर होऊ लागला व देवघेवीसाठी मोठ्या प्रमाणावर

पैशाचा वापर सुरू झाला. उत्पादन व व्यापारवृद्धीसाठी हा वापर फायदेशीर ठरला. तसेच पैशाच्या वाढत्या महत्त्वातून 'पैसा म्हणजेच संपत्ती' अशी विचारधारणा समाजात निर्माण होऊ लागली.

५. राजकीय परिवर्तन – या संक्रमण काळात राजकीय क्षेत्रात मूलभूत परिवर्तन घडून आले. व्यापारवाढीसाठी वसाहतवादी आणि साम्राज्यवाढ यांची आवश्यकता असल्याने लष्करी सामर्थ्य वाढविणे आणि अनियंत्रित सत्ता स्थापन करणे या मार्गांचा अवलंब करावा, असे प्रतिपादन केले जाऊ लागले. मॅकिअॅव्हेली (Machiavelli) बोदो (Bodin) या लेखकांनी अनियंत्रित राजसत्ता, सार्वभौम राष्ट्र, बलिष्ठ राज्य यासारख्या कल्पना मांडल्या व त्यांचे समर्थन केले. १६व्या शतकात सरंजामशाहीचा ऱ्हास होऊन त्याबरोबर विस्कळित अशा राजकीय व्यवस्थेऐवजी प्रबळ राष्ट्रराज्ये उदयास आलेली दिसतात. त्यामुळे व्यापारवाढीस आवश्यक असलेले संरक्षण व शांतता मिळेल असे त्यांना वाटले.

राष्ट्रराज्ये उदयास आली त्यामुळे राष्ट्रास सार्वभौमत्वाची जाणीव झाली. ते सार्वभौमत्व टिकविण्यासाठी स्वत:चे सामर्थ्य वाढविण्याची गरज भासली. त्याचबरोबर आर्थिक संपत्तीचा विचार महत्त्वाचा ठरला. व्यापारवाढीतून आर्थिक संपन्नता येऊ शकल्यामुळे व्यापारवादी विचारसरणीला प्राधान्य मिळाले.

६. शास्त्रीय आणि तांत्रिक – १५व्या शतकात कोलंबसला अमेरिकेचा शोध लागला. तेथे सोन्या–चांदीच्या खाणींचाही शोध लागला. लोक अधिक साहसप्रिय झाले. यातच मरिनर्स कंपाससारख्या शोधाची भर पडली.

२.४ व्यापारवादाची प्रमुख वैशिष्ट्ये

व्यापारवादाची मूलतत्त्वे निरनिराळ्या काळात आणि निरनिराळ्या देशात मांडली गेली. ती सर्वमान्य होतीच असे नाही. व्यापारवाद हे काही विशिष्ट अर्थशास्त्रज्ञाने मांडलेले तात्त्विक विश्लेषण नाही. १६ ते १८व्या शतकात राजकीय मुत्सद्दी, व्यापारी आणि नोकरशहा यांनी कामकाजाच्या नोंदीचा एक भाग 'दस्तऐवज' या स्वरूपात तयार केला तोच व्यापारवादी तत्त्वज्ञानाचा भाग ठरला. मात्र, व्यापारवादी विचारवंतांत समन्वय नव्हता. फक्त सोने–चांदी संचय करणे, व्यापार वाढविणे आणि उद्योगधंदे विकसित करणे एवढ्यापुरता व्यापारवाद मर्यादित होता. व्यापारवादाची प्रमुख वैशिष्ट्ये पुढीलप्रमाणे सांगता येतील.

१. पैसा आणि मौल्यवान धातू हीच राष्ट्राची संपत्ती – पैसा आणि पैशाची निर्मिती करण्यासाठी आवश्यक असे सोने, चांदी मौल्यवान धातू मिळविणे ही व्यापारवाद्यांची भूमिका होती.

सरंजामशाहीत घरदार, जमीनजुमला यांना महत्त्व होते. वस्तुविनिमय पद्धती अस्तित्वात होती. सरंजामशाहीनंतर व्यापारी भांडवलशाहीची स्थापना झाली. वस्तूविनिमय पद्धतीऐवजी पैसाविनिमय पद्धत अस्तित्वात आली. पैसा आणि मौल्यवान धातू हीच राष्ट्राची संपत्ती ही व्यापारवाद्यांनी संकल्पना मांडली. त्यांच्या विचारसरणीत पैसा हीच संपत्ती किंवा पैसा व संपत्ती एकच आहे असे विचार आढळतात. 'सेरा' या इटालियन व्यापारवाद्याने असे सांगितले की, राज्यात सोन्या-चांदीची विपुलता असली पाहिजे. या विचारवंताच्या मते राजाचा खजिना वाढविणे हेच सर्व आर्थिक धोरणाचे उद्दिष्ट आहे.

२. परराष्ट्रीय व्यापार – व्यापारवाद्यांनी अनुकूल व्यापाराचे धोरण तात्पुरते धोरण म्हणून स्वीकारले. मात्र, ते कायमचे धोरण मान्य करण्यात व्यापारवाद्यांनी चूक केली. अनुकूल व्यापारामुळे किंवा आयातीपेक्षा निर्यात जास्त झाल्यामुळे देशाला संपत्ती मिळते. देशाने आपल्या मौल्यवान धातूच्या खाणीतून धातू काढावेत. त्यांच्यावर निर्यात बंदी घालावी आणि साठे वाढवावेत. मात्र इंग्लंड, फ्रान्स या देशांत खाणी नसल्यामुळे त्यांना अनुकूल व्यापारतोलातून व व्यवहारतोलातून धातू मिळवावा लागतो. निर्यातवाढीसाठी शेतीपेक्षा उद्योगांना व्यापारवाद्यांनी प्राधान्य दिले. कारण उद्योगधंदे शेतीप्रमाणे निसर्गाच्या लहरीवर अवलंबून नसतात. उद्योगधंदे वाढविता येतात. उद्योगधंद्यातून जास्त फायदा मिळतो. तयार औद्योगिक मालाचे उत्पादन निर्यातीसाठी आवश्यक आहे.

३. अनियंत्रित राजसत्ता – राष्ट्रवादी विचारसरणीचा प्रसार झाला. त्यातून राजाची लोककल्याणकारी प्रतिमा लोकप्रिय झाली. मात्र, लोककल्याणाची कामे करण्यासाठी पैसा हवा होता– तो अनुकूल व्यापारतोलातून निर्माण होईल. त्यासाठी उत्पादनावर व व्यापारावर बंधने असली पाहिजेत आणि त्यासाठी राजांना अनियंत्रित सत्ता देणे आवश्यक आहे. म्हणून व्यापारवादी विचारवंतांनी अनियंत्रित राज्यसत्तेचा पुरस्कार केला, त्यामुळे निर्यात वाढवता आली, उत्पादन खर्चात कपात करता आली. परकीय बाजारपेठा काबीज करता आल्या.

४. आर्थिक राष्ट्रवाद आणि राष्ट्रीय एकता – मध्ययुगीन सरंजामशाही अर्थव्यवस्थेत आर्थिक घटनेबाबत एकवाक्यता नव्हती. व्यापार संघ, कारागीर संघ, स्थानिक स्वराज्य संस्था यांनी आपापले हितसंबंधांचे रक्षण करण्यासाठी स्वतंत्र धोरण आखले. मात्र, व्यापारवाद्यांनी राष्ट्रीय एकता आणि राष्ट्रीय हित यावर भर दिला व व्यापक दृष्टिकोन स्वीकारला. त्यांना देशांतर्गत व्यापारावर व आर्थिक व्यवहारावर निर्बंध नको होते. मात्र, व्यापारवाद्यांनी मांडलेले आर्थिक राष्ट्रवादाचे विचार एकांगी स्वरूपाचे होते. आज स्पर्धा वाढली आहे. प्रत्येक राष्ट्र आपल्या स्वतःच्या हिताचा

विचार करते तसेच विदेशी व्यापारपेठा काबीज करणे, वसाहती व साम्राज्य स्थापन करणे, तसेच राष्ट्राचे लष्करी सामर्थ्य वाढविण्यावर व्यापारवाद्यांनी भर दिला. सर थॉमस मन यांनी अनुकूल व्यापारतोलाबाबत बारा उपाय सुचविले. त्यातील एक म्हणजे, जर दुसरा देश आपल्या निर्यातीवर अवलंबून असेल, तर आपली वस्तू त्याला जास्तीत जास्त किंमत आकारून विकावी हा एक उपाय सांगितला.

५. उद्योग आणि व्यापारावर नियंत्रण ठेवणे – देशाने निर्यात वाढवावी, आयात कमी करावी म्हणजेच अनुकूल व्यापार शेष मिळविण्यासाठी योग्य असे औद्योगिक धोरण आणि व्यापारविषयक धोरण व्यापारवाद्यांनी सांगितले. त्यातील प्रमुख मुद्दे पुढीलप्रमाणे –

(१) आपल्या देशातील वस्तूंचे उत्पादन वाढवून किमती कमी करणे, औद्योगिक क्षेत्रातील उत्पादन क्षमता आणि मजुरांची कार्यक्षमता वाढविण्यासाठी राजसत्तेने उद्योगांचे नियमन करावे.

(२) मौल्यवान धातू परदेशी पाठविण्यावर बंधने घालावीत. निर्यात प्रोत्साहन म्हणून उत्पादनांना अनेक सवलती देण्यावर व्यापारवाद्यांनी भर द्यावा. मालाचा दर्जा सुधारण्याकडे लक्ष द्यावे.

(३) देशाच्या औद्योगिक विकासासाठी परदेशी भांडवलदार आणि कारागिरांना देशात येण्यास उत्तेजन द्यावे. मात्र, देशातील कारागिरास परदेशी जाण्यावर बंदी घालावी.

(४) कच्चा माल कमी किमतीत मिळावा, मजुराच्या वेतनाची पातळी किमान ठेवून उत्पादन खर्चावर नियंत्रण ठेवावे, मजुरांचा पुरेसा पुरवठा होण्यासाठी लोकसंख्या वाढीला उत्तेजन द्यावे, निर्यातीला योग्य मालाच्या देशांतर्गत वस्तूच्या उपभोगावर बंधने घालावी. आंतरराष्ट्रीय व्यापार करणाऱ्या संस्थांना उत्तेजन देण्याचे शासनाने धोरण ठरवावे.

(५) राष्ट्राचे सामर्थ्य वाढविण्यावर व्यापारवादी विचारवंतांनी भर दिला. ‘व्यापारवाद म्हणजे राष्ट्रनिर्मितीच होय.’ असे प्रसिद्ध जर्मन अर्थशास्त्रज्ञ श्मॉलर यांनी म्हटले आहे. या राष्ट्रनिर्मितीत राजकीयदृष्ट्या देशाचे सार्वभौमत्व अबाधित राखण्यासाठी राष्ट्र बलवान असले पाहिजे; पण त्याहीपेक्षा आर्थिकदृष्ट्या राष्ट्राचे सामर्थ्य वाढले पाहिजे. प्रा. हेक्चर यांनी व्यापारवादी विचारसरणी ही आर्थिक धोरणाच्या इतिहासातील एक बाजू आहे असे म्हटले आहे. राष्ट्र सामर्थ्यशाली बनविण्याच्या दृष्टीने व्यापारवाद्यांनी उपाययोजना सुचविल्या आहेत.

राष्ट्राचे सामर्थ्य वाढविणे हे व्यापारवादी विचारसरणीचे प्रमुख सूत्र होते. इतर सर्व तत्त्वे आणि धोरणे ही या मुख्य तत्त्वाला पूरक आणि पोषक होती.

२.५ व्यापारवाद्यांचे आर्थिक विचार/सिद्धान्त (Economic Ideas/Theories)

व्यापारवादी विचारसरणीमध्ये मूल्य विवेचन, व्यवसायाची उत्पादकता, लोकसंख्या, वेतन, व्याज आणि कर याबाबत आर्थिक विचार मांडले आहेत.

१. मूल्य विवेचन – व्यापारवाद्यांच्या पूर्वी मध्ययुगात वस्तूचे उत्पादन उत्पादकाच्या उपभोगासाठी होते. उत्पादक उत्पादन करतो. स्वत:ची गरज पूर्ण झाल्यावर वस्तुविनिमय पद्धतीद्वारे ती वस्तू इतरांना देतो. थोडक्यात मध्ययुगीन काळात वस्तू विनिमय पद्धतीवर भर होता. पण व्यापारवाढीनंतर वस्तुविनिमय गैरसोईचा वाटू लागला. म्हणून पैशाचा वापर सुरू झाला. वस्तूंचे मूल्य दुसऱ्या वस्तूच्या संदर्भात ठरविण्याऐवजी पैशामध्ये ठरविले गेले. यातही व्यापारवाद्यांनी बाजारमूल्य आणि न्यायमूल्य या कल्पना मांडल्या. कामगारांनाही वेतन पैशात मिळू लागले. वस्तूचे बाजारमूल्य उत्पादन खर्चावरून ठरत असते. वस्तूचे मूल्य श्रमावरून ठरते हे व्यापारवाद्यांचे मत अर्थशास्त्रातील भावी काळातील अतिशय क्रांतिकारक सिद्धान्ताची पार्श्वभूमी होती. व्यापारवाद्यांच्या मते वस्तूचे अंगभूत मूल्य हे उपयोगितेवरून ठरते.

२. व्यावसायिक उत्पादकता – व्यापारवाद्यांना संपत्ती म्हणजे सोने, चांदी, मौल्यवान धातू मिळवावयाचे होते. ते मिळवून देणारे व्यवसाय संपत्ती उत्पादक आहेत असे त्यांचे मत होते. व्यापार, प्रक्रियाउद्योग आणि कृषी हे तीन वर्ग आहेत. त्यातील व्यापार सर्वात जास्त उत्पादक आहे कारण त्यातून देशाला सोने, चांदी, मौल्यवान धातू मिळतो. प्रक्रियाउद्योग अप्रत्यक्षपणे आंतरराष्ट्रीय व्यापारवाढीला प्रोत्साहन देतात. मात्र, शेतीमधून देशाला सोने व चांदी हे धातू मिळत नाहीत असे त्यांचे मत होते.

३. विभाजन – व्यापारवाद्यांनी उत्पादनविषयक विचारांना महत्त्व दिले. त्यामानाने विभाजनविषयक विचार तुरळक आढळतात. त्यात वेतन, खंड आणि व्याज याबाबत त्यांनी विचार मांडले.

(अ) वेतन –श्रमिकाने उत्पादन केलेल्या वस्तूवरून श्रमाची किंमत ठरते. वेतन दर कमी असले पाहिजेत. उत्पादन खर्च कमी असला पाहिजे. अल्प वेतनदरात कामगारांना स्वत:चा आणि कुटुंबाचा चरितार्थ चालविता आला पाहिजे.

(ब) खंड – भूमिला मिळणारा खंड कशामुळे ठरतो याचे स्पष्टीकरण व्यापारवादी विचारवंतांनी दिले नाही. मात्र, जमिनीवरील कर आणि जमिनीपासून मिळणारा खंड यांचा परस्परसंबंध त्यांनी विचारात घेतला. जमिनीवरील कर वाढविला तर खंड कमी होतो, असे त्यांनी मत मांडले.

(क) व्याज – मध्ययुगीन ख्रिश्चन धर्मकल्पनांमुळे व्याज घेणे अयोग्य मानले

जात होते. पण व्यापारवादी विचारवंतांनी व्याजाचे समर्थन केले. व्यापाऱ्यांना व्याजामुळे भांडवल मिळते. बचत करणाऱ्याच्या बचतीचा योग्य उपयोग होऊन त्यांनाही व्याज मिळते. मात्र, व्याजदर कमी असेल तर आंतरराष्ट्रीय बाजारपेठेत व्यापाऱ्यांची स्पर्धाशक्ती वाढते.

(ड) कर – व्यापारवाद्यांना प्रगतिशील कर असावेत असे वाटते. राजाकडून व्यक्तीचा जेवढा फायदा होतो तेवढा कर त्यांनी द्यावा. व्यक्तीची खर्च करण्याची क्षमता ही राज्याकडून किती लाभ त्यास प्राप्त होतात हे मोजण्याची कसोटी आहे. म्हणजे ज्यांच्याकडे संपत्ती जास्त त्याने जास्त कर भरावा असे या विचारवंतांना वाटते. त्यांनी आयातीवर जास्तीत जास्त कर असावेत असे म्हटले. त्यांच्या करविषयक विचारप्रणालीत आजच्या कर विचारांचे साधर्म्य आढळून येते.

(इ) लोकसंख्या – लोकसंख्या ही उत्पादन कार्यास मदत करते. युद्धकार्यात उपयोगी पडते. शासनाने गरिबांना मदत द्यावी, शिक्षण द्यावे, संपत्ती आणि लोकशिक्षण यामुळे राष्ट्र बलवान होते. लोकसंख्या वाढल्यामुळे वेतन कमी होते. उत्पादन खर्च घसरतो व निर्यातीत वाढ होते.

२.६ काही व्यापारवादी विचारवंत

१. थॉमस मन् (१५७१–१६४१) – हा इंग्लंडमधील प्रमुख व्यापारवादी विचारवंत होता. तो ईस्ट इंडिया कंपनीचा संचालक होता. या कंपनीसाठी त्याने आर्थिक धोरणांचा वापर केला. त्याने दोन ग्रंथ प्रकाशित केले. A Discourse of Trade from England into the East Indies (१६२१) आणि १६६४ मध्ये त्याच्या मुलाने प्रकाशित केलेला "England Treasure by Foreign Trade" ही त्यांची ग्रंथसंपदा होय. सर एरिक रोल यांच्या मते या पुस्तकात व्यापारी भांडवलशाहीच्या कल्पना परिपूर्णतेने व्यक्त झाल्या आहेत. ऑर्थर मन्रो यांनी पुस्तकासंबंधी व्यापारवादी तत्त्वांचे सर्वोत्तम विवरण असा उल्लेख केला आहे. मन् यांनी या पुस्तकात देशाची संपत्ती वाढविण्यासाठी वेगवेगळे बारा मार्ग सुचविलेले आहे. ते म्हणजे –

(१) इंग्लंडने स्वत:कडील नैसर्गिक साधनांचा वापर करावा. उदा. ब्रिटनमध्ये इतर देशांतून मासळी आयात करण्याऐवजी स्वत:च्या समुद्रकिनाऱ्यावर मासे पकडण्याचा व्यवसाय करावा.

(२) पडीक जमिनी लागवडीखाली आणून शेतीचे उत्पादन वाढवावे. विशेषत: तंबाखूसारख्या आयात कराव्या लागणाऱ्या शेतमालाचे उत्पादन या जमिनीमध्ये करावे.

(३) वस्तूंचा उपभोग कमी करून त्यांची आयात घटवावी. वस्तूंचा उपभोग

घटल्यामुळे निर्यातीकरिता जास्तीत जास्त वस्तू उपलब्ध होतील.

(४) इंग्लंड ज्या वस्तूंची निर्यात करतो त्याबाबत त्याची मक्तेदारी असेल तर, वस्तूंच्या किमती वाढवाव्यात. किमती वाढविताना स्पर्धेचाही विचार करावा. इतर देशाची स्पर्धा असेल तर स्पर्धेत टिकून राहता येईल या दृष्टिकोनातून किमती निश्चित कराव्यात.

(५) आंतरराष्ट्रीय व्यापारासाठी गोदामास उत्तेजन देणे.

(६) इंग्लंडने जवळच्या देशापेक्षा दूरच्या देशांशी आंतरराष्ट्रीय व्यापार करावा.

(७) इंग्लंडने आंतरराष्ट्रीय व्यापारासाठी ब्रिटिश जहाजांचाच वापर करावा. त्यामुळे वाहतूक, विमा या सेवांचा मोबदला अन्य देशांना द्यावा लागणार नाही.

(८) कच्च्या मालाऐवजी प्रक्रिया केलेल्या वस्तूंची निर्यात करावी. यामुळे वस्तूची जादा किंमत प्राप्त होते व स्वदेशात रोजगार वाढतो.

(९) आंतरराष्ट्रीय व्यापारामध्ये स्पर्धेत टिकून राहण्यासाठी कच्चा माल आयात करावा लागत असेल तर त्यावरील आयात कर कमी करावेत.

(१०) व्यापाऱ्यांना संपत्ती (सोनेचांदी) निर्यात करण्याची परवानगी देण्यात येऊ नये. केवळ व्यापारवाढीसाठी त्यांना सोने-चांदी निर्यात करण्याची परवानगी द्यावी.

(११) इंग्लंडने शक्यतो आत्म-निर्भर बनण्याचा प्रयत्न करावा.

(१२) आंतरराष्ट्रीय व्यापारातील नकारात्मक वस्तूवर जास्तीत जास्त सीमाशुल्क आकारावेत. असे मन् ने मार्ग सुचविले.

२. सर जोसाया चाईल्ड (१६३०-१६९९) – थॉमस मन आणि चाईल्ड यांची मते अनेक बाबतीत सारखीच होती. सुवर्ण निर्यातीबाबतच्या त्यांच्या मतात व मन्च्या मतात साम्य आढळते. एखाद्या देशाबरोबर विशिष्ट देशाबरोबरची आयात-निर्यात लक्षात न घेता, देशाच्या एकूण आयात-निर्यातीचा विचार करण्याची आवश्यकता असते, हे त्यांनी स्पष्ट केले. चाईल्ड यांनी व्याजदराचा व्यापारवाढीशी असलेला संबंध दाखवून दिला. व्याजदर कमी असेल तर व्यापार वाढतो म्हणून व्याजदर कमी असावा, असा आग्रह त्यांनी धरला. त्यासाठी त्यांनी उदाहरण दिले. उदा. हॉलंड, इंग्लंडपेक्षा व्यापारात पुढे असण्याचे कारण हॉलंडमधील कमी व्याजदर हे आहे असे दाखवून दिले. पैशाचा पुरवठा वाढला की व्याजदर कमी होतो व पैशाचा पुरवठा कमी झाला की व्याजदर वाढतो, हेही चाईल्ड यांनी स्पष्ट केले.

३. अँटोनिओ सेरा – सेरा हे इटालियन व्यापारवादी विचारवंत असून त्यांच्या मते, सोने व चांदी हे मौल्यवान धातू राष्ट्र व राष्ट्राचा व्यापार या दोन्ही दृष्टींनी फार महत्त्वाचे व उपयुक्त आहेत. हे धातू मिळविण्याचे दोन मार्ग म्हणजे (१) देशात या

धातूच्या खाणी असाव्यात. या खाणी नसतील तर त्या देशाने आपल्या देशातील उपलब्ध साधनसामग्रीच्या साहाय्याने देशातील लोकांच्या गरजेपेक्षा जास्त प्रमाणात विविध वस्तूंचे उत्पादन करावे व त्या वस्तूंची निर्यात करावी. त्या निर्यातीमुळे देशामध्ये सोने व चांदीचे साठे वाढतील. सेरा यांच्या मते, देशातील उद्योगांची संख्या, लोकसंख्येची गुणवत्ता, शासनाचे नियंत्रण व विस्तृत व्यापार हे मौल्यवान घटकही धातूंच्या साठ्यात भर घालतात. शेतीपेक्षा उद्योगांना सेराने महत्त्व दिले. कारण उद्योगात शेतीच्या तुलनेत जास्त नफा मिळतो व त्यामुळे देशात सोने व चांदीच्या साठ्यात भर पडते. शेतीपेक्षा उद्योगात नफा निश्चित असतो.

देशाचा अनुकूल व्यापारतोल असणे म्हणजे निर्यात ही आयातीपेक्षा जास्त असणे हाच देशाजवळ विपुल पैसा असण्याचा एक उपाय आहे असे सेरा यांनी स्पष्ट केले.

४. फिलिप विलहेम व्हॉन हॉरनिक – हा ऑस्ट्रियन व्यापारवादी विचारवंत होता. त्याच्या मते, देशाचे सामर्थ्य देशाजवळ असलेल्या आवश्यक साधनसामग्रीखेरीज देशाजवळील सोने व चांदी या मौल्यवान धातूंच्या साठ्यावर अवलंबून असते. हॉरनिक यांनी थॉमस मन् प्रमाणेच व्यापारवृद्धीसाठी नऊ नियम सांगितले. ते पुढीलप्रमाणे –

(१) देशातील नैसर्गिक साधनसामग्रीचा जास्तीत जास्त चांगला उपयोग केला पाहिजे.

(२) देशात येणारे सोने–चांदी हे देशाबाहेर जाऊ नयेत. मात्र, देशातल्या देशात त्यांची देवाणघेवाण होण्यास हरकत नाही.

(३) देशांतर्गत उत्पादनाच्या साहाय्याने लोकांनी स्वत:च्या जास्तीत जास्त गरजा भागवाव्यात, परकीय उत्पादनावर कमीत कमी अवलंबून राहावे.

(४) देशात असणाऱ्या कच्च्या मालाच्या साहाय्याने औद्योगिक उत्पन्न वाढविणे.

(५) विदेशात निर्यात करावयाच्या वस्तू तयार पक्का माल या स्वरूपातच असाव्यात व त्याच्या बदल्यात सोने–चांदी या मौल्यवान धातूंचाच स्वीकार करावा.

(६) देशात ज्या वस्तू तयार होतात त्या वस्तूंच्या आयातीवर बंदी असावी.

(७) लोकांना कला कौशल्याचे शिक्षण देऊन वेगवेगळे उद्योगधंदे करण्याची क्षमता वाढविली पाहिजे.

(८) परदेशातून पक्का माल आयात करण्याऐवजी शक्यतो कच्चा माल आयात करावा व त्यावर प्रक्रिया करावी.

(९) अत्यंत गरजेच्या वस्तू परदेशातून आयात करताना त्याच्या बदल्यात सोने–चांदी न देता देशात तयार होणाऱ्या वस्तू द्याव्यात.

५. जीन बॅप्टिस्ट कोलबर्ट (१६१९-१६७३) – कोलबर्टने फ्रान्समध्ये व्यापारवाद रुजविला. त्यामुळे व्यापारवाद हा फ्रान्समध्ये कोलबर्टीझम (Colbertism) म्हणून ओळखला जाऊ लागला. कोलबर्टने संशोधकांना प्रोत्साहन दिले. उद्योगधंद्याची स्थापना केली. विदेशी कारागीर तंत्रज्ञांना फ्रान्समध्ये येण्यास प्रोत्साहन दिले. मात्र, फ्रान्समधील कारागिरांना इतरत्र जाण्यास बंदी घालण्यात आली. आयात कमी व्हावी म्हणून आयातीवर जकाती बसविल्या. मौल्यवान धातूंच्या निर्यातीवर बंदी घालण्यात आली. वस्तूंचे उत्पादन, दर्जा, उत्पादनाचे प्रमाण व विक्री यावर सरकारी देखरेख ठेवण्यात आली.

२.७ व्यापारवादी विचारसरणीचे मूल्यमापन

व्यापारवादी विचारप्रणाली अथवा व्यापारवाद हा सुसंघटित जाणीवपूर्वक विकसित केलेला पंथ नव्हता. विशिष्ट परिस्थितीत व्यवहारी दृष्टिकोनातून राष्ट्रहिताचा विचार डोळ्यांसमोर ठेवून तत्कालीन परिस्थितीत योग्य वाटणारे आर्थिक विचार व्यापारवाद्यांनी मांडले होते. वेगवेगळ्या वेळी वेगवेगळ्या देशात मांडले गेलेले समान विचार एकत्रितपणे व्यापारवादी विचार म्हणून ओळखले जातात. तत्कालीन स्थितीत राष्ट्र आर्थिकदृष्ट्या बलशाली करण्यासाठी सोने-चांदी हे धातू पैसा प्राप्त करून संपत्ती वाढविण्यासाठी आंतरराष्ट्रीय व्यापारात अनुकूल व्यवहारतोल कसा उपयुक्त ठरतो याचे विश्लेषण केले आहे. मात्र, त्या विश्लेषणात अनेक त्रुटी अर्थशास्त्रज्ञांनी दाखवून दिल्या. व्यापारवादी विचारसरणीतील काही प्रमुख दोष अथवा उणिवा अथवा टीका पुढीलप्रमाणे-

१. पैसा अथवा मौल्यवान धातू संपत्ती मानणे चूक – बहुतेक व्यापारवाद्यांनी पैसा अथवा मौल्यवान धातू हीच संपत्ती असे मानले होते. ही व्यापारवाद्यांची चूक होती, असे ॲडम स्मिथ यांचे मत होते. पैशाच्या साहाय्याने उत्पादन वाढविता येते व संपत्तीत भर पडते. मात्र, पैसा हीच संपत्ती मानणे बरोबर नाही. पैसा हे साध्य नसून साधन आहे. वस्तू व सेवा यांचे उत्पादन वाढवून लोकांचे जीवन सुखी करणे हे साध्य मानले तर पैसा किंवा मौल्यवान धातू यांना साधन मानावे लागेल. पैशाच्या साहाय्याने देशात वस्तू व सेवांचे उत्पादन करणे किंवा त्या बाहेरून आणणे ही बाब देशाच्या दृष्टीने महत्त्वाची असते. त्यामुळे पैशाला संपत्ती मानणे, व्यापारवाद्यांची चूक होती.

२. अनुकूल व्यापारतोलावरील आक्षेप – सर्वच देशांनी अनुकूल व्यापारतोल प्रस्थापित करण्यासाठी आयातीवर बंधने घातली व निर्यातवृद्धीसाठी प्रयत्न केले तर आंतरराष्ट्रीय व्यापार बंद पडेल. आंतरराष्ट्रीय व्यापारामुळे व्यापार करणाऱ्या सर्वच देशांना कमी-अधिक प्रमाणात फायदा होत असतो. त्यामुळे

आंतरराष्ट्रीय व्यापार संरक्षित नसावा तर खुला असावा, असे स्मिथ यांनी म्हटले आहे. त्यांच्या मते, एका देशाचा फायदा म्हणजे दुसऱ्या देशाचा तोटा असे मानणे ही व्यापारवाद्यांची तात्त्विक चूक होती. व्यावहारिकदृष्ट्या सुद्धा व्यापारतोलाचा आग्रह धरणे चुकीचे होते कारण इतर देशांना गरीब करून स्वत:च्या देशाला श्रीमंत करणे शक्य नाही. इतर देश गरीब झाले तर त्यांची आयात करण्याची क्षमता कमी होईल. परिणामी श्रीमंत देशांची निर्यात घटेल. म्हणजे अनुकूल व्यापारतोलाबाबतचे विचार सदोष दिसून येतात.

३. परराष्ट्र व्यापाराला अवास्तव महत्त्व – व्यापारवाद्यांनी परराष्ट्रीय व्यापाराला अवास्तव महत्त्व दिले. कारण त्यामुळे देशातील मौल्यवान धातूंचा साठा वाढतो. याउलट देशांतर्गत व्यापाराला त्यांनी फारसे महत्त्व दिले नाही. कारण त्यामुळे देशातील संपत्तीत फारशी भर पडत नाही. फक्त संपत्तीचे हस्तांतरण होते असे त्यांचे याबाबत स्पष्टीकरण होते. अशारीतीने मौल्यवान धातूंचा साठा वाढविण्याच्या हव्यासापोटी व्यापारवाद्यांनी देशातील लोकांच्या सुखसमाधानाकडे दुर्लक्ष केले.

४. व्यापारवादाबाबत संकुचित भूमिका – व्यापारवाद्यांची व्यापाराबाबत संकुचित भूमिका होती. स्वत:च्या देशांचा विचार करताना इतरांचा विचार न करणे ही त्यांची चूक होती. व्यापारवाद वसाहतीच्या शोषणावर आधारित होता. व्यापारी भांडवलशाहीची उत्क्रांत अवस्था म्हणजे औद्योगिक भांडवलशाही होय. औद्योगिक भांडवलशाहीच्या प्रगतीबरोबरच जागतिक विषमता वाढत गेलेली दिसते.

५. वैचारिक गोंधळ – व्यापारवाद्यांना पैशाची कार्ये आणि संपत्तीची कार्ये यांच्यातील फरक न समजल्यामुळे त्यांनी पैशाची कार्ये आणि संपत्तीची कार्ये एकच समजली, असे डॉ. मार्शल यांचे मत होते.

६. शेतीकडे दुर्लक्ष – परराष्ट्रीय व्यापार आणि औद्योगिक विकासावरच व्यापारवाद्यांनी भर दिला. शेतीकडे दुर्लक्ष केले. निर्यातवाढ होण्यासाठी औद्योगिक विकासाला महत्त्व दिले पाहिजे असे मत व्यापारवाद्यांनी मांडले. प्रा. एल. एच. हॅने यांच्या मते व्यापारवाद्यांनी व्यापाराला अवास्तव महत्त्व दिले. शेती व उद्योगाच्या महत्त्वाला त्यामानाने कमी लेखले.

७. अनियंत्रित राजेशाहीचे समर्थन अयोग्य – व्यापारवाद्यांनी अनियंत्रित राजेशाहीचा पुरस्कार केला. मात्र, अनियंत्रित राजेशाहीमुळे उधळपट्टी आणि जनतेवर जुलूम होत असल्याने ती अन्यायकारक आणि विकासाला हानीकारक ठरते.

८. संपत्ती संचयापेक्षा उत्पादनक्षमता वाढविणे हितावह – सर्वच व्यापारवादी जास्तीत जास्त सोने-चांदी संचयाला महत्त्व देतात. कमीत कमी आयात व जास्तीत जास्त निर्यात करून सोने व चांदीचा साठा निर्माण झाला की, देश

आर्थिकदृष्ट्या संपन्न व सामर्थ्यशाली बनतो असे त्यांना वाटत होते. मात्र, अर्थशास्त्रज्ञांच्या मते सोने व चांदीचा साठा वाढल्यामुळे सरकारी तिजोरी भक्कम होईल. मात्र, कालांतराने प्रतिकूल व्यापारतोलामुळे ती रिक्त होण्यास वेळ लागणार नाही. त्यापेक्षा वस्तू व सेवा यांना अधिक महत्त्व दिले पाहिजे. जे देश वस्तू व सेवा यांच्या उत्पादनासाठी प्रयत्न करतील ते देश उत्पादनक्षमता वाढविण्यात यशस्वी होतील. तेच खऱ्या अर्थाने संपन्न व बलशाली होतील.

अशारीतीने व्यापारवादी विचारसरणीत अनेक दोष दाखविले जात असले तरी असे दिसून येते की, व्यापारवादी तत्त्वज्ञान ज्या विशिष्ट कालखंडात निर्माण झाले त्या कालखंडात पारमार्थिक कल्याणापेक्षा ऐहिक कल्याणाचा विचार महत्त्वाचा ठरू लागला होता. त्यामुळे निसर्गनियमांपेक्षा मनुष्याने कृत्रिमरीतीने केलेले नियम व निर्बंध यांच्यावर जास्त विश्वास ठेवणारा वास्तववादी दृष्टिकोन व्यापारवाद्यांनी स्वीकारला. पैसा, व्याज, उत्पादन, व्यापार, किमती याबाबत मुख्यत: उपयुक्ततावादी भूमिका त्यांनी स्वीकारली होती.

आंतरराष्ट्रीय व्यापार हा एकमेव महत्त्वाचा व्यवसाय मानून शेतीला व्यापारवाद्यांनी कमी महत्त्व दिले. यामुळे फ्रान्समधील विचारवंतांनी व्यापारवादावर टीकेची झोड उठवली. फ्रान्समध्ये व्यापारवादाच्या विरोधी असे निसर्गवादी तत्त्वज्ञान मांडले गेले. या सर्वांमुळे व्यापारवादाची पीछेहाट होऊ लागली.

स्वाध्याय

१. व्यापारवाद म्हणजे काय? व्यापारवादाच्या उदयाची कारणे सांगा.

२. व्यापारवादी विचारसरणी म्हणजे काय?
     व्यापारवाद्यांची प्रमुख वैशिष्ट्ये सांगा.

३. व्यापारवाद्यांनी मांडलेल्या प्रमुख कल्पना सांगून त्याचे टीकात्मक परीक्षण करा.

४. **टीपा लिहा**
     १. मूल्यसिद्धान्त
     २. लोकसंख्या
     ३. करविषयक विचार
     ४. व्यापारवादी विचारातील दोष
     ५. थॉमस मन् यांनी देशाची संपत्ती वाढविण्यासाठी सांगितलेले मार्ग कोणते?

③

निसर्गवाद

३.१ प्रास्ताविक, ३.२ निसर्गवादाची व्याख्या, ३.३ निसर्गवादाच्या उदयाची प्रमुख कारणे, ३.४ निसर्गवादाची वैशिष्ट्ये/तत्त्वे, ३.५ डॉ. क्वेस्ने यांचा संपत्ती संचलनाचा आराखडा, ३.६ निसर्गवाद्यांचे इतर आर्थिक विचार, ३.७ काही प्रमुख निसर्गवादी विचारवंत, ३.८ निसर्गवादी विचारसरणीचे मूल्यमापन

३.१ प्रास्ताविक

व्यापारवाद १६व्या शतकापासून १८व्या शतकाच्या उत्तरार्धापर्यंत प्रचलित होता. निसर्गवाद हा १७५६ पासून १८६८ पर्यंत अस्तित्वात होता. फ्रान्समध्ये १८व्या शतकात जी नवीन आर्थिक विचारसरणी उदयाला आली त्याला निसर्गवाद म्हणतात. यामध्ये प्रामुख्याने डॉ. क्वेस्ने यांचा मोठा हिस्सा आहे. किंबहुना केवळ संपत्तीच्या आधारे आर्थिकदृष्ट्या सामर्थ्यवान राष्ट्र निर्माण करणे; उत्तम व्यापार, मध्यम सेवा, कनिष्ठ उद्योग अशी व्यापारवादी विचारसरणी होती. व्यापारवादी विचारसरणीला प्रभावी पर्याय म्हणून निसर्गवादी विचारसरणी क्वेस्नेने मांडली. Physio-cratie या फ्रेंच शब्दाची उत्पत्ती ग्रीक शब्दापासून झाली. व्यापारवादी विचारसरणी आपल्या देशाला उपयोगी नाही, असे फ्रान्समधील विचावंताचे मत होते. कोलबर्टने फ्रान्समधील शेतीचा नाश केला असे आरोप करण्यात येऊ लागले. तसेच कोलबर्टच्या व्यापारवादी धोरणाने फ्रान्सच्या निर्यात व्यापारात वाढ झाली नाहीच शिवाय शेतीचाही विकास

झाला नाही. त्यामुळे व्यापारवादी विचारसरणी फ्रान्सला उपयुक्त नाही, अशी खात्री फ्रान्समधील विचारवंतांची झाली. एवढेच नव्हे तर निसर्गाने मानवाला देणगी म्हणून दिलेल्या भूमीमधून, शेतीमधून, फ्रान्समधील लोकांचे हित साध्य होईल, अशी भावना विचारवंतांत रूढ होऊ लागली.

युरोपातील अनेक देशांची फ्रान्ससारखी अवस्था झाली. त्यांना व्यापारवादास पर्याय ठरू शकेल अशा आर्थिक तत्त्वज्ञानाची व आर्थिक धोरणाची आवश्यकता वाटत होती. अशा वेळी व्यापारवादाला पर्याय म्हणून निसर्गवाद पुढे आला.

फ्रान्समधील विचारवंतांनी निसर्गवाद तत्त्वज्ञानाची उभारणी केली. त्यात प्रामुख्याने डॉ. क्वेस्ने, तुर्गो, मिराबू, रिचर्ड, कॅन्टीलॉन यासारख्या विचारवंतांचा समावेश होतो. या विचारवंतांनी निसर्गनियमावर आधारित असलेल्या अर्थव्यवस्थेला महत्त्वपूर्ण स्थान दिले. शेती व्यवसाय हा उत्पादक स्वरूपाचा व्यवसाय आहे असे सांगून राष्ट्राची संपत्ती वाढविण्यासाठी परराष्ट्रीय व्यापाराऐवजी शेतीचा विकास करण्याकडे लक्ष दिले पाहिजे, असे त्यांनी सांगितले. ही नवी विचारसरणी निसर्गवाद या नावाने ओळखली जाऊ लागली.

३.२ निसर्गवादाची व्याख्या

अनेक विचारवंतांनी निसर्गवादाच्या व्याख्या दिल्या आहेत. निसर्गवादाच्या काही व्याख्या पुढीलप्रमाणे –

(१) **प्रा. एच.एल. हॅने** यांच्या मते, ''निसर्गवाद म्हणजे फ्रेंचांनी व्यापारवादाविरुद्ध उभारलेले बंड होय.''

(२) **ड्यूपोंडी नेमॉर्स** यांच्या मते, ''नैसर्गिक व्यवस्था अथवा निसर्गनिर्मित पद्धतीचे शास्त्र होय.''

निसर्गवादाच्या व्याख्येवरून असे दिसून येते की, निसर्गवाद हा व्यापारवादाविरुद्धची प्रतिक्रिया आहे. निसर्गवाद हे निसर्गनियमांचे पालन करणारे शास्त्र म्हणून ओळखले जाऊ लागले. तसेच फ्रेंच लोकांनी व्यापारवादाविरुद्ध उभारलेले वैचारिक बंड म्हणजे निसर्गवाद होय.''

अशा प्रकारे डॉ. क्वेस्ने किंवा, ड्यूपोंडी नेमॉर्स, तुर्गा, मिराबू, रिव्हेरा इत्यादींना निसर्गवादी अर्थशास्त्रज्ञ म्हटले जाते. मार्क्सच्या मते निसर्गवाद हेच अर्थशास्त्राचे खरे जनक आहेत. सनातनवादी अर्थशास्त्राचा जनक ॲडम स्मिथही डॉ. क्वेस्ने यांच्या निसर्गवादी विचारांनी प्रभावित झाले होते. त्यामुळे एम.बीर यांच्या मते, क्वेस्ने आणखी थोडी वर्षे जगला असता तर स्मिथने 'राष्ट्राची संपत्ती' हा आपला ग्रंथ त्याला अर्पण केला असता.

३.३. निसर्गवादाच्या उदयाची प्रमुख कारणे

१८व्या शतकात फ्रान्समध्ये उद्‌भवलेल्या परिस्थितीमुळे निसर्गवाद निर्माण झाला. निसर्गवादाच्या उदयाच्या प्रमुख कारणांमध्ये पुढील बाबींचा समावेश होतो.

१) व्यापारवादाविरुद्ध प्रतिक्रिया

२) फ्रान्समधील शेतीकडे दुर्लक्ष

३) लुई राजाचा बेजबाबदारपणा

४) जुलमी कर

५) फ्रान्समधील वैचारिक लाट

६) व्यक्तिस्वातंत्र्य आणि समता यांचा प्रभाव

१. व्यापारवादाविरुद्ध प्रतिक्रिया – तत्कालीन फ्रान्सचा अर्थमंत्री कोलबर्ट यांना व्यापारी तत्त्वे आणि धोरणे प्रत्यक्ष अमलात येणे अवघड वाटले. त्यांनी शेतीवर भर दिला. व्यापारवादामुळे शेतीची अधोगती झाली असे त्यांचे मत होते. त्याचा परिणाम शेतीकडे दुर्लक्ष झाले. परिणामी, शेतीचा विकास झाला नाही, तसेच व्यापारातही वाढ झाली नाही. त्यामुळे फ्रान्सचे मोठे आर्थिक नुकसान झाले. व्यापारवाद आपल्या देशाला फारसा उपयुक्त नाही याची खात्री फ्रान्समधील विचारवंतावर पटली. त्यामुळे व्यापारवादी विचारांची पीछेहाट होऊ लागली. त्याच काळात इंग्लंडमध्ये शेतीच्या क्षेत्रात क्रांती होऊन शेतीच्या उत्पादनात वाढ होऊ लागली होती. शेतीचे उत्पादन वाढल्यामुळे शेतकऱ्यांचा फायदा झाला. फ्रान्समधील काही विचारवंत मिराबू, मॉंटेस्क्यू इत्यादींनी इंग्लंडला भेटी दिल्या व तेथील परिस्थितीची पाहणी केली. तेथील परिस्थितीचा अभ्यास केला. शेतीचा विकास करूनसुद्धा देश समृद्ध होऊ शकतो यात्री खात्री त्यांनी फ्रेंच लोकांना करून दिली. त्यातूनच निसर्गवादी विचारसरणीचा उदय झाला.

२. फ्रान्समधील शेतीकडे दुर्लक्ष – १६व्या शतकात व्यापार आणि उद्योगाला महत्त्व दिले गेले. कारण त्यामुळे राष्ट्राच्या सामर्थ्यात वाढ होण्यास मदत होते. मात्र, कोलबर्ट यांनी परराष्ट्रीय व्यापार वाढीसाठी निर्यातीवर भर दिला. परंतु व्यापारवाद्यांनी शेतीला कमी महत्त्व दिले. त्यामुळे शेतीविकास झाला नाही. डॉ. क्वेस्ने यांनी सांगितलेली गरीब शेतकरी, गरीब राज्य, गरीब राजा याचा अर्थ शेतकरी गरीब तर राज्य गरीब राहील व राज्य गरीब राहिले तर राजा गरीब राहील. थोडक्यात, प्रगती केवळ शेतीच्या विकासामुळे होऊ शकते. शेती हे संपत्तीचे साधन आहे. या विचारसरणीने जोर धरला. फ्रान्सची अर्थव्यवस्था शेतीशी निगडित आहे हे त्यांनी समाजाला दाखवून दिले.

३. लुई राजांचा बेजबाबदारपणा – १५ व १६व्या शतकात फ्रान्समध्ये

लुई या राजाला राजसत्ता ईश्वरी प्रेरणेमुळे मिळाली आहे, असे लुई यांचे मत होते. पण १५व्या आणि १६व्या शतकात जे लुई कार्यकर्ते झाले त्यांनी व्हर्सायचा प्रचंड राजवाडा कोट्यवधी रुपये खर्च करून बांधला. १४वा लुई विलासी होता, १५वा लुई व्यभिचारी होता. १६वा लुई व्यभिचारी तर होताच पण विलासीसुद्धा होता. त्याला जमीन, रस्ते दुरुस्तीच्या कामात आवड होती. तिन्ही राजांच्या बेजबाबदार राजकारणामुळे फ्रान्स हे राष्ट्र गरीब राष्ट्र झाले.

४. जुलमी कर – फ्रान्समध्ये शेती हा निर्वाहजन्य व्यवसाय होता. व्यापारवादी विचारसरणी स्वीकारली असल्यामुळे सुरुवातीला शेतीकडे लक्ष दिले नाही. त्यामुळे शेतीची अधोगती झाली. कर देण्याची कुवत शेतकऱ्यांत नव्हती. तदूवत वस्तूच्या वाहतुकीवर कर, उत्पादन कर, पिठावर कर याबरोबरच धर्मावर देखील कर होता. त्यामुळे जनतेत असंतोष वाढला आणि व्यापारवादाच्या अस्तानंतर निसर्गवाद निर्माण झाला.

५. फ्रान्समधील वैचारिक लाट – १४व्या शतकाच्या अखेरीस फ्रान्समध्ये विद्येचे पुनरुज्जीवन झाले. नवीन शोध लागले. मात्र, त्याची माहिती लोकांना नव्हती. ज्ञानाची गंगोत्री फ्रान्समध्ये आली. अनेक इंग्रजी पुस्तकांचे फ्रेंचमध्ये भाषांतर झाले. फ्रान्समध्ये अनियंत्रित राजेशाही होती. व्यक्तिस्वातंत्र्य, समता, न्याय याला स्थान नव्हते. त्यामुळे राजकीय आणि आर्थिक परिस्थिती बदलली पाहिजे, अशी लोकांची भावना निर्माण झाली. त्यामुळे फ्रान्समध्ये निसर्गवादी विचारसरणी रुजली.

६. व्यक्तिस्वातंत्र्य आणि समता यांचा प्रभाव – फ्रान्समध्ये लुईच्या कारकिर्दीत असंतोष होता. राजांकडे अनियंत्रित सत्ता होती, त्याने दडपशाही केली त्यामुळे व्यक्तिस्वातंत्र्य नष्ट झाले. अनियंत्रित राजेशाहीपेक्षा व्यक्तिस्वातंत्र्य, समता, न्याय यावर आधारित विचारसरणी अस्तित्वात आली.

३.४ निसर्गवादाची वैशिष्ट्ये अथवा तत्त्वे

निसर्गवादी विचारसरणीमध्ये नैसर्गिक व्यवस्थेवर भर दिला आहे. त्याचबरोबर निसर्गवादी विचारवंतांनी निव्वळ उत्पन्न किंवा उत्पादन आणि संपत्तीचे संचलन या संकल्पना मांडल्या आहेत.

(अ) नैसर्गिक व्यवस्था – निसर्गवाद हे नैसर्गिक अवस्थेचे अभ्यास करणारे शास्त्र आहे.

नेमॉर्स यांनी निसर्गनिर्मित व्यवस्था म्हणजे परमेश्वरनिर्मित मानवाच्या कल्याणासाठी निर्माण केलेली अवस्था आहे. Physiocratie या फ्रेंच शब्दाची उत्पत्ती ज्या ग्रीक शब्दापासून झाली त्याचा अर्थ निसर्गाचे राज्य किंवा निसर्गाची सत्ता Rule of Nature असा आहे. थोडक्यात, फ्रान्समधील या विचारवंतांनी

निसर्गनियमावर आधारित अर्थव्यवस्थेला महत्त्वपूर्ण स्थान दिले. त्यामुळे ही नवी विचारप्रणाली निसर्गवाद या नावाने ओळखली जाऊ लागली.

(ब) मानवी वर्तनसुद्धा निसर्गनियमावर अवलंबून असते.

(क) निसर्गव्यवस्थेत निसर्गाने मानवी सौख्यासाठी निर्माण केलेली व्यवस्था आहे.

निसर्गवादी विचारवंतांनी नैसर्गिक व्यवस्थेला अतिउत्तम व्यवस्था मानली आहे. कमीत कमी मानवी श्रमामुळे जास्तीत जास्त मानवी कल्याण होते आणि ते साधणे हा नैसर्गिक व्यवस्थेचा उद्देश आहे.

१. **निव्वळ उत्पादन –** निसर्गवाद्यांनी मांडलेली ही दुसरी संकल्पना आहे. यात शेती व्यवसाला महत्त्व दिले. हे निसर्गवादी विचारसरणीचे वैशिष्ट्य आहे. निसर्गवाद्यांच्या मते वाढाव्याची निर्मिती म्हणजे उत्पादन होय. केवळ शेतीमध्ये असे जादा उत्पादन मिळू शकते. औद्योगिक क्षेत्रात जेवढा कच्चा माल वापरला जातो त्यापेक्षा कमी उत्पादन मिळते त्यामुळे शेती हा प्रमुख, निव्वळ उत्पादन देणारा व्यवसाय ठरतो. याचे उदाहरण म्हणून निसर्गवाद्यांच्या मते प्रत्येक शेतकरी आठ व्यक्तींना पुरेल एवढे धान्य निर्माण करतो. त्याच्या कुटुंबातील चार सभासदांना पुरून राहिलेले अन्नधान्य इतरांना देतो म्हणजेच शेतकरी शेती व्यवसायातील उत्पादनाच्या वाढाव्यातून व्यापार आणि उद्योग व्यवसाय यांचे पोषण करू शकतो.

केवळ शेती व्यवसाय उत्पादक आहे. उत्पादन म्हणजे वाढाव्याची निर्मिती. ही व्याख्या विविध व्यवसायांना लागू करून उत्पादक व अनुत्पादक व्यवसाय ठरवावे लागतात.

मात्र, उत्पादनाची निसर्गवाद्यांनी सदोष व्याख्या दिली तसेच शेतीच्या व्यतिरिक्त इतर व्यवसायाला अनुत्पादक समजणे चुकीचे आहे. तसेच निव्वळ उत्पन्न ही भ्रामक कल्पना आहे.

३.५ डॉ. क्वेस्ने यांचा संपत्ती संचलनाचा आराखडा (संपत्तीचे संचलन)

डॉ. क्वेस्ने यांनी संपत्तीचे संचलन दाखविण्यासाठी एक आराखडा १७५८ मध्ये तयार केला. तो आराखडा फ्रान्सचा राजा १५वा लुई याला सादर केला. या तक्त्याने अर्थशास्त्रात मोठी खळबळ उडवून दिली. मिराबू यांच्या मते संपत्तीचे संचलनाचा तक्ता मोठा शोध आहे.

क्वेस्ने यांच्या मते उत्पादक, जमीनदार व अनुत्पादक असे तीन वर्ग आहेत. (१) शेतीत काम करणाऱ्या शेतकऱ्यांचा उत्पादक कामात समावेश केला. शेती हा उत्पादक स्वरूपाचे आहे. त्यात गुंतलेले गेलेले श्रमिक उत्पादक आहे. (२) जमीनदार, धर्मगुरू, सरदार आपल्या जमिनी कुळांना खंडाने कसण्यासाठी देतात. (३) व्यापारी, उद्योगपती, कारागीर, नोकर आणि इतर व्यावसायिक यांचा अनुत्पादक

वर्गात समावेश होतो.

संपत्तीचे संचलन कसे होते?

क्केस्ने यांनी शेतीतून उत्पादनाचा वाढावा मिळतो आणि त्यातून समाज पोसला जातो हे संपत्ती संचलनाच्या आराखड्यावरून दाखविले. जमीनदाराने पाच कोटी रुपयांची संपत्ती निर्माण केली. त्यातील दोन कोटी रु. बी-बियाणे, शेतकऱ्यांची उपजीविका आणि शेतीसाठी आवश्यक अवजारे यावर खर्च होतील. शेतकरीवर्ग या पैशातून लागणाऱ्या वस्तू घेतो. येथे संपत्तीचे संचलन सुरू होते.

शेतकरी स्वत:जवळ आलेल्या तीन कोटी रुपयांतून १ कोटी रु. अनुत्पादक वर्गाला देतो. २ कोटी रु. जमीनदाराला खंड दिला जाईल. जमीनदारवर्ग दोन कोटी रुपयांपैकी उपभोगासाठी वापर करील. धान्य खरेदी करेल, कापड, साखर घेईल. मात्र, अनुत्पादकवर्ग संपत्ती निर्माण करत नाही. त्याच्या जवळ दोन कोटी रु. आहे याचा उपयोग अनुत्पादक कारणासाठी करेल.

एक कोटीचे धान्य होईल. एक कोटी रुपयाचा कच्चा माल खरेदी करेल. परिणामी संपत्तीची विभागणी पुढीलप्रमाणे होईल.

एकूण उत्पन्न ५ कोटी रु.

२ कोटी बि-बियाणे

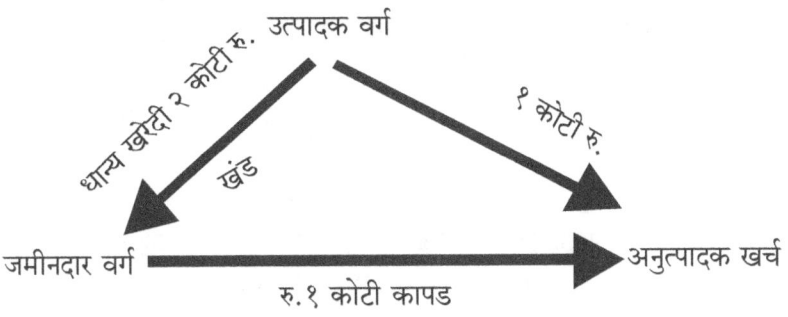

रु. ५ कोटी =	उत्पादक	+	अनुत्पादक	+	जमीनदार
	२ कोटी	+	१ कोटी	+	२ कोटी
=	३ कोटी	+	२ कोटी	+	0
=	५ कोटी	+	0	+	0

या कोष्टकात संपत्ती संचलनाची क्रिया दर्शविली आहे. संपत्ती ज्या वर्गाने निर्माण केली तेथून इतर वर्गात जाते.

ज्या वर्गाने संपत्ती निर्माण केली ती त्या वर्गाकडे परत येते.

संपत्ती संचलनाच्या संकल्पनेवर टीका

१. हा तक्ता काल्पनिक मानला जातो. समाजातील प्रत्येक घटकाला उत्पन्नातील हिस्सा कसा मिळतो हे यावरून स्पष्ट होत नाही.

२. क्वेस्ने यांनी जमीनदारवर्ग, उत्पादकवर्ग, अनुत्पादकवर्ग असे समाजातील वर्ग मानले ही विभागणी चुकीची आहे. त्याची वर्गवारी चुकीची आहे. जमीनदार उत्पन्नात भर घालत नाही. मात्र, कारखानदार व कारागीर उत्पन्नात भर घालतो.

३. किमतीत होणारा बदल आणि नैसर्गिक आपत्ती यांचा विचार केला नाही. टीकाकारांच्या मते, अर्थव्यवस्थेत कोणताही बदल होत नाही. अर्थव्यवस्था स्थिर आहे असे मानून आर्थिक तक्त्याचे स्पष्टीकरण दिले आहे. प्रत्यक्षात त्या गोष्टी घडतील व संपत्तीचे संचलन तसेच चालू राहील हे निसर्गवाद्यांचे मत टीकाकारांना मान्य नव्हते.

४. जमीनदारवर्गाला अवास्तव महत्त्व दिले आहे. त्यावेळी फ्रान्समध्ये जमीनदार, सरंजामदार यांचे प्राबल्य होते. तो वर्ग आज अनुत्पादक असला तरी क्वेस्ने यांच्या संपत्तीत संचलनामध्ये जमीनदाराला २/५ हिस्सा दिला आहे ते चुकीचे आहे.

५. निसर्गवाद्यांनी समग्र जीवन ओळखले नाही. जमीनदारांनी जमिनी खंडानी दिल्या. पूर्वी जमिनीवर त्यांनी खर्च केला म्हणून खंड मिळतो हा खंड किंवा निव्वळ उत्पन्न निसर्गाच्या कृपेमुळे मिळते. निसर्गवाद्यांच्या या दोन्ही विचारात भिन्नता आहे.

केवळ जमिनीच्या उत्पन्नात वाढावा मिळतो, असे मानणाऱ्या निसर्गवाद्यांनी चूक केली.

अशी टीका असली तरी क्वेस्ने यांनी संपत्तीच्या संचलनाच्या तक्त्याच्या आधारे अर्थशास्त्राला मोठी देणगी दिली. त्याच्या तक्त्यामुळे अर्थशास्त्रात राष्ट्रीय उत्पन्नाची निर्मिती आणि राष्ट्रीय उत्पन्नाचे समाजात होणारे संचलन याच्या अभ्यासाला विशेष महत्त्व प्राप्त झाले आहे.

३.६ निसर्गवाद्यांचे इतर आर्थिक विचार

निसर्गवाद्यांनी नैसर्गिक व्यवस्था, निव्वळ उत्पन्न, संपत्तीचे संचलन या महत्त्वाच्या कल्पनांव्यतिरिक्त इतरही काही आर्थिक विचार मांडले आहेत ते पुढीलप्रमाणे –

१. मूल्यविषयक विचार – निसर्गवाद्यांनी वस्तूला दोन प्रकारचे मूल्य असते असे सांगितले. ते म्हणजे उपयोगितामूल्य आणि विनिमयमूल्य होय. उपयोगितामूल्य आणि विनिमयमूल्यात फरक आहे. एवढीच जाणीव त्यांना होती. त्यांच्या मते

विनिमयाने संपत्तीत वाढ होत नाही तसेच मूल्य व किंमत यामध्ये असणारा फरक निसर्गवादी अर्थशास्त्रज्ञ स्पष्ट करू शकत नाहीत.

२. व्यापारविषयक विचार – निसर्गवाद्यांच्या मते, शेती हा एकमेव उत्पादक व्यवसाय होता. उद्योगधंदे व व्यापार हे अनुत्पादक व्यवसाय होते. त्यांच्या मते, व्यापारात नवीन काहीही उत्पादन होऊ शकत नाही. फक्त समान मूल्याची देवाणघेवाण होते. अशा प्रकारच्या व्यवहारातून एकूण संपत्तीत कोणतीच भर पडत नाही. म्हणजे 'वाढाव्याची निर्मिती' या उत्पादनाच्या व्याख्येला धरूनच हे विचार होते हे स्पष्ट होते.

व्यापारामुळे देवाणघेवाण करणाऱ्या दोन्ही पक्षांच्या गरजा अधिक चांगल्या प्रकारे पूर्ण होतात. पण अशा प्रकारच्या उपयोगितेच्या निर्मितीला उत्पादन म्हणता येईल ही कल्पना मान्य नव्हती. केवळ मूर्त निव्वळ उत्पादनालाच उत्पादन मानण्याच्या त्यांच्या कल्पनेनुसार व्यापार हा अनुत्पादक व्यवसाय ठरत होता.

निसर्गवाद्यांनी व्यापार हा अनुत्पादक व्यवसाय मानला होता. तरीही त्यांनी खुल्या व्यापाराचा पुरस्कार केला. कारण सरकारी हस्तक्षेपाच्या आणि अनिर्बंध व्यक्तिस्वातंत्र्याच्या तत्त्वावर त्यांचा विश्वास होता. खुला व्यापार, पूर्ण स्पर्धा या गोष्टी निसर्गव्यवस्थेला धरून असल्याने सरकारने त्यात ढवळाढवळ करू नये, असे त्यांचे मत होते.

३.राज्याची कार्ये – निसर्गव्यवस्थेमुळे समाजजीवनाचे आपोआप नियमन होत असल्याने राज्यसंस्थेचे मुख्य काम निसर्गव्यवस्थेत हस्तक्षेप न करणे हेच असते, अशी निसर्गवाद्यांची श्रद्धा होती. नैसर्गिक कायदे हे समाजाचे नियंत्रण करीत असल्याने निसर्गव्यवस्थेला विरोध करणारे सर्व कायदे रद्द करणे हेच राज्यव्यवस्थेचे महत्त्वाचे काम असते. कोणतेही नवे कायदे करताना ते निसर्गव्यवस्थेचेच प्रतिबिंब असतील अशी काळजी घेणे हे राज्यव्यवस्थेचे महत्त्वाचे कार्य आहे. निसर्ग नियमानुसार कायदे केले की जनतेचे स्वातंत्र्य टिकू शकेल, असा विश्वास त्यांना वाटत होता. राज्यांनी कोणती कार्ये करावी याबद्दल निसर्गवाद्यांचे विचार पुढीलप्रमाणे –

(१) राजाने खाजगी मालमत्तेचे रक्षण करावे.

(२) राजाने लोकांना शिक्षणाच्या सुविधा निर्माण करून द्याव्यात.

(३) जी कार्ये खर्चिक आहेत ती शासनाने करावीत. उदा. रस्ते, कालवे, धरणे, सार्वजनिक बांधकामे.

(४) निसर्गामध्ये सरकारने हस्तक्षेप करू नये तसेच वर्ग, जमाती, निरनिराळे देश यातील कृत्रिम भेद नष्ट झाले पाहिजेत आणि सरकारने त्यासाठी प्रयत्न करावेत.

४. करविषयक विचार – निसर्गवाद्यांच्या मते, सरकारला फारच मोठी

कामे करावी लागत असल्यामुळे मोठ्या उत्पन्नाची गरज असते. सरकारला अंतर्गत सुरक्षा व्यवस्था, बाह्य आक्रमणापासून संरक्षण, शिक्षण, सार्वजनिक बांधकाम इ. मर्यादित कार्ये करावी लागतात. त्यासाठी पैसा आवश्यक असतो. निसर्गवाद्यांनी कराबाबत एक विशिष्ट प्रकारचे धोरण सुचविले. त्यांच्या मते, शेती हाच व्यवसाय उत्पादक स्वरूपाचा असल्याने याच व्यवसायात वाढावा किंवा निव्वळ उत्पन्न मिळते. या निव्वळ उत्पन्नावर कर आकारावा. त्यामुळे या कराचा भार इतर कोणावरही पडणार नाही. निव्वळ उत्पन्नावर आकारलेला कर प्रत्यक्ष कर असल्याने इतरांवर अन्याय होणार नाही तसेच या कराची वसुली सुद्धा होऊ शकेल.

शेतकरी; व्यापारी, अनुत्पादक उद्योगात गुंतलेले लोक इत्यादींच्या उत्पन्नांवर किंवा त्यांनी निर्माण केलेल्या वस्तूंवर कर बसविले, तर तेवढ्या प्रमाणात किंमती वाढविल्या जातील व त्याचा त्रास सर्वांनाच होईल म्हणून असा कर जमीनदारांवर बसवावा व त्याचे प्रमाण ठरवून द्यावे. निसर्गवाद्यांच्या मते, हे प्रमाण निव्वळ उत्पन्नाच्या एकतृतीयांश म्हणजेच साधारणपणे ३० टक्के एवढे असावे.

५. वेतनविषयक विचार – निसर्गवाद्यांनी निर्वाह वेतनाचा पुरस्कार केलेला दिसतो. श्रमिकांना उदरनिर्वाहएवढे वेतन मिळावे, असे निसर्गवाद्यांचे मत होते. वेतन दरातील बदल व त्यानुसार मजुरांच्या पुरवठ्यात होणारा बदल याचे सविस्तर विश्लेषण निसर्गवाद्यांनी केलेले नाही.

३.७ काही प्रमुख निसर्गवादी विचारवंत

१. डॉ. क्वेस्ने (Quesnay) (इ.स. १६९४ ते १७७४) – निसर्गवाद हा अर्थशास्त्रातील पहिला सुसंबद्ध असा संप्रदाय मानला जातो. डॉ. क्वेस्ने हे या संप्रदायाचे आद्य प्रणेते होते. त्यांच्या विचारांच्या आधारावर या संप्रदायातील इतरांनी निसर्गवादी विचारांचा विकास केला. क्वेस्ने यांनी निसर्गव्यवस्थेचा अभ्यास केला. संपत्तीचे स्वरूप, तिचे उत्पादन व विभाजन यांचे विश्लेषण करून काही सर्वमान्य सिद्धान्त प्रस्थापित करता येईल, याची त्यांना जाणीव होती. निसर्गव्यवस्था व निसर्गनियम यांच्या स्वरूपाविषयी विश्लेषण केले, त्याआधारे त्यांनी व्यक्तिस्वातंत्र्य व खाजगी मालमत्ता या तत्त्वांचे त्यांनी विश्लेषण केले आहे. ही दोन्ही तत्त्वे त्यांनी निसर्गसिद्ध तत्त्वे मानली. या दोन तत्त्वांच्या आधारे राज्यसंस्थेची कर्तव्ये, राज्यसंस्थेचा निर्हस्तक्षेप यासंबंधी भूमिका निश्चित केली. उत्पादन कार्यात निसर्गाचा सहभाग महत्त्वाचा असून, शेती हा एकच उत्पादक व्यवसाय आहे, असे त्यांनी मानले. क्वेस्ने यांनी फक्त शेतीतील श्रमांना उत्पादक श्रम मानले. इतर श्रमांना अनुत्पादक श्रम मानले. शेतीखेरीज इतर सर्व व्यवसाय व ते करणारे वर्ग यांना क्वेस्ने यांनी अनुत्पादक मानले.

क्वेस्ने यांनी राष्ट्रीय उत्पन्नाच्या चक्राकार प्रवाहाचा आराखडा तयार करून त्याआधारे त्यांनी संपत्तीचे समाजातील विविध वर्गात होणारे संचलन दाखवून दिले. शेती हा उत्पादक व्यवसाय असून संपत्तीचा उगम भूमीतून होतो म्हणून शेती व्यवसायात भांडवल गुंतविले जावे, असे क्वेस्ने यांचे मत होते. शेतमालाच्या किमती वाढव्या राहाव्यात यासाठी त्यांनी खुल्या व्यापाराचा पुरस्कार केला. शेतीपासून मिळणाऱ्या निव्वळ उत्पन्नावर एकच कर बसवावा, असे त्यांचे मत होते. संपत्ती संचलनाच्या आराखड्याद्वारा स्थिर आर्थिक समतोलाची अर्थव्यवस्थेतील सर्व घटकांच्या परस्परावलंबित्वाची मांडलेली कल्पना ही क्वेस्ने यांनी अर्थशास्त्रीय विचारांना दिलेली देणगी आहे. क्वेस्ने यांनी निसर्गवादातील प्रमुख तत्त्वांचे विश्लेषण केले, त्यामुळे त्यांना निसर्गवादाचे संस्थापक मानले जाते.

२. तुर्गो किंवा टरगॉट (Turgot) **(इ.स. १७२७ ते १७८१)** – ए. आर. जे. टरगॉट यांचा जन्म फ्रान्समध्ये एका श्रीमंत कुटुंबात झाला. धर्मशास्त्रातील पदवी घेतल्यानंतर त्यांनी न्यायदान आणि प्रशासकीय सेवेत काम करण्याचे ठरविले. काही काळ सरकारी सेवेत काम केले. १७७४ मध्ये फ्रान्सचा राजा १६वा लुई याच्या कारकिर्दीत तुर्गो (टरगॉट) हे फ्रान्सचे अर्थमंत्री होते. अर्थमंत्री म्हणून काम करताना निसर्गवादी तत्त्वांचा राज्यकारभारात उपयोग करण्याची संधी त्यांना मिळाली. फ्रेंच राज्यक्रांतीच्या पुरस्कर्त्यांवरही त्यांच्या विचारांचा प्रभाव दिसून येतो. त्यामुळे १९व्या शतकातील फ्रान्सच्या आर्थिक धोरणावर त्यांच्या विचारांची छाप दिसून येते.

तुर्गो हे निर्हस्तक्षेपाचे पुरस्कर्ते होते. 'आर्थिक व्यवहारावरील सरकारी नियंत्रणे म्हणजे जुन्या रानटी अवस्थेचे अवशेष होते.' असे त्यांचे मत होते. प्रत्येक व्यक्ती स्वत:चे हित स्वत: जाणू शकते. त्यामुळे प्रत्येक व्यक्तीला स्वत:चे हित जपण्याचे संपूर्ण स्वातंत्र्य दिले तरच तिचे जास्त हित साध्य होऊ शकते व स्वत:च्या हिताबरोबर सामाजिक हितात भर टाकण्याचे सामर्थ्य तिला प्राप्त होते, अशी त्यांची श्रद्धा होती. या श्रद्धेतूनच त्याच्या निर्हस्तक्षेपी तत्त्वज्ञानाचा व धोरणाचा उगम झालेला होता.

शेती हा एकमेव उत्पादक व्यवसाय मानल्याने शेतीत गुंतविलेले भांडवल तेवढे उत्पादक व बाकीचे अनुत्पादक असे त्यांचे मत होते व ते निसर्गवादी विचाराशी सुसंगत असेच होते. सरंजामशाहीला व व्यापारवादाला विरोधी असे अनेक कायदे त्यांनी केले. अंतर्गत धान्य व्यापार खुला केला. कारागीर संघ व विशेषाधिकारी व्यापारी कंपन्या रद्द केल्या. जमीनदारांवर कर बसविला. सरकारी खर्चात कपात केली. तसेच त्यांनी धार्मिक स्वातंत्र्याचा पुरस्कार केला.

तुर्गो यांनी वेतनविषयक विचार मांडले. त्यांच्या मते, श्रमिकांना किती मोबदला दिला जावा हा निर्णय मालकाचा असतो. श्रमिकामध्ये स्पर्धा असते, त्यामुळे

वेतन कमी होऊन ते निर्वाह पातळीला येऊन पोहोचते. निर्वाह वेतन हेच नैसर्गिक वेतन मानले गेले.

त्यांनी कर जमीनदारावरच आकारावेत, त्यामुळे या कराचा भार जमीनदार सोडून इतर कोणावर पडणार नाही. जर वेतन घेणाऱ्यावर कर आकारला तर ते त्यांच्यावर लादलेले कर इतर कोणावर ढकलू शकणार नाहीत. जर श्रमिकांचे वेतन निर्वाह पातळीपेक्षा जास्त असेल, तरच श्रमिक आपल्यावरील कर इतरांवर ढकलू शकतात. कर आकारणीमुळे श्रमिकांचे वेतन निर्वाहपातळीपेक्षा कमी होत नाही. तुर्गो यांच्या मते, जमीनदार किंवा जमीन मालकावर अप्रत्यक्ष कराऐवजी प्रत्यक्ष कर आकारावा. प्रत्यक्ष कर आकारल्याने कोणावरही अन्याय होणार नाही.

तुर्गो यांनी घटत्या उत्पादनफलाचा नियम सांगितला. त्यांच्या मते, शेती व्यवसायात खर्च दुप्पट केला असता उत्पादन दुप्पट होते. या सिद्धान्ताबरोबरच घटत्या उत्पादन मूल्याच्या नियमाद्वारे असे दाखवून दिले की, शेती व्यवसायात उत्पादनाचा एक घटक कायम ठेवून बदलत्या घटकात एका पाठोपाठ वाढ करीत गेल्यास सुरुवातीस उत्पादनात वाढ होते आणि नंतर उत्पादनात घट होते. वाढत्या उत्पादनाचा अनुभव शेती व्यवसायात येतो हे तुर्गो यांनी प्रथम दाखवून दिले.

तुर्गो यांनी मूल्याबाबत विचार मांडले. त्यांच्या मते, मूल्य उपयोगितेवर अवलंबून असते. वस्तूचे मूल्य निश्चित नसते ते सतत बदलत असते. तसेच गरजेनुसार त्यात बदल होतो. एवढेच नव्हे तर वस्तूच्या उपलब्धतेवर वस्तूचा विनिमय अवलंबून असतो.

तुर्गो यांनी केलेल्या विविध कायद्यांमुळे व निसर्गवादी धोरणांच्या अंमलबजावणीमुळे समाजातील धर्मगुरू, जमीनदार, धनिक वर्ग, राज्यकर्ते असमाधानी होते. त्यामुळे २० महिन्यांच्या अल्पावधीतच १६व्या लुईने त्यांना मंत्रिपदावरून दूर केले. तुर्गो यांच्या कारकिर्दीबरोबरच म्हणजे १७७६ मध्ये फ्रान्समधील निसर्गवादाचा अंत झाला.

३.८ निसर्गवादी विचारसरणीचे मूल्यमापन

निसर्गवाद ही फ्रान्समधील व्यापारवादाविरुद्धची प्रतिक्रिया होती. व्यापारवाद्यांनी व्यापार आणि उद्योग या राज्यसंस्थेच्या प्रभावी हस्तक्षेपाला पाठिंबा दर्शविला होता आणि कोलबर्टच्या काळात फ्रान्समधील आर्थिक जीवनावर अनेक बंधने अस्तित्वात होती. राज्यसंस्थेच्या या अतिरेकी हस्तक्षेपाविरुद्ध प्रतिक्रिया म्हणून निसर्गव्यवस्थेची कल्पना निसर्गवाद्यांनी सुचविली. समाजजीवनाचे निसर्गाकडून आपोआप नियमन होत असते. म्हणून राज्यसंस्थेने समाजजीवनात हस्तक्षेप करू नये,

अशी भूमिका निसर्गवाद्यांनी घेतली. तिचा प्रभाव सनातनपंथीय अर्थशास्त्रज्ञांच्या विचारांवर पडलेला दिसून येतो.

निसर्गवादी विचारसरणीने आर्थिक विचारात महत्त्वपूर्ण योगदान दिले. त्या दृष्टीने निसर्गवादाचे गुण-दोष किंवा मूल्यमापन करता येणे शक्य आहे.

व्यक्तिहितातून समाजहित साधले जाते हा आत्यंतिक आशावाद असे मानले तरी नैसर्गिक व्यवस्थेवरच्या श्रद्धेतून निसर्गवाद्यांनी राज्यव्यवस्थेच्या जाचक नियंत्रणाविरुद्ध आवाज उठविला व राज्यसंस्थेच्या निर्हस्तक्षेपाची मागणी केली. या त्यांच्या कार्याला महत्त्व आहे.

व्यापारवाद्यांनी 'पैसा हीच संपत्ती' असे सुचविले होते. त्याविरुद्ध निसर्गवाद्यांनी जीवनाला आवश्यक असणाऱ्या वस्तू म्हणजे संपत्ती असे सांगून पैसा हे विनिमय माध्यम म्हणजेच देवघेवीचे साधन आहे असे सांगितले. मात्र, हे सांगताना पैसा हे मूल्यसंग्रहाचे साधन आहे या गोष्टीकडे त्यांनी दुर्लक्ष केले. तसेच पैसा हा अर्थव्यवस्थेला गतिमान बनविणारा प्रेरक व प्रभावी घटक असतो. या गोष्टीचे आकलन त्यांना झाले नाही.

व्यापारवाद्यांनी आंतरराष्ट्रीय व्यापारातून राष्ट्राच्या संपत्तीत वाढ करावी असे सुचविले, तर निसर्गवादी व्यापाराबाबत उदासीन होते. शेती हेच संपत्तीचे उगमस्थान, शेती हा एकमेव 'उत्पादक व्यवसाय' व 'शेतीखेरीज इतर सर्व अनुत्पादक' व्यवसाय, ही टोकाची भूमिका निसर्गवाद्यांनी घेतली.

देशाच्या संपत्तीत वाढ घडवून आणण्यासाठी निर्बंध आणि नियंत्रणे आवश्यक आहेत, असे व्यापारवाद्यांनी सांगितले. याउलट निसर्गवाद्यांनी सरकारने कोणत्याही बाबतीत हस्तक्षेप करू नये असे सांगितले. यामुळे राज्यसंस्था आणि सरकार यांचे महत्त्वच निसर्गवाद्यांनी कमी करण्याचा प्रयत्न केला. मात्र, निसर्गवाद्यांचा हा दृष्टिकोन अव्यवहार्य होता. कारण अमर्याद व्यक्तिस्वातंत्र्य हे तत्त्वतः शक्य नसते आणि व्यवहारात इष्टही नसते.

उत्पादनाविषयीच्या निसर्गवाद्यांच्या कल्पनाही सदोष होत्या. शेती हाच उत्पादक व्यवसाय असतो असे त्यांचे मत होते. त्यांनी राष्ट्राच्या औद्योगिक प्रगतीला प्रतिबंध केला. कारखाने व उद्योग हे सेवारूप उपयोगितांची निर्मिती करीत होते. अशा प्रकारचे दोष निसर्गवादी प्रणालीत दिसून येत असले तरी निसर्गवाद्यांनी ज्या विशिष्ट परिस्थितीत कार्य केले ते अर्थशास्त्राच्या निर्मितीच्या दृष्टीने उपयुक्त ठरते. निसर्गवाद्यांची वैचारिक कामगिरी पुढीलप्रमाणे सांगता येईल –

१. निसर्गवाद्यांनी अनेक नवीन विचारांना आणि तत्त्वांना चालना दिली. उत्पादन मूल्य, पैसा, करयोजना इत्यादी विषयावरील त्यांचे विचार अर्थशास्त्राच्या

विकासाच्या दृष्टीने फार उपयुक्त ठरले आहेत.

२. अर्थशास्त्रीय विचारांची इतर विचारांपासून फारकत करून शास्त्रीय दृष्टिकोनातून शास्त्रशुद्ध पद्धतीनुसार आर्थिक प्रश्नांची सोडवणूक करण्याचा त्यांनी प्रयत्न केला. 'निव्वळ उत्पन्न' विषयीच्या त्यांच्या विचारांनी खंडविषयक सिद्धान्ताला चालना मिळाली.

३. निसर्गवाद्यांनी 'भूमी' या घटकाला दिलेले महत्त्व आजही कायम आहे.

४. कराबाबत निसर्गवाद्यांनी मांडलेले विचार मूलगामी स्वरूपाचे आढळतात.

५. निसर्गवाद्यांनी खुला व्यापार किंवा मुक्त व्यापाराची कल्पना मांडली. तिला अलीकडच्या काळात महत्त्व प्राप्त झाले आहे. व्यापारविषयक सिद्धान्त यावरच आधारित आहे.

६. निसर्गवाद्यांनी केलेले प्रत्यक्ष करांचे समर्थन आणि निर्वाह वेतन ही त्यांनी मांडलेली कल्पना यांचा प्रभाव पुढील काळातील अर्थशास्त्रीय विचारांवर दिसून आला.

निसर्गवादाच्या प्रभावाचे क्षेत्र संकुचित राहिले तरी त्यामुळे त्यांच्या विधायक कामगिरीचे महत्त्व कमी होत नाही. व्यक्तिस्वातंत्र्याचा पुरस्कार आणि शेती व्यवसायाचा विकास या काळाच्या निकडीच्या गरजा होत्या. त्या गरजा निसर्गवाद्यांनी पूर्ण केल्या. त्यांच्या विचारात नवविचारांची बीजे होती. ॲडम स्मिथवर निसर्गवाद्यांच्या विचारांचा प्रभाव होता. निसर्गवाद्यांनी अर्थशास्त्राच्या उभारणीस जे साहाय्य केले ते कधीच विसरता येणार नाही.

स्वाध्याय

१. निसर्गवाद म्हणजे काय? निसर्गवादाच्या उदयाची कारणे विशद करा.
२. निसर्गवादी विचारवंत डॉ. क्वेस्ने यांनी मांडलेल्या संपत्ती संचलनाच्या आराखड्याचे स्वरूप सांगा.
३. निसर्गवाद्यांची करविषयक व व्यापारविषयक भूमिका स्पष्ट करा.
४. थोडक्यात उत्तरे लिहा.
   (अ) निसर्गवाद्यांचे व्यापारविषयक विचार कोणते आहेत?
   (ब) निसर्गवाद्यांच्या मते राज्यसंस्थेची कार्ये कोणती असतात.
   (क) निसर्गवाद्यांच्या मते, समाजातील वर्ग कोणते?
   (ड) निसर्गवादी विचारवंत तुर्गो यांच्या विचारांचा आढावा घ्या.

❐

४

ॲडम स्मिथ

(१७२३ - १७९०)

४.१ जीवनपरिचय

ॲडम स्मिथचा जन्म इंग्लंडमधील किर्काल्डी (Kirkcalde) या खेड्यात ५ जून १७२३ मध्ये झाला. स्थानिक शाळेत त्यांचे प्राथमिक शिक्षण झाले. सन १७३७ ते १७४० या काळात त्यांनी ग्लासगो विद्यापीठात शिक्षण घेतले. तसेच १७४० ते १७४६ या काळात ऑक्सफर्ड विद्यापीठात शिक्षण घेतले. त्यानंतर १७५९ ते १७६३ या काळात स्मिथने ग्लासगो विद्यापीठात तर्कशास्त्र आणि तत्त्वज्ञान या विषयांचा

प्राध्यापक म्हणून काम केले. १७६४ ते १७६६ या काळात स्मिथने युरोप खंडाचा प्रवास केला. फ्रान्समध्ये असताना स्मिथचा व्होल्टेअर, हार्वे, तुगो इ. शी परिचय झाला. ड्युकचा ट्युटर म्हणून कार्य केल्याबद्दल स्मिथ यांना पुढे आयुष्यभर ३०० पौंड निवृत्तिवेतन मिळू शकले. त्यांचा पहिला ग्रंथ "Theory of Moral Sentiments" १७५९ मध्ये प्रसिद्ध झाला. या ग्रंथामुळेच त्यांना ड्युक ऑफ बक्लूनचा ट्युटर म्हणून नियुक्ती मिळाली आणि यानंतर १७७६ मध्ये "An Inquiry into the Natural & Causes of Wealth of Nations." हा ग्रंथ प्रसिद्ध करण्यात आला. स्मिथच्या या ग्रंथाचा प्रभाव त्या काळच्या आर्थिक धोरणावर पडल्यामुळे ॲडम स्मिथला लोकप्रियता मिळाली. ''राष्ट्राची संपत्ती'' या ग्रंथाच्या लेखकाचा म्हणजेच ॲडम स्मिथचा ''अर्थशास्त्राचा जनक'' असा उल्लेख करण्यात येऊ लागला. स्मिथने कमिशनर ऑफ कस्टम्स फॉर स्कॉटलंड या जागेवरही काही काळ काम केले. १७६२ मध्ये स्मिथला ग्लासगो विद्यापीठाने एल. एल. डी. ही पदवी दिली. १७९० मध्ये वयाच्या सदुसष्टाव्या वर्षी ॲडम स्मिथ यांचा मृत्यू झाला.

४.२ सनातन संप्रदाय

(Classical School) या शब्दाचा अर्थ अभिजात, उत्कृष्ट, सनातन असा होतो. स्मिथला सनातनवादी संप्रदायाचा संस्थापक म्हणून ओळखले जाते. स्मिथ यांनी अभिजात विचारांची परंपरा सुरू केली

युरोपातील राजकीय, सामाजिक, वैज्ञानिक, धार्मिक घटकांमधील स्थित्यंतराचा प्रभाव स्मिथच्या विचारामध्ये जाणवतो. १८ व्या शतकाच्या उत्तरार्धात युरोपात वरील घटकांमध्ये झपाट्याने बदल झाले. त्याचा परिणाम यापूर्वी मांडलेल्या आर्थिक विचार मागे पडून तत्कालीन परिस्थितीत उपयुक्त ठरतील असे नवीन विचार मांडण्यात आले. यातूनच एक नवी मतप्रणाली उदयाला आली. त्यालाच पुढे सनातनवादी अर्थशास्त्र किंवा सनातनवादी संप्रदाय म्हटले गेले. या संप्रदायाचा संस्थापक स्मिथ असून त्याला पुढे माल्थस, जे. बी. से इत्यादी तज्ज्ञ अर्थशास्त्रज्ञ या संप्रदायास लाभले.

४.३ ॲडम स्मिथ व वैचारिक प्रभाव

ॲडम स्मिथच्या व्यक्तिगत आयुष्यातील घटनांचा जसा त्याचे विचार घडविण्यात काही वाटा आहे तसाच तत्कालीन आर्थिक, सामाजिक परिस्थितीचाही त्याच्या विचारांवर परिणाम झालेला आढळतो. स्मिथच्या काळात युरोप खंडात मुख्यत: इंग्लंडमध्ये जी परिस्थिती निर्माण झालेली होती तिचा परिणाम ॲडम

स्मिथच्या विचारसरणीवर आणि तत्त्वज्ञानावर झाला होता. त्या काळात सामाजिक, राजकीय आणि आर्थिक क्षेत्रात क्रांतिकारक बदल घडून येत होते. मध्ययुगीन काळातील सामाजिक, राजकीय आणि आर्थिक व्यवस्था कोलमडून पडली होती आणि नवी व्यवस्था स्थापन होऊ लागली होती. उत्पादनाच्या तंत्रात आणि पद्धतीत नवीन शोध लागल्यामुळे बदल होत होते. भांडवल आणि उत्पादन यांचे प्रमाण वाढत होते. व्यापाराचे प्रमाण आणि क्षेत्र ह्यातही वाढ झालेली होती. शेतीच्या उत्पादनाचे तंत्र बदलल्यामुले शेतीचा विकास होऊ लागला होता. औद्योगिक क्रांतीची पूर्वचिन्हे दिसू लागली होती. तसेच १७५६ ते १७६३ या काळातील इंग्लंड आणि फ्रान्समधील सप्तवार्षिक युद्ध संपले. त्यामुले इंग्लंडला बराच कालखंड शांततेचा लाभला होता. वाढत्या औद्योगिक उत्पादनामुळे इंग्लंडचा व्यापार वाढत होता. व्यापाराच्या निमित्ताने जगभर फिरणाऱ्या ब्रिटिशांना स्वत:च्या स्वतंत्र अस्मितेचे ज्ञान होऊ लागले. त्यातून व्यक्तिस्वातंत्र्याच्या कल्पनेचा विकास होऊ लागला. फ्रान्समधील राज्यक्रांती व अमेरिकेचे स्वातंत्र्ययुद्ध इ. क्रांतिकारक घटना घडवून आणण्यासाठी आवश्यक असणारी नवी विचारसरणी प्रभावी ठरू लागली. थोडक्यात व्यक्तिस्वातंत्र्य, व्यक्तीचे हक्क, समता इ. कल्पना मान्य होऊ लागल्या होत्या. अशा प्रकारे स्वातंत्र्य आणि स्वास्थ्य हे विचार सर्वत्र मांडले जात असतानाच ॲडम स्मिथच्या लिखाणात त्यांचा प्रभाव पडावा, हे योग्यच होते.

४.४ ॲडम स्मिथचे तत्त्वज्ञान ((Philosophy of Adam Smith)

ॲडम स्मिथच्या तत्त्वज्ञानातील मुलभूत संकल्पना पुढीलप्रमाणेह्न

१) जे जे नैसर्गिक किंवा निसर्गनिर्मित असते ते मानवी समाजाला हितकारक ठरत असते.

२) निसर्गाने किंवा अदृश्य शक्तीने समाजाची रचनाच अशा तऱ्हेने केली आहे की, व्यक्तिहितातून समाजहित निर्माण व्हावे, अशी अदृश्य शक्ती व्यक्ती व्यक्तीतील परस्परहितसंबंध विरोध होऊ देत नाही.

३) प्रत्येक व्यक्तीला स्वत:चे हित कशात आहे, हे कळत असते. एवढेच नव्हे तर स्वच:चे जास्तीत जास्त हित साधावे अशी भावना अगर अंत: प्रेरणाही निसर्गदत्त अशी असते. म्हणजेच अदृश्य शक्तीच्या प्रभावामुळे ती निर्माण होत असते. यालाच स्वहित तत्परतेची कल्पना, असे म्हणतात.

४) निसर्गानेच समाजाची रचना अशी केली आहे की, व्यक्तीच्या स्वास्थ्यातून समाजहित निर्माण व्हावे यासाठी सरकारने व्यक्तीच्या वागणुकीवर निर्बंध घालू नयेत. सरकारने आर्थिक क्षेत्रात हस्तक्षेप न करता, अलिप्तपणाचे धोरण स्वीकारले आणि

व्यक्तिस्वातंत्र्यावर मर्यादा घातल्या नाहीत, तरच समाजहित साध्य होऊ शकेल.

५) परमेश्वरी इच्छेनुसार निसर्ग व्यवस्था (Natural Order) निर्माण झालेली असून ती सर्वव्यापी असल्यामुळे त्या व्यवस्थेचे नियम सर्व ठिकाणी आणि सर्व काळी लागू पडत असतात. थोडक्यात स्मिथच्या तत्त्वज्ञानाची उभारणी मुख्यत्वे करून निसर्गवाद आणि आशावाद या दोन विचारसरणींच्या आधारावर झालेली आहे.

४.५ ॲडम स्मिथ यांचे आर्थिक विचार

(Economic Ideas of Adam Smith)

(१) ॲडम स्मिथ यांचा निसर्गवाद आणि आशावाद

((Adam Smith's Naturalism and Optimism)

ॲडम स्मिथने आपल्या ''दि वेल्थ ऑफ नेशन्स'' या ग्रंथातील सिद्धान्ताची उभारणी दोन मध्यवर्ती कल्पनांच्या आधारे केली होती. त्या पुढीलप्रमाणेह्व

१) समाजातील आर्थिक संस्था आपोआप व निसर्गत:च निर्माण होतात.

२) त्या संस्थांचा कारभार नेहमी सर्वांच्या जास्तीत जास्त हिताचा असतो. थोडक्यात निसर्गतत्त्वावरील श्रद्धा आणि निसर्गव्यवस्थेच्या हितकारिकतेबद्दलचा आशावाद या दोन सूत्रांमध्ये स्मिथचे सिद्धान्त गुंफले गेले आहेत.

(अ) निसर्गवाद ((Naturalism)

ॲडम स्मिथच्या निसर्गवादाचे स्पष्टीकरण पुढीलप्रमाणे करता येते. ''सर्व आर्थिक संस्था स्वहित साधण्याच्या नैसर्गिक प्रवृत्तीतून आपोआपच निर्माण होतात.''

स्पष्टीकरण

ॲडम स्मिथच्या मते सर्व आर्थिक संस्था एखाद्या व्यक्तीने किंवा सरकारने निर्माण केलेल्या नाहीत. तसेच त्या कायद्यानेही स्थापन केल्या नाहीत तर त्या आपोआप निर्माण झालेल्या आहेत. अदृश्य शक्तीचा प्रभाव व निसर्गनियम यानुसार अशा संस्था निर्माण होतात. प्रत्येकाला स्वत:चे हित कशात आहे, हे निसर्गत:च कळत असते. तसेच स्वत:चे जास्तीत जास्त हित साधावे अशीही भावना निसर्गदत्त अशी असते. या प्रेरणेमुळेच व्यक्ती स्वहित साधण्याचा प्रयत्न करीत राहते आणि त्यामुळेच निरनिराळे आर्थिक व्यवहार चालू राहतात. या आर्थिक व्यवहारातून आर्थिक संस्था आपोआप निर्माण होतात. अदृश्य शक्ती किंवा निसर्ग व्यक्तीला अशा पद्धतीने वागायला भाग पाडते. त्यामुळे समाजाचेही हित साध्य होते.

समाजाला हितकारक ठरणाऱ्या आर्थिक संस्थांची निर्मिती वैयक्तिक स्वार्थ साधण्याच्या नैसर्गिक प्रवृत्तीतून कशी होते, हे स्पष्ट करण्यासाठी स्मिथ यांनी आर्थिक संस्थांचे स्पष्टीकरण पुढीलप्रमाणे केले आहे.

१) श्रमविभागणी : श्रमविभागणीमुळे उत्पादनात वाढ होते. संपत्तीमध्ये वाढ होते, हे व्यक्तीला माहीत असल्याने तो श्रमविभाजन करतो असे नाही. विनिमय प्रक्रियेतून श्रम विभाजन ही आर्थिक संस्था निर्माण होते. प्रत्येक व्यक्ती स्वत: तयार केलेल्या वस्तू इतरांना देऊन त्या बदल्यात इतरांनी तयार केलेल्या वस्तू मिळवते. कारण यात सर्वांचाच फायदा आहे, हे लक्षात आल्याने निरनिराळ्या व्यक्ती भिन्न भिन्न प्रकारच्या वस्तू निर्माण करतात. त्यातूनच श्रमविभाजन ही संस्था निर्माण होते.

२) पैसा : प्रत्यक्ष वस्तूविनिमयातील अडचणी दूर करण्याच्या स्वार्थी हेतूने पैशाचा विनिमय माध्यम म्हणून वापर केला जातो. पैसा विनिमय माध्यम म्हणून व्यवहारात आणला जातो. या पैशामुळे आर्थिक व्यवहारांना चालना मिळून शेवटी सर्व समाजाला फायदा होतो.

३) भांडवल : स्मिथ यांच्या मते भांडवलाच्या उत्पादकतेची जाणीव ठेवून समाजाने दूर– दृष्टीने भांडवलाची निर्मिती केलेली नसते तर आपल्या किंवा आपल्या मुलाबाळांच्या भावी काळातील सुखप्राप्तीच्या प्रेरणेने अनेक व्यक्तींनी आपल्या चालू उत्पन्नातून भावी काळासाठी थोडेसे बचत म्हणून राखून ठेवण्यास सुरुवात केली. त्या बचतीतूनच भांडवलाचा उगम झाला. भांडवलाचा नंतर उत्पादनकार्यासाठी उपयोग केला जाऊ लागला. वैयक्तिक सुखासाठी जमा केलेल्या भांडवलाचा जेव्हा उत्पादन कार्यासाठी उपयोग केला जातो तेव्हा त्यातून समाजाची संपत्ती वाढल्यामुळे व्यक्तीच्या हिताबरोबर सामाजिक हितातही भर पडते.

४) मागणी आणि पुरवठा : मागणी आणि पुरवठा यांचे संतुलन आपोआप घडून येते कारण व्यक्तीचे स्वहित साधण्याची प्रवृत्ती असते. मागणी पुरवठ्यातील संतुलन घडविण्याचे कार्य किंमत यंत्रणा करते.

५) स्पर्धा : व्यक्तीच्या स्वार्थ साधण्याच्या प्रवृत्तीतून स्पर्धा निर्माण होते. स्पर्धेमुळे वस्तूच्या किमती उत्पादन खर्चाइतक्या असतात. वस्तूची गुणवत्ता स्पर्धेमुळे वाढते. हे फायदे मिळविण्यासाठी निसर्गत:च स्पर्धा या आर्थिक संस्थेची निर्मिती होते.

६) लोकसंख्या : समाजाला आवश्यक असणारी लोकसंख्या आपोआपच निर्माण होते व जादा झालेली लोकसंख्यासुद्धा आपोआपच नष्ट होते.

७) चलनसंख्या : विनिमयाचे व्यवहार वाढले तर चलनाची संख्या वाढवावी लागते, तर देवघेवीचे व्यवहार कमी झाले तर पैशाची मागणी कमी होते. त्यामुळे चलनसंख्येत घट होते.

अशा रीतीने व्यक्ती स्वार्थ साधण्याच्या प्रवृत्तीतून आर्थिक संस्था आपोआपच निर्माण होतात. त्या नैसर्गिक प्रवृत्तीतून निर्माण होतात. त्याची वेळ, ठिकाण हे व्यक्तीने किंवा सरकारने निर्माण करण्याची आवश्यकता नसते.

निसर्गवादाचे परीक्षण

स्मिथने मांडलेली निसर्गवादाची कल्पना निसर्गवाद्यांपेक्षा श्रेष्ठ असली तरी त्यावर पुढीलप्रमाणे टीका केली जाते.

१) मनुष्य स्वार्थी असतो यावर अधिक भर : स्मिथ यांनी प्रत्येक व्यक्ती स्वार्थी असते. त्यामुळे ती व्यक्ती स्वहित साधण्याचा प्रयत्न करत असते, असे म्हटले; परंतु टीकाकारांच्या मते मनष्याला स्वार्थी ठरविणे म्हणजे वस्तुस्थितीचा विपर्यास करण्यासारखे आहे. मनुष्य परिस्थितीमुळे स्वार्थी बनतो. तसेच माणसाच्या इतर सद्‌गुणांकडे दुर्लक्ष केले, अशी टीका केली जाते.

२) प्रत्येक व्यक्तीस स्वहित समजतेच असे नाही : प्रत्येक व्यक्तीला स्वहित अथवा स्वार्थ कशात आहे, हे निसर्गत:च आपोआप कळते. टीकाकारांच्या मते हे बरोबर नाही. प्रत्येकाला स्वहित समजतेच असे नाही. समजातील अनेक लोकांना स्वहित समजतेच असे नाही. अशा व्यक्ती स्वहित साधण्याऐवजी अयोग्य प्रकारे वागून स्वत:चे नुकसान करून घेतात.

३) आर्थिक संस्था आपोआप निर्माण होतातच असे नाही : स्मिथच्या मते आर्थिक संस्था आपोआपच निर्माण होतात. टीकाकारांच्या मते अनेक आर्थिक संस्था प्रयत्न करून निर्माण करण्यात आल्या. त्यामुळे स्मिथचे विचार चुकीचे ठरतात. सरकारला वेगवेगळे नियम व कायदे करून आर्थिक संस्था स्थापन कराव्या लागतात.

४) अदृश्य शक्तीवर विश्वास ठेवणे अयोग्य : अदृश्य शक्ती व्यक्तीला स्वहित साधण्यासाठी प्रोत्साहन देते. व्यक्ती स्वहित साधण्याच्या प्रयत्नामुळेच आर्थिक संस्था आपोआपच निर्माण होतात, असे स्मिथचे मत होते. परंतु आजच्या विज्ञानयुगात अदृश्य शक्ती मनुष्याला स्वत:चे हित कशात आहे, हे सांगते व मनुष्य प्रयत्न करतो यासारख्या गोष्टींवर विश्वास ठेवणे योग्य वाटत नाही.

५) स्वहिताला अवास्तव महत्त्व : प्रत्येक व्यक्ती स्वार्थी असते. ती नेहमी स्वार्थ साधण्याचा प्रयत्न करते व आर्थिक संस्था निर्माण होतात असे स्मिथचे मत होते. परंतु स्मिथने स्वार्थाला अवास्तव महत्त्व दिले. कारण, व्यक्तीच्या मधील दया, सहकार्य, भावना, परोपकार इ. गुणांकडे दुर्लक्ष केल्याचे दिसून येते.

(ब) स्मिथचा आशावाद (Adam Smith's Optimism)

स्मिथ हे आशावादी अर्थशास्त्रज्ञ होते. त्यांच्या मते, " जे जे निसर्गनिर्मित आहे, अगर निसर्गदत्त आहे ते ते सर्व मानवांना हितकारक आणि उपकारक असते, असे मानणे यालाच आशावाद असे म्हणतात."

स्मिथ यांच्या मते, प्रत्येक व्यक्ती स्वहित साधण्याचा प्रयत्न करीत असली

तरी व्यक्ती व्यक्तीचे हितसंबंध परस्परविरोधी नसल्यामुळे त्यातून समाजहित साध्य होत असते. वैयक्तिक स्वार्थ आणि समाजहित यांचा योग्य मेळ घालण्याचे कार्य निसर्गाकडून अगर अदृश्य अशा शक्तीकडून होत असते.

व्यक्तीच्या स्वहित साधण्याच्या स्वार्थी प्रवृत्तीतून निर्माण होणाऱ्या आर्थिक संस्था समाजाला हितकारक ठरतात. त्याचे विश्लेषण पुढीलप्रमाणे केले आहे –

१) श्रमविभागणी : श्रमविभाजनामुळे वस्तूचे उत्पादन मोठ्या प्रमाणावर व कमी खर्चात होते. त्यामुळे समाजाचा फायदाच होतो. तसेच श्रमविभाजनामुळे नवीन शोध लागतात.

२) पैसा : पैशामुळे देवघेवीचे व्यवहार वाढतात. त्यामुळे समाजाच्या गरजा पूर्ण केल्या जातात. त्यामुळे समाजाचा फायदा होतो.

३) भांडवल : भांडवल उत्पादनवाढीला पोषक ठरते. त्यामुळे रोगजार मिळतो आणि राहणीमान वाढू शकते. भांडवल या संस्थेमुळे समाजाचा फायदाच होतो.

४) मागणी आणि पुरवठा : मागणी व पुरवठा यांचे संतुलान आपोआप घडून येते. कारण व्यक्तीची स्वहित साधण्याची प्रवृत्ती असते. मागणी व पुरवठा यांचे संतुलन घडविण्याचे कार्य किंमत यंत्रणा करते.

५) स्पर्धा : व्यक्तीच्या स्वार्थ साधण्याच्या प्रवृत्तीतून स्पर्धा निर्माण होते. स्पर्धेमुळे वस्तूच्या किमती उत्पादन खर्चाइतक्या असतात. वस्तूची गुणवत्ता स्पर्धेमुळे वाढते. त्यामुळे निसर्गत:च स्पर्धा या आर्थिक संस्थेची निर्मिती होते.

६) लोकसंख्या : समाजाला आवश्यक असणारी लोकसंख्या आपोआपच निर्माण होते व जादा झालेली लोकसंख्यासुद्धा आपोआपच नष्ट होते.

७) चलनसंख्या : स्मिथच्या मते, विनिमयाचे व्यवहार वाढले तर चलनाची संख्या वाढवावी लागते. तर देवघेवीचे व्यवहार कमी झाले, तर पैशाची मागणी कमी होते. त्यामुळे चलनसंख्येत घट होते.

आशावादाचे परीक्षण

ॲडम स्मिथचा आशावाद हा निरपेक्ष आणि सर्वव्यापी असा नव्हता. उत्पादनाच्या बाबतीत जी प्रगती झालेली दिसून येत होती त्यामुळे त्याचा दृष्टिकोन आशावादी दिसून येत होता. मात्र, विभागणीची स्थिती पाहता त्याने निराशाच प्रगट केली. जमीनदार वर्ग कोणतेही कष्ट न करता दुसऱ्याच्या कष्टावर जगत असतो. भांडवलदार कामगारांची पिळवणूक करतो. श्रमिकांनी निर्माण केलेल्या वस्तूंच्या किमती शोधून व्याज व खंड दिले जातात. इ. च्या उल्लेखावरून असे सिद्ध होते की, स्मिथ हा पूर्णपणे आशावादी नव्हता. सर्वसाधारणपणे व्यक्ती आणि समाज यांचे

हितसंबंध एक असतात हे खरे असले तरी अज्ञानामुळे अगर हट्टीपणामुळे एखादा वर्ग दुसऱ्या वर्गाचे नुकसान करण्यास प्रवृत्त होतो. हे स्मिथने स्पष्ट मांडले. विभाजनाच्या बाबतीत त्याने निराशाच स्पष्ट केली. स्मिथच्या या विचारांचे प्रतिबिंब रिकार्डो, माल्थस इ. च्या विचारसरणीत दिसून येते. स्मिथच्या आशावादी विचारांचा विकास फ्रान्स आणि अमेरिकेतील अर्थशास्त्रज्ञांनी केला, असे आढळून येते.

(२) स्मिथचा उदारमतवाद (Adam Smith's Liberalism)

स्मिथच्या निसर्गवाद व आशावाद या दृष्टिकोनावरून असे दिसून येते की, ''व्यक्तिस्वातंत्र्य'' व्यक्तिहितामधून समाजहित आपोआप साधले जाते कारण व्यक्तीचे हितसंबंध परस्परविरोधी नसतात. निसर्गानेच समाजाची रचना अशा पद्धतीने केली आहे की, व्यक्तीच्या स्वार्थातून समाजहित निर्माण व्हावे. त्यासाठी प्रत्येक व्यक्तीला स्वातंत्र्य दिले आणि तिच्या वागणुकीवर सरकार व समाज यांनी निर्बंध घातले नाहीत तर समाजहित साध्य होऊ शकेल, असा स्मिथचा दृष्टिकोन होता. व्यक्तीला आचार आणि विचार या बाबतीत स्वातंत्र्य देणे हे सामाजिक हिताच्या दृष्टीने आवश्यक असते; असे विचार स्मिथने मांडले. यालाच स्मिथचा 'उदारमतवाद' म्हणतात.

अदृश्य शक्तीच्या प्रभावामुळे व्यक्तीहितातूनच समाजहित होत असते. या संदर्भात स्मिथने राज्यसंस्था, व्यक्ती आणि व्यक्तिसमूह या बाबतीत अलिप्तपणाचे अथवा निर्हस्तक्षेपाचे धोरण स्वीकारावे, असे सुचविले तसेच व्यापारावरील निर्बंध काढून टाकून खुल्या व्यापाराचे धोरण मान्य करावे, असे स्मिथने म्हटले आहे.

(३) ॲडम स्मिथचे श्रमविभागणीचे विचार

(Adam Smith's Thought on Division of Labour)

स्मिथने श्रमविभागणीच्या चर्चेपासून त्याच्या ग्रंथाला सुरुवात केली. श्रमविभागणीची कल्पना स्मिथला नव्याने सुचलेली नसली तरी या संस्थेला स्वत:च्या विश्लेषणात तिला केंद्रस्थान दिले आहे. श्रमविभागणीचा स्मिथइतका सविस्तर विचार स्मिथपूर्वी कोणी केल्याचे आढळून येत नाही.

संपत्तीची निर्मिती श्रमातून होते, असा विचार स्मिथने मांडला. संपत्तीची वृद्धी करावयाची असल्यास श्रमविभागणीच्या तत्त्वावर अर्थव्यवस्थेची उभारणी झाली पाहिजे, हा विचार स्मिथ यांनी प्रभावीपणे मांडला.

ॲडम स्मिथने टाचण्यांच्या उत्पादनाचे उदाहरण देऊन श्रमविभागणीचे महत्त्व पटवून दिले. एका कामाचे अनेक उपविभागांत विभाजन करून ते निरनिराळ्या व्यक्तींकडे किंवा गटांकडे सोपविले जाते व त्या उपविभागात समन्वय निर्माण केला जातो. त्यामुळे उत्पादनाची सलग प्रक्रिया निर्माण होते. टाचणीच्या उत्पादनप्रक्रियेत श्रमविभाजन केल्यामुळे १० कामगार एका दिवसांत ४८००० टाचण्यांचे उत्पादन

करतात. म्हणजे एका कामगार एक दिवसांत ४८०० टाचण्या उत्पादन करतो परंतु श्रमविभागणीचा अवलंब करण्यापूर्वी एक कामगार एक दिवसात फक्त २० टाचण्या उत्पादन करू शकत होता. म्हणजे श्रमविभागणीमुळे प्रत्येक व्यक्ती २४० पट इतके जास्त उत्पादन करू शकतो, हे स्पष्ट होते.

श्रमविभागणीचे फायदे

ॲडम स्मिथच्या मते श्रमविभाजन हे व्यक्तीच्या स्वहित साधण्याच्या प्रवृत्तीतून निर्माण होते. नागरिकांचे हित साधण्याच्या हेतूने श्रमविभाजन जाणीवपूर्वक केले जात नाही, तर स्वहित साधण्याचा हेतू महत्त्वपूर्ण असतो. श्रमविभागणीमुळे पुढीलप्रमाणे फायदे होतात.

१) उत्पादनात मोठ्या प्रमाणात वाढ : ॲडम स्मिथने स्पष्ट केले की, श्रमविभागणीमुळे उत्पादनात मोठ्या प्रमाणात वाढ होते. त्यासाठी त्यांनी टाचणीचे उदाहरण दिले. वर स्पष्ट केल्याप्रमाणेच श्रमविभागणीमुळे टाचण्यांचे उत्पादन अनेक पटींनी वाढले.

२) कामगारांच्या कौशल्यात वाढ : श्रमविभाजनामुळे त्यास सतत तेच काम करावे लागत असल्याने त्यातूनच त्याचे कौशल्य वाढते. कामातील बारकावे लक्षात येतात. त्यातून उत्पादनाचा दर्जा सुधारतो.

३) श्रम व वेळेची बचत : श्रमविभागणीचा वापर केला नाही तर एकाच कामगाराला उत्पादनाबाबत वेगवेगळ्या क्रिया कराव्या लागतात. एका कामातून दुसऱ्या कामात प्रवेश करताना त्याचा वेळ खर्च होतो. तसेच जादा श्रम खर्च होतात. परंतु श्रमविभागणीचा वापर केल्यास त्या व्यक्तीला एकाच प्रकारचे सतत काम करावे लागत असल्याने तो वेळेत जास्त उत्पादन करतो, तसेच त्याची कार्यक्षमता वाढते. परिणामी, कमी श्रमात त्या वस्तूचे उत्पादन करण्याची त्याची क्षमता निर्माण होते.

४) संशोधन शक्य : श्रमविभागणीमुळे सतत एकाच प्रकारचे काम करावे लागत असल्याने एकाच यंत्रावर दीर्घकाळ काम केल्याने यंत्रातील दोष कमी करता येतात व त्यावर उपाय सुचविता येतात. त्यातून नवे शोध लागतात. नवीन यंत्र किंवा पद्धती विकसित करता येतात.

५) यंत्राचा वापर शक्य : कारखान्यात उत्पादनाच्या वेगवेगळ्या प्रक्रिया केल्या जात असल्याने यंत्राचा वापर मोठ्या प्रमाणात होतो. त्यामुळे यंत्राच्या उत्पादनास चालना मिळते. आधुनिक यंत्रामुळे कमी खर्चात, कमी वेळेत उत्पादनाचा दर्जा सुधारून दर्जेदार उत्पादन कमी किमतीत विक्रीस उपलब्ध होते.

स्मिथने आपल्या ग्रंथाच्या पाचव्या खंडात श्रमविभागणीचे काही तोटे सांगितले आहेत.

श्रमविभागणीचे तोटे

१) बौद्धिक क्षमतेत घट : एकच सोपे काम आयुष्यभर करीत राहिल्यामुळे स्वत:च्या बुद्धीच्या वेगवेगळ्या कामांत वापर करण्याची व्यक्तीची कुवत नाहीशी होण्याची भीती स्मिथला जाणवली आहे.

२) गतिशीलता कमी होते : कामगाराला ठराविक प्रकारचे काम करावे लागते. त्यामुळे इतर कामांचा अनुभव येत नाही. त्यामुळे कामागाराची व्यावसायिक गतिशीलता कमी होते. जर तो करीत असलेले काम त्याच्या हातून सुटले तर अन्य कोणतेही काम त्याला करता येत नाही. मात्र, ठराविक काळानंतर कामगारांच्या कामात बदल केल्यास दोष दूर करता येतो, असे स्मिथचे मत होते.

३) बेकारीचा धोका : कामगाराला एकाच प्रकारचे काम श्रमविभागणीत करावे लागते त्यामुळे त्याला दुसरे काम करता येत नाही. दुर्दैवाने कारखाना बंद झाल्यास दुसऱ्या कारखान्यात काम मिळत नसल्यास बहुतेक कामगार बेकार राहतात.

४) कामात कंटाळवाणेपणा : कामगाराला एकाच प्रकारचे काम करावे लागत असल्यामुळे कामातील नावीन्य नष्ट होते व कामात कंटाळवाणेपणा वाढतो.

५) ज्ञान व अनुभवाला कमी संधी : कामगाराला एकच काम करावे लागत असल्याने कामगाराच्या ज्ञानाचा आणि अनुभवाचा उपयोग करण्याची संधी फार कमी मिळते.

श्रमविभागणीच्या मर्यादा

श्रमविभागणीचे फायदे असले तरी हे तत्त्व अमलात आणताना स्मिथ यांनी काही मर्यादा विशद केल्या त्या पुढीलप्रमाणे

१) बाजारपेठ : श्रमविभागणीमुळे उत्पादनात मोठ्या प्रमाणात वाढ होते. वाढलेल्या उत्पादनाच्या विक्रीसाठी बाजारपेठेची आवश्यकता असते. बाजारपेठेचा विस्तार श्रमविभागणीस पोषक ठरतो. परंतु ज्या वस्तूंची मागणी कमी असते अशा वस्तूंचे श्रमविभागणीमुळे वाढलेले उत्पन्न मागणीअभावी पडून राहण्याची शक्यता असते. अशा वस्तूंसाठी श्रमविभागणीवर मर्यादा येतात.

२) भांडवलाचा साठा : श्रमविभागणीमुळे वस्तुनिर्मितीत अनेक उपविभाग केले जातात. त्यासाठी अनेक यंत्रे, अवजारे व साधनांची आवश्यकता असते. तसेच कच्च्या मालाचीसुद्धा मोठ्या प्रमाणावर गरज असते. उत्पादनापासून विक्रीपर्यंत मोठी यंत्रणा निर्माण करावी लागते. यासाठी मोठ्या भांडवलाची गरज असते. जर भांडवलाची टंचाई असेल, तर श्रमविभागणीचा अवलंब करणे शक्य होत नाही. त्यामुळे भांडवलाची उपलब्धता श्रमविभागणीची मर्यादा ठरते.

श्रमविभागणीच्या वापराला शेतीपेक्षा उद्योगक्षेत्रात अधिक वाव असतो.

(४) ॲडम स्मिथ यांचा मूलसिद्धान्त ((Theory of Value)

स्मिथने मूल्यविषयक विचार मांडताना मूल्य या शब्दाचे दोन अर्थ सांगून त्यातील फरक स्पष्ट करण्याचा प्रयत्न केला.

१) उपयोगिता मूल्य : उपयोगितेवरून मूल्य ठरविले जाते त्याला उपयोगिता किंवा उपयुक्तता मूल्य म्हणतात. आधुनिक अर्थशास्त्रातील उपयोगितेच्या कल्पनेशी जुळणारे असे मूल्य आहे असे म्हणता येईल. हवा, पाणी इ. वरून अशा प्रकारचे मूल्य असते. या ठिकाणी वस्तूची उपयोगिता स्मिथने विचारात घेतली आहे.

२) विनिमय मूल्य : एखाद्या वस्तूच्या बदल्यात इतर वस्तूचे किती नग मिळू शकतात यावरून जे मूल्य ठरते त्याला विनिमय मूल्य असे म्हणतात. अशा प्रकारचे मूल्य मुख्यत: हिऱ्यासारख्या वस्तूंमध्ये आढळून येते.

ॲडम स्मिथच्या मते पाण्याइतकी अतिशय उपयुक्त वस्तू दिली तरी तिच्या मोबदल्यात इतर वस्तूंचे थोडेसुद्धा नग मिळू शकत नाहीत.

याउलट हिऱ्यासारख्या निरुपयोगी वस्तूच्या मोबदल्यात किती तरी वस्तू मिळवता येतात. यावरून स्मिथने असा अर्थ काढला की, ज्या वस्तूंना सर्वांत जास्त उपयुक्तता मूल्य असते त्यांना विनिमय मूल्य काहीच नसते. याउलट ज्या वस्तूंना सर्वांत जास्त विनिमय मूल्य असते त्यांना उपयुक्तता किंवा उपयोगिता मूल्य असत नाही.

यावरून उपयोगिता मूल्य आणि विनिमय मूल्य यात काहीही संबंध नसतो असे मत स्मिथने मांडले. वस्तूचे विनिमय मूल्य महत्त्वाचे असून ते कसे निश्चित होते यावर स्मिथने लक्ष केंद्रित केले.

विनियम मूल्यासंदर्भात स्मिथने पुढील विचार व्यक्त केले.

'ज्या वस्तूचा व्यक्तीला स्वत:च्या उपभोगासाठी वापर करावयाचा नसून विनिमयासाठी उपयोग करावयाचा असतो त्या वस्तूचे मूल्य तिच्या साहाय्याने खरेदी करता येतील इतक्या श्रमसंख्येबरोबर असते. याचा अर्थ 'श्रम' ही वस्तूचे मूल्य मोजण्याची फूटपट्टी असते.' कोणत्याही वस्तूचे मूल्य हे त्या वस्तूच्या निर्मितीसाठी जेवढे श्रम खर्च झालेले असतील त्या खर्च झालेल्या श्रमाइतके असते, असे स्मिथचे मत होते.

स्मिथच्या मते श्रमिकाच्या दृष्टीने समान श्रमांचे मूल्य कोणत्याही वेळी आणि कोणत्याही ठिकाणी समानच असते. त्यामुळे दोन वस्तूंच्या विनिमय मूल्यांची तुलना करण्याचे 'श्रम' हेच अचूक साधन होय. 'श्रमाचे मूल्य नेहमी स्थिर राहते' या गृहितावर आधारित स्मिथचे मत आधारलेले होते.

स्मिथच्या मते समाजाच्या प्राथमिक अवस्थेत भांडवलाचा उगम झालेला

नसतो आणि जमिनीची खासगी मालकी निर्माण झालेली नसते. तेव्हा श्रम हाच वस्तूचे मूल्य निश्चित करणारा एकमेव घटक असतो.

परंतु समाज जेव्हा प्रगत अवस्थेत येतो तेव्हा वस्तूंच्या उत्पादनासाठी श्रमाबरोबर भांडवलाचा वापर सुरू होतो. थोडक्यात समाजाच्या प्रगत अवस्थेत कोणत्याही वस्तूचे विनिमय मूल्य तिच्या निर्मितीसाठी होणाऱ्या उत्पादन खर्चावर अवलंबून असते. अशा रीतीने उत्पादनास सहाय्यभूत ठरणाऱ्या भूमी, श्रम व भांडवल या घटक त्रयींच्या अनुषंगाने, वस्तूंच्या मूल्यात खंड, वेतन आणि नफा या घटकांचा समावेश झालेला असतो, असे स्मिथचे मत होते.

नैसर्गिक मूल्य आणि बाजार मूल्य

स्मिथच्या मते, "वस्तूच्या उत्पादन खर्चावरून जे मूल्य ठरते ते नैसर्गिक मूल्य होय." तर बाजार मूल्य मागणी पुरवठ्यानुसार ठरते; परंतु दीर्घकाळात नैसर्गिक मूल्यापेक्षा बाजार मूल्य जास्त असल्यास उत्पादकांना आर्थिक नफा मिळतो. त्यामुळे आर्थिक नफा मिळवण्यासाठी अनेक उत्पादक त्या व्यवसायात प्रवेश करतात. त्यामुळे उत्पादनात वाढ होऊन बाजार मूल्य नैसर्गिक मूल्यापर्यंत खाली येते. याउलट स्थितीत म्हणजेच बाजार मूल्य नैसर्गिक मूल्यापेक्षा कमी असेल तेव्हा त्या व्यवसायातून अनेक उत्पादक बाहेर पडतात. परिणामी, उत्पादनात घट होऊन बाजार मूल्य नैसर्गिक मूल्यापर्यंत वाढते.

मूल्य सिद्धान्ताचे परीक्षण/टीका

स्मिथ यांनी मांडलेल्या मूल्य सिद्धान्तात पुढीलप्रमाणे टीका केली जाते.

१) दोन वेगवेगळे सिद्धान्त : स्मिथच्या विचारात मूल्यविषयक सिद्धान्तात विसंगती व परस्परविरोध दिसून येतो. एकाच वेळी श्रममूल्ये आणि उत्पादन खर्च असे दोन विरोधी सिद्धांत त्याने मांडलेले आहेत. समाजाच्या प्रगत अवस्थेत उत्पादन खर्चानुसार मूल्य ठरते, असे स्मिथने म्हटले असावे. तरी श्रम हे मूल्यमापनाचे एकमेव साधन आहे, असेही म्हटले आहे.

२) उपयोगिता मूल्याकडे दुर्लक्ष : स्मिथ यांनी विनिमय मूल्याकडे अधिक लक्ष देऊन उपयोगिता मूल्याकडे दुर्लक्ष केले. त्यासाठी त्यांनी हिरा व पाणी यांचे उदाहरण दिले.

३) पूर्ण स्पर्धेसाठी उपयुक्त : स्मिथने पूर्ण स्पर्धा असताना वस्तूचे मूल्य कसे ठरते, हे सांगितले. मात्र मक्तेदारी असताना वस्तूचे मूल्य कसे ठरते हे सांगितले नाही.

४) स्मिथने वस्तूचे मूल्य श्रमावरून ठरते असे म्हटले, परंतु एकाच वस्तूच्या निर्मितीत निरनिराळ्या श्रमाची कार्यक्षमता पातळी भिन्न असल्यामुळे श्रममूल्य निश्चित करण्यात अडथळे निर्माण होऊ लागले. त्यावर मार्ग काढण्यासाठी स्मिथने असे स्पष्ट केले की, ज्या अर्थी वस्तूची किंमत जास्त आहे त्या अर्थी वस्तूमध्ये जास्त श्रम समाविष्ट झालेले आहेत. याचा अर्थ किमतीवरून श्रम ठरतात असा घेतल्यास ते चुकीचे ठरणार नाही. म्हणजेच स्मिथ यांनी प्रथम श्रमावरून मूल्य ठरते असे म्हटले, नंतर किमतीवरून श्रम ठरतात असेही मान्य करतात. टीकाकारांच्या मते चक्रीय युक्तिवाद मूल्यविश्लेषणात दिसून येतो.

अशा रीतीने स्मिथच्या मूल्य सिद्धान्तात अनेक दोष असले तरी त्याचे महत्त्व मान्य करावे लागते. स्मिथच्या या सिद्धान्ताने अनेक नवीन विचारांना आणि सिद्धान्तांना चालना दिली आहे.

(५) विभाजनविषयक विचार (Distribution)

स्मिथचे विभाजनविषयक विचार स्मिथच्या मूल्य सिद्धान्तावर आधारलेले होते. विभाजनाच्या संदर्भात त्यांच्या मते संपूर्ण उत्पन्न, मंजुरी, खंड व नफा मिळून झालेले दिसते.

(अ) वेतन / मजुरी (Wages) : समाजाच्या प्राथमिक अवस्थेत भांडवलदार व जमीन मालक हे वर्ग अस्तित्वात नसल्याने श्रमाच्या साहाय्याने सर्व उत्पादन होत असते. अशा प्राथमिक अवस्थेत श्रमिकाचे मूल्य म्हणजे वेतन हे श्रम मूल्य सिद्धान्ताप्रमाणे ठरते. समाज जसजसा प्रगत होत जातो तसतशी उत्पादनकार्यात भूमी व भांडवल यांची मदत घ्यावी लागते. त्यामुळे खंड व नफा इतर घटकांना द्यावा लागतो आणि हा मोबदला कामगारांनी निर्माण केलेल्या उत्पादनातून दिला जातो, असे स्मिथचे मत होते. त्यामुळे श्रमिक हा अवशेषधारी किंवा अधिक्य ठरतो. म्हणजे इतर घटकांना मोबदला दिल्यानंतर जो अंश/भाग उरतो तो कामगारांना मिळतो, असा त्याचा अर्थ होतो. अशा रीतीने स्मिथने वेतनाचा अवशेषधारी सिद्धान्त मांडला. त्यानंतर स्मिथने असे स्पष्ट केले की, वेतन हे मालक व कामगार यांच्यातील करारानुसार ठरते. वेतनाचा दर या दोन वर्गांच्या विनिमय शक्तीवर अगर सौदा शक्तीवर अवलंबून राहतो. मालक वर्ग सुसंघटित व बलवान असल्यामुळे मजुरांना कमी वेतन देण्याबाबत त्यांचे एकमत असते. अशा रीतीने स्मिथने वेतनाचा मागणी–पुरवठा सिद्धान्त मांडला, हे मान्य करावे लागते.

तसेच स्मिथने असेही म्हटले की, मालक वर्ग कितीही संघटित व बलवान असला तरी व कमीत कमी मजुरी देण्याची त्यांची कितीही इच्छा असली तरी एका ठराविक मर्यादेच्या खाली ही मजुरी जाऊ शकत नाही. ही मर्यादा म्हणजे कामगारांच्या

कुटुंबातील व्यक्तींना निर्वाहासाठी लागणारी खर्चाची रक्कम होय. कारण तेवढे वेतन जर कामगारांना मिळाले नाही तर ते अस्तित्वातच राहणार नाहीत. यावरून स्मिथने असे स्पष्ट केले की, कामगारांना मिळणारे वेतन हे त्यांच्या निर्वाहासाठी लागणाऱ्या खर्चाइतके असावे. या विवेचनावरून स्मिथ यांनी निर्वाह वेतन सिद्धान्त मांडला असे दिसून येते.

वरील विश्लेषणावरून असे दिसून येते, की वेतनदर निर्वाह पातळी इतकाच असतो. त्यापेक्षा तो कमी असणे अशक्य असले तरी तो त्यापेक्षा जास्तही असू शकतो. त्याचे स्पष्टीकरण देताना तो म्हणतो, ''मजुरांना मिळणारे वेतन हे वेतन निधीतून दिले जाते. त्यामुळे वेतन निधीत ज्या प्रमाणात बदल होतील त्या प्रमाणात वेतनदरातही बदल होतील.''

वेतनाच्या दरात फरक/भिन्नता का आढळून येते त्याची कारणे स्मिथने दिली आहेत.

१) त्रासदायक आणि प्रतिष्ठा नसलेल्या व्यवसायात कामगार कमी मिळतात. या उलट चांगल्या आणि हौस वाटण्यासारख्या धंद्यात कामगार पुरवठा जास्त असल्याने वेतनाची पातळी खाली जाते.

२) ज्या व्यवसायात शिक्षण घेण्यास जास्त खर्च आणि बुद्धिमत्ता किंवा कौशल्य लागते त्या व्यवसायात अधिक वेतन द्यावे लागते.

३) हंगामी अगर तात्पुरते काम असल्यास जादा वेतन द्यावे लागते. कायम स्वरूपाच्या नोकरीत कमी वेतनावर काम करण्यास कामगार तयार होतात.

४) जास्त जबाबदारी व जोखमीचे काम असल्यास जादा वेतन देणे आवश्यक ठरते.

(ब) नफा व व्याजदरविषयक विचार : ॲडम स्मिथ यांच्या मते उत्पादक (भांडवलदार) हा भांडवलाचा पुरवठा करतो, उत्पादनासाठी आवश्यक असणारी साधनसामग्री तो मजुरांना पुरवितो, उत्पादन प्रक्रियेतील धोके पत्करतो. स्मिथच्या मते, उत्पादक (भांडवलदार) करत असलेल्या या कार्याचा त्याला मिळणारा मोबदला म्हणजे नफा होय.

ॲडम स्मिथ यांनी नफाविषयक सिद्धान्त मांडला नाही. नफा कसा निश्चित होतो यापेक्षा नफा निर्मितीच्या प्रक्रियेवर स्मिथने भर दिला.

स्मिथ यांच्या मते, भांडवलाला मिळणारा मोबदला म्हणजे 'नफा' होय.

उत्पादकाने भांडवल दुसऱ्याकडून घेऊन वापरले तर त्या भांडवलदाराला देण्यात येणारा मोबदला म्हणजे व्याज होय.

स्मिथचे असे मत होते, की भांडवलदार जो धोका पत्करतो, जी अनिश्चितता

स्वीकारतो त्याबद्दल त्याला जो मोबदला मिळत असतो तो म्हणजे नफा होय.

नफ्याचा कमीत कमी दर हा प्रत्येक उद्योग धंद्यात ज्या प्रासंगिक नुकसानीची शक्यता असते त्याहून थोडा जास्त असला पाहिजे, असे स्मिथचे मत होते. स्मिथ नफ्याकडे आधिक्य किंवा अवशेष म्हणून बघतो.

स्मिथच्या मते नफा व व्याज यांत विरुद्ध संबंध असतो. आर्थिक प्रगतीबरोबर नफ्याचा दर घटत जातो. कारण जसजशी आर्थिक प्रगती होते तसतशी भांडवलदारांतील स्पर्धा वाढते, भांडवल गुंतवणूक वाढते. तसेच भांडवलाला व श्रमिकांना असणारी मागणी वाढते. परिणामत: व्याजदर व वेतनदरात वाढ होते. त्यामुळे नफ्याचा दर घटायला लागतो. आर्थिक प्रगतीबरोबर सर्वसामान्यपणे नफ्याचा व व्याजाचा दर घटत असला तरी नव्या वसाहतीत व नव्या उद्योगधंद्याच्या संदर्भात काही काळ आर्थिक प्रगती होत असताना नफ्याचा दर वेतनदराबरोबरच वाढताना दिसतो, असे स्मिथचे मत होते.

स्मिथच्या मते निरनिराळ्या व्यवसायांत वेतनाप्रमाणेच नफ्यामध्येही भिन्नता आढळून येते. व्यवसायातील आकर्षकता व व्यवसायातील भिन्नता यानुसार नफ्यामध्ये भिन्नता आढळून येते.

(क) खंड : स्मिथ यांनी निसर्गवाद्यांच्या प्रभावामुळे असे मत व्यक्त केले की, निसर्गाच्या कृपेमुळे खंड निर्माण होतो. कारण शेतीमध्ये निसर्ग आणि मानव एकत्र काम करतात.

खंडा संदर्भात एक विशिष्ट सिद्धान्त विकसित केला नाही. खंड का निर्माण होतो? तो कमी जास्त का असतो याविषयी स्पष्टीकरण केले आहे. स्मिथने खंडा संदर्भात तीन दृष्टिकोन मांडले.

१) जमिनीच्या सुपीकतेत असणाऱ्या भिन्नतेमुळे मिळणारे उत्पन्न म्हणजे खंड होय.

२) खंड म्हणजे जमिनीच्या मालकीतील मक्तेदारीमुळे मिळणारे उत्पन्न होय.

३) निसर्गाच्या कृपेमुळे मिळणारे उत्पन्न म्हणजे खंड होय.

जमिनीची मालकी थोड्या लोकांच्या हातात केंद्रित झाल्यामुळे एक प्रकारची मक्तेदारी निर्माण होते. जमीनदार मक्तेदारीमुळे जमिनीचा पुरवठा करण्याचे नाकारू शकतात. परंतु खंड दिल्यावर मात्र ते शेतकऱ्याला जमीन उपलब्ध करून देतात. स्मिथने असे स्पष्ट केले की, खंडाचा संबंध जमीनदार, जमिनीवर केलेल्या गुंतवणुकीशी किंवा कष्टाशी नसतो. कारण कोणतीही गुंतवणूक न करता खंड मिळू शकतो. खंड जमिनीच्या सुपीकतेमधील भिन्नतेमुळे मिळतो. श्रेष्ठ व कनिष्ठ अशा दोन्ही जमिनींवरील उत्पादन एकाच किमतीला विकले गेल्याने सुपीक जमिनीच्या मालकाला एक प्रकारचा

वाढावा मिळतो. असा वाढावा म्हणजे खंड होय. या ठिकाणी स्मिथने खंड हा किमतीचा परिणाम आहे, असे स्पष्ट केले.

(६) आंतरराष्ट्रीय व्यापारविषयक विचार

ॲडम स्मिथने ''राष्ट्राची संपत्ती'' या ग्रंथात आंतरराष्ट्रीय व्यापाराबद्दल विवेचन केले आहे. त्यामध्ये खुल्या व्यापाराच्या धोरणाचा पुरस्कार केलेला आहे. आंतरराष्ट्रीय व्यापारावर शासनाने बंधने घालू नयेत, असे स्मिथने मत मांडले. व्यापारवादी विचारसरणीमधील अंतर्गत परकीय व्यापारावरील नियंत्रणाविरुद्ध विचार मांडले. आंतरराष्ट्रीय व्यापार खुला असावा, मक्तेदारीची वाढ होऊ नये, पूर्ण स्पर्धा निर्माण व्हावी असे विचार स्मिथने मांडले. त्यांनी खुल्या व्यापाराचे फायदे पुढीलप्रमाणे सांगितले.

खुल्या व्यापाराचे फायदे

१) संरक्षणाचा अंगिकार केल्यास भांडवल गुंतवणुकीवर विपरित परिणाम होतो. ज्या उद्योगांना संरक्षण मिळेल त्या उद्योगात गुंतवणूक करण्याची वृत्ती वाढीस लागते.

२) परकीय व्यापारामुळे प्रादेशिक श्रमविभागणी होऊन त्याचा लाभ जगातील सर्व देशांना मिळतो.

३) ज्या वस्तू स्वदेशात बनविणे अधिक खर्चाचे असते आणि जर त्या वस्तू परदेशात स्वस्त असतील तर त्या आयात करणे लाभदायक ठरते. त्यामुळे उपभोक्त्याला स्वस्त व मुबलक वस्तू मिळतात.

४) काही वेळा काही वस्तूंच्या उत्पादनासाठी विशिष्ट नैसर्गिक परिस्थिती एका देशात इतर देशांपेक्षा अधिक अनुकूल असते. अशा परिस्थितीत इतर देशांनी त्या देशातून ती वस्तू आयात करणेच फायद्याचे ठरते.

स्मिथने खुल्या व्यापाराच्या बाजूने विचार मांडले असले तरी संरक्षणाचा अवलंब कधीही करू नये, असे दुराग्रही विचार मांडले नाहीत. उलट जेव्हा राष्ट्राच्या संरक्षणाच्या दृष्टीने परदेशी व्यापारात संरक्षणाची गरज भासेल तेव्हा राष्ट्रहित डोळ्यांसमोर ठेवून संरक्षणाचा अवलंब करावा, असेही विचार त्यांनी मांडले.

(७) ॲडम स्मिथचे आर्थिक विकासाबाबतचे विचार

स्मिथ यांच्या मते राष्ट्रातील संपत्ती सर्वाधिक असण्यापेक्षा ती वाढती असणे हेच खरे प्रगतीचे लक्षण आहे. संपत्तीत अशा प्रकारे वाढ होण्यासाठी वाढती श्रमविभागणी व वाढता भांडवल संचय उपयुक्त ठरतात, असे विचार मांडले.

आर्थिक प्रगतीमुळे श्रमिकाची स्थिती सुधारेल. नवनव्या तंत्रामुळे शेतीतील आधिक्य वाढल्यामुळे व औद्योगिक माल स्वस्त झाल्यामुळे खंड वाढेल. परंतु भांडवल

गुंतवणूक करण्याच्यामधील स्पर्धा वाढल्यामुळे नफ्याचा दर घटेल, असे मत त्यांनी व्यक्त केले. म्हणजेच आर्थिक विकासाबरोबर श्रमिक व जमीनदार यांची स्थिती सुधारत जाईल. परंतु भांडवलदारांच्या नफ्याचे प्रमाण मात्र कमी होईल.

आर्थिक विकासाच्या प्रक्रियेत विभाजनविषयक हितसंबंधात परस्परपूरकता राहणार नाही. ही शक्यता यातून स्पष्ट झाली. परंतु थोडा विसंवादी सूर वगळला तर वाढत्या बाजारपेठा, भांडवल संचय व सातत्याने चालू राहणारी आर्थिक प्रगतीची प्रक्रिया यासंदर्भात ते आशावादी आहेत. व्यापारचक्रे, अत्युत्पादन, भांडवल कमतरता यांचे अस्तित्व औद्योगिक क्रांतीच्या सुरुवातीच्या काळात जाणवले नव्हते. त्यामुळे स्मिथ यांच्या आर्थिक विकासविषयक आशावादास त्या काळाचा स्वाभाविक परिणाम मानता येईल.

८) राज्यसंस्था किंवा राज्यसंस्थेची कार्ये किंवा सरकारची कार्ये (Functions of State)

स्मिथच्या मते, वेगवेगळ्या व्यक्तिसमूहांच्या आर्थिक हितसंबंधात कोणत्याही प्रकारचा संघर्ष नसून पूर्ण सुसंवाद असतो. प्रत्येक व्यक्तीला तिच्या मनाप्रमाणे वागण्याचे स्वातंत्र्य दिले तर ती स्वत:ला सर्वांत हितकारक असाच मार्ग निवडेल व तिच्या या निवडीमुळे एकूण समाजाच्या हितातही भरच पडेल, असा त्यांचा विश्वास होता. त्यामुळे राज्यसंस्थेने आर्थिक क्षेत्रात ढवळाढवळ करण्याची गरज नाही. राज्यसंस्थेच्या हस्तक्षेपामुळे व्यक्तीच्या किंवा समाजाच्या आर्थिक हितात कोणत्याही प्रकारची भर पडणार नाही. उलट हानीच होईल असे त्यांचे मत होते. स्मिथ यांनी राज्यसंस्थेची कार्ये सांगितलेली आहेत.

१) राज्यसंस्थेने परकीय आक्रमणापासून लोकांचे संरक्षण करणे.

२) देशात कायदा व सुव्यवस्था आणि न्यायदान यांची अंमलबजावणी करणे.

३) खासगी व्यक्तीला आर्थिकदृष्ट्या परवडणारी नाहीत; परंतु समाजाच्या दृष्टीने उपयुक्त असणारी सार्वजनिक स्वरूपाची कार्ये करणे. उदा. रस्ते, कालवे, पूल, बंदरे इ.

४) देशातील लोकांना शिक्षण मिळेल अशी व्यवस्था निर्माण करणे.

५) देशातील सर्व लोकांना चर्चाद्वारे शिक्षण द्यावे.

निर्हस्तक्षेपाची कारणे

वर नमूद केलेल्या कार्याव्यतिरिक्त सरकारने इतर कोणतीच कार्ये करू नयेत, असे स्मिथने म्हटले. सरकारने अर्थव्यवस्थेत हस्तक्षेप करू नये. त्यासाठी स्मिथने पुढील कारणे सांगितली आहेत.

१) स्मिथच्या मते सरकारकडून जो खर्च केला जातो त्यात काटकसरीचे धोरण स्वीकारले जात नाही. कारण सरकारकडे कररूपाने पैसा जमा झालेला असतो. पैसा काळजीपूर्वक न वापरण्याची सरकारची प्रवृत्ती दिसून येते.

२) सरकार वेगवेगळ्या क्षेत्रांत उत्पादन करणाऱ्या उत्पादकांपासून बरेच दूर असते. त्यामुळे सरकारला त्यांच्या गरजा कळू शकत नाहीत व त्यांच्यावर योग्य नियंत्रण ठेवता येत नाही.

३) स्मिथच्या मते सरकारी नोकर अकार्यक्षम आणि निष्काळजी असतात. ते बेजबाबदारपणे व उधळपट्टी करणारे असतात. त्यामुळे सरकारी नोकरांकडून आर्थिक व्यवहार योग्यपणे पार पाडले जात नाहीत.

४) सरकारी नोकर यांना व्यापार कसा करावा याचे ज्ञान नसते. व्यापारासंबंधी, उद्योगासंबंधी काही कळत नाही. कारण त्यांचा वेळ राज्यकारभार कसा करावा त्यात जातो.

५) सरकारने शेती व्यवसायात हस्तक्षेप केल्यास सध्या शेतीमधून जेवढे उत्पन्न मिळते त्याच्या एक चर्तुथांश उत्पन्न मिळणार नाही. कारण सरकारी नोकराचा स्वार्थ शेतीत नसल्यामुळे तो शेतीकडे आणि शेतकऱ्यांकडे दुर्लक्ष करील.

(९) करविषयक विचार

स्मिथने कर बसविताना त्यांचे ओझे नागरिकांना वाटू नये, कर भरणे कोणत्याही प्रकारे गैरसोईचे होऊ नये, अशा सूचना केल्या होत्या.

कर आकारणीची तत्त्वे स्मिथने आपल्या ग्रंथात सांगितली आहेत. ती कर कसोट्या म्हणून अर्थशास्त्रात प्रसिद्ध आहेत.

स्मिथ यांची करविषयक तत्त्वे पुढीलप्रमाणे आहेत.

१) समतेचे तत्त्व : स्मिथच्या मते प्रत्येक नागरिकाने थोड्या फार प्रमाणात कर दिले पाहिजेत. प्रत्येकाने नेमकी किती रक्कम भरावी हे त्या व्यक्तीच्या कुवतीवर अवलंबून राहील. वाढत्या उत्पन्नावर वाढत्या प्रमाणात कर आकारण्याची आवश्यकता असल्याचे स्मिथने म्हटले आहे. आधुनिक अर्थशास्त्रात अशा करांना प्रगतिशील कर म्हटले आहे.

२) निश्चिततेचे तत्त्व : प्रत्येक व्यक्तीला आपल्याला किती कर भरावयाचा आहे, केव्हा भरावयाचा आहे व कुठे भरावयाचा आहे, हे निश्चितपणे माहीत असले पाहिजे.

३) सोईस्करपणाचे तत्त्व : करदात्यांना कराची रक्कम केव्हा व कुठे भरावयाची फक्त इतकेच माहीत असून चालणार नाही. तर कर भरण्याची वेळ व करभरणी करावयाचे स्थळ करदात्याच्या दृष्टीने सोयीचे असणेही आवश्यक आहे.

४) मितव्ययतेचे तत्त्व : प्रत्येक कराची रक्कम गोळा करण्यासाठी सरकारला काही खर्च करावा लागतो. चांगल्या पद्धतीत हा कर गोळा करण्याचा खर्च कमीत कमी असावा. लोकांनी कराच्या स्वरूपात भरलेला पैसा व सरकारी खजिन्यात कर गोळा करण्यासाठी झालेला खर्च यात कमीत कमी फरक असावा.

स्मिथ यांच्या या चार कर कसोट्या आजही आदर्श करपद्धतीच्या कसोट्या म्हणून ओळखल्या जातात.

(१०) स्मिथ यांचे भांडवलविषयक विचार (Capital Accumulation) :

ॲडम स्मिथ यांनी भांडवल संचयास महत्त्व दिले. 'राष्ट्राची संपत्ती' या ग्रंथात दुसऱ्या खंडात भांडवलासंबंधी विश्लेषण केले आहे.

समाजातील भांडवलाचा संचय जितका अधिक राहील तितकेच त्या समाजाचे मजुरांना रोजगार पुरवण्याचे सामर्थ्य अधिक राहते आणि तितका त्या समाजात श्रमविभागणीला वावही अधिक असतो. म्हणजेच देशातील उद्योगधंद्याचा विस्तार वाढविणे आणि देशातील जनतेच्या कल्याणात भर टाकणे होय, असे स्मिथचे मत होते. अल्पविकसित देशात भांडवल संचयाच्या अभावी आर्थिक विकास मंद गतीने होतो. याचा अल्पविकसित देश अनुभव घेत असतात.

ॲडम स्मिथ यांनी भांडवल गुंतवणूक कृषी, उद्योगधंदे, घाऊक व्यापार व किरकोळ व्यापार या क्षेत्रात करावी असे मत मांडले. त्यांच्यामते शेती क्षेत्रातील भांडवल गुंतवणूक ही सर्वांत लाभदायक असते. निरनिराळ्या क्षेत्रांतील भांडवलांची लाभदायकता ठरविण्यासाठी स्मिथने दोन कसोट्या सांगितल्या आहेत.

(अ) प्रत्येक क्षेत्रात गुंतविलेल्या भांडवलामुळे किती रोजगाराच्या संधी उपलब्ध होतात.

(ब) त्या गुंतवणुकीपासून राष्ट्रीय उत्पादनात किती भर पडते.

देशातील भांडवलाचा ओघ जेव्हा शेतीकडून क्रमाक्रमाने किरकोळ व्यापाराकडे वळू लागतो, तेव्हा भांडवल गुंतवल्यामुळे निर्माण होणाऱ्या रोजगाराचे आणि वाढणाऱ्या विनिमय मूल्याचे प्रमाण क्रमशः घटत जाते. या घटत्या प्रमाणामुळे एका क्षेत्रातून त्याखालच्या दुसऱ्या क्षेत्रात जाताना समाजाच्या दृष्टीने भांडवलाची उपयुक्तता कमी कमी होत जाते. म्हणून भांडवल गुंतवणूक करताना शेतीतील भांडवल गुंतवणुकीस सर्वप्रथम स्थान द्यावे, अशी सूचना स्मिथने दिली. त्यासाठी भांडवलदारांना पूर्ण असे स्वातंत्र्य द्यावे, असेही मत स्मिथने मांडले.

(११) स्मिथ यांचे चलनविषयक विचार

स्मिथ यांच्या मते, पैशाचा उगम माणसाच्या नैसर्गिक प्रेरणेतूनच झालेला आहे. विनिमय ही मनुष्याची स्वाभाविक प्रेरणा आहे, असे स्मिथचे मत होते.

सुरुवातीस वस्तू देऊन वस्तू घेणे अशा विनिमय पद्धतीतील अडचणी लक्षात आल्यावर सोन-चांदी या टिकाऊ व मौल्यवान धातूंचा विनिमय माध्यम म्हणून वापर सुरू झाला. नाणी हे विनिमयाच्या दृष्टीने अतिशय उपयुक्त असे चलन ठरले.

परंतु सोने किंवा चांदी या मौल्यवान धातूंचे 'चलनमाध्यम' म्हणूनच महत्त्व आहे, हे स्मिथ यांनी स्पष्ट केले. व्यापारवादी विचारसरणीने धातूंनाच संपत्ती मानण्यात मोठी चूक केली असे स्मिथचे मत होते. त्यांच्यामते मौल्यवान धातू म्हणजे संपत्ती नसून घरे, अवजारे किंवा प्रत्यक्ष उपयोगांच्या वस्तू हीच त्यांच्या मते, खरी संपत्ती आहे व पैसा हे फक्त संपत्तीचे देवघेव करण्याचे एक साधन आहे. स्मिथच्या मते पैशाला असणारी मागणी व पैशाचा असणारा पुरवठा यांच्यातील समतोल आपोआप साधला जातो.

४.६ ॲडम स्मिथच्या विचारांचे मूल्यमापन

स्मिथच्या विचारांचे मूल्यमापन करताना स्मिथच्या विचारांवर झालेली टीका व त्याने आर्थिक विचारात टाकलेली भर या दोन्हींचा विचार करावा लागेल.

टीका

१) स्मिथने जे आर्थिक विचार मांडले ते नवीन नव्हते. त्यांनी मांडलेल्या बऱ्याच संकल्पना या स्मिथपूर्वीही मांडण्यात आल्या होत्या. उदा. श्रमविभागणीची कल्पना मॅकीव्हलीने सांगितली होती.

२) स्मिथ हा व्यक्तिवादी होता अशी टीका केली जाते. सरकारने व्यक्तीच्या कार्यात हस्तक्षेप करू नये, व्यक्तीला स्वहित समजते. व्यक्तीला संपूर्ण स्वातंत्र्य दिले पाहिजे, असे स्मिथने सांगितले.

३) स्मिथचे असे मत होते की त्याने मांडलेले सिद्धान्त सर्व काळी सर्व ठिकाणी लागू पडण्यासारखे आहेत. यावर ऐतिहासिक पंथीय अर्थशास्त्रज्ञांनी आणि राष्ट्रवादी विचारवंतांनी टीका केलेली आहे.

स्मिथच्या लिखाणात परस्परविरोधी विचार, विसंगती, अस्पष्टता, वैचारिक गोंधळ इ. अनेक दोष दिसून येतात, असे मत अनेक अर्थशास्त्रज्ञांनी मांडले. स्मिथचा ग्रंथ म्हणजे 'फार मोठा गोंधळ' असे 'से' यांनी म्हटले आहे.

४) स्मिथच्या मूल्यविषयक सिद्धान्तातही गोंधळ आढळून येतो. त्यांनी मूल्यसंदर्भात अनेक वेगवेगळे सिद्धान्त मांडले पण त्यापैकी कोणता सिद्धान्त त्यांना मान्य आहे, हे स्पष्ट होत नाही.

५) स्मिथने मांडलेले विभाजनविषयक विचार फारसे निर्दोष नाहीत.

६) टीकाकारांच्या मते स्मिथच्या विचारांवर आशावाद व निसर्गवाद या दोन

संकल्पनांचा प्रभाव आहे. टीकाकारांच्या मते, आर्थिक संस्था निसर्गतःच निर्माण होतात व त्या फायदेशीर कशा असतात, हे खात्रीपूर्वक सांगता येणार नाही.

स्मिथचे आर्थिक विचारांतील योगदान

स्मिथच्या विचारावर ज्या टीका केल्या जातात त्या सर्व योग्य आहेत असे नाही. आत्यंतिक व्यक्तिवादी असूनही त्याने काही बाबतीत सरकारी हस्तक्षेपाला मान्यता दिली होती. भांडवलशाहीचा आणि निर्हस्तक्षेपाचा पुरस्कर्ता असला तरीसुद्धा त्याने मक्तेदारी स्थापन होऊ नये, अशी इच्छा व्यक्त केली. स्वहित व समाजहित यामधील परस्परपूरकता मान्य करताना समाजामधील एक वर्ग दुसऱ्या वर्गाची पिळवणूक करू शकेल, याची जाणीव त्यांना होती. मजुरांना योग्य वेतन मिळाले पाहिजे, असाही विचार त्याने मांडला म्हणजेच स्मिथ हा आत्यंतिक व्यक्तिवादी होता, असे नाही तर त्याला सामाजिक कल्याणाचीही जाणीव होती.

स्मिथने अर्थशास्त्राचा पाया घातला. आपण ज्या आर्थिक संकल्पनांचा आणि सिद्धान्ताचा आज अभ्यास करतो त्यापैकी बऱ्याच सिद्धान्ताची सुरुवात आपल्याला स्मिथच्या लेखनात झालेली दिसून येते. त्याने अर्थशास्त्राची व्याप्ती निश्चित केली.

स्मिथने दुसऱ्यांच्या संकल्पना घेतल्या व त्यावर आपले विचार आणि सिद्धान्त मांडले. त्यामुळेच त्याने दुसऱ्याच्या कल्पना घेतल्या; परंतु त्या पूर्णपणे आपल्याशा करून टाकल्या, असे त्याच्या कार्याचे वर्णन केले जाते.

स्मिथने अर्थशास्त्रामध्ये एका नवीन विचारसरणीची सुरुवात केली. त्यामध्ये सुसंबद्धता आणण्याचा प्रयत्न केला. सनातन संप्रदायाचा संस्थापक असा मान स्मिथला दिला जातो.

स्मिथने 'राष्ट्राची संपत्ती' या ग्रंथात अर्थशास्त्राची प्रथम व्याख्या दिली.

स्मिथपूर्वी अनेकांनी अर्थशास्त्रीय विचार मांडले परंतु अर्थशास्त्रात कोणकोणत्या विषयाचा समावेश करावा, हे कधीही सुचविले नाही. स्मिथने आपल्या ग्रंथात संपत्ती हा अर्थशास्त्राचा अभ्यास विषय आहे, हे सांगितले. संपत्तीचे उत्पादन, विभाजन, विनिमय, व्यक्ती, राष्ट्र यामधील विनिमय व्यवहार, लोकसंख्या, सार्वजनिक अल्पव्यय, मुल्य सिद्धान्त इ. चा अभ्यास अर्थशास्त्रात केला जातो, असे स्मिथने स्पष्ट केले. निसर्गवाद्यांनी अर्थशास्त्रीय विचार मांडण्यामध्ये मौलिकता व जोम दाखविला असला तरीही आज अर्थशास्त्राचा जनक व संस्थापक म्हणून ॲडम स्मिथचेच नाव घेतले जाते. स्मिथच्या अनुयायांनी स्मिथचा गौरव केला आहे. तसेच टीकाकारांनीही त्याचे गुण मान्य केले आहेत.

स्वाध्याय

१)स्मिथच्या आशावाद आणि निसर्गवाद या संकल्पना सविस्तर स्पष्ट करा.

२)स्मिथने मांडलेली उदारमतवादी संकल्पना स्पष्ट करा.

३)स्मिथचे मूल्यसिद्धांचे मूल्यमापन करा.

४)स्मिथच्या विभाजनविषयक विचारांची चर्चा करा.

५)टिपा लिहा.

अ) स्मिथचा निसर्गवाद

ब) ॲडम स्मिथ व वैचारिक प्रभाव

क) स्मिथचे तत्त्वज्ञान

ड) स्मिथच्या श्रमविभागणीचे विचार

इ) संपत्तीविषयी विचार

ई) करविषयक विचार

उ) राज्यसंस्थेचे कार्य

ऊ) आंतरराष्ट्रीय विचार

ए) आशावाद आणि निसर्गवाद यातील फरक

ऐ) स्मिथच्या विचारांचे योगदान.

❐

५

डेव्हिड रिकॉर्डो

(१७७२-१८२३)

५.१ जीवनपरिचय

डेव्हिड रिकार्डोचा जन्म इ. स. १७७२ मध्ये इंग्लंड येथे ज्यू कुटुंबात झाला. त्याचे शालेय शिक्षण इंग्लंड व हॉलंड येथे झाले. वयाच्या १४ व्या वर्षी त्याने आपल्या वडिलांच्या व्यवसायात पदार्पण केले. त्यामुळे त्याचे शिक्षण पूर्ण होऊ शकले नाही. वयाच्या २१ व्या वर्षी त्याने ख्रिश्चन मुलीशी विवाह केल्यामुळे वडिलांशी मतभेद होऊन रिकार्डो वडिलांपासून वेगळा झाला. त्याने स्वतंत्रपणे शेअर ब्रोकरचा व्यवसाय सुरू केला आणि तो अल्पावधीतच लक्षाधीश झाला. नंतर त्याने मोठ्या प्रमाणावर जमीन खरेदी करून संपन्न जमीनदाराचे आयुष्य सुरू केले. पुढे स्वतःची प्रयोगशाळा

उभारून रसायनशास्त्र व गणित विषयांचा अभ्यास सुरू केला. योगायोगाने १७९९ मध्ये अॅडम स्मिथचा ''राष्ट्राची संपत्ती'' हा ग्रंथ त्याच्या वाचनात आला. त्यामुळे त्याचे मतपरिवर्तन होऊन त्याने आपले सर्व आयुष्य अर्थशास्त्राच्या अभ्यासासाठी खर्च केले.

त्याचे महत्त्वाचे लेखन म्हणजे इ. स. १८१० मध्ये सोन्याच्या वाढलेल्या किमतीसंबंधी लिहिलेले पुस्तक; इ. स. १८१५ मध्ये धान्याच्या उतरलेल्या किमती व त्याचा कायद्यावर होणारा परिणाम यावरील निबंध, इ. स. १८१७ मध्ये स्थिर व काटकसरी चलनाची योजना हा ग्रंथ, इ. स. १८२२ मध्ये शेतकरी संरक्षण, इ. स. १८२४ मध्ये राष्ट्रीय पेढीच्या स्थापनेची योजना इ. होय. परंतु त्याचा सर्वांत महत्त्वाचा ग्रंथ म्हणजे इ. स. १८१७ मध्ये प्रसिद्ध झालेला, 'अर्थशास्त्राची व करपद्धतीची मूलतत्त्वे' हा ग्रंथ होय. १८१९ नंतर इंग्लडच्या पार्लमेंटमध्ये निवडून गेल्यावर तेथे अर्थशास्त्रीय प्रश्नांवर अनेक वेळा त्याने विविध मते व्यक्त केली होती. त्या सर्वांचे एकत्रीकरण ''रिकार्डो यांचे लेखन व पत्रव्यवहार'' या नावाने स्राफा यांच्या संपादनाखाली केंब्रिज विद्यापीठाने प्रसिद्ध केले आहे. रिकार्डोचे माल्थस, मॅकुलक, जेम्स मिल यांच्याशी घनिष्ट संबंध होते. रिकार्डो वयाच्या ५१ व्या वर्षी म्हणजे १८२३ मध्ये मरण पावला.

५.२ रिकार्डोची अभ्यासपद्धती

रिकार्डोने अर्थशास्त्रीय विश्लेषणासाठी विशिष्ट विवेचन पद्धती किंवा अभ्यास पद्धतीचा अवलंब केला. त्यामुळे तो निरपेक्ष अर्थशास्त्राचा प्रणेता व निगमन पद्धतीचा पुरस्कर्ता म्हणून ओळखला जातो. रिकार्डोने आर्थिक विश्लेषणासाठी निगमन पद्धतीचा वापर केलेला आहे. निगमन अभ्यास पद्धतीत सर्वसामान्य व्यावहारिक अनुभवाच्या आधारावर विशिष्ट परिस्थिती गृहीत धरून त्याआधारे निष्कर्ष काढले जातात, तर विगमन पद्धतीत अनुभवजन्य ज्ञान, प्रत्यक्ष प्रमाणाने, प्रयोगाद्वारे तपासून घेऊन मगच निष्कर्ष काढला जातो. या दोन्ही अभ्यासांपैकी रिकार्डोने निगमन अभ्यास पद्धतीचा आपला आर्थिक विश्लेषणासाठी अवलंब केलेला आहे. त्यासंदर्भात रिकार्डोने पुढील महत्त्वाच्या बाबी गृहीत धरल्या होत्या.

अ) बाजारात खुली स्पर्धा असते.

ब) उत्पादन प्रक्रियेत घटत्या फलाचा सिद्धान्त प्रत्ययास येतो.

क) प्रत्येक व्यक्तीला आपला स्वार्थ कळतो. प्रत्येक व्यक्ती आपले जास्तीत जास्त आर्थिक हित साधण्याचा प्रयत्न करीत असते. थोडक्यात 'आर्थिक मानव' गृहीत धरून त्याआधारे मनुष्याच्या वागणुकीबाबत रिकार्डोने निष्कर्ष काढले आहेत.

ड) माल्थसचा लोकसंख्या सिद्धान्त खरा आहे.

रिकार्डोच्या निगमन पद्धतीचे वैशिष्ट्य म्हणजे व्यक्तीची आर्थिक वर्तणूक, प्रवृत्ती, अर्थव्यवस्था इ. बाबत वरील गोष्टी गृहीत धरून त्यांच्या आधाराने एक प्रतिमान तयार करायचे. अशा काल्पनिक आर्थिक जगात काल्पनिक मानवाची (आर्थिक मानव) वागणूक कशी असेल, याबाबत तर्कशास्त्राच्या आधारे काही निष्कर्ष काढायचे.

अर्थशास्त्रीय विचारांच्या इतिहासाचे दीर्घकाळ निगमन पद्धतीचे वर्चस्व आढळते. त्याचे श्रेय रिकार्डोकडे जाते; परंतु आधुनिक काळात निगमन पद्धतीबरोबरच विगमन पद्धतीचाही मोठ्या प्रमाणावर वापर केला जातो.

५.३ रिकार्डोचे आर्थिक विचार

१) रिकार्डोचा मूल्य सिद्धान्त (Ricardo's Theory of Value)

रिकार्डोचे मूल्यविषयक विचार म्हणजे ॲडम स्मिथच्या श्रमसिद्धान्ताची सुधारित आवृत्ती होय. रिकार्डोच्या मते ''समाजाच्या सर्व अवस्थांमध्ये मानवी श्रमानुसार वस्तूचे मूल्य ठरत असते.''

रिकार्डोच्या मते मूल्याचे पुढील प्रकार पडतात.

१) उपयोगिता मूल्य : वस्तूच्या उपयोगितेवरून जे मूल्य ठरते त्याला उपयोगिता मूल्य असे म्हणतात. उदा. पाणी आणि हवा यांना प्रचंड उपयोगिता आहे. वस्तूला विनिमय मूल्य प्राप्त होण्यासाठी वस्तूमध्ये उपयोगिता असणे आवश्यक असते. परंतु ते मान्य करण्याची तयारी रिकार्डोची नव्हती. त्याच्या मते विनिमय मूल्य प्राप्त होण्यासाठी उपयोगितेची आवश्यकता असली तरी उपयोगिता हे विनिमय मूल्य मोजण्याचे साधन होऊ शकत नाही.

२) विनिमय मूल्य : एखाद्या वस्तूच्या बदल्यात इतर वस्तूंचे किती नग मिळू शकतात यावरून विनिमय मूल्य ठरते. रिकार्डोच्या मते, विनियम मूल्य वस्तूची दुर्मिळता आणि वस्तू निर्माण करण्यासाठी आवश्यक श्रम यावरून ठरते.

(अ) दुर्मिळता : दुर्मिळता म्हणजे वस्तूच्या मागणीपेक्षा त्या वस्तूचा पुरवठा कमी असणे होय. म्हणजे अशा वस्तूंची निर्मिती पुन्हा करता येत नाही. दुर्मिळ वस्तूंत दुर्मिळ पुतळे, दुर्मिळ चित्रे, दुर्मिळ पुस्तके, दुर्मिळ नाणी इ. चा समावेश होतो.

अशा वस्तूंचा पुरवठा मानवी श्रमाने वाढविता येत नसल्याने त्यांच्या पुरवठ्यात वाढ करून किंमत किंवा विनिमय मूल्य कमी करता येत नाही. म्हणून अशा वस्तूंची किंमत उत्पादनास आवश्यक असणाऱ्या श्रमावरून ठरत नाही, तर त्यांना असलेल्या मागणीवरून ठरते. म्हणजेच अशा वस्तूंचे मूल्य ठरविताना श्रमाचा प्रभाव पडत नाही

तर त्या वस्तूच्या दुर्मिळतेचा प्रभाव पडतो. परंतु अशा वस्तूंची संख्या फार कमी असते. त्यामुळे रिकार्डो अशा वस्तूंना महत्त्व देत नाही.

(ब) श्रमसंख्या : वस्तूंची श्रमाच्या साहाय्याने पुन: पुन: निर्मिती करता येते. श्रमाच्या साहाय्याने पुन: पुन: निर्माण होणाऱ्या वस्तू महत्त्वाच्या असतात. त्यांची संख्या फार मोठी असते. मानवी जीवनाच्या दृष्टीने या वस्तू गरजेच्या असतात. या वस्तूंचा पुरवठा मानवी श्रमाने वाढविता येतो. रिकार्डोने यासंदर्भात बाजारात पूर्ण स्पर्धा असते असे गृहीत धरले आहे आणि प्रामुख्याने दीर्घकालीन मूल्याचा विचार केला. परंतु अल्पकालीन मूल्य पूर्णपणे दुर्लक्षिले आहे.

रिकार्डोने वस्तूचे मूल्य चालू काळातील श्रम व भूतकाळातील संग्रहित किंवा संचित श्रमावर (यंत्रे, अवजारे) यावरून ठरते, असे सांगितले. भूतकाळातील संचित श्रमावर (यंत्रे, अवजारे) भांडवलदारांची मालकी असते. त्यामुळे या संचित श्रमावर (यंत्रे, अवजारे) भांडवलदार नफा घेतो. कारण या श्रमाचा उत्पादन प्रक्रियेत वापर केला जातो. रिकार्डोने असे मत व्यक्त केले की, भांडवलदारांची संचित श्रमावर मालकी असल्याने साहजिकच भांडवलदाराला वस्तूचे जे मूल्य मिळेल त्यामधून भांडवलदार कामगारांना वेतन म्हणून देईल आणि राहिलेला भाग स्वत:कडे ठेवून घेईल.

३) बाजारमूल्य आणि नैसर्गिक मूल्य : रिकार्डोने सांगितले की, बाजारातील मूल्य हे रोजच्या रोज ठरणारे असते. ती अल्पकालीन किंमत असते. बाजारी मूल्य मागणी व पुरवठ्याच्या परिस्थितीनुसार ठरते. मागणी व पुरवठ्यातील बदलानुसार बाजारी मूल्यातही बदल होतो.

नैसर्गिक मूल्य हे उत्पादनाच्या कायम परिस्थितीवर अवलंबून असते. रिकार्डो नैसर्गिक मूल्य हे आदर्श मूल्य असते, असे मानतो.

जर बाजारमूल्य किंवा बाजारभाव नैसर्गिक मूल्यापेक्षा अधिक असेल, तर नफा वाढून वस्तूच्या उत्पादनासाठी पूर्वीपेक्षा अधिक भांडवल गुंतविले जाते. याउलट बाजारभाव नैसर्गिक मूल्यापेक्षा कमी असेल, तर नफ्यात घट होऊन भांडवल उद्योग धंद्याबाहेर जाते. अशा रीतीने रिकार्डोच्या मते अल्पकालीन मूल्य मागणी पुरवठ्यानुसार ठरते, तर दीर्घकालीन किंमत उत्पादन खर्चावरून ठरते.

रिकार्डोच्या मूल्य सिद्धान्ताचे मूल्यमापन

रिकार्डोच्या मूल्य सिद्धान्तावर टीकाकारांनी अनेक टीका केल्या, त्या पुढीलप्रमाणेह्व

१) उपयोगितेकडे दुर्लक्ष : रिकार्डोने सुरुवातीस असे सांगितले की, वस्तूला

मूल्य प्राप्त होण्यासाठी वस्तूमध्ये उपयोगिता असली पाहिजे. असे असूनही उपयोगिता ही काही वस्तूचे मूल्य मोजण्याचे साधन होऊ शकत नाही, असाही विचार मांडला. म्हणजेच मूल्य विवेचनात उपयोगितेचे महत्त्व मान्य करूनही या कल्पनेकडे दुर्लक्ष केले, असे टीकाकारांचे मत आहे.

२) वस्तूचे वर्गीकरण : वस्तूचे मूल्य ठरविताना रिकार्डोने दुर्मिळ वस्तू आणि पुन: पुन: उत्पादन करता येणाऱ्या वस्तू असे वर्गीकरण केले. टीकाकारांच्या मते, वस्तू कोणत्याही प्रकारची असली तरी मूल्य सिद्धान्त एकच असला पाहिजे. परंतु रिकार्डॉने दुर्मिळ वस्तूसाठी एक सिद्धान्त आणि पुरवठ्यात वाढ करता येणाऱ्या वस्तूसाठी वेगळा सिद्धान्त मांडण्यात चूक केली, असे टीकाकारांचे मत आहे.

३) वस्तुस्थितीपासून दूर : पूर्ण स्पर्धेत वस्तूचे दीर्घकालीन मूल्य ठरते. याचे स्पष्टीकरण रिकार्डोने केले, परंतु प्रत्यक्षात पूर्ण स्पर्धा केव्हाही अस्तित्त्वात नव्हती.

४) गृहितांची अयोग्यता : रिकार्डोने पूर्ण स्पर्धा गृहीत धरली व मूल्य सिद्धान्त मांडला. परंतु मक्तेदारीत मूल्य कसे ठरते याचे स्पष्टीकरण रिकार्डोने केले नाही, असे टीकाकारांचे मत आहे.

५) अनेक दुरुस्त्या : रिकार्डोने मूल्य सिद्धान्तात अनेक दुरुस्त्या सूचविल्या. सुरुवातीस श्रमामुळे वस्तूचे मूल्य ठरते असा विचार मांडला. परंतु आपला विचार चूक आहे, असे लक्षात आल्याने त्याने सिद्धान्तात अनेक दुरुस्त्या सुचविल्या. त्यामुळे त्याने आपल्या श्रममूल्य सिद्धान्ताचा त्याग केला होता, असे टॉरेन्स यांचे मत होते.

६) श्रमांमधील भिन्नता विविध उद्योगांत असणाऱ्या किंवा काम करणाऱ्या श्रमांमध्ये असणारी भिन्नता मोजण्यासाठी त्याने जे स्पष्टीकरण दिले ते मान्य होण्यासारखे नाही. जिड आणि रिस्ट यांच्या मते मूल्यासारख्या अवघड प्रश्नावर स्पष्टीकरण देण्यामध्ये रिकार्डोसारख्या विचारवंताला यश आले नाही.

रिकार्डोच्या मूल्य सिद्धान्तावर टीका केली जात असली तरी त्याचा मूल्य सिद्धान्त सर्वस्वी टाकाऊ आहे, असे म्हणता येत नाही. रिकार्डोच्या सिद्धान्ताच्या आधारे मार्क्सने या सिद्धान्तांचे अधिक चांगल्याप्रकारे स्पष्टीकरण देण्याचा प्रयत्न केला.

(२) रिकार्डोचे विभाजनविषयक विचार (Recardo on Distribution)

रिकार्डोपूर्वी विभाजनासंबंधी फारसा विचार कोणी केलेला दिसून येत नाही. स्मिथने उत्पादनाच्या विचाराला अधिक महत्त्व दिले; परंतु विभाजनाकडे फारसे लक्ष दिले नाही. औद्योगिक क्रांतीमुळे रिकार्डोच्या काळात उत्पादनात मोठ्या प्रमाणावर वाढ होत होती. म्हणून विभाजनाचा प्रश्न महत्त्वाचा होता. त्यामुळे रिकार्डोने आपल्या

अभ्यासात विभाजनावर अधिक लक्ष केंद्रित केले. रिकार्डोच्या मते, उत्पादन प्रक्रियेत भाग घेणाऱ्या उत्पादन घटकामध्ये, त्या उत्पादनापासून मिळणाऱ्या उत्पन्नाची विभागणी कशी करावयाची, हे ठरविणाऱ्या मूलभूत तत्त्वांचा अभ्यास करणे हे अर्थशास्त्राचे महत्त्वाचे कार्य आहे. रिकार्डोने भूमी, श्रम व भांडवल हे उत्पादनांचे तीन घटक मानले. यातील उत्पादन घटकापासून संपत्ती निर्माण होते ती या तीन घटकांत अनुक्रमे खंड, वेतन व नफा या स्वरूपात वाटली जाते. प्रत्येक घटकाला त्याच्या वैशिष्ट्यानुसार वाटा मिळतो. तो वाटा सारखाच असेल असे नाही. विभाजनामध्ये राष्ट्रीय उत्पन्नाच्या वाटणीला महत्त्व असते. भूमी, श्रम व भांडवल या तीन उत्पादन घटकांचा वाटा म्हणजे खंड, वेतन व व्याज कसे ठरते याचे विश्लेषण पुढील प्रमाणे करता येते.

अ) रिकार्डोचा खंड सिद्धान्त (The Recardian Theory of Rent)

रिकार्डोच्या खंड सिद्धान्ताची मांडणी इंग्लंडमधील त्या वेळच्या परिस्थितीवरून झाली.

इंग्लंडमध्ये अन्नधान्याच्या किमती त्या काळात सातत्याने वाढत होत्या. त्याची अनेकांनी अनेक कारणे सांगितली. काहींच्या मते, अन्नधान्याच्या किमती वाढण्याचे कारण म्हणजे जमीनदार जास्त खंड घेतात, हे होय; परंतु हे विचार रिकार्डोला मान्य नव्हते. खंड वाढल्याने धान्याच्या किमती वाढत नाहीत हे त्याला पटवून द्यायचे होते. म्हणून खंडाची निर्मिती कशी होते? खंड व किंमत यातील संबंध काय? हे स्पष्ट करण्यासाठी रिकार्डोने खंड सिद्धान्त मांडला.

रिकार्डोपूर्वीच्या अर्थशास्त्रज्ञांनी केलेले खंडाचे विश्लेषण रिकार्डोने अमान्य केले. निसर्ग हा उदार नसून चिक्कू आहे. कारण खंड हा निसर्गाने चांगली जमीन मर्यादित दिली असल्याने निर्माण होतो, असे रिकार्डोने म्हटले आहे.

खंडाची व्याख्या

"जमिनीच्या एकूण उत्पन्नापैकी जमिनीच्या मूलभूत आणि अविनाशी शक्तीच्या वापराबद्दल जमिनीच्या मालकाला दिला जाणारा हिस्सा अगर भाग म्हणजे खंड होय."

गृहिते

रिकार्डोचा खंड सिद्धान्त पुढील गृहितांवर आधारलेला आहे.

१) बाजारात पूर्ण स्पर्धा अस्तित्त्वात आहे.

२) हे विश्लेषण दीर्घकाळाच्या संदर्भात केले आहे.

३) सीमांत जमीन ही खंड न देणारी असून, सीमांतर्गत जमिनीवर खंड प्राप्त होतो.

४) जमिनीचा पुरवठा पूर्णपणे अलविचक असतो.

५) शेती उत्पादनात घटत्या उत्पादन फलाचा अनुभव येतो.

६) जमिनीच्या काही मूलभूत व अविनाशी स्वरूपाच्या शक्ती असून, त्यांच्या वापराबद्दल खंडाच्या स्वरूपात मोबदला दिला जातो.

७) जमिनीचा वापर अन्नधान्यासाठीच केला जातो.

८) लोकसंख्येत सतत वाढ होते.

९) उत्पादनाचे तंत्र स्थिर आहे.

१०) सुपीक जमीन प्रथम लागवडीखाली आणली जाते. त्यानंतर मध्यम सुपीक व कमी सुपीक या क्रमाने जमीन लागवडीखाली आणली जाते.

११) खंड हा गुणभेदजन्य वाढावा आहे.

रिकार्डोच्या मते शेती विस्तृत पद्धतीने अगर प्रकर्षित पद्धतीने केली तरी खंडाची निर्मिती होते.

(अ) विस्तृत पद्धतीह्ल

शेती करण्याच्या ज्या पद्धतीत अधिकाधिक जमीन लागवडीखाली आणली जाते किंवा शेती करण्याच्या ज्या पद्धतीत जमिनीच्या क्षेत्रफळाचा विचार केला जातो त्या पद्धतीला विस्तृत शेती पद्धती म्हणतात. उदाहरणाच्या द्वारे हे स्पष्ट करता येते. एखाद्या भूप्रदेशात उच्च दर्जाची सुपीक जमीन भरपूर प्रमाणात उपलब्ध असते त्या भूप्रदेशात नवीन वसाहतीला जेव्हा सुरुवात होते तेथे प्रारंभीच्या लोकसंख्याच्या गरजा भागविण्यासाठी एकूण जमिनीचा लहानसा हिस्सा किवा तुकडा तेवढा लागवडीखाली आणला जातो. अशा परिस्थितीत खंडाचा उद्‌भव शक्य नसतो कारण कोणाच्याही मालकी हक्काखाली नसलेली अशी कितीतरी सुपीक जमीन त्या भूप्रदेशात पडून असते. त्यामुळे जमिनीच्या वापराबद्दल मोबदला देण्यास कोणी तयार नसते. थोडक्यात जमिनी या विपुलतेमुळे जमिनीच्या वापरासाठी कोणी खंड देत नाही; परंतु जमिनीचा एकूण पुरवठा मर्यादित असतो आणि सर्व जमिनी उत्पादन क्षमतेच्या दृष्टीने सारख्या नसतात. लोकसंख्यावाढीबरोबर जमिनीची मागणी वाढते. त्यामुळे उत्कृष्ट जमिनीचा पुरवठा संपुष्टात येतो. निकृष्ट प्रतीच्या जमिनी लागवडीखाली आणणे भाग पडते. असे सतत घडत राहते. असे जेव्हा घडते तेव्हा खंडाचा उद्‌भव होतो.

पहिल्या प्रतीच्या जमिनीपासून मालकाला खंडाची प्राप्ती होते. त्याला मिळणाऱ्या खंडाची रक्कम पहिल्या व दुसऱ्या प्रतिच्या जमिनीमधील गुणभिन्नतेवर अवलंबून असते. त्यानंतर तिसऱ्या दर्जाची जमीन जेव्हा लागवडीखाली आणली जाते तेव्हा दुसऱ्या दर्जाच्या जमिनीपासूनही खंड मिळू लागतो आणि त्याचबरोबर पहिल्या दर्जाच्या जमिनीपासून मिळणाऱ्या खंडाच्या रकमेत वाढ घडून येते.

अशा रीतीने लोकसंख्यावाढीमुळे पूर्वीपेक्षा निकृष्ट, कमी प्रतीच्या आणखी काही जमिनी लागवडीखाली आणणे आवश्यक असते. त्या प्रत्येक वेळेपूर्वी लागवडीखाली आलेल्या प्रत्येक प्रतीच्या जमिनीवरील खंडाची रक्कम वाढत जाते.

थोडक्यात रिकार्डोच्या मते खंड हा जमिनीच्या गुणभिन्नतेतून निर्माण होणारा वाढावा आहे. सर्वांत निकृष्ट जमीन म्हणजे सीमांत जमीन होय. या सीमांत जमिनीपासून खंड मिळत नाही. खंड हा वाढावा आहे. म्हणजेच ते एक अनर्जित उत्पन्न आहे. रिकार्डोच्या मते, खंडाचा उत्पादन खर्चात समावेश होत नाही तसेच खंडाचा किमतीत समावेश होत नाही, तसेच किमतीवरून खंड ठरत नाही. धान्याची किंमत वाढल्यामुळे खंड उद्‌भवतो. खंड वाढल्यामुळे किंमत वाढत नाही. खंड हा किंमत ठरल्यावर उद्‌भवणारा वाढावा आहे. देशाची लोकसंख्या जसजशी वाढत जाते तसतशी अन्नधान्याची मागणी वाढत जाते व त्यामुळे कमी प्रतीची जमीन लागवडीखाली आणली जाते.य अशा कमी प्रतीच्या जमिनीवर अन्नधान्याचा उत्पादन खर्च जास्त येतो. त्यामुळे देशातील अन्नधान्याच्या किमती वाढतात. दुसऱ्या शब्दांत लोकसंख्या वाढल्यावर अन्नधान्याच्या किमती वाढतात. या वाढलेल्या किमतीमुळे सीमांत जमीनदारांना खंडाची रक्कम वाढवून मिळते.

आकृतीच्या साहाय्याने रिकार्डोचा खंड सिद्धान्त स्पष्ट करता येतो.

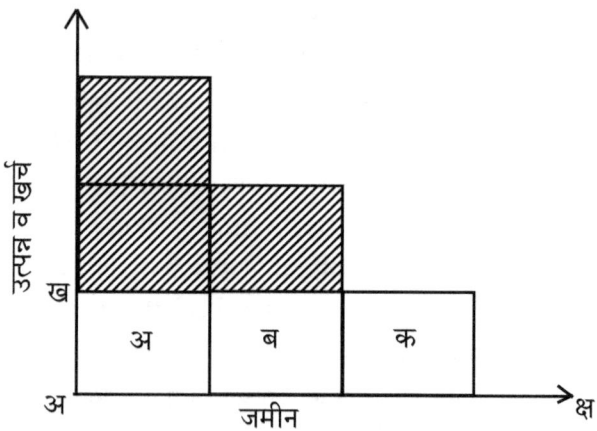

आकृतीमध्ये ‘अक्ष’ अक्षावर जमीन, तर ‘अय’ अक्षावर उत्पादन खर्च दर्शविला आहे. अ, ब आणि क हे जमिनीचे तीन तुकडे आहेत. अ ही जमीन ब आणि क पेक्षा अधिक सुपीक आहे. ब ही जमीन क पेक्षा अधिक सुपीक आहे. तर ‘क’ ही सीमांत जमीन आहे.

अ, ब आणि क या तीनही प्रकारच्या जमिनींचा उत्पादन खर्च समान म्हणजे

अ, ख इतका आहे. परंतु त्यांच्यातील गुणभिन्नतेमुळे उत्पादनाचे प्रमाण मात्र भिन्न आहे. त्यामुळे उत्पादन खर्च समान असला तरी 'अ' या सर्वांत सुपीक जमिनीत ब व क या जमिनीपेक्षा जास्त उत्पादन होते. ब या जमिनीत क या जमिनीपेक्षा जास्त उत्पादन होते आणि ब या जमिनींना मिळणारा हा वाढावा आकृतीत रेखांकित केला आहे.

रिकार्डोच्या मते 'क' जमिनीवरील उत्पादन हे तिच्या उत्पादन खर्चाइतकेच 'अख' इतके आहे. त्यामुळे क जमिनीला खंड मिळत नाही. त्या जमिनीवरील उत्पादनाचा खर्च भरून निघेल इतकेच उत्पादन त्या जमिनीतून मिळते.

अ आणि ब जमिनीवर उत्पादन खर्चापेक्षा अधिक उत्पन्न मिळते. वाढावा मिळतो. त्यालाच खंड म्हणावे. आकृतीत खंडाचा भाग रेषांनी दर्शविला आहे. 'ब' जमिनीपेक्षा 'अ' जमीन अधिक सुपीक असल्याने तिला अधिक खंड मिळतो.

(ब) सखोल पद्धती अगर प्रकर्षित पद्धती

जमिनीचे क्षेत्रफळ आहे तेवढेच ठेवून श्रम, भांडवल यांच्या प्रमाणात वाढ करून जी शेती केली जाते त्या पद्धतीला सखोल शेती पद्धती म्हणतात. या पद्धतीने शेती केल्यास खंडाची निर्मिती होते, असे रिकार्डोचे मत होते. मात्र, या पद्धतीत खंड निर्माण होण्याचे कारण जमिनीच्या सुपीकतेत असणारी भिन्नता हे नसून घटत्या उत्पादन फलाचा सिद्धान्त हे आहे. या पद्धतीतसुद्धा उत्पादन खर्चापेक्षा जे अधिक उत्पादन किंवा उत्पन्न मिळते त्याचे स्वरूप खंडासारखे राहते. श्रम व भांडवलाच्या शेवटच्या मात्रेपासून खंड मिळत नाही. कारण या मात्रेचा उत्पादन खर्च आणि उत्पादन समान राहते. समजा, चार एकर जमिनीवर दोन श्रमाचे व दोन भांडवलांचे घटक गुंतविले. उत्पादन ८० क्विंटल धान्य होईल. पूर्वीच्याच जमिनीवर श्रम व भांडवलाचे प्रमाण दुप्पट केल्यास चार श्रमाचे व चार भांडवलांचे घटक गुंतविले, तर उत्पादन फक्त ६० क्विंटल धान्याचे होईल. त्यामुळे उत्पादनातील फरक २० क्विंटल आहे. हा फरक भूमीच्या मालकाला मिळेल आणि हा खंड आहे अशा रीतीने श्रम व भांडवल यांच्या मात्रा वाढवीत नेल्यास जी शेवटची मात्र असेल तिला खंड मिळणार नाही. परंतु त्याआधीच्या सर्व मात्रांना खंड मिळेल. थोडक्यात जमिनीच्या सुपीकतेत असणारा फरक हा विस्तृत लागवडीमधील खंडाचे कारण आहे, तर घटक उत्पादनाच्या प्रकृतीमुळे सखोल लागवडीत खंड मिळतो.

रिकार्डोच्या खंड सिद्धान्ताचे मूल्यमापन

रिकार्डोच्या खंड सिद्धान्तावर पुढीलप्रमाणे टीका केली जाते अथवा दोष आहेत.

१) रिकार्डोने खंडाची जी व्याख्या केली आहे त्यावर अनेक तज्ज्ञांनी टीका

केली आहे. टीकाकारांच्या मते, जमिनीच्या सर्व शक्ती उपजत व अविनाशी नसतात. शिवाय खते, पाणी व तंत्रविषयक सुधारणांमुळे जमिनीची सुपीकता वाढवता येते. तसेच वारा, पाऊस, पूर इ. मुळे काही जमिनीची सुपीकता कमी होत असते, या बाबीकडे रिकार्डोने दुर्लक्ष केले.

२) सर्वप्रथम लोक अत्यंत सुपीक जमीन व नंतर कमी सुपीक व त्यानंतर कमी सुपीक जमीन लागवडीखाली आणतात, असे रिकार्डोने म्हटले ते खरे नाही.

३) निकृष्ट जमिनीलाही खंड काही प्रमाणात अविनाशी व उपजत गुण असतात. निकृष्ट जमिनीला कमी मिळेल हे मान्य आहे; पण तिला काहीच खंड मिळत नाही, हे रिकार्डोचे मत चुकीचे आहे. खंड न मिळणारी जमीन अस्तित्त्वात असूच शकत नाही, असे टीकाकारांचे मत आहे.

४) आधुनिक अर्थशास्त्रज्ञांच्या मते खंडाचा समावेश उत्पादन खर्चात होतो व उत्पादन खर्चावरून वस्तूची किंमत ठरते, म्हणून खंडाचा समावेश वस्तूच्या किमतीत होतो. रिकार्डोच्या मते खंड किमतीवरून ठरत नाही.

५) रिकार्डोने गृहीत धरलेली परिस्थिती प्रत्यक्ष व्यवहारात दिसत नाही, अशी टीका केली जाते.

६) रिकार्डोने जमिनीचा वापर फक्त अन्नधान्य उत्पादनासाठी होतो असे सांगितले; परंतु आज जमिनीचा उपयोग शेतीबरोबरच उद्योगासाठीसुद्धा केला जातो. त्यामुळे जमिनीचा उपयोग शेतासाठी केला जातो हा विचार चुकीचा ठरतो.

७) टीकाकारांच्या मते, भूमी या घटकाला खंड मिळण्याचे खरे कारण जमिनीचा पुरवठा अलवचिक आहे, हे आहे. भूमीप्रमाणे उत्पादनाच्या इतर घटकांचा पुरवठाही अल्पकाळात अलवचिक असतो. त्यामुळे भूमीव्यतिरिक्त इतर घटकांनासुद्धा खंड मिळतो. खंड सुपीकतेमुळे मिळत नाही.

अशा रीतीने रिकार्डोच्या खंड सिद्धान्तावर टीका केली जात असली तरी या सिद्धान्ताचे महत्त्व कमी होत नाही.

ब) रिकार्डोचे वेतन विषयक विचार

रिकार्डोच्या मते, श्रमाला मिळणारा मोबदला म्हणजे वेतन होय. श्रम हा उत्पादनाचा महत्त्वाचा भाग आहे. इतर वस्तूंच्या किमती ज्याप्रमाणे व ज्या पद्धतीने ठरतात त्याचप्रमाणे श्रमाची किंमत म्हणजेच वेतन ठरते. रिकार्डोने वेतनाचे दोन प्रकार केले आहेत.

१) नैसर्गिक मूल्य अथवा वेतन : नैसर्गिक वेतन म्हणजे निर्वाहासाठी आणि कामगारांच्या संख्येत वाढ अगर घट होणार नाही अशा प्रकारे वंशवृद्धी चालू ठेवता यावी, यासाठी कामगारांना जो मोबदला मिळणे आवश्यक असतो असा मोबदला

होय. नैसर्गिक वेतन हे श्रमाचे दीर्घकालीन मूल्य होय, असे रिकार्डोने म्हटले आहे.

२) बाजारमूल्य किंवा किंमत अथवा बाजार वेतन : श्रमाची मागणी आणि पुरवठा लक्षात घेऊन त्याला प्रत्यक्षात जी किंमत दिली जाते तीच श्रमाची बाजार किंमत किंवा वेतन होय. बाजार वेतन मागणी पुरवठ्यावरून ठरत असल्याने ते कमी-जास्त होऊ शकते. परंतु नैसर्गिक वेतनाची पातळी गाठण्याकडे या वेतनदाराचा कल असतो. श्रमाचा पुरवठा मर्यादित असतो तेव्हा श्रम महाग होऊन वेतन वाढते, तर श्रमाचा पुरवठा भरपूर झाला की श्रम स्वस्त होऊन वेतन घटते. हे श्रमाचे अल्पकालीन मूल्य असते.

रिकार्डोने कामगाराचे नैसर्गिक वेतन कसे ठरते, हे स्पष्ट करण्यासाठी निर्वाह वेतनाचा सिद्धान्त मांडला. या सिद्धान्तानुसार नैसर्गिक वेतन याचा अर्थ कामगाराला आपल्या उदरनिर्वाहासाठी जेवढे उत्पन्न मिळणे आवश्यक आहे, तेवढेच वेतन होय. कामगाराला निर्वाह वेतन मिळते पण हे वेतन दीर्घकालीन वेतन असल्याने कामगारांच्या वेतनाची पातळी ही सर्वसाधारणपणे निर्वाह वेतनाच्या पातळीवर स्थिर राहते; परंतु काही वेळा मागणी पुरवठ्याचा परिणाम होऊन बाजार वेतन हे नैसर्गिक वेतनापेक्षा कमी-जास्त होते. रिकार्डोच्या मते, नैसर्गिक वेतनापेक्षा अल्पकाळात कमी-जास्त असले तरी त्याची प्रवृत्ती नैसर्गिक वेतनाकडे येण्याची असते. रिकॉर्डोच्या मते, नैसर्गिक वेतनापेक्षा बाजार वेतन अधिक झाले तर कामगारांची आर्थिक परिस्थिती सुधारते. त्यामुळे त्यांना पूर्वीपेक्षा अधिक अन्नधान्य व इतर सुखसीयींच्या वस्तू खरेदी करणे शक्य होते. त्यामुळे ते पूर्वीपेक्षा मोठे कुटुंब पोसू शकतात. कामगारांची प्रजोत्पादन शक्ती वाढते. त्यामुळे ते जास्त मुलांना जन्म देतात. परिणामी, देशातील लोकसंख्या वाढते. त्यामुळे कामगारांचा पुरवठाही वाढतो. अशा रीतीने वाढत्या कामगार पुरवठ्यामुळे बाजार वेतनाचा दर जो वाढलेला असतो तो कमी होऊन नैसर्गिक वेतन दराइतका होतो आणि या दोन दरांत समतोल निर्माण होतो.

रिकार्डोच्या मते, काही कारणाने कामगाराला बाजार वेतन हे निर्वाह वेतनापेक्षा खूपच कमी मिळू लागले, तर त्याच्या जीवनावश्यक गरजाही भागू शकणार नाहीत. त्यामुळे पूर्वीइतकी माणसे पोसणे त्यांना शक्य होत नाही. अशावेळी कामगार आपले कुटुंब लहान ठेवण्याचा प्रयत्न करतात. त्यामुळे लोकसंख्या घटते आणि कामगारांचा पुरवठासुद्धा कमी होतो की तो मागणीच्या मानाने कमी पडतो. त्यामुळे कामगारांचे घसरलेले वेतन पुन्हा वाढू लागते व पुन्हा बाजार वेतन व नैसगिक वेतन या दोहोत समतोल निर्माण होतो.

अशा रीतीने रिकार्डोने नैसर्गिक वेतन हे उदरनिर्वाहासाठी आवश्यक असलेल्या उत्पन्नाइतके असते, असे मत मांडले. रिकार्डोने निर्वाह वेतनात व्यक्तीच्या सवयी,

सामाजिक रुढी, चालीरीती, आवश्यक असलेल्या सुखसोयी इ. चा समावेश केला आहे. म्हणजे निर्वाह वेतन हेच जीवनमान वेतन होय. अशा रीतीने वेतनाची पातळी निरनिराळ्या देशांत आणि एकाच देशात निरनिराळ्या वेळी कमी-जास्त असण्याची शक्यता असते. रिकार्डोच्या मते दीर्घकाळात प्रगत देशात बाजार वेतन हे नैसर्गिक वेतनापेक्षा अधिक राहू शकते. परंतु ज्या देशात भांडवलवृद्धी होत नाही आणि आर्थिक विकास मंदगतीने होतो अशा देशातील वाढती लोकसंख्या, बाजार वेतन कमी करू शकते. अशा रीतीने रिकार्डोच्या निर्वाह वेतन सिद्धान्ताप्रमाणे बाजारवेतन हे मागणी व पुरवठा यावरून ठरते. असे वेतन नैसर्गिक वेतनाच्या पातळीकडे खेचले जाते आणि नैसर्गिक वेतन हे रुढीप्रमाणे आवश्यक ठरणाऱ्या निर्वाह वेतनाइतके असते.

वेतनविषयक विचारांचे टीकात्मक परीक्षण

रिकार्डोने वेतनविषयक विचार मांडले. त्या विचारात वेतनविषयक विचाराला फारसे महत्त्व नाही. रिकार्डोच्या वेतनविषयक विचारात पुढीलप्रमाणे दोष आहेतद्ध

१) लोकसंख्या सिद्धान्ताचा आधार : रिकार्डोने आपल्या वेतनविषयक विचारात माल्थसच्या लोकसंख्या सिद्धान्ताचा आधार घेतला. टीकाकारांच्या मते, माल्थसचा सिद्धान्त काळाच्या ओघात चुकीचा ठरला. त्यामुळे चुकीच्या सिद्धान्तावर आधारलेला हा सिद्धान्त आहे.

२) बाजारात पूर्ण स्पर्धा : रिकार्डोने बाजारात पूर्णस्पर्धा आहे असे गृहीत धरून हा सिद्धान्त मांडला. परंतु प्रत्यक्षात बाजारात पूर्ण स्पर्धा नसते. तसेच रिकार्डोने कामगारांची कार्यक्षमता, त्यांची काम करण्याची कुवत इ. घटकांचा निर्वाह वेतनावर परिणाम होतो, त्याकडे दुर्लक्ष केले आहे.

३) वेतनवाढ, प्रजोत्पादनात वाढ : रिकार्डोच्या सिद्धान्तानुसार वेतन वाढले की, कामगार ताबडतोब प्रजोत्पादन वाढवितात असे दिसून येते; पण हा विचार चुकीचा वाटतो. कारण वेतन वाढले तर राहणीमान वाढविण्याचा प्रयत्न कामगार करतो. मुलांची संख्या वाढवीत नाहीत. वाढत्या राहणीमानाबरोबर समाजातील जन्मप्रमाण कमी कमी होत जाते, असे दिसून येते. त्यामुळे रिकार्डोचा निर्वाह वेतन सिद्धान्त चुकीचा ठरतो.

४) मानवतावादी दृष्टिकोन : टीकाकारांच्या मते रिकार्डोच्या या सिद्धान्तात श्रमिकाला पोटापुरते मिळावे हा मानवतावादी दृष्टिकोन विचारात घेतला आहे. श्रमिक हा उत्पादक स्वरूपाचे काम करतो, या विचाराला महत्त्व दिले नाही.

क) रिकार्डोचे नफा व व्याजविषयक विचार : रिकार्डोने नफ्यासंदर्भात अत्यंत जुजबी आणि असमाधानकारक विचार मांडले आहेत. तसेच नफा व व्याज यात फरक केला नाही. नफ्यामध्येच व्याजाचा समावेश केला जातो, असेही त्याने

सांगितले.

रिकार्डोच्या मते ज्या कारणामुळे वेतनाच्या दरात वाढ घडून येते त्याच कारणाने नफ्याचे प्रमाण घटते. नफा व वेतनदर या दोहोंत परस्परविरोध असतो असे त्याचे मत होते. रिकार्डोने भांडवलाची सीमांत लाभक्षमता गृहीत धरल्याने भांडवलाला नफा या स्वरूपात मोबदला मिळतो, असे सूचित केले. रिकार्डोच्या वेळी उत्पादक स्वतःचा भांडवलावरच उद्योगधंदे चालवीत असत. भांडवल दुसऱ्याकडून घ्यावे लागत नसल्याने व्याज देण्याचा प्रश्नच उद्भवत नसे. त्यामुळे त्याने व्याजाचा समावेश नफ्यात केला आहे. उत्पादकांना त्यांनी गुंतविलेल्या भांडवलावर नफा मिळत असल्याने त्याने व्याजाचा स्वतंत्र विचार केल्याचे दिसून येत नाही.

नफा व वेतन यात परस्परविरुद्ध संबंध

रिकार्डोने नफ्याच्या संदर्भातील विश्लेषण शेतीच्या बाबतीत केले आहे. सीमांत जमिनीपासून मिळणाऱ्या उत्पन्नात खंडाचा समावेश होत नाही. त्यामुळे त्या उत्पन्नाची विभागणी वेतन व नफा या दोन विभागात केली जाते. त्यापैकी निर्वाहास आवश्यक असणाऱ्या खर्चावरून वेतन ठरते आणि राहिलेला भाग नफा या स्वरूपात भांडवलात जमा होतो. म्हणूनच वेतनात वाढ झाली नाही तर नफा घटतो आणि वेतनात घट झाली, तर नफा वाढतो म्हणजेच वेतन व नफा या दोहोंत परस्परविरुद्ध संबंध असतो.

नफ्यात घट

अर्थव्यवस्थेच्या प्रगतीबरोबरच नफा कमी होत जातो, असा निष्कर्ष रिकार्डोने काढला. समाजाची जसजशी प्रगती होत असते तसतसा भांडवल संचय वाढत जातो. गतिमान समाजात लोकसंख्या वाढत असल्याने अन्नधान्याची मागणीही वाढत जाते. ती पूर्ण करण्यासाठी कमी सुपीक जमीन लागवडीखाली आणावी लागते. त्यामुळे जादा कामगार कामावर घेतले जातात. त्यांचे वेतन वाढत जाते. त्यामुळे नफ्याचे प्रमाण घटते. शेवटी अशी एक वेळ येते की, नफा घटत जाऊन अखेर शून्य होतो. त्यामुळे नफा मिळत नसल्याने भांडवलदाराला पायबंद बसतो. परिणामी, भांडवल गुंतवणूक थांबते.

मूल्यमापन

रिकार्डोच्या नफ्याविषयीच्या विचारावर पुढीलप्रमाणे टीका करण्यात येते.

१) नफा वेतनावर अवलंबून असतो, असे रिकार्डोने स्पष्ट केले, याचा अर्थ वेतन वाढते तेव्हा नफा घटतो व वेतन घटते तेव्हा नफा वाढतो. पण ही बाब खरी

नाही. कारण व्यवहारात वेतन वाढल्यानंतर नफाही वाढतो, असे दिसून येते.

२) वेतनाशिवाय इतर अनेक घटकांचा परिणाम होऊन नफा ठरत असतो; परंतु वेतनाशिवाय इतर घटकांचा रिकार्डोने विचार केला नाही.

३) रिकार्डोच्या मते नफ्यात घट म्हणजे वेतनवाढच होय. म्हणजे कामगारांचे वेतन वाढविण्यासाठी भांडवलादारांनी कमी नफा घेतला पाहिजे, परंतु प्रत्यक्षात अशी स्थिती असतच नाही.

४) व्याजाचा नफ्यात समावेश करणे हे चूक आहे.

(३) रिकार्डोचा आर्थिक विकासाचा सिद्धान्त

(Reicardo's Theory of Economic Development)

रिकार्डोने ॲडम स्मिथप्रमाणेच देशाचा आर्थिक विकास होत असताना नफ्याचे प्रमाण घटते असे विचार मांडले. म्हणजेच स्मिथ व रिकार्डो देशाच्या आर्थिक प्रगतीबरोबर नफ्याचे प्रमाण घटत जाते, या मताशी सहमत आहेत; परंतु स्मिथने नफा घटण्याची जी कारणे दिली ती रिकार्डोला मान्य नव्हती. म्हणूनच रिकार्डोने आर्थिक विकासाचा वेगळा सिद्धान्त मांडला.

गृहिते

१) जमिनीचा पुरवठा पूर्णतः अलवचिक असून, उपलब्ध सर्व जमिनीचा वापर अन्नधान्य उत्पादनासाठी केला जातो.

२) घटत्या फलाचा सिद्धान्त जमिनीच्या बाबतीत खरा आहे.

३) श्रमिकांची पुरवठा किंमत स्थिर असून, त्यांना निर्वाह वेतन मिळते.

४) श्रम व भांडवल हे उत्पादनाचे बदलते घटक आहेत. उत्पादन तंत्र स्थिर आहे.

५) बाजारपेठेत पूर्ण स्पर्धा असून, भांडवल संचय फायद्यातून निर्माण होतो.

६) खंड सिद्धान्त खरा आहे व नफा आणि वेतन यांचा व्यस्त संबंध असतो तसेच माल्थसचा लोकसंख्या सिद्धान्त खरा आहे.

सिद्धान्त

ॲडम स्मिथप्रमाणेच रिकार्डोनेसुद्धा विकास प्रक्रियेत व भांडवल संचयाला महत्त्वाचे स्थान दिले आहे. भांडवलदारास जास्त नफा मिळाला, तर भांडवल संचय वाढेल आणि विकासाला गती प्राप्त होईल. रिकार्डोच्या मते, आर्थिक विकास होत जातो तसतसे नफ्याचे प्रमाण घटते. आर्थिक विकास होताना जो भांडवल संचय होतो त्यामुळे विशिष्ट परिस्थितीत नफ्याचे प्रमाण घटते. ते नेहमीच घटते असे नाही. रिकार्डोने विशिष्ट परिस्थिती पुढीलप्रमाणे सांगितलीह्व

जेव्हा देशात अन्नधान्याचा उत्पादन खर्च वाढतो तेव्हा अन्नधान्याची किंमत

वाढते परंतु औद्योगिक वस्तूंचा उत्पादन खर्च वाढत नसल्याने औद्योगिक वस्तूंच्या किमती वाढत नाहीत. अन्नधान्याच्या किमती वाढल्या की वेतनाचे दर वाढवावे लागतात. त्यामुळे नफ्याचे प्रमाण घटते म्हणजे रिकार्डोच्या मते अन्नधान्याच्या किमती वाढतात परंतु औद्योगिक वस्तूंच्या किमती वाढत नाहीत. अशा वेळी वेतनाचे दर वाढवून नफ्याचे प्रमाण घटते. म्हणजेच देशाचा आर्थिक विकास होताना नफ्याचे प्रमाण घटण्याचे कारण अन्नधान्याच्या किमती वाढणे हे असते, असे रिकार्डोचे मत होते.

वरीलप्रमाणे परिस्थिती उद्‌भवल्यास नफ्याचे प्रमाण घटेल. एरवी ते घटणार नाही, असेही रिकार्डोने म्हटले आहे.

रिकार्डोच्या मते, नफ्यावर भांडवल संचय अवलंबून असतो. विकासाच्या सुरुवातीस जास्त नफा मिळवून भांडवल संचय जास्त होतो, भांडवल संचय जास्त झाल्यास विकासही जास्त होतो. परंतु जास्त भांडवल गुंतवणूक जास्त विकास साधण्यासाठी जास्त कामगार कामावर लावावे लागतात. जादा कामगारांना वेतन देण्यासाठी भांडवलदारास आपल्या वेतन निधीत वाढ करावी लागते. जेव्हा श्रमिकांचे वेतन निर्वाह पातळीपेक्षा जास्त होतो तेव्हा लोकसंख्या वाढू लागते. वाढलेल्या लोकसंख्येची अन्नधान्याची गरज भागविण्यासाठी कमी प्रतीची जमीन लागवडीखाली आणली जाते. शेती व्यवसायात घटत्या फलाचा सिद्धान्त प्रत्ययास येत असल्याने अन्नधान्याचा उत्पादन खर्च वाढतो. त्यामुळे अन्नधान्याच्या किमती वाढतात. साहजिकच कामगारांचा निर्वाह खर्च वाढतो. कारण कामगारांना निर्वाह खर्चाइतके वेतन द्यावे लागत असल्याने वेतन वाढते आणि त्यामुळे नफ्याचे प्रमाण घटते. या अवस्थेला स्थितीशील अवस्था म्हणतात.

आर्थिक विकास प्रक्रियेत नफ्याच्या दरात घट होण्याची प्रवृती आढळून येते. त्याचे स्मिथपेक्षा वेगळे विश्लेषण रिकार्डोने केले. रिकार्डोच्या मते, आर्थिक विकास होताना वेतनाचे दर वाढतात. पण त्यामुळे कामगारांचा काहीही फायदा होत नाही. कारण आर्थिक विकास होताना अन्नधान्याच्या किमती वाढतात. त्यामुळे वाढलेले वेतन कामगारांना अन्नधान्यावरच खर्च करावे लागते. म्हणूनच वेतन वाढूनही कामगारांना काहीही फायदा होत नाही. तसेच आर्थिक विकास होताना कामगारांचे वेतन वाढते त्यामुळे नफ्याचे प्रमाण घटते. म्हणून भांडवलदारांचाही फायदा न होता तोटाच होतो. तसेच आर्थिक विकासामुळे कामगारांचाही फायदा न होता तोटाच होतो. तसेच आर्थिक विकासामुळे कामगारांची उत्पादनक्षमता वाढते. त्यामुळे औद्योगिक वस्तूंच्या किमती कमी होतात. म्हणजे भांडवलदारांचा तोटा होतो; परंतु आर्थिक विकास होताना जमीनदार वर्गाचा खूपच फायदा होतो. कारण आर्थिक विकास होताना अन्नधान्याच्या किमती वाढतात. त्यामुळे जमिनीचा खंड वाढतो.

यावरून आर्थिक विकास होताना भांडवलदार व कामगार वर्गाचा तोटा होतो; परंतु जमीनदार वर्गाचा फायदा होतो.

यावरून रिकार्डोने असा निष्कर्ष काढला की, समाजातील विविध वर्गांचे हितसंबंध हे परस्परविरोधी असतात. अन्नधान्याच्या वाढत्या किमतीने जमीनदारांचे हित होते, तर कामगारांचे वेतन वाढविल्याने भांडवलदारांचा नफा कमी होतो. अशा रीतीने रिकार्डोने आर्थिक विकासाच्या सिद्धान्तात भविष्यकाळातील अर्थव्यवस्थेचे चित्र निराशाजनक असल्याचे स्पष्ट केले.

टीका

रिकार्डोच्या आर्थिक विकास सिद्धान्तावर पुढीलप्रमाणे टीका केली जाते.

१) रिकार्डोने गृहीत धरलेली सर्वच परिस्थिती आक्षेपार्ह आहे. त्यामुळे त्याचा हा सिद्धान्त चुकीचा ठरतो.

२) वेतन व नफा यातील संबंध परस्परविरोधी असतात, असे रिकार्डोने म्हटले; परंतु हे चूक आहे. टीकाकारांच्या मते, नफ्याचे प्रमाण हे भांडवलदारांच्या उत्पादन क्षमतेवर अवलंबून असते. वेतन व नफा या दोहोंत एकाच वेळी एकाचीच वाढ होते.

३) रिकार्डोचा हा सिद्धान्त कालबाह्य गृहितांवर आधारलेला आहे. त्यामुळे आजच्या काळात तो मान्य केला जात नाही.

(४) रिकार्डोचे आंतरराष्ट्रीय व्यापारासंबंधीचे विचार

रिकार्डोने खुल्या व्यापाराचा पुरस्कार केला होता. रिकार्डोच्या मते, खुल्या व्यापार धोरणामुळे प्रादेशिक श्रम विभागाचे तत्त्व अमलात येते तसेच देशातील लोकांना विविध प्रकारच्या वस्तू उपलब्ध होऊ शकतात. अन्नधान्याची आयात झाल्याने ते स्वस्त होते. रिकार्डोच्या मते, आंतरराष्ट्रीय व्यापारामुळे प्रादेशिक श्रमविभागणी होऊन भौगोलिक परिस्थिती, हवामान, नैसर्गिक संपत्ती इत्यादी विविध कारणांमुळे ज्या देशांत वस्तू कमी खर्चात तयार करता येतात त्या वस्तू त्यांच्याकडून दुसऱ्या देशांना पुरविल्या जातात. त्यामुळे सर्वांचाच म्हणजे दोन्ही देशांचा फायदा होतो.

अशा रीतीने रिकार्डोने मुक्त व्यापाराचे वरीलप्रमाणे फायदे सांगितले.

रिकार्डोने आंतरराष्ट्रीय व्यापाराच्या संदर्भात तौलनिक उत्पादन खर्चाचा सिद्धान्त मांडला. रिकार्डोच्या मते, एखाद्या देशात दुसऱ्या देशापेक्षा सर्व वस्तू कमी खर्चात करता येत असल्या तरीसुद्धा त्यापैकी काहींचे उत्पादन मोठ्या प्रमाणावर करून त्या वस्तूच्या मोबदल्यात दुसऱ्या वस्तू इतर देशांतून आणण्यामध्ये दोन्ही देशांचा फायदा होतो.

रिकार्डोने हा सिद्धान्त मांडताना इंग्लंड व पोर्तुगालचे उदाहरण दिले आहे. हे दोन्ही देश दारू व कापडाचे उत्पादन करतात.

पोर्तुगालमध्ये दारू उत्पादनाचा खर्च इंग्लंडपेक्षा तौलनिकदृष्ट्या कमी येत असेल, तर पोर्तुगालने दारू उत्पादनावर अधिक लक्ष केंद्रित करावे आणि इंग्लंडने कापड उत्पादनावर अधिक लक्ष केंद्रित करावे. पोर्तुगालने इंग्लंडकडून कापड व इंग्लंडने पोर्तुगालकडून दारू घ्यावी. असे केल्याने दोन्ही देशांना फायदा होईल. रिकार्डोच्या मते, पोर्तुगालने दारू उत्पादनावर आणि इंग्लंडने कापड उत्पादनावर लक्ष केंद्रित केले तर या दोन्ही देशांत त्या त्या वस्तूचे उत्पादन तौलनिकदृष्ट्या कमी खर्चात तयार होऊ शकेल. परिणामी, दोन्ही देशांचा फायदा होईल. थोडक्यात एखाद्या देशाला दुसऱ्या देशाच्या तुलनेत सर्व वस्तूंचा उत्पादन खर्च कमी जरी येत असला तरी त्या देशाने सर्व वस्तूंचे उत्पादन स्वत: करू नये, तर ज्या वस्तूंच्या उत्पादनामध्ये इतर देशांच्या तुलनेने तुलनात्मकदृष्ट्या उत्पादन खर्च कमी येतो अशा वस्तूंचे उत्पादन करावे. इतर वस्तू दुसऱ्या देशांतून आयात कराव्यात. त्यामुळे सर्वांचाच फायदा होतो.

रिकार्डोने आंतरराष्ट्रीय व्यापारातून निर्माण होणाऱ्या व्यापारसमतोलविषयी विचार व्यक्त केले. रिकार्डोच्या मते, कोणत्याही देशाचा प्रतिकूल व्यापारतोल आपोआप समतोल होतो. त्यासाठी त्याने उदाहरण दिले आहे. त्याच्या मते समजा 'अ' या देशाची आयात अधिक आणि निर्यात कमी झाली तर या प्रतिकूल व्यापारतोलापोटी 'अ' देशातून परदेशात निर्यात होईल. त्यामुळे 'अ' देशात चलनघटीची परिस्थिती निर्माण होईल. चलनघटीने भावघट होईल. विविध वस्तूंच्या किमती उतरतील. त्या वेळी इतर देश 'अ' देशातून विविध वस्तूंची खरेदी करतील. परिणामी, 'अ' देशाची निर्यात वाढेल व बाहेर गेलेला पैसा परत येईल. त्यामुळे देशात चलनवाढ होईल, भाववाढ होईल. देशातील वस्तू महाग झाल्याने निर्यात घटेल व आयात वाढेल. पुन्हा देशातून पैसा बाहेर जाईल. किमती घटतील असे चक्र सुरू होईल. अशा रीतीने प्रत्येक देशात आपोआप व्यापारतोल समतोल होईल, असे रिकार्डोचे मत होते.

तौलनिक खर्चाचा सिद्धान्त मांडताना रिकार्डोने दोन देश, दोन वस्तू, वास्तव खर्च, श्रममूल्य, स्थिर उत्पादन खर्च, दळणवळण खर्चाचा अभाव इ. बाबी गृहीत धरल्या होत्या.

या सिद्धान्तावर अनेक बाजूंनी टीका होत असली तरी रिकार्डोने मांडलेला हा सिद्धान्त नि:संशय सरस आहे. १९ व्या शतकात आंतरराष्ट्रीय व्यापार सिद्धान्तास मान्यता मिळालेली दिसून येते.

(५) रिकार्डोचे करविषयक विचार
सर्व प्रकारच्या करांचा भार शेवटी भांडवल किंवा उत्पन्न यावर पडतो, असे

रिकार्डोचे मत होते. रिकार्डोच्या मते, करांचा भार भांडवलावर पडला तर उत्पादनावर वाईट परिणाम घडून येतात ; परंतु कोणत्याही परिस्थितीत कामगारांवर कर बसवू नयेत. कारण कामगारवर्ग करांचा भार पेलू शकत नाही. जर कामगारांवर कर आकारला, तर कामगारांचे वेतन वाढवावे लागेल. त्यामुळे भांडवलदारांचा नफा कमी होईल.

रिकार्डोच्या मते, कच्च्या मालावर कर बसवू नयेत. कारण त्यामुळे कच्च्या मालाचा खर्च वाढून वस्तूंच्या किमती वाढतील व त्याचा उपभोक्त्यांना त्रास सहन करावा लागेल.

शेतकऱ्यांच्या नफ्यावर कर आकारला तर अन्नधान्याच्या किमती वाढतील व त्याच त्रास सर्वांना होईल. उद्योगधंद्यावर कर आकारला तर ज्या उद्योगावर कर आकारला असेल त्या उद्योगधंद्यातून भांडवल बाहेर पडेल व ज्या उद्योगावर कर आकारला नसेल त्या उद्योगातून भांडवलाची विपुलता निर्माण होईल ; परंतु सर्वच उद्योगांवर कर आकारला तर हा परिणाम होणार नाही.

खंडावर कर आकारला तर त्याचा भार जमीनदारावर पडेल परंतु शेती व्यवसायात गुंतविलेल्या भांडवलावर कर आकारला, तर धान्याच्या किमती वाढून तो शेवटी उपभोक्त्यावरच पडेल, असे रिकार्डोचे मत होते.

रिकार्डोच्या मते, करआकारणी शक्य तेवढी कमी आणि अपरिहार्य असेल तेव्हाच करण्यात यावी.

(६) रिकार्डोचे चलनविषयक विचार

रिकार्डोच्या मते चलनमूल्य हे वस्तूंच्या किमतीवर अवलंबून असते. कारण त्याचे मापन चलनाच्या मोबदल्यात मिळणाऱ्या वस्तूंच्या अनुरोधाने केले जाते. रिकार्डोने चलन हा शब्द सुवर्णचलनाला उद्देशून वापरला. त्याच्या मते, सोने स्वस्त असते तेव्हा वस्तू महाग असतात आणि सोने महाग असते तेव्हा वस्तू स्वस्त असतात.

रिकार्डोच्या मते विनिमय माध्यम म्हणून कार्य करणे हे पैशाचे एकमेव कार्य आहे. रिकार्डोच्या मते, पैशाचे मूल्य वस्तूंच्या किमतीच्या संदर्भात मोजले जाते व पैशाच्या संख्येत म्हणजेच चलनसंख्येत बदल झाला तरी त्याचा परिणाम वस्तूंच्या किमतीवर होत असतो. रिकार्डोच्या मते, कागदी चलन हे सोयीस्कर व कमी खर्चाचे असल्याने तात्त्विकदृष्ट्या विचार करता ते सुवर्णचलनापेक्षा श्रेष्ठ असते. हे कागदी चलन यशस्वी होण्यासाठी त्याच्या निर्मितीवर मर्यादा घालणे आवश्यक आहे. कागदी चलनाला स्वतःचे मूल्य नसते. त्यासाठी कागदी चलनाच्या संख्येवर मर्यादा करणे आवश्यक ठरते. त्याचप्रमाणे जेवढे कागदी चलन निर्माण केले असेल तेवढ्या किमतीचे सोने त्याला तारण म्हणून ठेवावे, असेही रिकार्डोने सुचविले. रिकार्डोने

परिवर्तनीय कागदी चलन पद्धतीचा जोरदार पुरस्कार केला. त्याच्या या चलनव्यवस्थेला 'सुवर्ण धातू परिमाण' असे नाव देण्यात आले. या चलन पद्धतीनुसार कागदी चलनाचे सुवर्णात परिवर्तन केले जात असे.

(७) अर्थशास्त्राची व्याख्या व स्वरूपविषयी रिकार्डोचे विचार

रिकार्डोच्या काळात औद्योगिक क्रांतीमुळे सक्तीने उत्पादन आणि खुला व्यापार यावर सर्व लक्ष केंद्रित केले. अन्नधान्याच्या किमती राढल्यामुळे कामगार वर्ग वेतनवाढीची मागणी करीत होता. तसेच नफा व खंडाची चर्चा केली जात होती. उत्पादनापेक्षा विभाजनविषयक प्रश्नांना महत्त्व आले. त्यामुळे अर्थशास्त्राचे स्वरूप व व्याख्या यासंबंधी वेगळे विचार मांडण्याची आवश्यकता निर्माण झाली. म्हणून रिकार्डोने अशा नवीन परिस्थितीत असे म्हटले की, श्रम, यंत्रसामग्री, भांडवल यांचा एकत्रित उपयोग करून जी संपत्ती निर्माण केली जाते ती जमीनदार, भांडवलदार व कामगार यांच्यातच विभागली जाते.

रिकार्डोच्या मते, संपत्तीची अशी विभागणी कोणत्या नियमानुसार नियंत्रित केली जाते हाच अर्थशास्त्रापुढील प्रमुख प्रश्न आहे.

रिकार्डोने अर्थशास्त्राची व्याख्या व स्वरूप याविषयी व्याख्या केली.

''अर्थशास्त्र म्हणजे संपत्तीच्या उत्पादनाच्या कार्यात भाग घेणाऱ्या वर्गामध्ये या उत्पादनाचे विभाजन कोणत्या नियमानुसार होते, याबाबत शोध घेणे होय.''

स्वाध्याय

१.रिकार्डोचा मूल्य सिद्धान्त सांगून त्याचे टीकात्मक मूल्यमापन करा.

२.रिकार्डोच्या खंड सिद्धान्ताचे स्पष्टीकरण करा व त्याचे टीकात्मक मूल्यमापन करा.

३.रिकार्डोचे वेतनविषयक विचार स्पष्ट करा.

४.रिकार्डोचे नफ्याबाबत मांडलेले विचार सांगून नफा व वेतन यातील संबंध स्पष्ट करा.

५.रिकार्डोचा आर्थिक विकासाचा सिद्धान्त सांगून स्पष्ट करा.

६.रिकार्डोने आंतरराष्ट्रीय व्यापाराचा कोणता सिद्धान्त मांडला ते स्पष्ट करा.

७.टिपा लिहा.

अ) रिकार्डोचे चलनविषयक विचार

ब) रिकार्डोचे करविषयक विचार

क) रिकार्डोचे अर्थशास्त्राची व्याख्या व स्वरूप याविषयी विचार.

❐

(६)

सर थॉमस रॉबर्ट माल्थस

(१७६६ - १८३४)

६.१ जीवन परिचय

इंग्लंडच्या सरे परगण्यातील रुकरी येथे १७६६ मध्ये माल्थसचा जन्म झाला. घरची श्रीमंती नव्हती मात्र दारिद्र्यही नव्हते. त्याचे वडील डॅनियल माल्थस हे स्वत: कॉडर सेट आणि गॉडविनच्या विचारांनी प्रभावित झाले होते. सनातनवादी विचारवंत ॲडम स्मिथ व रिकॉर्डो यांचे बरोबरीने माल्थसचा उल्लेख केला जातो. मार्शलच्या मते, अर्थशास्त्राची उभारणी करणारापैकी माल्थस हा होता. केन्स याने माल्थसला केंब्रिज विचारपंथाचा प्रथम पुरुष मानले. १७८८ मध्ये माल्थसने केंब्रिजमधून पदवी घेतली त्याची एक पुस्तिका १७९८ मध्ये प्रकाशित झाली. त्या आधारे लोकसंख्येवरील प्रबंध त्याने लिहिला. पहिल्या पुस्तिकेतील मताच्या समर्थनार्थ त्याने स्वीडन; नॉर्वे, फिनलँड, रशिया व इतर युरोपियन देशांचा दौरा केला. त्यातून मिळालेली माहिती दुसऱ्या आवृत्तीत (१८०३) आढळते. 'लोकसंख्येच्या तत्त्वावरील निबंध' असे त्याच्या ग्रंथाचे नाव होते. त्याच्या ग्रंथाचे पूर्ण नाव 'Essay on the

Principles of population or a view of its past and present effects on human happiness, with on enquity into our prospects respecting the future removal or mitigation of evils with which it occurs. (दुसरी आवृत्ती) हे पुस्तक म्हणजे माल्थसने ॲडम स्मिथच्या ग्रंथाला दिलेले उत्तर आहे, असे जेम्स बोनरचे मत आहे. म्हणून या ग्रंथाचे नाव 'As eassy of the causes of poverty of nations असे असावयास हवे. १८७२ पर्यंत या ग्रंथाच्या सात आवृत्त्या मिळाल्या. हॉईलबरी कॉलेजात १९०५ मध्ये तो प्राध्यापक होता. त्याने Principles of political economy ग्रंथ लिहून रिकार्डोच्या विचारांवर टीका केली.

६.२ माल्थसचा लोकसंख्या सिद्धान्त

गॉडविनच्या मते, शासन हे एक आवश्यक आपत्ती आहे. मनुष्याच्या सर्व दु:खाला ते जबाबदार असते. खासगी मालमत्ता सुद्धा अयोग्य आहे. गॉडविनने Enquirer या नावाने निबंध प्रकाशित केले. त्याला उत्तर म्हणून माल्थसनी १७९८ मध्ये नाव न देता लोकसंख्येवरील पहिली पुस्तिका छापली. गॉडविनच्या विचारावर माल्थसने टीका केली. त्याच्या मते शासन नष्ट करून पृथ्वीवर नंदनवन तयार होणे शक्य नाही. मनुष्याची प्रगल्भ होण्याची शक्यता तर दूरच पण त्यांच्या दु:खाचे मूळ दुर्बल आणि अप्रगल्भ स्वभावात आहे.

माल्थसचा लोकसंख्या सिद्धान्त दोन गृहीतांवर आधारित आहे.

१) मानवी अस्तित्वासाठी अन्नधान्याची नितातं आवश्यकता आाहे.

२) स्त्री पुरुषातील लैंगिक आकर्षण अपरिहार्य आहे. त्यात बदल होण्याची शक्यता नाही.

त्याच्या सिद्धान्ताचा निष्कर्ष असा की मानवी गरजा पूर्ण करण्याची भूमीची जेवढी शक्ती आहे त्यापेक्षा लोकसंख्या वाढीची क्षमता अधिक आहे. या परिस्थितीवर वेळीच जाणीवपूर्वक निर्बंध घातले पाहिजेत. अन्यथा दारिद्र्य, रोगराई यासारखी संकटे भेडसावतील. माल्थस हा निराशावादी अर्थशास्त्रज्ञ होता.

(अ) लोकसंख्या वाढ : याचे प्रमुख कारण म्हणजे लैंगिक भावना होय. लोकसंख्या भूमिती श्रेणीने (२, ४, ८, १६, ३२, ६४, १२८....) अशी वाढते. प्रबळ शारीरिक आकर्षणाचा हाच परिणाम आहे.

(ब) अन्नधान्य वाढ : या अनिर्बंधरीत्या वाढणाऱ्या लोकसंख्येला उपलब्ध अन्नधान्य मर्यादा रोखते. भूमीची सर्वसामान्य स्थिती विचारात घेता निर्वाहाची साधने (अन्नधान्य) जास्त वेगाने वाढणे शक्य नाही. कारण अन्नधान्य उत्पादन गणिती श्रेणीने

(१, २, ३, ४, ५......) असे वाढते. अन्नधान्य उत्पादन वाढ लोकसंख्या वाढीपेक्षा कमी आहे म्हणून त्यातून अन्नधान्याचा तुटवडा भासतो.

माल्थसच्या मूळ मुद्यात चूक शोधणे कठीण आहे. लोकसंख्या अतिशय वेगाने वाढते. हा जगाचा अनुभव आहे. माल्थसच्या विवेचनातील 'भूमिती श्रेणी' व 'गणिती श्रेणी' या शब्दांना टीकाकारांनी अवास्तव महत्त्व दिले. माल्थसच्या सर्व लिखाणात खरा भर श्रेणी'वर नसून प्रवृत्तीवर आहे.

उपजीविकेच्या साधनांच्या पलीकडे वाढण्याची लोकसंख्येची प्रवृत्ती आढळते. ही अतिरिक्त लोकसंख्या रोखावी लागेल ज्यामुळे लोकसंख्येचे निर्वाहाच्या साधनाशी समायोजन (Adjustment) होते अशा सर्व उपायांना निर्बंध (Check) म्हटले आहे. ते दोन प्रकारचे आहेत.

(अ) प्रतिबंधात्मक उपाय : जन्मदर कमी करण्यासाठी योजण्यात येणाऱ्या उपायांना प्रतिबंधात्मक उपाय म्हणतात. त्यामुळे लोकसंख्या वाढीला प्रतिबंध बसतो. याशिवाय विवाहबाह्य संबंध, गर्भधारणा होऊ न देता शरीरसंबंध हेही प्रतिबंधात्मक उपाय आहेत.

(ब) नैसर्गिक किंवा प्राकृतिक उपाय : लोकसंख्या अशीच अनिर्बंधपणे वाढत राहिली तर रोगराई, दुष्काळ, युद्धे व नैसर्गिक आपत्ती उद्भवते व त्यातून लोकसंख्या नियंत्रित होते.

माल्थस हा निराशावादी अर्थशास्त्रज्ञ होता. अदूर दृष्टीची मानवजात प्रतिबंधात्मक उपाय योजणार नाही त्यामुळे क्रूर असे नैसर्गिक किंवा प्राकृतिक उपाय अंमलात येतील त्यामुळे मनुष्याचे दु:खात भर पडेल. मानवी भवितव्य आशावादी नाही.

प्रतिबंधात्मक उपायात त्याने संयम किंवा ब्रह्मचर्याचा उपाय सुचविला. माल्थसचा विवेकबुद्धीवर विश्वास होता. गॉडविनच्या विचारांना असणारा विरोध इथे कमी झाला. मात्र पुढील आवृत्तीत माल्थसचा विचार निराशावादी नव्हे तर वास्तववादी बनला. लोकसंख्येवरील निर्बंध अंमलात आल्याने मानवाच्या क्लेशामध्ये भर पडेलच असे वाटत नाही, याची माल्थसला जाणीव झाली. उलट 'नैसर्गिक क्रमाने लोकसंख्या वाढल्यास ती देशाच्या उत्पादनासाठी फायदेशीर ठरू शकेल. कारण उद्यमशिलता व प्रगतीच्या दिशेने लोकांना प्रवृत्त करण्यास लोकसंख्येचे तत्त्व आवश्यक आहे असे मत त्यांनी मांडले.

६.३ मूल्यमापन

माल्थसच्या सिद्धान्ताचे अनेकांनी समर्थन केले. तर इतरांनी टीका केली.

एंडिंबर्ग रिव्ह्यू मध्ये माल्थसने शास्त्राच्या कक्षा विस्तीर्ण केल्या असे नमूद केले. जेम्स मिल, जॉन मिल, रिकार्डो यांना माल्थसचे लोकसंख्येचे तत्त्व मान्य होते.

अनेक टीकाकारांमध्ये चार्ल्स हॉल, सिमॉन ग्रे यांचा समावेश आहे. चार्ल्स हॉल यांनी माल्थसच्या लोकसंख्या सिद्धान्तावरील निष्कर्ष मान्य केला पण अन्नधान्य तुटवड्याचा काळ बराच दूर असल्याचे म्हटले. सिमॉन ग्रे यांच्या मते माल्थसनी दिलेले वाढीचे वेग अयोग्य होते.

तसेच माल्थसच्या लोकसंख्या सिद्धान्ताला ऐतिहासिक आधार नाही. वास्तविक बरीच जमीन लागवडीखाली नाही. त्यामुळे माल्थसने वाढत्या लोकसंख्येचे भयावह चित्र निर्माण केले. त्याने वापरलेली गणिती श्रेणी व भूमिती श्रेणी वास्तववादी नाही. कारण अमेरिकेत लोकसंख्या नैसर्गिकरीत्या न वाढता स्थलांतरामुळे वाढली. माल्थसच्या सिद्धान्ताचे मूल्यमापन खालीलप्रमाणे करता येईल.

(१) चुकीचे अंदाज : सिद्धान्तात मूळ प्रवृत्ती बरोबर असली तरी त्यावरून काढलेले अंदाज अनावश्यक भीती निर्माण करणारे व घाईचे होते. यावरून माल्थसला खोटा भविष्यवेत्ता (False Prophet) ठरवण्यात आले. माल्थसला भविष्यकालीन आर्थिक प्रगतीचा अंदाज आला नाही. देशात अन्नधान्य टंचाई असेल तर अन्नधान्य आयात करता येते. लोकसंख्या वाढीचा अन्नधान्य वाढीशी संबंध न दाखवता तो राष्ट्रीय उत्पन्नाशी दाखवणे अधिक योग्य ठरेल.

(२) आऱ्हासी उत्पन्न : जमिनीचे उत्पादनास आऱ्हासी उत्पत्तीची प्रवृत्ती लागू होते हे माल्थसला माहित होते. पण तांत्रिक शोध, शेती उत्पादन पद्धतीतील सुधारणा, सुधारीत बी बियाणे यामुळे ही प्रवृत्ती लांबणीवर पडते.

हे खरे असले तरी अशा सुधारणांना मर्यादा आहेत. भूमीचा पुरवठा स्थिर आहे. एका मयादेपलीकडे भूमीची उत्पादकता वाढत नाही.

(३) गरीबांचा विरोधक : हॅझलिट व कॉबेट यांनी माल्थसला गरीबाचा विरोधक संबोधले. कारण माल्थसने तत्कालीन गरीब विषयक कायद्यांना विरोध केला. त्यांच्या मते गरीब लोक हे त्यांच्या दारिद्र्याला स्वत: जबाबदार असतात. शासनाने गरीबांना मदत केली. तर त्यांचे परावलंबित्व वाढते. लग्न करणाऱ्या गरीबांसाठी तर हा कायदा लागूच करू नये.

पण ही टीका अयोग्य आहे. माल्थसच्या मते लोकसंख्या वाढीचे दुष्परिणाम गरीबांनाच भोगावे लागतात. गरीबांचा विरोधक हे माल्थसचे वर्णन अयोग्य आहे.

(४) निराशावाद : माल्थस व्यक्तीगत जीवनात आनंदी होता मात्र, तो निराशावादी अर्थशास्त्रज्ञ मानला जातो. लोकसंख्या वाढीचे भयावह चित्र त्याने रंगवले. मात्र हे चुकीचे आहे. आपल्या ग्रंथाच्या पुढील आवृत्तीत तो निराशावादी नव्हे तर

वास्तवतावादी असल्याचे दिसते. शिक्षण प्रसाराने मानवी दृष्टिकोन बदलेल.

आधुनिक काळात १९७२ मध्ये अमेरिकेतील मॅसॅच्युसेटस् इन्स्टिट्यूट ऑफ टेक्नॉलॉजीचे प्रा. डेनिस मिडोज् व त्यांचे सहकारी प्रो. फॉरेस्टर यांनी केलेल्या पाहणीनुसार संसाधनांची कमतरता, प्रदूषण व लोकसंख्येचा स्फोट या तीन घटकामुळे साधारण शंभर वर्षात प्रलय होणे अटळ आहे. येथे माल्थसच्या लोकसंख्या सिद्धान्ताची यथार्थता जाणवते.

६.४ नव माल्थसवाद (Neo Malthusianism)

लोकसंख्येतील अनिर्बंध वाढ देशाला फायदेशीर नसते. त्यामुळे दारिद्र्यात वाढ होते. या माल्थसच्या मूळ विचारांशी सहमत असणारे विचार नव-माल्थसवादात येतात. मात्र ही अनियंत्रित लोकसंख्यावाढ नियंत्रित करण्याचे त्याचे मार्ग भिन्न आहेत. या लोकांनी १९व्या शतकात संतती नियमन चळवळ सुरू केली. त्या विचारवंतांमध्ये फ्रान्सीस फेस, मिल, रॉबर्ट ओवेन, चार्ल्स बरो, ॲनी बेझंट यांचा समावेश होतो.

या नवमाल्थसवादी विचारवंतांच्या मते माल्थसने कामवासना व संतती असण्याची इच्छा यामध्ये गोंधळ केला. भूकेप्रमाणे कामवासनाही नैसर्गिक आहे. संततीची इच्छा सामाजिक स्थितीतून उद्‌भवते. व्यक्तीच्या निर्धारित मूल्यांना अनुसरून निर्धारीत होते. हा फरक विचारात घेतला तर माल्थसचे प्रतिबंधात्मक उपाय अयोग्य ठरतात. त्यांनी उशीरा लग्न, ब्रह्मचर्य हे उपाय सुचवले. मात्र नैसर्गिक कामवासनेचे दमन केले तर वेश्यागमन व अनौरस संतती वाढेल.

नव माल्थसवादी विचारवंतांनी वास्तववादी भूमिका घेतली. कामवासनेची तृप्ती व संतती होणे या भिन्न गोष्टी आहेत. संतती प्राप्ती ही योगायोगावर सोडू नये. पत्नी शारीरिकदृष्ट्या निरोगी असेल व पती आर्थिकदृष्ट्या सक्षम असेल तर मूल होऊ द्यावे.

६.५ माल्थस आणि नव माल्थसवादी यातील फरक

माल्थसला लोकसंख्येतील अतिरिक्त वाढ टाळण्यासाठी संयम, ब्रह्मचर्यावर भर द्यावासा वाटला. शरीरसंबंध ठेवूनही मूल न होऊ देणे ही गोष्ट धर्माच्या विरोधी वाटली. कारण माल्थस चर्चशी संबंधित होता.

नवमाल्थसवाद्यांना हे मान्य नव्हते, त्यांनी संतती नियमन चळवळीवर भर दिला. आजही संतती नियमन चळवळ फोफावली असली तरी त्या चळवळीवर टीका होते. टीकाकारांच्या मते संतती नियमनामुळे जन्मदर घटेल, देशाची लोकसंख्या युक्त न राहता न्यून पातळीला जाईल.

तसेच संतती नियमन प्रश्न शिक्षणाच्या दर्जाशी संबंधित आहे. गरीब

अशिक्षितांना त्याचे महत्त्व वाटत नाही. आर्थिकदृष्ट्या न परवडल्यामुळे त्यांची संख्या वाढेल.

हॅरॉडच्या मते भविष्यासाठी सुजाण लोकांनी, प्रजननातील आपली जबाबदारी पार पाडवी.

६.६ माल्थसचे अन्य विचार

माल्थसने खंड, न्यून उपभोग, आर्थिक विकास, इ.बाबत विचार मांडले.

खंड

माल्थसच्या मते, 'जमिनीच्या उत्पन्नातून तिच्या लागवडीशी संबंधित सर्व खर्च (गुंतवलेल्या भांडवलावरील नफ्यासहीत) वजा केल्यावर जमीन मालकाला मिळणारा अंश 'म्हणजे खंड होय. ॲडम स्मिथने खंड म्हणजे मक्तेदारी किंमत म्हटले. कारण मेहनत न करता फायदा उचलणारा जमीन मालक हा मक्तेदार होय.

माल्थसच्या मते जमिनीचा पुरवठा मर्यादित आहे. सुपीक जमीन त्याहून कमी आहे. त्यामुळे जमिनीतील मालकी हक्काला आर्थिक मक्तेदारी म्हणता येईल.मात्र, खंड व सामान्य मक्तेदारी किंमत यात फरक आहे.

(१) जमिनीच्या दर्जातील फरकामुळे उत्पन्नात फरक पडतो. जमिनीची ही क्षमता खंडासाठी आवश्यक आहे. पण त्याची मक्तेदारीशी तुलना होणे योग्य नाही.

(२) जमिनीतून होणारा वस्तूपुरवठा वैशिष्ट्यपूर्ण आहे. शेती उत्पादनाचे योग्य वितरण झाल्यास त्याची मागणी करणाऱ्यांची संख्या वाढू शकते. याबाबत जमीन ही इतर कोणत्याही साधनापेक्षा भिन्न आहे.

(३) सुपीक जमीन मर्यादित आहे. सामान्य मक्तेदारीत मक्तेदारीच्या स्वरूपानुसार जास्त किंमत मिळते. मात्र खंड हा पूर्णपणे सुपिकतेवर अवलंबून असतो. म्हणून खंडाला मक्तेदारी किंमत म्हणणे योग्य नाही.

रिकार्डोच्या मते खंड दिल्यामुळे धान्य किमती वाढत नाहीत, तर धान्य किमती वाढल्यामुळे खंड निर्माण होतो. (Corn is high not because rent is paid, but rent is paid because corn is high)

६.७ आर्थिक विकास

माल्थसच्या मते, आर्थिक विकासाचा संबंध संपत्तीच्या वाढीशी आहे. देशातील श्रमिकांनी केलेले एकूण उत्पादन व त्याचे मूल्य यावर संपत्तीची वाढ अवलंबून असते. जर संपत्ती वाढली तर आर्थिक विकास झाला.

मात्र लोकसंख्या वाढीबरोबर आर्थिक विकास होईलच असे नाही. लोकसंख्या

वाढ आर्थिक विकासाचे कारण नाही, तर आर्थिक विकासाचा परिणाम म्हणजे लोकसंख्या वाढ होय.

६.८ अती उत्पादन, न्यून उत्पादन व प्रभावी मागणी

प्रभावी मागणीच्या कमतरतेमुळे आर्थिक विकास होत नाही असे माल्थसचे मत होते. प्रभावी मागणी म्हणजे मागणीची अशी पातळी की ज्यामुळे उत्पादकांना येणारा खर्च व नफा भरून निघेल व उत्पादनाची पातळी निश्चित होईल, त्याला 'से' चा 'बाजारपेठेचा सिद्धान्त' मान्य होता. 'से' च्या बाजारपेठेविषयक सिद्धान्तात 'प्रत्येक वस्तूचा पुरवठा आपली मागणी निर्माण करतो. तसेच प्रत्येक वस्तूची मागणी स्वत:चा पुरवठा निर्माण करते. रिकार्डोने या सिद्धान्ताचा अर्थ काढला की दीर्घकाळात मागणी व पुरवठा अशा तऱ्हेने एकमेकांशी बांधलेले असल्यामुळे वस्तूचे अतिउत्पादन होणे शक्य नाही. एखाद्या वस्तूचा पुरवठा मागणीपेक्षा जास्त झाला तर बाजारात दुसऱ्या वस्तूचा पुरवठा मागणीपेक्षा कमी असतो त्यामुळे एकूण मागणी पुरवठ्याचे संतुलन टिकून राहते.

माल्थसचे मते अति उत्पादन होणे शक्य आहे. कारण वस्तूचा विनिमय नेहमी वस्तुशीच होतो असे नाही तर तो मूलत: श्रमिकांच्या श्रमाशी असतो. श्रमिक हा उत्पादनात श्रमाचा पुरवठा करणारा घटक तर आहेच शिवाय तो उपभोक्ता आहे. श्रमिकाला त्याच्या श्रमापेक्षा कमी मोबदला मिळतो तेव्हा त्याची खरेदी शक्ती कमी होते. जे भांडवलदार श्रमिकांना कमी वेतन देतात ते स्वत:चीच कबर खोदतात. कारण श्रमिक कमी मागणी नोंदवतात. त्यामुळे अती उत्पादन होते. भांडवलदाराचा नफा घटतो. नवी भांडवल गुंतवणूक कमी होते.

६.९ आर्थिक अरिष्ट / अत्युत्पादनाविषयी माल्थसचा दृष्टिकोन

आर्थिक अरिष्ट न्यून उपभोग किंवा अति उत्पादनामुळे येते. मागणीची कमतरता म्हणजे न्यून उपभोग होय. भांडवलदार व श्रमिक हे दोन मोठे उपभोक्ते असून श्रमिकांना कमी वेतन मिळाल्याने त्यांची मागणी घटते. भांडवलदार उपभोग कमी करून भांडवल संचय करतो व गुंतवणूक वाढवतो. त्यामुळे उत्पादन अती होते. मागणी घटते व त्यातून आर्थिक अरिष्ट उद्भवते. असे आर्थिक अरिष्ट येऊ नये म्हणून पुढील उपाय करता येतात.

१) संपत्ती व भूमीचे केंद्रीकरण कमी करा. त्यातून प्रभावी मागणी वाढेल.

२) मागणी वाढविण्यासाठी व्यापाराचे महत्त्व ओळखा.

३) ज्या देशात उत्पादनक्षमता आहे तेथे अनुत्पादक उपभोक्तावर्ग जास्त असेल तर मागणीत वाढ होईल.
४) भांडवलदारांनी उपभोग वाढवावा.
५) लोकोपयोगी कामे वाढवावी. रोजगार निर्माण करावा.

६.१० माल्थसचे योगदान

लोकसंख्या सिद्धान्त : माल्थसने सांगितलेला लोकसंख्या सिद्धान्त हे त्याचे महत्त्वाचे योगदान आहे. ते अनेक विचारवंतांनी मान्य केले आहे.

ब्रिटनमधील आर्थिक धोरण : १८३४ मध्ये इंग्लंडमध्ये गरीबांविषयी कायदा झाला. जेम्स बोनरच्या मते माल्थस या नव्या गरीबाविषयी कायद्याचा केवळ जनक नव्हता तर पुढील काळातील सामाजिक परिवर्तनास कारणीभूत होणाऱ्या धर्मादाय संस्थांचा निर्माता होता.

विकसनशील देश : माल्थसने देशातील दारिद्र्याची मीमांसा त्याने केली. माल्थसला कृषी व उद्योग क्षेत्रातील संतुलीत विकास हवा होता. मागास देशातील कृषी क्षेत्राच्या विपन्नावस्थेची मर्यादा औद्योगिक क्षेत्रालाही लागू पडते असे त्याचे मत होते.

आर्थिक अरिष्ट : न्यून उपभोगातून आर्थिक अरिष्ट येते. प्रभावी मागणी कशी निर्माण होईल याची उपाययोजना माल्थसने सुचवली.

माल्थस हा ॲडम स्मिथच्या दर्जाचा अर्थशास्त्रज्ञ होता.

स्वाध्याय

१. माल्थस यांचा लोकसंख्या सिद्धान्त स्पष्ट करा.
२. थॉमस माल्थस यांच्या लोकसंख्या सिद्धान्ताचे मूल्यमापन करा.
३. नव-माल्थसवाद स्पष्ट करा.
४. थोडक्यात स्पष्ट करा.
   अ) माल्थसचे खंडविषयक विचार
   ब) आर्थिक विकास
   क) अती उत्पादन, उत्पादन न्यूनता व प्रभावी मागणी
   ड) अत्युत्पादनाविषयी माल्थसचा दृष्टिकोन

❐

⑦

कार्ल मार्क्स
(१८१८ - १८८३)

७.१ जीवन परिचय

कार्ल हेनरिच मार्क्स यांचा जन्म जर्मनीत ट्रेव्हेस येथे ५ मार्च १८१८ रोजी झाला. त्यांचे शिक्षण बॉन आणि बर्लिन विद्यापीठांत झाले. मार्क्स यांना इतिहास व तत्त्वज्ञान या विषयांत आवड होती. त्याचा अभ्यास त्यांनी केला. मार्क्स यांनी शिक्षण घेतल्यानंतर 'हायनिश झिटिंग' या वृत्तपत्राचे संपादकपद स्वीकारले. मार्क्सने ख्रिश्चन धर्म स्वीकारला होता. मार्क्सचा विवाह जर्मनीतील एका प्रतिष्ठित आणि श्रीमंत अशा बॅरनच्या मुलीशी झाला; परंतु त्यांच्या पत्नीला त्याच्याबरोबर जन्मभर गरिबीत दिवस काढावे लागले. मार्क्स यांच्या विचारांवर जर्मन तत्त्ववेत्ता हेगेल यांच्या विचारांचा प्रभाव होता. जन्मभर लेखन, संशोधन आणि क्रांतिकारकांना मार्गदर्शन करण्यात वेळ घालवावा लागल्यामुळे मार्क्सला निर्वाहापुरते पैसेसुद्धा मिळविता आले नाहीत. मात्र, त्याच्या उदरनिर्वाहाची सर्व जबाबदारी त्याच्या फ्रेडरिक एंगल्स ह्या एकनिष्ठ मित्राने

घेतलेली होती. मार्क्सने एक वर्ष वृत्तपत्राच्या संपादकाचे कार्य केले. परंतु ते वर्तमानपत्र सरकारने बंदी घातल्याने बंद पडले. नंतर मार्क्स पॅरिसला गेले. फ्रान्समधून तेथील सरकारविरुद्ध लिखाण केल्यामुळे त्यांना तो देश सोडून जावे लागले. फ्रान्समधून बेल्जियममध्ये ते राहू लागले. तेथे त्यांनी 'ब्रुसेलर झिटिंग' या वृत्तपत्रातून प्रशियन सरकारवर टीका केली. प्रशियन सरकारने बेल्जियम सरकारला सांगून तेथून हद्दपार केले. तेथून ते परत फ्रान्सला आहे. तेथूनही त्यांना पुन्हा घालवून देण्यात आले. १८४९ मध्ये मार्क्स इंग्लंडमधील लंडन या शहरात राहू लागले व तेथे ते स्थिर झाले. लंडनमधील ब्रिटिश म्युझियममध्ये अनेक विषयांवरील ग्रंथाचे वाचन केले. सतत चिंतन, अभ्यास, लिखाण करण्यात त्यांनी स्वत:ला गुंतवून घेतले. त्यांनी २५०० पृष्ठांचा 'दास कॅपिटल' हा ग्रंथ लिहिला. या ग्रंथाचे तीन खंड आहेत. यातील पहिला खंड १८६७ साली प्रकाशित झाला व त्यानंतर १८८३ मध्ये मार्क्सचा मृत्यू झाला. उर्वरित दोन खंड त्याच्या मृत्यूनंतर एंगल्स यांनी प्रकाशित केले. १८४८ मध्ये मार्क्स आणि एंगल्स या दोघांनी 'कम्युनिस्ट मॅनिफेस्टो' पुस्तक प्रकाशित केले.

७.२ मार्क्सवर इतर विचारवंतांचा प्रभाव

मार्क्सवर इतर विचारवंतांचा प्रभाव होता. त्यामुळे मार्क्सच्या विचारांचे मूल्यमापन करताना काही विचारवंत मार्क्सच्या विचारांचा स्वतंत्रपणा नाकारतात. प्रा. हॅने यांच्या मते, कार्ल मार्क्स स्वतंत्र व उपजत दर्जाचा विचारवंत नव्हता. "Karl marx can'not stand as an original thinks" कार्ल मार्क्सने स्मिथच्या व रिकार्डोच्या ग्रंथामधून मूल्य आणि भांडवलविषयक कल्पना घेतली. लॉरेन्झ वॉन स्टेन यांच्या विचारांचा आधार घेऊन कार्ल मार्क्सने वर्ग संघर्ष कल्पना मांडली. थॉम्सन, रॉडबर्टस यांच्या विचारसरणीवर आधारित मार्क्सने विविध आर्थिक प्रक्रियांचे विश्लेषण केले. त्यामुळे पूर्वीच्या विचारवंतांनी मांडलेल्या सिद्धान्ता व्यतिरिक्त कोणता नवीन सिद्धान्त मार्क्सने मांडला आहे, असा प्रश्न पडतो. मात्र, मार्क्सच्या विचारसरणीवर अन्य विचारवंताचा असलेला प्रभाव ही एकमेव बाब नाही. हेच विधान इतर विचारवंतांना लागू पडते. मार्क्सने पूर्वीचेच विचार मांडताना विचाराला दिलेले स्वरूप, त्यावर दिलेला भर काढलेली अनुमाने मार्क्सचे श्रेष्ठत्व स्पष्ट करतात.

हेगेल या जर्मन विचारवंताचा मार्क्सच्या विकास विरोध तत्त्वप्रणालीमध्ये प्रभाव आढळतो. समाजरचनेत सतत बदल होत असतो. तो बदल विरोध विकासात्मक पद्धतीने होतो, त्यात क्रिया-प्रतिक्रिया, संघर्ष आणि संघर्षातून समन्वय साधणारी नवक्रिया आढळते. वरच्या पातळीवर नेणारा हा बदल रचनेतील घटकांच्या अंतर्विरोधामुळे होतो हे हेगेलचे विरोध विकासाचे तत्त्व मार्क्सला मान्य होते. पण हेगेलच्या विचारातील आदर्शवाद त्याला मान्य नव्हता.

मार्क्सने रिकार्डोचे ऋण मान्य केले. रिकार्डोच्या श्रम मूल्य सिद्धान्तात भर घालून मार्क्सने विस्तार केला. यंत्राच्या वाढत्या वापराचा श्रमिकांना फायदा कितपत होईल याबाबत रिकार्डो साशंक होता. मार्क्सने मात्र भांडवलशाहीच्या तांत्रिक प्रगतीवर आघात केला. रिकार्डोच्या विचारसरणीवर आधारित निर्णय झालेल्या समाजवादी पंथाचा मार्क्सवर प्रभाव पडला.

मार्क्सने इंग्लिश आणि फ्रेंच समाजवादी विचारांचा अभ्यास केला होता. राज्य समाजवाद्यांच्या विचारांचा मार्क्सवर प्रभाव होता.

मार्क्सच्या कालखंडात विशेषत: १८४७ मध्ये 'कम्युनिस्ट लीग' स्थापन करण्यात मार्क्सचा सहभाग होता. १८६४ च्या आंतरराष्ट्रीय श्रमिक संघाशी मार्क्स संबंधित होता. जर्मनीमध्ये भांडवलशाही अर्थव्यवस्था रुजत होती, त्याचाही मार्क्सवर परिणाम झाला.

मार्क्सला अभिमत विचारसरणीतील विचारवंत मानले जाते. त्याने अभिमत पंथाच्या किंवा सनातनवादी विचारांच्या भांडवलशाहीचे समर्थन केले नाही. तो इंग्लंडमध्ये तीन दशके होता. मार्क्सवादाचा मूळ आधार अभिमत पंथी परंपरा हाच आहे. अभिमत पंथी झाडावर कलम केलेली शाखा म्हणजे मार्क्सवाद, असे म्हटले जाते. 'दास कॅपिटल' हा ग्रंथ साम्यवादी विचारसरणीची सुरुवात आहे, असे म्हणण्यापेक्षा बुझ्र्वा अर्थशास्त्राचे भरत वाक्य आहे.

१९व्या शतकाच्या पूर्वार्धातील रिकार्डोसारख्या सनातनवादी विचारवंताच्या सिद्धान्तामधून मार्क्सवादी सिद्धान्त विकसित झाला. मार्क्सच्या विचारावर अनेक विचारवंतांचा प्रभाव असला तरी मार्क्स कोणत्याही पंथाचे अनुयायी नव्हते. सेलिगमन यांच्या मते, रिकार्डोचा अपवाद वगळता आर्थिक विचारांच्या इतिहासात मार्क्सइतका प्रभावी आणि मूलगामी विचार निर्माण झाला नाही.

७.३ कार्ल मार्क्सचे आर्थिक विचार

१. विरोध विकास तत्त्व – विरोध विकास तत्त्व मांडताना हेगेलच्या विरोध विकासाच्या तत्त्वज्ञानाने मार्क्स प्रभावित झाला होता. त्याला हेगेलच्या विचारातील आदर्शवाद मान्य नव्हता. हेगेलच्या विरोधविकास तत्त्वामध्ये मानवाच्या सभोवती असणारे भौतिक जग हे त्याच्या मनाचे प्रतिबिंब आहे. मानसशास्त्रीय दृष्टिकोनातून जसा विचार केला जाईल तशी समाजरचना अस्तित्वात येईल म्हणजेच समाजातील सुधारणा मानवाच्या मानसिकतेतील सुधारणामुळे होऊ शकतात, असे हेगेलचे मत होते. मार्क्सने अगदी या उलट विचार मांडले. मार्क्सच्या मते, भौतिक परिस्थितीमध्ये व्यक्ती काम करते त्याचा परिणाम व्यक्तीच्या विचारसरणीवर होतो म्हणून व्यक्तीच्या

भौगोलिक परिस्थितीत सुधारणा झाली, तर समाजात सुधारणा होऊ शकेल.

मार्क्सच्या मते, हेगेल यांचे मानवी समाज बदलाचे तत्त्वज्ञान डोक्यावर उभे होते ते मी पायावर उभे केले. हेगेलच्या मते समाजात प्रखर विरोध निर्माण करणाऱ्या तत्त्वामध्ये संघर्ष होतो आणि त्या विरोधातून तत्त्वामध्ये समन्वय घडून येतो आणि नवीन तत्त्व निर्माण होते. या तत्त्वानुसार समाजात परिवर्तन घडून येते. या प्रक्रियेत सर्व प्रथम कल्पना (Thesis) मांडली जाते. या कल्पनेला विरोध करणारी दुसरी कल्पना प्रतिक्रिया स्वरूपात (Anti-Thesis) मांडली जाते. त्यांच्या या दोन विचारात संघर्ष होतो. त्यातून सुसंवादी विचारात्मक Synthesis सुसंवादी तिसरी कल्पना मांडली जाते म्हणजे विरोध विकासातून सुसंवादी विचार मांडले जातात. त्यातून वैचारिक प्रगती होते. कल्पना सृष्टीत प्रथम बदल होतात. त्याचा परिणाम म्हणून भौतिक परिस्थितीत बदल होतात, असे हेगेलचे मत होते.

मार्क्सला हेगेलची विरोध विकास पद्धती मान्य होती; पण प्रथम कल्पना सृष्टीत बदल होतात. व त्याचा परिणाम म्हणून भौतिक जगात बदल होतात हे मार्क्सने स्वीकारले नाही. याउलट विरोध विकासानुसार प्रथम भौतिक सृष्टित बदल होतात. त्यानुसार कल्पना सृष्टित बदल होतात असे मार्क्सचे मत होते.

मार्क्सच्या मते, भौतिक परिस्थितीत उत्पादन विभाजन यांचा समावेश होता. त्यासंबंधीच्या व्यवस्थेत विरोधाची बीजे असतात, त्यातून संघर्ष होतो, आणि विकासाचा नवा टप्पा सुरू होतो. कालांतराने त्यातही संघर्ष होतो आणि नवीन टप्पा गाठला जातो. मार्क्सच्या मते, विरोधातून विकास ही सातत्याने घडत असलेली प्रक्रिया आहे.

२. इतिहासाची भौतिक मीमांसा – मार्क्सने मानवी समाजाचा विकास होताना एका अवस्थेतून दुसऱ्या अवस्थेत हा समाज कसा जातो याची मीमांसा केली. मार्क्सच्या पूर्वी अनेक विचारवंतांनी मानवी समाजातील बदलत्या स्थितीचे विवेचन करताना चार कारणे दिली.

(१) राज्य पद्धतीसाठी आणि राज्याच्या स्वरूपात होणारे बदल

(२) धार्मिक स्वरूपाचे बदल

(३) नैसर्गिक आणि निसर्ग नियमात होणारे बदल

(४) जगातील श्रेष्ठ व्यक्तीकडून केले जाणारे कार्य इ.

मार्क्सने पूर्वीच्या विचारवंतांची समाजपरिवर्तनाची कारणमीमांसा मान्य केली आणि त्यांनी समाजाच्या बदलांचे भौतिकवादी विश्लेषण केले. त्याला मानवी समाजाच्या विकासाचे आर्थिक विश्लेषण असेही म्हटले जाते.

मानवी समाजाच्या इतिहासाच्या प्रत्येक कालखंडात उत्पादन, विभाजन

इ. क्षेत्रात असलेल्या व्यवस्थेवर समाजरचना उभारली जाते, असे मार्क्सचे मत आहे. अशा समाजव्यवस्थेत विरोधाची बीजे आढळतात. अशा विरोधात विकास होतो. विकासाचा एक नवीन टप्पा निर्माण होतो त्यातून नवीन समाजव्यवस्था निर्माण होते.

मार्क्सच्या पूर्वीच्या विचारवंतांनी मानवी विकासाच्या एका अवस्थेतून दुसऱ्या अवस्थेत जाण्याची कारणे सांगितली.

ती कारणे अमान्य करून इतिहासाची भौतिकवादी मीमांसा आर्थिक घटकाद्वारे कार्ल मार्क्सने विशद केली म्हणून त्याच्या या विश्लेषणाला मानवी समाजाच्या विकासाचे आर्थिक विश्लेषण म्हटले जाते.

इतिहास आर्थिक कारणांतून घडतो. जागतिक युद्धे, वसाहतवाद, राज्यक्रांती, दहशतवाद या घटना आर्थिक कारणाने होतात. मार्क्सच्या मते, समाजाच्या भौतिक परिस्थितीचा परिणाम राजकीय परिस्थितीत समाजरचना, कायदा, नैतिकता, धार्मिकता, वाङ्मय व संस्कृती यावर होत असतो. भौतिक उत्पादन पद्धतीमुळे मानवी समाजजीवनाचे सामाजिक, राजकीय व सांस्कृतिक स्वरूप निश्चित होते. मार्क्सच्या मते सामाजिक संस्था उत्पादन पद्धतीतून निर्माण होतात. त्यासाठी त्याने हातमाग उद्योगाचा त्यामध्ये उल्लेख केला. सरंजामशाहीला आणि वाफेवर चालणाऱ्या कारखान्यांनी भांडवलशाही व्यवस्थेला जन्म दिला.

उत्पादन पद्धतीतील बदलामुळे मानवी समाजजीवनातील जीवनमूल्ये बदलतात. मात्र प्रचलित मूल्ये आणि नवीन मूल्ये यात संघर्ष निर्माण होतो. त्यामुळे सामाजिक संतुलन घडून येते. समाजातील आर्थिक आधार बदलल्यामुळे सामाजिक संरचना बदलते. त्याचे स्पष्टीकरण मार्क्सने भांडवलशाही आधारे दिले. भांडवलशाही अर्थव्यवस्थेत भांडवलदारांच्या अधिकारांचे रक्षण करणारी राजकीय व्यवस्था निर्माण होते. मात्र, उत्पादन आणि वितरण पद्धतीत होणाऱ्या बदलामुळे आधीच्या पद्धतीतील प्रबळ असलेला वर्ग आणि नव्या अर्थव्यवस्थेत निर्माण होणारा वर्ग यांच्यात संघर्ष निर्माण होतो. या संघर्षाचा परिणाम सामाजिक क्रांतीत होतो. सरंजामशाहीत स्वामी आणि गुलाम असे वर्ग होते. नंतर जमीनदार आणि कूळ हे दोन वर्ग निर्माण झाले. भांडवलशाहीच्या अर्थव्यवस्थेत भांडवलदार आणि कामगार वर्ग निर्माण झाला. भांडवलदार हा शोषक वर्ग आणि कामगार हा शोषित वर्ग. म्हणून भांडवलदार आणि कामगार हे परस्परविरोधी हितसंबंधांशी निगडित वर्ग आहेत. त्यातून वर्गसंघर्ष होतो.

अशी भांडवलशाही चिरकाल टिकणारी नाही. या शोषित वर्गाकडून क्रांती होते आणि समाजवादी अर्थव्यवस्था प्रस्थापित केली जाते. त्यात उत्पादन साधने समाजाच्या मालकीची असल्याने शोषक वर्ग आणि शोषित वर्ग असत नाही. वर्ग विरहित समाज अवस्था निर्माण होते. त्यानंतर त्यातून साम्यवादाची स्थिती निर्माण होते. ही आदर्श व्यवस्था आहे, असे मार्क्सचे मत होते.

टीका

१. मार्क्सने आर्थिक स्पष्टीकरण देऊन इतिहासाची भौतिकवादी मीमांसा मानली. आर्थिक कारणेच सामाजिक अन्य राजकीय बदल घडून आणतात. भांडवलशाहीत 'आहे रे आणि नाही रे' या दोन वर्गांत संघर्ष होऊन समाजवाद आणि कालांतराने साम्यवाद निर्माण होतो, यावर मार्क्सचा विश्वास होता. मात्र, सामाजिक परिवर्तनासाठी केवळ आर्थिक कारणेच कारणीभूत होतात, हे मार्क्सचे विधान टीकाकारांना मान्य नव्हते. मानवी जीवनावर आर्थिक घटकांप्रमाणे अन्य घटकांचा प्रभाव पडतो. त्याचा विचार मार्क्सच्या विचारसरणीमध्ये आलेला नाही.

२. मानवी समाजातील स्थित्यंतरे होत असताना प्रत्येक मानवी समाजाच्या विकास अवस्थेत दोन परस्पर विरोधी गट निर्माण होतात. उदा. सरंजामशाहीमध्ये मालक आणि नोकर आणि भांडवलशाहीमध्ये भांडवलदार आणि मजूर यांच्या संघर्षातूनच क्रांती होते आणि नवी समाजरचना निर्माण होते. टीकाकारांच्या मते, वर्गसंघर्षाऐवजी वर्गसमन्वयातून क्रांतीच्या मार्गाने नव्हे तर उत्क्रांतीच्या मार्गाने मानवी जीवनात परिवर्तन घडवून आणता येईल.

३. मार्क्सच्या काळात औद्योगिक क्रांती पूर्णत्वास जाऊन भांडवलशाही अर्थव्यवस्था पाश्चिमात्य राष्ट्रात प्रस्थापित झाली होती. मात्र, भांडवलशाही अर्थव्यवस्थेत 'आहे रे आणि नाही रे' वर्ग निर्माण झाले. भांडवलदार आणि कामगार यांचे परस्परविरोधी हितसंबंध मार्क्सला प्रकर्षाने जाणवले. त्यातून वर्गसंघर्ष होऊन रक्तरंजित क्रांती होईल व भांडवलशाहीऐवजी समाजवादी अर्थव्यवस्था औद्योगिकदृष्ट्या प्रगत झालेल्या भांडवलशाही राष्ट्रात निर्माण होईल, असे मार्क्सचे मत होते. प्रत्यक्षात चीन, रशिया आणि पूर्व युरोप यामध्ये शेतीप्रधान राष्ट्रात अशी क्रांती झाली आहे.

४. मानवी समाजाचा अभ्यास केवळ आर्थिक कारणमीमांसेवर आधारित नाही. त्यासाठी टीकाकारांच्या मते समाजरचना, राज्यव्यवस्था, धार्मिक परिस्थिती प्रचलित कायदे या सर्वांचा अभ्यास करावा लागतो.

५. मार्क्सच्या मते, प्रत्येक समाजरचनेत परस्परविरोधी हेतू असलेल्या गटांमध्ये संघर्ष होतो. हा निसर्ग नियम आहे. आणि विकासाच्या विचारसरणीनुसार हा बदल होतो. टीकाकारांच्या मते, सर्वच बदल निसर्गनियमानुसार होत नाही. विकासाचे तत्त्वज्ञान पुरेसे नाही तर मानवी इच्छा आणि प्रयत्न यांनाही महत्त्व आहे.

६. मानवी समाजाच्या विकासात विशिष्ट नियमानुसार इतिहासाचे वेगवेगळे टप्पे अस्तित्वात येणार असतील, तर मानवी बुद्धी आणि प्रयत्न यांना कोणतेच महत्त्व उरत नाही.

७.४ कार्ल मार्क्सचा मूल्य सिद्धान्त

सनातनवादी संप्रदायातील कार्ल मार्क्स हा विचारवंत पूर्णपणे वेगळा मानला जातो. प्रामुख्याने मूल्य सिद्धान्त विश्लेषण करताना रिकार्डोसारख्या सनातनवादी विचारवंताचा दृष्टिकोन मार्क्सच्या विवेचनात आढळून येतो. मात्र, मार्क्सचा मूल्य सिद्धान्त रिकार्डोच्या मूल्य सिद्धान्तापेक्षा वेगळा आहे. रिकार्डोला मूल्य सिद्धान्तात वस्तूचे मूल्य कसे ठरते हे स्पष्ट करावयाचे होते. मार्क्सला त्या मूल्य सिद्धान्तात भांडवलशाही अर्थव्यवस्थेतील दोष दाखवून भांडवलशाही अर्थव्यवस्थेत कामगारांची पिळवणूक कशी केली जाते हे दाखवावयाचे होते.

मूल्याचे दोन प्रकार

(१) वस्तूला उपयोगिता मूल्य, (२) विनिमय मूल्य असे दोन प्रकारचे असते हे मार्क्सने दाखवून दिले. मार्क्सच्या मूल्य सिद्धान्तात श्रम या घटकास अनन्यसाधारण महत्त्व दिले आहे.

१. उपयोगिता मूल्य – उपयोगिता मूल्य ही वस्तूची गुणात्मक बाजू दर्शविते. उपभोक्ता आणि उपभोग्य वस्तू यांच्यात असलेला संबंध उपयोगिता मूल्य दर्शविते. मार्क्सच्या मते, अर्थव्यवस्थेमध्ये सामाजिक संबंधाचा विचार आहे. त्यामुळे उपयोगिता मूल्य महत्त्वाचे नाही.

२. विनिमय मूल्य – विनिमय मूल्य ही संख्यात्मक कल्पना आहे. दोन वस्तूंचा विनिमय होत असताना त्या दोहोमध्ये तिसरी वस्तू असली पाहिजे. ती वस्तू म्हणजे मानवी श्रम. मार्क्सच्या मते, कोणत्याही वस्तूची निर्मिती करताना श्रमाची आवश्यकता असते. वस्तुनिर्मितीसाठी भांडवलशाही महत्त्वाची आहे. पण सर्व भांडवली वस्तू भूतकाळात श्रमामुळे निर्माण झाल्या. रिकार्डो आणि मार्क्स यांनी भांडवलाला संदिग्ध श्रम म्हटले आहे. थोडक्यात आजचे श्रम आणि भूतकाळातील संचित श्रम यावरून वस्तूचे मूल्य ठरते. वस्तू म्हणजे केवळ एकजिनशी मानवी श्रमाचा संचय होय, असे मार्क्सचे मत होते.

वस्तूचे मूल्य श्रमावरून ठरविताना मार्क्सने पुढील उदाहरण दिले.

एक टेबल = दोन खुर्च्या असे विनिमय मूल्य निश्चित झाले तर एक टेबल तयार करण्यात असणारे मानवी श्रम हे दोन खुर्च्यांत असणाऱ्या मानवी श्रमाबरोबर आहेत असे म्हणता येईल. म्हणजे दोन वस्तूतील विनिमय त्यात अंतर्भूत असलेल्या श्रमाच्या आधारे होऊ शकतो.

मार्क्सच्या श्रममूल्य सिद्धान्तात वस्तू उत्पादनासाठी श्रम आणि भांडवल लागते. भांडवलात यंत्रे, कच्चा माल, अवजारे यांचा समावेश आहे. मार्क्सने भांडवलास भूतकाळातील संचित श्रम असे मानले.

मार्क्सच्या श्रममूल्य सिद्धान्तात वस्तूचे मूल्य श्रमावरून निश्चित करताना अडचणी येतात. त्यात सर्वच कामगारांची कार्यक्षमता सारखी नसते. कुशल आणि अकुशल कामगारांचे श्रम एकाच प्रकारचे मानता येत नाही. त्यासाठी पुढीलप्रमाणे स्पष्टिकरण देता येते.

कामगारांची कार्यक्षमता भिन्न असणे – सर्वच कामगारांची कार्यक्षमता एकसारखी नसते. काहींना कामाचा उरक असतो, तर काही मंद गतीने काम करतात. कामगारांच्या कार्यक्षमतेतील ही तफावत वस्तूचे श्रममूल्य ठरविताना अडचणीचे होऊ नये म्हणून मार्क्सने सामाजिकदृष्ट्या आवश्यक श्रम–वेळेची कल्पना मांडली.

सामाजिकदृष्ट्या आवश्यक श्रम–वेळेमध्ये समाजातील सर्वसाधारण कामगारास एखादी वस्तू तयार करण्यास जेवढ्या तासांचे श्रम लागत असेल ते श्रम त्या वस्तूच्या एका नगाचे उत्पादन करण्यास प्रमाण मानावे, असे मार्क्सने सुचविले. त्यामुळे एखाद्या वस्तूच्या निर्मितीस सामाजिकदृष्ट्या आवश्यक श्रम वेळेपेक्षा अधिक किंवा कमी वेळ लागला तर त्याचा विचार करण्याचे कारण नाही, असे मार्क्सचे मत होते.

कुशल व अकुशल कामगारांच्या श्रमाचे मोजमाप – कुशल कामगारात अकुशल कामगारांपेक्षा एकाच वस्तूनिर्मितीस कमी वेळ लागतो. दोघांनी सारख्याच वेळेचे काम केले, तर दोघांचे श्रम एकसारख्याच पद्धतीचे समजता येणार नाहीत. त्यात गुणदृष्ट्या निश्चित भिन्नता असते.

अशा कुशल आणि अकुशल कामगारांचे श्रम मूल्यमापन करताना कुशल कामगाराचे श्रम हे अकुशल कामगाराच्या श्रमापेक्षा किती पट अधिक योग्यतेचे आहे हे ठरवावे लागेल आणि त्यावरून वस्तूचे मूल्य ठरविता येईल, असे मार्क्सचे मत होते. उदा. गवंड्याच्या श्रमापेक्षा इंजिनिअरचे श्रम किती पटीने श्रेष्ठ आहे किंवा डॉक्टरच्या एका तासाचे श्रम कंपाऊंडरच्या किती पटीने श्रेष्ठ आहे हे ठरवावे लागेल. कुशल आणि अकुशल कामगारांच्या श्रमाचे मोजमाप करण्यात येणारी अडचण मार्क्सने दूर केली. तोच नियम भांडवली वस्तू किंवा संचित श्रम वस्तू याबाबत लागू करावे असे सुचविले.

मूल्य सिद्धान्ताचे मूल्यमापन – मार्क्सच्या मूल्य सिद्धांन्तात श्रममूल्य सिद्धान्ताला महत्त्व आहे. त्याबाबत त्याने अत्यंत तात्त्विक आणि तर्कसंगत विवेचन केले आहे. मार्क्सने या विवेचनातून वस्तूचे मूल्य त्यात अंतर्भूत असलेल्या श्रम घटकाप्रमाणे निश्चित करावे असे स्पष्ट केले. पण भांडवलशाही अर्थव्यवस्थेत वस्तूचे मूल्य त्यात अंतर्भूत असलेल्या श्रम घटकावरून ठरत असले तरी मजुरांना त्यातील अल्पसा भाग देतात व भांडवलदार श्रमिकाची पिळवणूक करतो. याबाबत कार्ल मार्क्सने अतिरिक्त मूल्य सिद्धान्त मांडला आहे.

मूल्य सिद्धान्तावर इतर विचारवंतांची टीका

१. उपयोगितेकडे दुर्लक्ष – मार्क्सच्या मते वस्तूचे मूल्य वस्तूमध्ये अंतर्भूत असलेल्या श्रमावरून ठरते. मात्र, वस्तूच्या उपयोगितेकडे त्याने लक्ष दिले नाही. मार्क्सला ते मान्य होते. टीकाकारांना असे वाटते मार्क्सचा अतिरिक्त मूल्य सिद्धान्त अमूल्य सिद्धान्तावर अवलंबून आहे. त्यामुळे त्याने त्याकडे जाणूनबुजून दुर्लक्ष केले.

२. केवळ श्रमानेच मूल्य ठरते हे चुकीचे – टीकाकारांच्या मते, मानवी गरजांची पूर्तता मानवी श्रमातून निर्माण झालेल्या वस्तूमुळे आणि निसर्गदत्त वस्तूमुळे होते. सर्व नैसर्गिक वस्तू मिळविताना फारसे श्रम लागत नाहीत. तथापि, नैसर्गिक वस्तू विनामूल्य मिळाल्या पाहिजेत, असे म्हणणे चुकीचे आहे.

३. दुर्मीळतेकडे दुर्लक्ष – मार्क्सने वस्तूचे मूल्य त्यात अंतर्भूत असलेल्या श्रमावरून ठरविले त्याचे हे विधान दुर्मीळ वस्तूंच्या बाबतीत खरे ठरत नाही. एखाद्या दुर्मीळ वस्तूला उत्पादनासाठी एक हजार रुपयाचे श्रम लागले असले तरी वस्तूच्या दुर्मीळतेमुळे वस्तूचे मूल्य पाच हजार रुपये होते. म्हणजे अशा दुर्मीळ वस्तूंचे मूल्य ठरविताना त्याच्या दुर्मीळतेचा प्रभाव पडतो. मात्र, मार्क्सने याकडे दुर्लक्ष केले.

४. वस्तूमध्ये समाविष्ट झालेल्या श्रमावरून किंमत ठरते – वस्तूचे मूल्य वस्तूत अंतर्भूत असलेल्या श्रमावरून ठरते, याबाबत कोणताही पुरावा नाही असे प्रा. ग्रे यांचे मत आहे. मार्क्सच्या मते, वस्तूचे मूल्य इतर कोणत्याही प्रकारे ठरत नाही म्हणून ते वस्तूमध्ये अंतर्भूत असलेल्या श्रमावरून ठरते.

५. मागणीकडे दुर्लक्ष – वस्तूचे मूल्य त्यात अंतर्भूत असलेल्या श्रमावरून ठरते हे वस्तूच्या पुरवठ्याच्या दृष्टिकोनातून सुसंगत वाटते; पण प्रत्यक्षात वस्तूला असलेल्या मागणीचाही प्रभाव वस्तूचे मूल्य ठरविताना विचारात घ्यावा लागतो. त्यामुळे मार्क्सचा सिद्धान्त एकांगी स्वरूपाचा आहे, असे टीकाकारांचे मत आहे.

वस्तूनिर्मितीत अनेकांचे श्रम समाविष्ट असतात. आजच्या औद्योगिक उत्पादन प्रक्रियेत एखाद्या वस्तूचे उत्पादन अनेक कामगारांच्या सहकार्यातून होते. प्रत्येक वस्तूत प्रत्येक कामगारांचे किती श्रम कारणीभूत आहेत हे ठरविता येत नाही व त्याचबरोबर प्रत्येक कामगाराला किती वेतन द्यावयाचे हाही प्रश्न गुंतागुंतीचा ठरतो.

६. भांडवल म्हणजे संचित श्रम नव्हे – मार्क्सने भांडवलाला स्वतंत्र स्थान दिले नाही. त्याच्या मते संचित श्रम म्हणजे भांडवल, पण प्रत्यक्षात भांडवल संचय बचतीमधून होतो. बचत वाढीसाठी व्याज द्यावे लागते. कार्ल मार्क्सने दास कॅपिटलच्या तिसऱ्या खंडात मूल्य निश्चितीत भांडवलाचा मोबदला व्याज असल्याचे मान्य केले.

तसेच त्यांनी स्वत: मूल्य निश्चितीत श्रमाचे स्थान दुय्यम स्वरूपाचे असते हे मान्य केले, असे टीकाकारांचे मत आहे.

मूल्यमापन – मार्क्सच्या मूल्य सिद्धान्तावर विचारवंतांनी टीका केल्या असल्या तरी सिद्धान्ताचे महत्त्व कमी होत नाही. ॲडम स्मिथने प्रत्यक्ष मूल्य सिद्धान्त मांडला रिकार्डोनेही मूल्य सिद्धान्तात भर घातली. मार्क्सला मूल्य सिद्धान्तापेक्षा कामगाराच्या पिळवणुकीच्या शोषणाचा सिद्धान्त मांडावयाचा होता. भांडवलशाहीतील शोषण आणि त्यातील तीव्रता आणि कामगाराची अगतिकता मार्क्सला विशद करावयाची होती. त्यामुळे टीकाकारांच्या आक्षेपांचे महत्त्व राहत नाही.

७.५ अतिरिक्त मूल्याचा सिद्धान्त (Theory of Surplus Value)

मार्क्सने तत्कालीन भांडवलशाही अर्थव्यवस्थेत कामगारांची पिळवणूक, शोषण कसे होते हे स्पष्ट करताना अतिरिक्त मूल्य सिद्धान्त मांडला. उत्पादन प्रक्रियेत कामगारांच्या श्रमामुळे वस्तूनिर्मिती होते, पण भांडवलदार कामगारांच्या श्रमातून निर्माण झालेले मूल्य न देता अल्पसा भाग वेतन म्हणून देतो. कामगारांनी प्रत्यक्ष निर्माण केलेले मूल्य आणि त्यांना मिळणारे वेतन यातील फरक म्हणजे अतिरिक्त मूल्य होय. श्रमिकांचा निर्वाह खर्च, कच्च्या मालाची किंमत आणि वापरलेल्या साधनांचा खर्च यांचे मूल्य असते त्यापेक्षा जास्तीचे मूल्य निर्माण होणे याला मूल्य अधिक्य म्हणतात.

सिद्धान्ताचे स्पष्टीकरण – अतिरिक्त मूल्याची निर्मिती कशी होते हे स्पष्ट करताना मार्क्सने कामगारांच्या श्रमाची विभागणी दोन प्रकारे केली.

(१) आवश्यक श्रम, (२) अतिरिक्त श्रम

(१) आवश्यक श्रम – ज्या श्रमातून कामगारांच्या स्वत:च्या वेतनाइतके मूल्य निर्माण होते त्याला आवश्यक श्रम म्हणतात.

(२) अतिरिक्त श्रम – कामगारांना मिळणाऱ्या त्यांच्या श्रमाइतके मूल्य निर्माण केल्यावर जे जादा श्रम करतात त्याला अतिरिक्त मूल्य म्हणतात.

मार्क्सने भांडवलशाहीपूर्व अवस्था आणि भांडवलशाही अवस्थेत विनिमय कसा होतो हे स्पष्ट केले. त्या दोन्ही अवस्थांमध्ये पैशाचा वापर होतो पण स्वरूप भिन्न असते.

(अ) भांडवलशाहीपूर्व अवस्था – भांडवलशाहीपूर्वी समाजात वस्तुविनिमय पद्धती होती. कालांतराने विनिमयासाठी पैशाचा वापर सुरू झाला. मार्क्सने वस्तू–पैसा–वस्तू याचे वर्णन सूत्र रूपाने केले.

C - M - C

C = Commodity किंवा वस्तू M = Money पैसा

C = Commodity वस्तू या प्रकारात वस्तू देऊन पैसा मिळविणे

आणि त्या पैशातून दुसरी वस्तू घेणे या व्यवहारात पैसा फक्त विनिमयाचे माध्यम असते. त्यातून अतिरिक्त मूल्य निर्माण होत नाही.

(आ) भांडवलशाही अवस्था – भांडवलशाहीत श्रमाचे शोषण करण्यासाठी पैसा वापरला जातो. भांडवलशाही अर्थव्यवस्थेत भांडवलदार पैसा घेऊन जातो तो वस्तूच्या खरेदीसाठी नव्हे, तर गुंतविलेला पैसा मिळविण्यासाठी व्यवहार होतात. यात भांडवलदार पैसे खर्चून वस्तू मिळवितात म्हणजे मार्क्सच्या सूत्राप्रमाणे M - C - M याचा अर्थ भांडवलदार पैसा खर्च करून वस्तू घेतो व वस्तू विकून पैसा मिळवितो, यात दुसरा M पहिल्या M पेक्षा जास्त असावा, अशी भांडवलदाराची अपेक्षा असते. त्यामुळे दुसऱ्या M चा उल्लेख M = (M + M) असून M हा अतिरिक्त मूल्य किंवा अधिक्य दर्शवितो. मार्क्सच्या मते, भांडवलशाहीत पैसा हाच श्रमाच्या शोषणाचा आधार असतो. भांडवलदार पैसा वापरून अतिरिक्त मूल्य निर्माण करतो आणि कामगारांचे शोषण करतो.

अतिरिक्त मूल्याचा दर – मार्क्सच्या मते केवळ भांडवलशाही अर्थव्यवस्थेतच अतिरिक्त मूल्याची निर्मिती होते. त्यातून कामगारांची पिळवणूक होते हे अतिरिक्त मूल्य निर्माण होण्यामध्ये पैशाचा वापर, भांडवलाची विशिष्ट रचना, श्रमाचा प्रकार, अतिरिक्त मूल्य मिळविण्याची पद्धती यांचा समावेश होतो.

अतिरिक्त मूल्याचा दर स्पष्ट करताना गणिती पद्धतीचा वापर मार्क्सने केला. त्याच्या मते कोणत्याही वस्तूचे मूल्य तीन घटकांवर अवलंबून असते.

१. स्थिर भांडवल (C) २. बदलते भांडवल (V) ३. अतिरिक्त भांडवल (S) वस्तूचे मूल्य C + V + S यावर अवलंबून असते.

स्थिर भांडवलामध्ये (C) मार्क्सने यंत्रसामग्री, अवजारे, इंधन, कच्चा माल अशा वस्तूंचा समावेश केला. कारण या घटकांमध्ये मूल्य स्थिर असते.

बदलत्या भांडवलामध्ये श्रम घटकावरील खर्च विचारात घेतला कारण त्यावरील खर्चामुळे एकूण मूल्यात बदल होतो. कामगारांना दिलेल्या वेतनापेक्षा कितीतरी जास्त मूल्यांच्या वस्तू कारखानदार निर्माण करतात.

अतिरिक्त मूल्य म्हणजे कामगाराने निर्माण केलेल्या वस्तूचे मूल्य आणि कामगारांना दिलेले वेतन यातील फरक होय.

अतिरिक्त मूल्य मिळविण्याची पद्धती – भांडवलदार अतिरिक्त मूल्य निर्माण करतो त्या पद्धतीनुसार अतिरिक्त मूल्याचे निरपेक्ष अतिरिक्त मूल्य आणि सापेक्ष अतिरिक्त मूल्य असे दोन प्रकार पडतात.

१. निरपेक्ष अतिरिक्त मूल्य (Absolute Surplus Value) - कामाचे एकूण तास वाढवून जे अतिरिक्त मूल्य मिळविले जाते त्याला निरपेक्ष अतिरिक्त मूल्य

असे म्हटले जाते. कामगाराला निर्वाहापुरते वेतन दिले जाते व कामगारांच्या कामाच्या तासांत वाढ करून निरपेक्ष अतिरिक्त मूल्य निर्माण केले जाते. उदा. कामगार आठ तास काम करतो. त्याला निर्वाह वेतन मिळविण्यासाठी चार तासाचे श्रम पुरेसे आहे असे मानले तर आणि मजुरीचा दर तासाला २५ रुपये मानला तर तो कामगार ८ तास X २५ रुपये = २०० रुपयांचे काम करतो. कामगाराला निर्वाहवेतन मिळविण्यासाठी चार तासच काम अपेक्षित आहे, असे मानले तर ८ तास X २५ रु. = १०० रु. मजुरी काळामध्ये म्हणजे त्याने केलेले काम रुपये २०० रु. - त्याचे निर्वाह वेतन रुपये १०० = १००रु. अतिरिक्त मूल्य निर्माण होते. कामगाराकडून १० तास काम करून घेतले तर वस्तूचे मूल्य २५० रुपये. कामगाराला मात्र निर्वाह वेतन १००रु. देऊन भांडवलदार पूर्वीपेक्षा ५० रुपये अतिरिक्त मूल्य मिळवेल. याला निरपेक्ष अतिरिक्त मूल्य म्हणतात.

२. **सापेक्ष अतिरिक्त मूल्य** – मार्क्सच्या मते, भांडवलदार कामाचे तास कायम ठेवतो पण निर्वाह वेतनाइतके श्रम आणि अपेक्षित श्रम यांच्यात बदल करतो व जे ज्यादा अतिरिक्त मूल्य मिळवितो त्याला सापेक्ष अतिरिक्त मूल्य म्हणतात. त्यासाठी भांडवलदार आधुनिक यंत्रे वापरतो. त्यामुळे कामगार पूर्वीपेक्षा जास्त वस्तू निर्माण करतो. उदा. दिवसाकाठी आठ तास कामगाराने काम केल्यास १५० वस्तू निर्माण केल्या व त्यांची किंमत ५ रु. मानल्यास एकूण उत्पादनाचे मूल्य ७५० रु. होते. कामगाराला मात्र २५रु. प्रमाणेच १००रु. वेतन दिल्यास रु. ६५० रु. अतिरिक्त मूल्य होते. कामगाराने यंत्राचा वापर करून २ तासांत १५० ऐवजी २०० वस्तू निर्माण केल्या तर वस्तूचे मूल्य १००० रु. वजा कामगाराचे मूल्य १०० रुपये म्हणजे ९०० रुपयांचे सापेक्ष मूल्य निर्माण होते.

अतिरिक्त मूल्य दर – अतिरिक्त मूल्य दर ठरविताना मार्क्सने पुढील सूत्र वापरले.

$$\text{अतिरिक्त मूल्य दरमहा (S)} \quad = \quad \frac{\text{अतिरिक्त मूल्य (S)}}{\text{बदलते भांडवल (V)}} \times 100$$

एखाद्या भांडवलदाराने वस्तू उत्पादनासाठी ५० रु. स्थिर भांडवल व ५० रु. बदलते भांडवल वापरले आणि त्या १००रु. एकूण भांडवलात निर्माण झालेल्या दराने विकल्या म्हणजे १००रु. नफा मिळतो. वरील सूत्राचाच वापर करून अतिरिक्त मूल्य दर मांडता येते.

$$\text{अतिरिक्त मूल्य दर (S)} = \frac{\text{अतिरिक्त मूल्य (S)}}{\text{बदलते भांडवल(V)}} \times 100$$

$$= \frac{१००रु.}{५०रु.} \times १००$$

$$= २०० \text{ टक्के}$$

यावरून भांडवलदाराने ५० रु. बदलत्या भांडवलावर खर्च करून १५०रु. नफा मिळवला व कामगाराची १००रु. इतके शोषण केले.

तसेच अतिरिक्त मूल्य घोषित करताना कामगाराने किती तास काम केले व त्याच्या निर्वाहासाठी किती श्रम आवश्यक होते यावरून ठरविता येते. कामगारांचे वेतन ५० रु. मानले आणि ते ५ तास श्रमाइतके आहे असे मानले आणि त्याने दिवसभर आठ तास काम केले, तर तो दोन तास जादा काम करतो. त्यावरूनही अतिरिक्त मूल्य दर ठरविता येतो.

$$\text{अतिरिक्त मूल्य दर (S)} = \frac{\text{अतिरिक्त मूल्य किंवा जादा केलेले काम}}{\text{निर्वाहजन्य वेतन किंवा बदलते भांडवल}} \times १००$$

$$= \frac{२ \text{ तास}}{५ \text{ तास}} \times १००$$

$$= ४० \text{ टक्के}$$

याचा अर्थ भांडवलदाराने कामगाराचे ४० टक्के शोषण केले.

अतिरिक्त मूल्यात वाढ

भांडवलदार अतिरिक्त मूल्य निर्माण करतो आणि अतिरिक्त मूल्यात वाढही करतो. त्यासाठी पुढील वेगवेगळे मार्ग स्वीकारतो.

१. उत्पादन तंत्रात सुधारणा – भांडवलशाहीत सुधारित यंत्रसामग्री भांडवलदार वापरतो, त्यातून श्रमिकाची उत्पादनक्षमता वाढते मात्र, त्याचे निर्वाहजन्य वेतन तेवढेच असल्याने अतिरिक्त मूल्य निर्माण होते.

२. श्रमिकाच्या वेतनात घट – कामगाराला उपजीविकेसाठी आवश्यक असणाऱ्या गरजांना वेतन मिळविण्यासाठी किमान श्रम करावे लागतात. म्हणजेच श्रमिकाला साधारणत: निर्वाह पातळीइतके वेतन मिळते पण त्या वेतनात घट केली, तर श्रमिकाचा पुरवठा घटू शकतो म्हणून निर्वाहजन्य पातळीपेक्षा कमी वेतन देऊन अतिरिक्त मूल्यात वाढ करण्याच्या मार्गाचा भांडवलदार वापर करत नाही.

३. **कामाचे तास** – कामगाराला निर्वाहजन्य पातळीइतके वेतन मिळविण्यासाठी किमान सात तास काम करावे लागते. त्यापेक्षा जादा तास काम त्याच्याकडून करून घेतले जाते व अतिरिक्त मूल्य मिळविले जाते.

टीका

१. **व्याज** – मार्क्सने अतिरिक्त मूल्य सिद्धान्तात भांडवलाला महत्त्व दिले नाही म्हणजे पर्यायाने व्याजाकडे दुर्लक्ष केले. त्याने अतिरिक्त मूल्याचा एक अतिशय लहानसा घटक म्हणजे व्याज असे मानले.

२. **श्रमाला अवास्तव महत्त्व** – मार्क्सने बदलत्या भांडवलाचा मोठ्या प्रमाणावर वापर होणाऱ्या उद्योगातच अतिरिक्त मूल्य निर्माण होते असे मांडले आहे. प्रत्यक्षात बदलत्या भांडवलापेक्षा स्थिर भांडवलावर उद्योग व्यवसायात भर दिला जातो. अशा भांडवलप्रधान उद्योगात नफ्याचे प्रमाण मोठे असते. त्याचा विचार मार्क्सच्या या सिद्धान्तात केलेला नाही.

३. **व्यवस्थापन** – उद्योग व्यवसायातील नफा केवळ श्रमामुळे मिळत नाही, त्यासाठी कार्यक्षम व्यवस्थापन आवश्यक असते. केवळ श्रमावर भर देणाऱ्या श्रमप्रधान उत्पादन व्यवस्थेत अकार्यक्षम व्यवस्थापनामुळे तोटा होतो, याचा विचार मार्क्सने आपल्या सिद्धान्तात केलेला नाही.

४. **बदलते भांडवल** – मार्क्सच्या मते श्रमावरील खर्च म्हणजे बदलते भांडवल हे अपुरे स्पष्टीकरण आहे व त्यात कच्चा माल, इंधन, श्रम याचाही समावेश मार्क्सने करावयास पाहिजे होता.

५. **विसंगती** – मार्क्सच्या अतिरिक्त मूल्य सिद्धान्ताआधारे भांडवलशाहीच्या विकासाबरोबर अतिरिक्त मूल्यात वाढ होते. कामगारांचे शोषण वाढते असे मार्क्सने मांडले ते एकांगी स्वरूपाचे आहे. त्यात तार्किक सुसंगती नाही. कारण भांडवलशाही विकासाबरोबर श्रमप्रधानऐवजी यंत्रप्रधान उत्पादन पद्धती अवलंबली जाते. बदलत्या भांडवलापेक्षा स्थिर भांडवल वाढते. मात्र, अतिरिक्त मूल्य किंवा कामगारांचे शोषण प्रत्यक्षात होत नाही.

वरीलप्रमाणे मार्क्सच्या अतिरिक्त मूल्य सिद्धान्तावर टीका झाली असली. तरी मार्क्सने अडचणीचे घटक टाळून केवळ सोयीस्कर विश्लेषण केलेले आहे आणि भांडवलशाहीत कामगारांचे शोषण कसे होते हे सैद्धान्तिक स्वरूपात मांडले आहे ते अतिशय महत्त्वाचे आहे.

७.६ नफ्याचा दर

मार्क्सच्या सैद्धान्तिक विवेचनाआधारे अतिरिक्त मूल्य म्हणजेच नफा असे वाटते पण प्रत्यक्षात अतिरिक्त मूल्यदर म्हणजे नफ्याचा दर नाही; असे मार्क्सने म्हटले आहे. मार्क्सच्या मते, नफ्याचा दर म्हणजे अतिरिक्त मूल्याचा एकूण भांडवलदारी असणारे शेकडा प्रमाण होय.

त्याचे स्पष्टीकरण मार्क्सने पुढीलप्रमाणे दिले आहे.

$$\text{नफ्याचा दर} = \frac{\text{अतिरिक्त मूल्य}}{\text{एकूण भांडवल}} \times १००$$

समजा कामगार १५० रु.चे उत्पादन करतो. भांडवलदार त्याला ७५रु. वेतन देतो. याचा अर्थ १५० रु.वजा ७५ = ७५ रुपये अतिरिक्त मूल्य निर्माण होते. हे उत्पादन करण्यासाठी स्थिर भांडवल २५ रु. बदलते भांडवल ७५ रुपये असे एकूण भांडवल १०० रु. गुंतवत असेल तर

$$\text{नफ्याचा दर} = \frac{७५}{१००} \times १००$$

$$= ७५ \text{ टक्के}$$

नफ्याचा दर ठरविताना स्थिर भांडवल आणि बदलते भांडवल याचा विचार करावा लागतो. अतिरिक्त मूल्य दर ठरविताना फक्त बदलते भांडवल विचारात घेतले जाते.

$$\text{अतिरिक्त मूल्य दर} = \frac{\text{अतिरिक्त मूल्य}}{\text{बदलते भांडवल}} \times १००$$

$$= \frac{७५ \text{ रु.}}{७५ \text{ रु.}} \times १००$$

$$= १०० \text{ टक्के}$$

यात अतिरिक्त मूल्य दर १०० तर नफ्याचा दर ७५ टक्के आहे. याचाच अर्थ नफ्याचा दर अतिरिक्त मूल्य दरापेक्षा कमी आहे.

नफ्याच्या दरात होणाऱ्या प्रकृतीचा सिद्धान्त

(Theory of Falling Rate of Profit)

भांडवलशाहीच्या विकासाबरोबर नफ्याच्या दरात घट होणे ही प्रवृत्ती आढळते. नफा कमी होऊ नये म्हणून भांडवलदार कामगारांच्या वेतनात घट करतो. त्यांच्याकडून जास्त तास काम करून घेतो. मात्र, एकूण भांडवलात स्थिर भांडवलाचे प्रमाण वाढल्यामुळे नफ्याचा दर कमी होतो, असे मार्क्सचे मत होते. (The ratio C to V is called by marks is the higher it is the lower the rate of profit - Marx) नफ्याच्या दराचा संबंध भांडवलाच्या रचनेशी आहे. एकूण भांडवलात स्थिर भांडवल आणि बदलते भांडवल यांचा समावेश असतो. भांडवलाची घटनात्मक रचना

$$\text{भांडवलाची घटनात्मक रचना} = \frac{\text{स्थिर भाडवल}}{\text{बदलते भांडवल}}$$

मार्क्सने नफ्याचा दर काढण्यासाठी पुढील सूत्र दिले आहे –

$$\text{नफ्याचा दर} = \frac{\text{अतिरिक्त मूल्य}}{\text{स्थिर भांडवल + बदलते भांडवल}} \times १००$$

एकूण भांडवल ३० कोटी रुपये आहे, त्यापैकी २० कोटी रु. स्थिर भांडवल व १० कोटी रु बदलते भांडवल आहे. त्यामुळे भांडवलाची घटनात्मक रचना २:१ आहे.

$$\text{नफ्याचा दर} = \frac{\text{अतिरिक्त मूल्य}}{\text{स्थिर भांडवल + बदलते भांडवल}} \times १००$$

$$= \frac{१०}{२० + १०} \times १००$$

$$= \frac{१०}{३०} \times १००$$

$$= \frac{१}{३} \times १००$$

$$= ३३.३३\%$$

भांडवलशाहीच्या प्रगतीबरोबर स्थिर भांडवलात २० कोटी रु.वरून ४० कोटी रु. वाढ झाली आणि बदलते भांडवल १० कोटी रु. असेल तर एकूण भांडवल ५० कोटी रु. होते. नफ्याचा दर पुढीलप्रमाणे –

$$\text{नफ्याचा दर} = \frac{१०}{५०} \times १०० = २०\%$$

म्हणजेच नफ्याचा दर ३३.३% वरून २०% अशी घट होईल.

नफ्याचा दर घटल्यामुळे भांडवल गुंतवणूक कमी होते. भांडवल संचय भांडवलातील नफा वाढविण्यासाठी भांडवलदार कामगारांचे वेतन कमी करतो. त्यामुळे भांडवलदार व कामगार यांच्यात वर्गसंघर्ष होतो व भांडवलशाहीचा विनाश होतो.

७.७ भांडवलशाहीचा विकास आणि विनाश

मार्क्सच्या आर्थिक विकास सिद्धान्तात भांडवलशाहीच्या विकासाबरोबर भांडवलशाहीच्या विनाशाची शक्ती कशी विकसित होते, याचे विश्लेषण मार्क्सने केले. कोणत्याही समाजाचा विकास विरोधातून होतो. प्रत्येक समाजात विरोधाची बीजे असतात त्यातून संघर्ष होतो व नवीन समाजव्यवस्था निर्माण होते. मार्क्सच्या मते, भांडवलशाही विनाशाला पुढील काही बदल कारणीभूत ठरतात.

१. भांडवल संचय – भांडवलशाहीत भांडवलदारांची सामाजिक प्रतिष्ठा संपत्ती संचयावर अवलंबून असते. संपत्ती साठविण्यासाठी भांडवलदार कुवत असूनही उपभोगावर कमी खर्च करतात. उत्पादनवाढीसाठी भांडवलात वाढ करावी लागते. अतिरिक्त मूल्य भांडवलात गुंतविले जाते. भांडवल संचय हा भांडवलाची रचना कामगारांची कार्यक्षमता, आवश्यक श्रम यावर अवलंबून असते. त्यातूनही भांडवलशाहीवर आर्थिक अरिष्टे निर्माण होतात.

२. भांडवलाचे केंद्रीकरण – मार्क्सच्या पूर्वी भांडवल शोषणाचे साधन नव्हते. मात्र, उत्पादनाचा घटक म्हणून भांडवलाला महत्त्व होते. त्यावेळच्या संघ पद्धती (Guild system) उत्पादनाच्या तत्त्वावर बहुसंख्य श्रमिकांची मालकी होती. कालांतराने त्यात बदल झाले. महत्त्वाचे बदल म्हणजे उत्पादनाच्या साधनावर मालकी नसलेल्या श्रमजिवी वर्गाचा उदय झाला. तो स्वत:ची श्रमशक्ती ओळखू लागला. औद्योगिक क्रांतीनंतर छोटे व्यवसाय मारले गेले.

भांडवलशाहीच्या विकासाबरोबर औद्योगिक संस्थांमध्ये विश्वस्त संस्था ट्रस्ट आणि विक्रय नियंत्रित संघ (Cartel) निर्माण झाले. त्यांच्या हाती श्रमजिवी वर्गाचे

भवितव्य सोपविले गेले. मात्र, श्रमिकांची पिळवणूक वाढत गेली. हा शोषितांचा वर्ग पुढे भांडवलशाही उलथविणार असल्यामुळे असे म्हणता येईल की, ही रचना स्वतःच्याच शत्रूचे बळ वाढवीत असते. (What the bourgeoisis produces above all, these fore are its own qravediggers) बुर्झ्वा वर्ग स्वतःचे थडगे खोदणाऱ्यांना वाढवितो !

भांडवलशाही अर्थव्यवस्थेत भांडवलप्रधान उत्पादन पद्धतीमुळे अतिरिक्त उत्पादन होते. हे बाजारात खपत नाही म्हणून कामगारांना कामावरून कमी केले जाते. मार्क्सने त्यासाठी राखीव कामगार दल संज्ञा वापरली.

३. राखीव कामगार दल (Industrial Reserve army) - भांडवलशाहीत भांडवलदाराला अधिक नफा हवा असतो, त्यासाठी तो स्थिर भांडवलात वाढ करतो. बदलत्या भांडवलात घट करतो म्हणजेच यंत्राच्या साहाय्याने उत्पादन वाढवितो. म्हणून कामगारांची संख्या कमी केली जाते. त्यातून बेकारी वाढते. अशा बेकार कामगारांच्या संख्येतून राखीव कामगार दर निर्माण होते. कमी वेतनावर काम करण्यास हे बेकार कामगार मिळू शकतात. मात्र, कमीत कमी वेतन निर्वाहाइतके असते. अशा भांडवलशाहीत भांडवलदारांच्या नफ्यात वाढ होते. त्यांची आर्थिक स्थिती सुधारते मात्र, कामगार बेकार होतात, त्यांची दुःखे वाढतात, मालक-कामगार संघर्ष वाढतो. शेवटी कामगार क्रांतीचा मार्ग स्वीकारतो.

भांडवलशाहीचा विनाश कोणी घडवून आणण्याचा विनाश कोणी घडवून आणण्याचा प्रश्न नाही कारण भांडवलशाही अर्थव्यवस्थेत स्वनाश अंतर्भूत असतो.

४. आर्थिक अरिष्टे – भांडवलशाहीत यंत्रप्रधान पद्धतीमुळे एकीकडे प्रचंड उत्पादन आणि दुसरीकडे वाढती बेकारी अशी स्थिती असते.

जे.बी.से. यांनी सनातनवादी अर्थशास्त्राचे जनक ॲडम स्मिथ यांच्या विचारांचे समर्थन करताना बाजारपेठाबाबत नियम मांडला. 'से'च्या मते, भांडवलशाही अर्थव्यवस्थेत उत्पादनाबरोबर मागणीही वाढत असल्यामुळे पुरवठा व मागणी याचा समतोल टिकून राहतो. वस्तुविनिमयावर आधारित अर्थव्यवस्थेत वस्तूंच्या बदल्यात वस्तूंचा विनिमय होत असल्याने प्रत्येक वस्तूचा पुरवठा दुसऱ्या वस्तूसाठी मागणी निर्माण करतो. पैशाचा वापर होणाऱ्या अर्थव्यवस्थेत पैशाचा स्वीकार केवळ विनिमय माध्यमाचे साधन म्हणून केला जातो. त्यामुळे प्रत्येक पुरवठा स्वतःसाठी मागणी निर्माण करतो. 'म्हणून एकूण पुरवठा आणि एकूण मागणी यांच्यात आपोआप समतोल होऊन बाजारात सर्वच वस्तूंचा साठा विक्री न झाल्यामुळे तुंबून राहिला आहे आणि सर्वत्र जरुरीपेक्षा जास्त उत्पादन झाले आहे. त्यामुळे उत्पादन खर्चापेक्षा किमती सर्वत्र खालच्या पातळीवर आहेत. (आर्थिक मंदी) आणि सर्वत्र आर्थिक अरिष्ट निर्माण

झाले आहे. अशी परिस्थिती भांडवलशाही अर्थव्यवस्थेत निर्माण होण्याची शक्यताच नसते.' असे जे.बी.से. यांचे मत होते.

('A General Glut General over production a gerneral fall of prices below cost - in short a general economic crisis - is unthiakable in a system of free enterprise' - say)

मार्क्सच्या मते, भांडवलशाहीच्या विकासाबरोबर उत्पादन वाढत जाते. मागणीतल्या प्रमाणात वाढ होत नाही. यंत्राचा वापर केल्यामुळे बेकारी वाढते. कामगारांची क्रयशक्ती कमी होते.

आर्थिक मंदी – भांडवलशाहीच्या अंगभूत गुणवैशिष्ट्यातून तेजी–मंदी चक्र सुरू होते. यंत्राच्या वापरातून उत्पादन वाढते. मात्र, त्यात वाढत्या उत्पादनास पुरेशी प्रभावी मागणी बाजारात नसते. त्यामुळे मार्क्सच्या मते, उत्पादन आणि उपभोग यांच्यातील समतोल बिघडतो आणि आर्थिक मंदी निर्माण होते. अर्थव्यवस्थेत न्यून उपभोग स्थिती निर्माण होते. आर्थिक मंदीतून तेजी येऊ शकते. मात्र, मार्क्स अप्रत्यक्षपणे मंदी – बेकारी यांना अधिक महत्त्व देतो.

नफ्याच्या दरात घट – मार्क्सने भांडवलाच्या घटनात्मक रचनेशी नफ्याच्या दराशी संबंध दर्शविला. त्यांच्या मते, एकूण भांडवलात स्थिर भांडवलाचे प्रमाण वाढले तर नफ्याचा दर घटतो आणि एकूण भांडवलात स्थिर भांडवलाचे प्रमाण घटले तर नफ्याचा दर वाढतो. स्थिर भांडवलाचे प्रमाण वाढल्यामुळे यंत्र प्रधान उत्पादन पद्धती अस्तित्वात येते. त्यातून बेकारी वाढते. या प्रचंड बेकारीमुळे बेकारांची राखीव फौजा निर्माण होतात. त्यातून वर्ग युद्ध होते. मार्क्सच्या मते, अशा रीतीने अत्युत्पादन, आर्थिक मंदी, बेकारी, वर्गसंघर्ष इ. अरिष्टांमुळे भांडवलशाही खिळखिळी बनते आणि भांडवलशाहीत साम्यवादी क्रांती होऊन भांडवलशाहीचा विनाश होतो. मार्क्सच्या मते, 'भांडवलशाहीचा हा शेवट कोणत्याही मानवी उपायांना बदलता येत नाही.' (No human contrivance could alter the destiny of the capitalist system - Marx)

७.८ कार्ल मार्क्स यांचा सामाजिक बदलाचा सिद्धान्त
(Karl Marx's Theory of Social Change)

मानवी समाजाच्या इतिहासात झालेले बदल मांडताना उत्पादनप्रक्रिया आणि सामाजिक बदल यातील अन्योन्य संबंध मार्क्सने स्पष्ट केले. त्याने सामाजिक बदलाच्या पाच अवस्था सांगितल्या त्या पुढीलप्रमाणे –

१) प्राथमिक साम्यवाद

२) गुलामगिरी किंवा दास समाज

३) सरंजामशाही

४) भांडवलशाही

५) समाजवाद

१. प्राथमिक साम्यवाद (Private Communism) – मानवी समाजाच्या प्राथमिक अवस्थेत समाजवाद होता, असे मार्क्सचे मत होते. त्या समाजात स्त्री आणि पुरुष हे दोनच वर्ग होते. पुरुषांनी शिकार करावी, कंदमुळे आणावीत, सरपण आणावे, महिलांनी चूल आणि मूल सांभाळावे. त्यानंतर पशुपालन अवस्था आली. पशुपालन करणाऱ्या वन्य जमाती इतर जमातीपासून वेगळ्या झाल्या ते पशुपालनासाठी सतत भटकंती करायची इतर समाज स्थिर होता. त्याचवेळी खनिज धातूंचा वापर सुरू झाला. कापड विणणे आणि धातू वितळविणे याबाबत शोध लागले. मानव श्रमाच्या मदतीने वस्तूचे उत्पादन करू लागला. शेती आणि कुटीर उद्योग सुरू झाले.

२. गुलामगिरी (Slavery) – या अवस्थेत श्रमविभागणी तत्त्व अस्तित्वात आले. कारखानदारी वाढली. व्यापार सुरू झाला. वस्तुविनिमय अस्तित्वात आली. धातूची नाणी विनिमयात आली. समाजात एका वर्गाकडे उत्पादन साधनांची मालकी होती आणि प्रत्यक्ष श्रमाची कामे करण्यासाठी त्याच्याकडे गुलाम होते. या स्वरूपाचे उत्पादन संबंधात सामाजिक संबंध आणि हितसंबंध साधे सरळ नव्हते, गुंतागुंतीचे होते. संपूर्ण समाजाचे नियंत्रण करण्यासाठी सरकार अवस्था निर्माण झाली. या समाजव्यवस्थेत ग्राहकांना कनिष्ठ दर्जा मिळाला. मात्र, समाजातल्या गरजेतून प्रशासन न्यायव्यवस्था आणि कायदा या बाबी विकसित झाल्या.

३. सरंजामशाही (Feudel Society) - या व्यवस्थेत प्रत्यक्ष भूदास पद्धती होती. ग्रामीण आणि शहरी भागात छोटे उत्पादक आणि व्यवसायिक होते. उत्पादकाने त्यांचे संघ स्थापन केले. भूदास पद्धतीत जमीनदार आणि कूळ असे वर्ग निर्माण झाले. जमिनीवर मालकी असणारा जमिनदार वर्ग आणि कसणारा श्रमजिवी कूळ वर्ग हे सरंजामशाहीचे वैशिष्ट्य होते. सरंजामदारांना राजकीयदृष्ट्या संरक्षण होते. तसेच सरंजामदार शेतीत निर्माण होणाऱ्या अतिरिक्त मूल्यावर हक्क सांगत.

४. भांडवलशाही (Capitalism) - सरंजामशाहीचा अस्त होऊन भांडवलशाही निर्माण झाली. भांडवलशाही अवस्थेबाबत मार्क्सचे मत त्याने दास कॅपिटल ग्रंथात मांडले. अतिरिक्त मूल्य प्राप्त करण्यासाठी भांडवलदारांची नफ्याची

लालसा, त्यासाठी उत्पादनवाढ, कामगारांचे शोषण, अविवेकी उत्पादन, भांडवलदारांची तीव्र स्पर्धा, भांडवलशाही व्यवस्थेतील अंतर्विरोध आणि सार्वजनिक साधनसंपत्तीचा विनाश करून प्रचंड उत्पादन, या बाबी ज्या व्यवस्थेत आढळतात ती भांडवलशाही अवस्था होय. भांडवलशाहीमध्ये संरजामशाही वर्गाचे नियंत्रण होते. भांडवलशाहीत कामगारांची पिळवणूक होते. कामगारांना निर्वाह वेतन दिले जाते. त्यापेक्षा जास्त मूल्याची निर्मिती करून घेतली जाते. त्यातून अतिरिक्त श्रम मूल्य निर्माण होते. नफ्याचे प्रमाण वाढते. वाढणारा नफा भांडवलात गुंतविला जातो. एकीकडे श्रीमंत कारखानदार दुसरीकडे गरीब कामगार यांच्या आर्थिक विषमतेतील दरी वाढते. यातून आर्थिक अरिष्टे निर्माण होतात. मंदी होते. कामगार क्रांती करतात. म्हणजेच मार्क्सने म्हटल्याप्रमाणे भांडवलशाहीच्या विकासात त्याच्या विनाशाची बीजे रुजलेली असतात.

५. समाजवाद (Socialism) - भांडवलशाहीत परस्परविरोधी हितसंबंध असणारे भांडवलदार आणि कामगार यांच्यात संघर्ष होतो. भांडवलदार नफा मिळविण्यासाठी कामगारांची पिळवणूक करतो. भांडवलदार भांडवल संचय करण्यासाठी उपभोग कमी करतो. यंत्रप्रधान उत्पादन पद्धतीमुळे वस्तूचा अतिरिक्त पुरवठा व न्यून मागणी निर्माण होते. त्यातून मंदी उद्‌भवते. भांडवलदार भांडवलप्रधान उत्पादन पद्धती स्वीकारतो. त्याच्याकडे एकाधिकारशाही निर्माण होते. सक्तीने कामगारांचे शोषण कमी करणे, यंत्राचा वापर वाढविणे, कामगारांना कामावरून कमी करणे हे त्याचे उपक्रम असतात. भांडवलशाहीत आहे रे आणि नाही रे वर्ग निर्माण होतात. त्यातून वर्गसंघर्ष होतो. कामगारवर्ग क्रांती घडवून आणतो. वर्ग विहीत समाजव्यवस्थेत म्हणजे समाजवादी पद्धतीत कामगारांची पिळवणूक होत नाही कारण उत्पादन साधनावर समाजाची मालकी असते.

थोडक्यात, सामाजिक बदलाच्या सिद्धान्तातून मानवी समाजाच्या प्रगतीचा आढावा घेताना मार्क्सने उत्पादनसंबंध हेच मानवाच्या बदलत्या सामाजिक, आर्थिक व राजकीय स्थितीच्या बदलास कारणीभूत असतात असे सांगितले.

७.९ कार्ल मार्क्स यांच्या कामगिरीचे मूल्यमापन

मार्क्सवाद ही विचारसरणी मार्क्सच्या तत्त्वज्ञानावर आधारित आहे. त्याने श्रमजिवी वर्गाला प्रतिष्ठा मिळवून दिली. मार्क्सला समाजवाद आणि अंतिम टप्प्यात साम्यवाद अपेक्षित होता. समाजातील संपत्तीची निर्मिती कामगार करतो. उत्पादनाची साधने त्याच्या मालकीची असावीत. त्यानेच उत्पादन पद्धतीचे नियंत्रण संचलन करावे, असे मार्क्सचे मत होते. मूठभर भांडवलदारांनी बहुसंख्य कामगारांचे शोषण

भांडवलशाहीत केले. त्याला मार्क्सचा विरोध होता. त्यासाठी भांडवलशाहीच्या विनाशासाठी सशस्त्र क्रांतीचा मार्ग अवलंबण्याचे आवाहन केले.

मार्क्सने कोणताही नवीन सिद्धान्त मांडला नाही. अनेक संकल्पना सनातनवादी अर्थशास्त्रज्ञांकडून घेतल्या. ॲडम स्मिथ, रिकार्डो, माल्थस यांचा मार्क्सवर प्रभाव होता. सनातनवादी विचारवंतांनी भांडवलशाहीची प्रशंसा केली. मात्र, मार्क्सने भांडवलशाही एक दिवस नष्ट होईल, असे भाकीत केले.

इंग्लंड, जर्मनी इ. सारख्या भांडवलशाही देशात 'सशस्त्र रक्तरंजितक्रांती होईल' असे मार्क्सचे भाकीत होते. मात्र, रशिया, चीन, पोलंडसारख्या देशांमध्ये ही राज्यक्रांती झाल्याचे दिसून येते. मार्क्सला भांडवलदार आणि कामगार यांच्यात तीव्र संघर्ष व्हावा असे वाटत होते. किंबहुना भांडवलशाहीच्या विकासाबरोबर विनाशाची बीजे निर्माण होतात आणि त्यात भांडवलशाहीचा नाश होईल ही मार्क्सची भविष्यवाणी खोटी ठरली.

लिकॅचमन यांच्या मते, मार्क्सचे आर्थिक विवेचन प्रभावी नव्हते. श्रममूल्य सिद्धान्त; सनातनवाद्यांची वितरणासंबंधी मांडलेले विचार, पुरवठ्याचा जास्त विचार इ. गोष्टी अभ्यासल्यास मार्क्सच्या विचारावर सनातनवादी विचारसरणीचा प्रभाव लक्षात येतो. टीकाकारांच्या मते दास कॅपिटल या ग्रंथाचा दुसरा, तिसरा खंड प्रकाशित होण्यापूर्वीच हे अर्थशास्त्र कालबाह्य ठरले.

आधुनिक भांडवलशाहीत आर्थिक नियोजनाचा स्वीकार केल्यामुळे आर्थिक मंदी, बेकारी, अत्युत्पादन इ. आर्थिक अरिष्टांची तीव्रता कमी करण्यात यश मिळाले आहे.

इतिहासाची भौतिकवादी मीमांसा चुकीची ठरली. मार्क्सने केलेली इतिहासाची भौतिकवादी मीमांसा अपूर्ण आहे. मार्क्सने भाकीत केल्याप्रमाणे बेकारी वाढली नाही किंवा आर्थिक अरिष्टे आली नाहीत. मात्र, पूर्वीच्या अर्थशास्त्रज्ञांना ते जमले नाही. ते करताना मार्क्सने इतिहास आणि आर्थिक विश्लेषण यांचा योग्य समन्वय घातला.

विश्लेषणात तार्किक चुका – मार्क्सच्या अनेक सिद्धान्तात अनेक चुका आहेत. श्रममूल्य सिद्धान्त, अतिरिक्त मूल्य सिद्धान्तात या चुका आढळतात. भांडवलास महत्त्व देऊनही भांडवलाबाबत त्याने कोणताच नवा सिद्धान्त मांडला नाही. असे असले तरी एरिक रोल यांच्या मते, मार्क्सच्या आर्थिक विचारात एक अंतर्गत तार्किक सुसंगती आहे, जी सनातनवादी अर्थशास्त्रानंतरच्या सुरुवातीच्या लेखकांत फारशी आढळत नाही.

सारांश – सनातनवादी अर्थशास्त्रज्ञांनी मान्य केलेल्या भांडवलशाही अर्थव्यवस्थेवर टीका करून मार्क्सने सनातनवादाचा पायाच उखडून टाकला असे

म्हटले जाते. मात्र, मार्क्सवादाचे पोषण सनातनवादी कल्पनामुळे झालेले असल्याने मार्क्सवादी म्हणजे सनातनवादी झाडांवर करण्यात आलेले कलम होय. (Marxism is simply a branch qrafted on the classical trunk) असेही मत प्रदर्शित केले जाते.

स्वाध्याय

१. मार्क्सच्या इतिहासाची भौतिकवादी मीमांसेचे टीकात्मक मूल्यमापन करा.

२. मार्क्सचा अतिरिक्त मूल्य सिद्धान्त स्पष्ट करा.

३. भांडवलशाहीच्या विनाशाला कोणत्या गोष्टी जबाबदार आहेत. याबाबत मार्क्सने दिलेले स्पष्टीकरण सांगा.

४. मार्क्स यांच्या कामगिरीचे मूल्यमापन करा.

५. **टीपा लिहा**
   (अ) नफ्याचा दर संकल्पना स्पष्ट करा.
   (ब) विरोधविकास तत्त्व
   (क) राखीव कामगार दल

८

जे. बी. से

(१७६७ - १८३२)

८.१ जीवन परिचय , ८.२ जे. बी. से. यांचे आर्थिक विचार, ८.३ से च्या विचारांचे मूल्यमापन

८.१ जीवन परिचय

जॉन बॅप्टिस्ट से यांचा जन्म ५ जानेवारी १७६७ मध्ये फ्रान्समधील लॉयसन या गावी झाला. व्यापारी, पत्रकार, सरकारी अधिकारी, राजकारणी, अर्थशास्त्रज्ञ, प्राध्यापक अशा अनेक भूमिका त्याने स्वीकारल्या. स्मिथचा 'राष्ट्राची संपत्ती' हा ग्रंथ वाचून से प्रभावित झाला. हा ग्रंथ वाचून त्याचे असे मत बनले की, स्मिथपूर्वी खऱ्या अर्थाने अर्थशास्त्र अस्तित्वात नव्हते. असे असले तरी त्याने स्मिथच्या चुकीच्या कल्पना दुरुस्त केल्या आणि अर्थशास्त्रात नवीन विचारांची भर घातली. १७८९ मध्ये तो इंग्लंडला गेला. इंग्लंडमध्ये असताना तेथील औद्योगिक क्रांतीची प्रगती प्रत्यक्ष पाहिली. १८०३ मध्ये त्याने 'Treatise on Political Economy' हा त्याचा पहिला ग्रंथ प्रसिद्ध झाला. या ग्रंथाच्या पाच आवृत्त्या छापल्या गेल्या. या ग्रंथात त्याने स्मिथच्या अर्थशास्त्राची फेर मांडणी केली. अमेरिकेतील विद्यापीठात हा ग्रंथ क्रमिक पुस्तक म्हणून अभ्यासक्रमासाठी ठेवण्यात आला. 'से' ने 'औद्योगिक अर्थशास्त्र' यावर व्याख्याने दिली. १८२८-२९ मध्ये त्याचा A Complete Course in Practical Political Economy' हा दुसरा ग्रंथ प्रकाशित झाला.

'से'ला रिकॉर्डो, माल्थस यांच्याएवढे महत्त्व प्राप्त झाले नाही. 'से' हा आशावादी अर्थशास्त्रज्ञ होता. १८३२ मध्ये त्याचा मृत्यु झाला.

८.२ जे.बी. से यांचे आर्थिक विचार

१. अर्थशास्त्राची व्याख्या, स्वरूप आणि व्याप्ती – 'से' यांच्या मते, 'संपत्तीचे उत्पादन, विभाजन आणि तिचा उपभोग यांचे नियंत्रण करणाऱ्या नियमांचा अभ्यास म्हणजे अर्थशास्त्र' होय. अशी 'से' यांनी अर्थशास्त्राची व्याख्या केली आहे. अर्थशास्त्र हे तात्त्विक चर्चा करणारे आणि वर्णन करणारे शास्त्र असल्यामुळे अर्थशास्त्राने मार्गदर्शन आणि उपदेश करण्याची जबाबदारी स्वीकारू नये असे त्यांचे मत होते. दैनंदिन प्रश्न सोडविण्यासाठी अर्थशास्त्र उपयुक्त ठरावे. अर्थशास्त्राचे स्वरूप शास्त्रशुद्ध आणि तात्त्विक असेच राहिले पाहिजे अशी 'से'ची भूमिका होती.

अर्थशास्त्राचे सिद्धान्त – नैसर्गिक शास्त्राप्रमाणेच अर्थशास्त्र हे सुद्धा निश्चित स्वरूपाचे शास्त्र असते. त्यामुळे ह्या शास्त्राचे नियम सिद्धान्त खरे ठरणारे आणि कायम स्वरूपाचे असतात. अर्थव्यवस्थेचा कारभार निसर्ग–नियमानुसार चालतो हे नियम म्हणजे अर्थशास्त्राचे सिद्धान्त होत. ते निसर्गत:च सिद्ध झालेले असतात. त्यामुळे कोणतेच नवीन सिद्धान्त प्रस्थापित करण्याची जबाबदारी अर्थशास्त्रज्ञांवर राहत नाही.

व्याप्ती – 'से'ने स्मिथच्या विचारांची पुनर्मांडणी करून त्यातील दोष काढून टाकून ते सहज समजतील अशा भाषेत आणि पद्धतीने स्पष्ट केले. त्याने आपल्या ग्रंथात उत्पादन, विभाजन आणि उपभोग असे विभाग केले आहेत. त्याने विनिमयाला स्वतंत्र स्थान दिले नाही.

२. मूल्यविषयक विचार – संपत्तीचे विभाजन कसे होते या संदर्भात से यांनी विश्लेषण केले. त्या संदर्भात मूल्यविषयक विचार स्पष्ट केले.स्मिथ यांनी उपयोगिता मूल्य दुर्लक्षिले. मात्र से यांनी वस्तूमध्ये असलेल्या उपयोगितेमुळे किंमत किंवा मूल्य निर्माण होत असते असे स्पष्ट केले. उपभोक्ता वस्तूला मूल्य द्यायला तयार असतो कारण त्या वस्तूमध्ये उपयोगिता असते हे समजून घेणे आवश्यक आहे. तसेच 'से' यांनी मागणी, पुरवठा आणि किंमत यांचे परस्पर संबंध असतात. या बाबतही विश्लेषण केले.

३. उत्पादनविषयक विचार – 'से' यांनी उत्पादनाची व्याख्या पुढीलप्रमाणे केली. 'उत्पादन म्हणजे उपयोगितांची निर्मिती होय.' स्मिथने मूर्त वस्तूंच्या उत्पादनास संपत्ती मानले त्यांचे उत्पादन करणाऱ्या श्रमास उत्पादक श्रम म्हटले तर सेवांचे श्रम हे अनुत्पादक श्रम ठरविले. डॉक्टर, वकील, शिक्षक इ. परंतु 'से' यांनी विवेचनातील हा दोष दूर करण्याचा प्रयत्न केला. त्यांच्या मते डॉक्टर, वकील, शिक्षक इ.चे कार्य

सेवारूपी असते त्यांच्याकडून मूर्त वस्तूंची निर्मिती होत नसली तरी सुद्धा त्यांचे श्रम उत्पादक स्वरूपाचे असते. 'से'ने शेतीइतकेच कारखानदारीला महत्त्व असते असे दाखवून दिले.

४. संयोजकाचे महत्त्व – 'से' यांनी भांडवलदार आणि संयोजक यांचे कार्य निरनिराळ्या स्वरूपाचे असते असे स्पष्ट केले. स्मिथ आणि इतर इंग्रज अर्थशास्त्रज्ञांनी हा भेद लक्षात घेतला नाही अशी टीका केली. सनातनवादी अर्थशास्त्रज्ञ भूमी, श्रम, भांडवल हे तीन उत्पादन घटक मान्य करीत असत. उत्पादनासाठी संयोजक (Enterpreneur) हा स्वतंत्र घटक असतो. अशा आशयाचे विश्लेषण यापूर्वी कोणत्याही अर्थशास्त्रज्ञाने केले नव्हते.

संयोजक हा उत्पादनाचा स्वतंत्र घटक असतो व तो भूमी, श्रम व भांडवल या सर्व घटकांना एकत्र आणून उत्पादनाचे कार्य पार पाडतो हे 'से' यांनी सर्वप्रथम निदर्शनास आणून दिले. त्यांच्या मते संयोजकाला सयोजनाबद्दल नफा मिळतो तो अन्य घटकांचे शोषण करीत नाही.

संयोजकाला जी निरनिराळी कामे करावी लागतात. त्याच्या अंगी जे गुण असावे लागतात त्याबाबतची चर्चा 'से' यांनी केली असून संयोजनाचे कार्य हा चौथा घटक असल्याचे सिद्ध करण्याची कामगिरी 'से' यांनी केली.

संयोजकाची कामे आणि गुण या संदर्भात 'से' यांनी असे म्हटले, संयोजकाला वस्तूच्या उत्पादनापासून विक्रीपर्यंत विविध कार्ये करावी लागतात. श्रम, भूमी, भांडवल यांना एकत्र आणणे. उत्पादनाची योजना तयार करणे, त्यात योग्य ते बदल करणे, व्यवस्थापनाचे काम करणे, कच्चा माल खरेदी करणे, पक्या मालाची विक्री करणे त्यासाठी बाजारपेठा शोधणे इ. कामे पार पाडावी लागतात. संयोजकाला उद्योगातील धोक्यांना तोंड द्यावे लागते, इतर कोणतेही घटक धोके पत्करण्यास तयार नसतात.

संयोजकाच्या कामाचे स्वरूप इतके गुंतागुंतीचे असते की, ते पार पाडण्यासाठी त्याच्या अंगी अनेक गुण असणे आवश्यक असते. त्याला भोवतालच्या जगाचे विशेषत: व्यापारी क्षेत्रातील चालू घडामोडीचे उत्तम ज्ञान असावे लागते. अर्थव्यवस्थेतील प्रवाहांचे ज्ञान असावे लागते, अचूक अंदाज बांधण्याचे सामर्थ्य असावे लागते, माणसांची पारख असावी लागते, चिकाटीने काम करण्याची वृत्ती त्याच्या अंगी असावी लागते. ज्या वस्तूचे उत्पादन करतो त्याविषयी मागणीचे अंदाज बांधता आले पाहिजेत. उत्पादन घटकांच्या किमती काय राहतील यासंबंधी अंदाज बांधणे, तसेच अनेक प्रकारच्या समस्यांना तोंड देण्यासाठी युक्त्या–प्रयुक्त्या योजाव्या लागतात.

५. 'से' यांचा बाजारपेठांबाबतचा नियम (Says's Law of Market) – जे. बी.से. यांनी आपल्या 'Treatise on Political Economy' या ग्रंथात हा नियम मांडला. रिकार्डो आणि माल्थस यांच्यामध्ये एकूण मागणी संदर्भात वाद होता. त्या संदर्भात 'से' यांनी बाजारपेठांबाबतचा नियम मांडला. रिकार्डो यांनी वस्तूचा पुरवठा मागणीपेक्षा अधिक होऊ शकत नाही असे म्हटले तर माल्थस यांनी अत्युत्पादनाची खात्री देऊन आर्थिक उद्दिष्ट निर्मिती संदर्भात विश्लेषण केले. जे.बी.से. यांनी बाजारपेठेचा नियम मांडून अर्थव्यवस्थेत अत्युत्पादनाची अवस्था निर्माण होऊ शकत नाही असे विश्लेषण केले.

नियम – जे. बी. से. यांनी बाजारपेठेचा नियम मांडला तो असा 'प्रत्येक पुरवठा स्वत:ची मागणी निर्माण करतो.' ('Every Supply Creats it's own demand')

गृहिते – 'से'च्या बाजाराचे नियम पुढील गृहितावर आधारलेले आहेत.

१.मागणी आणि पुरवठा याद्वारे किंमत निश्चित होते. (किंमत यंत्रणा महत्त्वाची)

२. कोणत्याही उद्योगसंस्थेला उद्योगात प्रवेशाचे स्वातंत्र्य

३. बाजार आणि विनिमय व्यवहारावर कोणत्याही मर्यादा नाहीत.

४. सरकार अर्थव्यवस्थेत हस्तक्षेप करीत नाही.

५. वस्तुविनिमय पद्धत अस्तित्वात आहे.

६. पैशाचा फक्त विनिमय माध्यम म्हणून वापर केला जातो.

७. बचत आणि गुंतवणुकीत व्याजदराद्वारे समानता प्रस्थापित होते.

स्पष्टीकरण – अर्थव्यवस्थेत जेवढ्या वस्तूंचा पुरवठा होतो, तेवढ्या वस्तूंना मागणीही निर्माण होते. त्यामुळे बाजारात वस्तूंचा पुरवठा झालेला असून त्यांना मागणी नाही, अशी स्थिती कधीही आढळणार नाही. असे से यांचे मत होते.

से यांनी बाजारपेठेच्या नियमाचे स्पष्टीकरण करण्यासाठी वस्तुविनिमयावर आधारित तसेच पैशावर आधारित (मौद्रिक) अनुभवाद्वारे केले आहे.

१. से यांच्या मते, व्यक्ती जेव्हा एखाद्या वस्तूचे उत्पादन करतो तेव्हा त्या वस्तूच्या मोबदल्यात त्याला आपल्या इतर गरजा पूर्ण करणाऱ्या वस्तू मिळवावयाच्या असतात. म्हणजेच व्यक्तीने एखादे उत्पादन केले की, बाजारात त्या वस्तूचा पुरवठा होतो. त्याचबरोबर मनुष्य आपली वस्तू बाजारात देऊन तिच्या मोबदल्यात त्याला त्या वस्तूच्या किमतीएवढ्या इतर वस्तूची खरेदी करीत असतो. त्यामुळे एका व्यक्तीने बाजारात जेवढा पुरवठा केला जातो तेवढीच मागणी दुसऱ्या बाजूने व्यक्ती करीत असतो. उदा. एका व्यक्तीने एका खुर्चीचे उत्पादन केले. खुर्चीची विक्री करून त्याला

५ मीटर कापड आणि ५ किलो धान्य खरेदी करावयाचे आहे त्या वस्तूच्या संदर्भात खुर्ची मूल्य ५ मीटर कापड आणि ५ किलो ज्वारी मिळते तेव्हा वस्तूच्या संदर्भात एका खुर्चीचे मूल्य ५ मीटर कापड आणि ५ किलो ज्वारी बरोबर असेल.

याचाच अर्थ व्यक्तीने ज्यावेळी बाजारात खुर्चीचा पुरवठा केला त्याचवेळी खुर्चीच्या किमतीएवढ्या वस्तूची मागणी त्याने केली. ही बाब जशी एका व्यक्तीच्या बाबतीत खरी ठरते तशीच सर्वच व्यक्तींच्या बाबतीत खरी ठरते. त्यामुळे वस्तूचा पुरवठा अधिक आणि मागणी कमी असे घडणार नाही. सर्वच वस्तूंचा पुरवठा आणि मागणी यांचा समतोल साधला जातो. त्यामुळे समाजात अतिउत्पादनाची परिस्थिती निर्माण होऊ शकत नाही.

२. पैशाचा वापर होणाऱ्या अर्थव्यवस्थेत सुद्धा 'से' यांचा बाजारपेठेचा नियम अनुभवास येऊ शकतो. से यांच्या मते कोणत्याही वस्तूचे उत्पादन करण्यासाठी उत्पादन घटकांची आवश्यकता असते. उत्पादन घटकांना (श्रम, भूमी, भांडवल, संयोजक) उत्पादन प्रक्रियेत भाग घेतल्याबद्दल त्यांना मोबदला द्यावा लागतो. हेच या घटकांचे उत्पन्न होय. ज्यावेळी वस्तूचे उत्पादन होते त्यावेळी सर्व पैसा उत्पादन घटकामध्ये मोबदल्याच्या स्वरूपात वाटला जातो. उत्पादन घटकांना मिळालेला पैसा ते खर्च करत असतात. बाजारातील वस्तू खरेदी करण्यासाठी वापरतात. त्यामुळे जेवढ्या किमतीच्या वस्तूचे उत्पादन झालेले असते तेवढ्या वस्तूंची खरेदी करण्याएवढा पैसा लोकांच्या हातात असतो. आलेला पैसा खर्च करण्याची प्रवृत्ती लोकांजवळ असल्याने बाजारात जेवढ्या किमतीच्या वस्तू येतील तेवढ्या वस्तूची विक्री होईल. त्यामुळे बाजारात वस्तूचे साठे पडून राहून अर्थव्यस्थेत अतिउत्पादकाचे संकट आले आहे असे कधी घडत नाही.

अर्थव्यवस्थेत नेहमीच मागणी, पुरवठा यांचा समतोल होतोच असे नाही. काही वस्तूंच्या बाबतीत अतिउत्पन्नाची परिस्थिती निर्माण होणे शक्य असते. कारण काही वेळा उत्पादन साधनांचा योग्य वापर न केल्याने काही वस्तूंचे उत्पादन वाजवीपेक्षा जास्त होऊन मागणीची कमतरता निर्माण होण्याची शक्यता असते. दीर्घकाळाने ते नाहीसे होईल. प्रगत देशात सुद्धा असे असंतुलन घडून येऊ शकते असेही 'से'ने स्पष्ट केले. मात्र अशा देशांनी उत्पादन वाढवून उत्पादन खर्च कमी करावा म्हणजे किमतीही कमी होतील आणि मागणी वाढून समतोल निर्माण होईल.

से च्या सिद्धान्तातील निष्कर्ष

१. पुरवठा स्वत:साठी मागणी निर्माण करीत असल्याने एकूण पुरवठा आणि एकूण मागणी यांच्यात आपोआप समतोल निर्माण होतो.

२. जेवढ्या बाजारपेठा विस्तीर्ण तेवढ्या त्या अधिक फायदेशीर ठरतात. त्यामुळे मागणी वाढते. मागणी वाढली की किमती वाढतात त्यामुळे सर्वांचा फायदा होतो.

३. समाजातील सर्वच जण ग्राहक असतात आणि उत्पादकही असतात.

४. राष्ट्रीय जीवनात शेती; उद्योग, व्यापार इ.चे व्यवहार परस्परविरोधी नसून ते 'परस्पर पुरक' असतात. एका क्षेत्राची प्रगती दुसऱ्या क्षेत्रावर अवलंबून असते.

५. कोणत्याही देशाने दुसऱ्या देशातून मालाची आयात केली तर ती आयात देशातील उद्योगांना मारक ठरत नाही. कारण त्यामुळे स्वदेशी मालाला परकीय बाजारपेठ निर्माण होत असते. आयात केलेल्या मालाच्या मोबदल्यात आपल्याला आपल्या देशातील उत्पादित झालेला माल द्यावा लागतो.

से च्या सिद्धान्तावर केल्या जाणाऱ्या टीका

'से' यांच्या बाजारपेठांबाबतच्या नियमात पुढीलप्रमाणे दोष आहेत.

१. पैशाचे एकच कार्य – 'से' यांनी पैशाचे एकच कार्य असते ते म्हणजे विनिमयाचे माध्यम हे गृहित मानले आहे. त्यांनी पैशाच्या मूल्य संचयाकडे दुर्लक्ष केले.

२. व्यापारचक्राची निर्मिती – प्रत्येक पुरवठा स्वत:ची मागणी निर्माण करतो त्यामुळे व्यापारचक्रे निर्माण होणार नाहीत असे 'से' यांचे मत होते. प्रत्यक्षात भांडवलशाही अर्थव्यवस्थेत अशी स्थिती अभावानेच आढळते. तेजी आणि मंदीची चक्रे नेहमीच आढळतात.

३. वेगळा अनुभव – १९२९ – ३० च्या इंग्लंडमधील महामंदीने असे दाखवून दिले की, पुरवठा आणि मागणी यांच्यात नेहमीच समतोल नसतो तसेच अत्युत्पादनाची स्थिती निर्माण होऊ शकते.

४. औद्योगिक क्रांतीच्या परिणामाची जाणीव नाही – 'से' यांनी मांडलेला सिद्धान्त औद्योगिक क्रांतीच्या काळातील होता असे टीकाकारांचे मत होते. तयार झालेल्या वस्तू विकण्यास अडचण येत नव्हती. जेवढे उत्पादन होत होते तेवढे ते विकले जात होते. त्यामुळे जास्त उत्पादनामुळे काही समस्या निर्माण होतील याची जाणी से यांना झाली नाही. त्यामुळे मागणी व पुरवठा यांचा समतोल नाहीसा होऊ शकेल याची जाणीव त्यांना होऊ शकली नाही.

५. उत्पादित वस्तूंचा उपभोग समाजातील वर्गाला घेणे शक्य नाही – सर्वसामान्य वर्गाचे उत्पन्न मर्यादित असल्याने उत्पादित वस्तूंचा पूर्णपणे उपभोग घेणे या वर्गाला शक्य नसते. भांडवलदार वर्ग भांडवल संचयाच्या मागे लागतो. हा वर्ग उपभोग वाढवत नाही. त्यामुळे समाजातील वस्तूंची मागणी वाढत नाही. परंतु

उत्पादन वाढीमुळे पुरवठा मात्र जास्त राहतो. अर्थव्यवस्थेत अतिउत्पादनाची परिस्थिती निर्माण होते. असे माल्थसचे मत होते.

६. मार्क्सच्या मते, भांडवलशाहीत आर्थिक मंदी हे आरिष्ट निर्माण होते व भांडवलशाहीच्या विकासाबरोबरच ते वाढत जाते.

७. केन्स यांनी से च्या नियमावर टीका केली. त्यांच्या मते, से यांनी पैशातील वेतनाचाच विचार केला. वास्तव वेतनाकडे दुर्लक्ष केले. त्याच्या मते किंमतवाढीमुळे वास्तववेतनात घट होते.

बचत आणि गुंतवणूकीत व्याजाद्वारे नव्हे तर उत्पन्नातील बदलाद्वारे समानता निर्माण होते.

८.३ से च्या विचारांचे मूल्यमापन

स्मिथच्या विचारातील दोष दूर करून ते विचार युरोपात लोकप्रिय करण्याचे काम 'से' यांनी केले. अर्थशास्त्रात से ला महत्त्वाचे स्थान आहे. 'से' यांनी संयोजक हा महत्त्वाचा घटक असून उत्पादन क्रियेत या घटकाला महत्त्वाचे स्थान आहे. हे दाखवून दिले. 'से'ने बाजारपेठांबाबतचा नियम मांडून अर्थशास्त्रात आपले वेगळे स्थान निर्माण केले. रिकार्डोसारख्या अर्थशास्त्रज्ञाने 'से'चा बाजारपेठाचा नियम मान्य केला. निसर्गवादी विचारसरणीतील दोष दाखविण्याचे काम से यांनी केले. से यांनी उत्पादनासंदर्भात मांडलेले विचार महत्त्वपूर्ण वाटतात. भौतिक वस्तूंचे उत्पादन म्हणजे निर्मिती हा विचार त्याने चूक ठरविला. निसर्गवाद्यांनी शेतीला महत्त्व दिले तर से यांनी शेती, उद्योग, व्यापार यांना महत्त्व देऊन व्यवसाय हे उत्पादक आहेत हे स्पष्ट केले. से यांच्या नियमासंदर्भात आजपर्यंत उलट सुलट चर्चा होताना दिसून येते. मात्र त्यांच्या विचारांचे स्थान निश्चितच महत्त्वपूर्ण आहे.

स्वाध्याय

१. से यांचा बाजारपेठेबाबतचा नियम सांगून तो स्पष्ट करा.
२. 'से' यांच्या बाजारपेठांच्या नियमांवर टीकात्मक परीक्षण करा.
३. टीपा लिहा
  १. उत्पादन विषयक विचार
  २. मूल्यविषयक विचार
  ३. अर्थशास्त्राची व्याख्या व स्वरूप
  ४. संयोजकाचे महत्त्व

९

सिसमाँडी

(१७७३ - १८४२)

९.१ जीवन परिचय , ९.२ अर्थशास्त्राची व्याख्या, स्वरूप आणि व्याप्ती, ९.३ सनातनवादी अर्थशास्त्रावरील सिसमाँडी यांची टीका, ९.४ सिसमाँडीचे आर्थिक विचार, ९.५ सिसमाँडीच्या विचारांचे महत्त्व, ९.६ आर्थिक अरिष्ट, ९.७ सिसमाँडीच्या विचारांचे मूल्यमापन

९.१ जीवन परिचय

सिसमाँडी या फ्रेंच अर्थशास्त्रज्ञाचा जन्म १७७३ मध्ये जिनिव्हा (स्वित्झर्लंड) येथे झाला. त्याचे शिक्षण इंग्लंडमध्ये झाले. तो रिकार्डो, माल्थस, से इत्यादीकांचा समकालीन अर्थशास्त्रज्ञ होता. त्याचा १८०३ मध्ये 'The Commercial wealth' हा ग्रंथ प्रसिद्ध झाला. या ग्रंथात त्याने स्मिथच्या विचारसरणीचा पाठपुरावा केला. कारण खुला व्यापार, निर्हस्तक्षेपाचे तत्त्व, व्यक्ती आणि समाज या दोहोंच्या हितसंबंधात दिसून येणारी एकवाक्यता ह्या बाबतीत स्मिथची विचारसरणी योग्य असल्याचे मान्य केले होते. १८१९ मध्ये 'The New Principles of Political Economy' हा दुसरा ग्रंथ प्रसिद्ध केला. ह्या ग्रंथात त्याने भांडवलशाही अर्थव्यवस्थेचे दोष दाखवून टीका केली व सनातनवादी विचारसरणीवर हल्ला केला. सिसमाँडीचे आर्थिक विचार हे भांडवलशाहीकडून समाजवादी विचारांकडे झालेल्या संक्रमणाचे एक उत्तम उदाहरण

आहे. समाजवादी विचारसरणीशी सहमत असूनही समाजवादी विचारसरणीचा स्वीकार केला नाही. त्यामुळे तो कोणत्याच संप्रदायात बसू शकत नव्हता. तो एक स्वतंत्र असा अर्थशास्त्रज्ञ होता. सिसमाँडी १८४२ मध्ये मृत्यू पावला.

९.२ अर्थशास्त्राची व्याख्या, स्वरूप, व्याख्या आणि व्याप्ती

सिसमाँडी हा सुधारणावादी होता. त्याने सामाजिक दृष्टिकोन आणि नैतिक भूमिका स्वीकारून आपले आर्थिक विचार मांडले. अर्थशास्त्र हे केवळ सत्यशोधक व वास्तव निदर्शक शास्त्र असून केवळ असलेली परिस्थिती मांडण्याचे कार्य अर्थशास्त्राने करावे हे त्यांना मान्य नव्हते. अर्थशास्त्र हे मूल्यशोधक किंवा आदर्शनिष्ठ शास्त्र असल्यामुळे सामाजिक सुख, कल्याण इ.चा विचार करून मार्गदर्शन करणे हे कार्य अर्थशास्त्रज्ञाने केले पाहिजे असे त्याचे मत होते. अर्थशास्त्राने संपत्तीचा विचार करण्याऐवजी मानवाच्या कल्याणाचा विचार केला पाहिजे. सनातनवाद्यांनी संपत्तीला अवास्तव महत्त्व दिले व मानव आणि मानवी कल्याण याकडे दुर्लक्ष केले. सिसमाँडीच्या मते, सनातनवाद्यांनी राष्ट्राची संपत्ती कशी वाढविता येईल याकडे लक्ष देऊन अर्थशास्त्राला संपत्तीचे शास्त्र बनविले. त्यावर सिसमाँडीने असे म्हटले की, राष्ट्राचे सुख आणि कल्याण कसे वाढविता येईल हे अर्थशास्त्रात आपण सुचविले. संपत्तीपेक्षा कल्याणाला जास्त महत्त्व असते असे त्याने स्पष्ट केले. मार्शलच्या विचारसरणीचा पाया घातला आणि पिगूसारख्या अर्थशास्त्रज्ञाने कल्याण–प्रधान (Welfare Economic) अर्थशास्त्राला महत्त्व प्राप्त करून दिले. त्या कार्याची सुरुवात केली असे म्हटले जाते.

व्याख्या – सनातनवाद्यांनी संपत्तीच्या विचाराला अवास्तव महत्त्व दिले आणि मानवी कल्याणाचा विचार गौण मानला. 'संपत्तीच्या स्वरूपाची आणि कारणांची मीमांसा करणारे शास्त्र' ही अर्थशास्त्रज्ञाची व्याख्या त्याला मान्य नव्हती. त्याच्या मते, 'राष्ट्रीय कल्याणाच्या बुद्धीची कला' (The Art of Augmenting National Happiness) म्हणजे अर्थशास्त्र होय. ही नवीन अर्थशास्त्राची व्याख्या केली.

विभाजन – सनातनवाद्यांनी संपत्तीच्या उत्पादनावर लक्ष केंद्रित केले मात्र विभाजनाला महत्त्व दिले नाही. संपत्तीच्या उत्पादनाइतकेच वाटणीला किंवा विभाजनाला महत्त्व असते. संपत्तीची वाटणी योग्य पद्धतीने झाली पाहिजे. देशातील गरीब वर्गालासुद्धा सुखा–समाधानाने राहता आले पाहिजे असा त्याचा आग्रह होता.

व्याप्ती – अर्थशास्त्राच्या मदतीने काढलेले निष्कर्ष आणि घेतलेले निर्णय अर्थशास्त्राचा हेतू, अर्थशास्त्राची व्याप्ती इ.बाबत विचार प्रगट केले.

१.३ सनातनवादी अर्थशास्त्रावरील सिसमाँडी यांची टीका (Criticism on Classical Economics)

सिसमाँडी यांनी सनातनवादी अर्थशास्त्रावर पुढीलप्रमाणे टीका केली.

१. सिसमाँडी यांना भांडवलशाही अर्थव्यवस्थेतील शासनाच्या निर्हस्तक्षेपाचे धोरण मान्य नव्हते. सिसमाँडी यांच्या मते संपत्तीमुळे नागरिकांना सुख मिळत असेल तर ते नागरिकांना मिळाले पाहिजे तरच लोकांचे कल्याण होईल. त्यासाठी शासनाचा हस्तक्षेप आवश्यक आहे. त्यांच्या मते, सरकारने निर्हस्तक्षेपाने धोरणाचा स्वीकार केल्यास समाजात विषमता वाढेल, गरिबांची स्पर्धा शक्ती कमी होईल व त्यांचे हाल होतील त्यामुळे निर्हस्तक्षेप धोरण योग्य नाही.

२. सनातनवाद्यांनी मागणी-पुरवठ्याचा समतोल किमतीच्या माध्यमातून साधला जातो असे स्पष्ट करून अत्युत्पादनाचा त्यांनी विचार केला नाही. उत्पादनात होणारी वाढ यामुळे संपत्तीत वाढ होऊन समाजाचे कल्याण होईल असे त्यांचे मत होते. याउलट सिसमाँडी यांनी त्यावर टीका केली. त्यांच्या मते, मोठ्या प्रमाणावरील उत्पादन मोठ्या प्रमाणातील स्पर्धा, श्रमविभागणी यामुळे अत्युत्पादन होईल. मागणीपेक्षा पुरवठा अधिक होऊन उत्पादन वाढेल तर संपत्ती संचयाच्या प्रवृत्तीमुळे उपभोग कमी होईल त्यामुळे मागणी पुरवठ्यात आपोआप संतुलन होणार नाही, त्यामुळे आर्थिक अरिष्टे बेकारी वाढत जाऊन श्रमिकांची पिळवणूक होईल.

३. सनातनवाद्यांनी संपत्ती मिळविण्याच्या उद्दिष्टाला महत्त्व दिले ते साध्य करण्यासाठी उत्पादनावर भर दिला तर सिसमाँडी यांनी उत्पादनापेक्षा साधन संपत्तीच्या वितरणावर भर दिला. अर्थशास्त्राचे मुख्य उद्दिष्ट मानवी कल्याण साधणे हे आहे असे स्पष्ट केले.

४. सनातनवाद्यांनी भांडवलशाहीत मुक्त स्पर्धा फायदेशीर ठरते असे मानले तर सिसमाँडी यांनी विशिष्ट परिस्थितीतच स्पर्धा लाभदायक ठरते असे मत मांडले.

५. सनातनवाद्यांनी यांत्रिकीकरणाचा पुरस्कार केला. संपत्ती वाढविण्यासाठी उत्पादनात वाढ करणे आवश्यक आहे. यांत्रिकीकरणामुळे उत्पादन खर्च कमी राहतो. उत्पादन खर्च कमी राहिल्यामुळे वस्तूची किंमत कमी राहते त्यामुळे मागणी, उत्पादन, रोजगारात वाढ होते. मात्र सिसमाँडीच्या मते, नवे शोध व नव्या यंत्रसामग्रीचा वापर यामुळे मनुष्याच्या संपत्ती-निर्मितीचे सामर्थ्य वाढत असले तरी त्याचा काही उपयोग होत नाही. कारण यंत्राच्या वाढत्या वापरामुळे मनुष्याची बुद्धी शिथिल होते. काम करण्याचा उत्साह संपतो. शरीर प्रकृती खालावते, मनाची प्रसन्नता नाहीशी होते.

प्रत्यक्ष व्यवहारात यंत्राचा वापर वाढल्यास बहुसंख्य जनता बेकार होऊन देशाची प्रगती होणार नाही असे सिसमाँडी यांनी मत मांडले. 'पुरवठा आपली मागणी निर्माण करतो' या सनातनवाद्यांच्या विचारावर त्यांनी जोरदार टीका केली.
यांत्रिकीकरणामुळे खरीददार देशावर दारिद्र्याचे ओझे ढकलले जाते त्यासाठी त्यांनी इंग्लंडचे उदाहरण दिले.

६. अर्थशास्त्राने सर्व परिस्थितीचा अभ्यास करून ऐतिहासिक पद्धतीनुसार सिद्धान्त मांडणे आवश्यक असते असे सिसमाँडी यांचे मत होते. रिकार्डो आणि इतरांनी मांडलेल्या अर्थशास्त्राच्या अमूर्त विश्लेषण पद्धतीवर टीका केली. ॲडम स्मिथ, माल्थस यांच्या ऐतिहासिक विश्लेषणाचा मोठ्या प्रमाणात स्वीकार केला. ऐतिहासिक अनुभवाच्या आधारे सामाजिक संबंधाचे खरे स्वरूप समजू शकते असे सिसमाँडीचे मत होते.

७. सनातनवादी अर्थशास्त्रज्ञांच्या मते, समाजाच्या विविध वर्गात सामंजस्य असते. प्रत्येकजण आपले हित साधू शकतो. मात्र सिसमाँडी यांच्या मते औद्योगिक क्षेत्रातील स्पर्धेमुळे छोटे उद्योजक, कारागीर, व्यापारी, सीमांत शेतकरी इ.वर्गांची ताकद कमी होईल व ते नष्ट होतील. तर भांडवलदार वर्ग श्रीमंत होईल. त्याच्या जीवावर वाढणारा श्रमिक वर्ग वाढत जातो. औद्योगिक प्रगती होताना सधन आणि निर्धन असे वर्ग निर्माण होतील. सिसमाँडी यांच्या मते, वर्गसंघर्षामुळे दारिद्र्य आणि आर्थिक संकटे भांडवलशाहीत निर्माण होतात.

९.४ सिसमाँडीचे आर्थिक विचार (Economic Ideas of Sismondi)

सिसमाँडीने विविध राष्ट्रातील भांडवलशाहीच्या आर्थिक परिवर्तनाचा अभ्यास केला. भांडवलशाहीतील दोष कमी करण्यासाठी जे उपाय सांगितले तेच आर्थिक विचार प्रसिद्ध झाले. ते पुढीलप्रमाणे –

१. यांत्रिकीकरणामुळे होणारे मोठ्या प्रमाणावरील उत्पादन त्यामुळे काही ठराविक भांडवलदार श्रीमंत होतात तर बहुसंख्य अधिक गरीब राहतात. यावर उपाय म्हणून छोटे उद्योग सुरू करून तसेच शेती करणे योग्य ठरेल असे सांगून श्रमिकांनी छोट्या उद्योगात काम करावे ते हिताचे आहे. त्यामुळे बेकारी वाढणार नाही व उपभोगसुद्धा घटणार नाही व आर्थिक संकटाची तीव्रता कमी होईल असे सिसमाँडीचे मत होते.

२. सिसमाँडीने संतुलन महत्त्वाचे मानले. त्यासाठी उत्पादन आणि उपभोगाचा

समन्वय महत्त्वाचा मानला. भांडवल व श्रम म्हणजेच कारखानदार आणि कामगार यांच्यात संघर्ष न राहता सामंजस्य असावे असे त्यांचे मत होते.

३. सिसमाँडीला निर्हस्तक्षेपाचे धोरण व मुक्त स्पर्धा मान्य नव्हती. व्यक्तीस्वातंत्र्याच्या अतिरेकामुळे निर्माण होणारे दुष्परिणाम कमी करण्यासाठी आणि खाजगी मालमत्तेचा हक्क कमी करण्यासाठी सरकारचा अर्थव्यवस्थेतील हस्तक्षेप आवश्यक आहे असे त्यांचे मत होते. नवनवीन शोधांकडे लक्ष द्यावे; अतिरिक्त उत्पादन होणार नाही याकडे लक्ष द्यावे. आर्थिक विषमता कमी करण्यासाठी सरकारने कल्याणाच्या योजना आखाव्या असे सिसमाँडीचे मत होते.

४. सिसमाँडी हे पूर्णत: भांडवलशाहीविरुद्ध नव्हते. त्यांचा भांडवलशाहीतील मूठभर भांडवलदारांच्या मक्तेदारीला विरोध होता. म्हणून त्यांनी व्यवसायाच्या विकेंद्रीकरणावर भर दिला. स्वतंत्र व्यवसायाला त्यांनी समर्थन दिले. श्रमिकांच्या मध्ये सुधारणा व्हावी असे त्यांना वाटत असले तरी भांडवलदारवर्ग नष्ट व्हावा असे त्यांना वाटत नव्हते.

५. श्रमाला सिसमाँडीने संपत्तीचा जनक मानले. श्रमिकांचे शोषण सिसमाँडीला मान्य नव्हते. त्याने श्रमिकांच्या कल्याणासाठी उपाय सांगितले. कामाचे तास, वाजवी वेतन दर सरकारने निश्चित करावेत. खाजगी संघटकांनी श्रमिकांना व्यवसायाची हमी द्यावी असे त्यांचे मत होते. मानवजातीच्या कल्याणाचा विचार हा अर्थशास्त्रीय विवेचन पद्धतीत प्रमुख हेतू असावा. संपत्ती विभाजन हे कल्याणाच्या दृष्टीने संपत्तीपेक्षा अधिक महत्त्वाचे आहे. मात्र सनातनवाद्यांनी विभाजनाऐवजी संपत्तीच्या उत्पादनावर अधिक भर दिला म्हणजेच त्यांनी मानवी कल्याणाकडे दुर्लक्ष केले.

६. सनातनवाद्यांनी 'संपत्तीच्या स्वरूपाची व संपत्ती उत्पादनाच्या कारणांची चर्चा करणारे शास्त्र अशी अर्थशास्त्राची व्याख्या केली ती सिसमाँडीला मान्य नव्हती. त्यांनी राष्ट्रीय कल्याणाच्या वृद्धीची कला' अशी अर्थशास्त्राची नवी व्याख्या केली.

७. सनातनवाद्यांनी अर्थशास्त्र हे वास्तव-निदर्शक शास्त्र (Positive Science) असे मानले तर सिसमाँडीच्या मते, अर्थशास्त्राने नैतिकतेच्या दृष्टीने संपत्तीच्या व कल्याणाच्या प्रश्नाचा विचार केला पाहिजे. अर्थशास्त्र हे नैतिक स्वरूपाचे व आदर्शवादी शास्त्र (Normative Economics) आहे.

८. सिसमाँडीवर ॲडम स्मिथ आणि भांडवलशाहीचा पुरस्कार करणाऱ्या अर्थशास्त्रज्ञांचा प्रभाव होता. मात्र तरीही त्यांनी अनियंत्रित भांडवलशाहीवर टीका केली. सरकारचा हस्तक्षेप, श्रमिक कल्याण या संकल्पना पुरस्कारल्यामुळे त्यांच्यावर समाजवादी विचारांचा प्रभाव होता हे दिसून येते.

९.५ सिसमाँडीच्या विचारांचे महत्त्व

सिसमाँडीच्या विचारांचे महत्त्व पुढीलप्रमाणे दिसून येते.

१. ऐतिहासिक पद्धत – सिसमाँडी यांनी आपल्या विश्लेषणात ऐतिहासिक पद्धतीचा वापर केला. त्यांनी सनातनवाद्यांच्या अमूर्त निगमन पद्धतीला विरोध केला.

२. कल्याण – सिसमाँडीने मानवी कल्याणाची संकल्पना मांडली. आजच्या कल्याणाच्या अर्थशास्त्राला असलेले महत्त्व त्यावरून लक्षात येते.

३. आर्थिक अरिष्टे – भांडवलशाहीतील वैशिष्ट्ये ही आर्थिक अरिष्टे निर्माण होण्यास कशी जबाबदार आहेत याचे विश्लेषण सिसमाँडी यांनी प्रथम केले.

४. समाजवाद – सिसमाँडीने भांडवलशाहीतील दोष कमी करण्यासाठी जे विचार मांडले त्यामुळे समाजवादी विचारांना चालना मिळाली.

५. सुधारणा – युरोपमध्ये श्रमिकांची होणारी पिळवणूक, आर्थिक अस्थिरता यातून श्रमिकांची सुटका व्हावी म्हणून सरकारने औद्योगिक नियम करावेत, सामाजिक सुरक्षितता योजना राबवावी असे उपाय सुचवून श्रमिकांची स्थिती सुधारावी म्हणून सूचना केल्या.

६. सनातनवादी विचारांवर टीका – सिसमाँडी यांनी सनातनवादी निर्हस्तक्षेपनितीला विरोध करून शासकीय हस्तक्षेपाचे समर्थन केले. अत्युत्पादन, यंत्राचा अतिरेकी वापर, गळेकापू स्पर्धा या दोषांवर त्यांनी टीका केली. त्यावर त्यांनी उपायसुद्धा सुचविले. त्यांचे विचार अनेक समाजवादी विचारांच्या लोकांना पटले. तसेच मार्क्सने भांडवलशाही व श्रमिक यावरील सिसमाँडीच्या विचारांचे ऋण मान्य केले.

९.६ आर्थिक अरिष्ट

यांत्रिकीकरणाच्या संदर्भात सिसमाँडीने आपले विचार व्यक्त करताना म्हटले की, अनिष्ट शोधांच्या वापरावर बंदी घालण्यासाठी परिणामकारक उपाय योजण्याच्या बाबतीत देश अयशस्वी झाला तर त्या देशावर आपत्ती ओढवण्याची शक्यता असते. नव्या शोधांना जास्त उत्तेजन मिळत असेल तर यंत्राचा वापर अधिक होऊन उत्पादनात वाढ घडून येईल. तसेच अनिर्बंध स्पर्धा निर्माण होऊन देशातील एकूण उत्पादनात सतत वाढ होईल आणि त्या उत्पादनाला असणारी मागणी त्यामानाने (सापेक्षतेने) कमी राहिल. पुरेशा मागणीअभावी वस्तूंच्या किमती घसरतील आणि अर्थव्यवस्थेत मंदीची लाट निर्माण होईल. सिसमाँडीच्या मते, भांडवलशाही अर्थव्यवस्थेत मागणीच्या कमतरतेमुळे असे अरिष्ट वारंवार येण्याची शक्यता आहे. अशा

अर्थव्यवस्थेत उत्पादन साधनांची मालकी मूठभर भांडवलदाराकडे असते. भांडवलदार नफा वाढविण्याचा प्रयत्न करतात. सुरुवातीला मिळालेल्या नफ्यातून ते पुन्हा गुंतवणूक करतात. त्यामुळे उत्पादन संस्था विस्तारतात. त्यामुळे एकूण उत्पादनात वाढ होते. श्रमिकांच्या मजुरीत मात्र पुरेशी वाढ होत नाही. त्यामुळे त्यांची खरेदी शक्ती मर्यादित राहते. अशा रितीने एकूण उत्पादन वाढल्यामुळे आणि खरेदीशक्तीत वाढ न झाल्याने बाजारातील वस्तूंची योग्य किमतीस विक्री होणे अशक्य होऊन वस्तूंच्या किमती घसरून आर्थिक मंदीचे अरिष्ट निर्माण होते. त्यावरती उपाय म्हणून सिसमॉंडीने असे म्हटले की, वस्तूच्या मागणीसाठी ग्राहकांच्या खरेदीशक्तीत वाढ होणे आवश्यक आहे. त्यासाठी देशाची लोकसंख्या वाढली म्हणजे देशातील उपभोगाचे प्रमाण वाढेलच असे नाही. त्यासाठी देशातील उत्पन्नपातळी वाढणे आवश्यक असते.

अर्थव्यवस्थेतील आर्थिक मंदीचे संकट टाळण्यासाठी गरिबांच्या खरेदीशक्तीत वाढ करणे आवश्यक आहे. कारण श्रीमंत लोकांच्या बहुतेक गरजा पूर्ण झालेल्या असल्यामुळे त्यांच्या उत्पन्नात वाढ झाली तरी मागणीत फारशी वाढ घडून येत नाही. याउलट श्रमिकांच्या मजुरीदरात वाढ झाली तर अशी उत्पन्नवाढ गरजा भागविण्यासाठी वापरली जाते. त्यामुळे बाजारातील मागणीत वाढ होते.

आर्थिक अरिष्टाची कारणमिमांसा पुरेशी ठरत नसली तरी समाजवादी दृष्टिकोनातून आर्थिक अरिष्टाची चर्चा करणारा सिसमॉंडी हा पहिला अर्थवेत्ता होता.

९.७ सिसमॉंडीच्या विचारांचे मूल्यमापन

सिसमॉंडीने कोणताही नवा आणि महत्त्वाचा सिद्धान्त मांडला नाही. त्यांची महत्त्वाची कामगिरी म्हणजे सनातनवादी विचारसरणी अत्यंत लोकप्रिय आणि सर्वमान्य झालेली असताना त्या विचारसरणीवर उघड हल्ला करून त्यातील दोष दाखवून देणे हे होय. त्याच्यानंतर अनेक अर्थशास्त्रज्ञांनी त्याचे अनुकरण केले. त्याने अर्थशास्त्राची विवेचन पद्धती, उद्दिष्ट, व्याप्ती याबाबत विचार व्यक्त केले आणि अर्थशास्त्राला वेगळे वळण देण्याचा प्रयत्न त्याने कला. त्याने उदार व व्यापक दृष्टिकोन स्वीकारला आणि अर्थशास्त्रीय विचारांना भौतिक अधिष्ठान देण्याचा प्रयत्न केला. त्याने अर्थशास्त्राला सामाजिक आणि आदर्शवादी बनविण्याचे प्रयत्न केले. त्याने संपत्तीपेक्षा मानवाला महत्त्वपूर्ण स्थान दिले. तसेच कल्याणाच्या कल्पनेला अर्थशास्त्रात कायमचे स्थान मिळवून दिले. त्यांच्या मनात बुद्धी आणि भावना, जुने आणि नवे व्यक्तिहित आणि समाजहित, स्वातंत्र्य आणि हस्तक्षेप, वस्तुस्थिती आणि काल्पनिक परिस्थिती याबाबत सतत संघर्ष चालू होता आणि त्याला निश्चित अशी भूमिका

स्वीकारता येत नव्हती असे दिसून येते.

अनेक अर्थशास्त्रज्ञांवर त्याच्या विचारसरणीचा प्रभाव पडला. त्याच्या विचारसरणीमुळे अनेकांना स्फुर्ती मिळाली. ह्यातच सिसमाँडीच्या विचाराचे महत्त्व आहे. त्याच्या समाजवादी विचारांचा प्रभाव मार्क्स, रॉडबर्टस्, ब्लँक, रॉबर्ट ओवेन इ. समाजवाद्यांवर पडला आणि त्याच्या अनेक सिद्धान्ताची उभारणी सिसमाँडीच्या कल्पनांवर होती. त्याने मांडलेल्या कल्याणाच्या कल्पनेचा उपयोग मार्शल, पिगु इत्यादींनी केला.

सिसमाँडीने ऐतिहासिक पद्धतीचा पुरस्कार केल्याने अप्रत्यक्षरीत्या इतिहास संप्रदायाच्या स्थापनेला हातभार लागला. मागणी आणि पुरवठा यांच्यातील समतोलाच्या विचारामुळे अर्थशास्त्राला स्थूल अर्थशास्त्राच्या (Macro-Economics) निर्मितीच्या दृष्टीने एक वेगळे वळण लागले.

सिसमाँडीच्या सर्वच सुचविलेल्या सुधारणा योग्य होत्या असे नव्हे. मात्र त्याच्या अनेक सुधारणा जॉन स्टुअर्ट मिल यांनी मान्य केल्या. यावरून त्यांच्या सुधारणांचे महत्त्व लक्षात येते.

अशा रितीने सिसमाँडीने अर्थशास्त्राच्या विकासाच्या दृष्टीने उत्तम कामगिरी केलेली असल्यामुळे त्याने जरी नवीन संप्रदाय स्थापन केला नसला अगर नवा महत्त्वाचा सिद्धान्त मांडला नाही तरी सुद्धा अर्थशास्त्राच्या इतिहासात त्याला महत्त्वाचे स्थान दिले जाते.

स्वाध्याय

१. सिसमाँडीची परंपरागत सनातनवाद्यांच्या भांडवलशाहीवरील टीका सविस्तर लिहा.
२. सिसमाँडी याचे आर्थिक विचार स्पष्ट करा.
३. परंपरागत भांडवलशाहीवरील दोष कमी करण्यासाठी सिसमाँडीने कोणते उपाय सुचविले?
४. सिसमाँडीच्या आर्थिक विचारांचे महत्त्व सांगा.
५. सिसमाँडीच्या विचारांचे मूल्यमापन करा.

❐

१०

फ्रेडरिक लिस्ट
(१७८९ - १८४६)

१०.१ जीवन परिचय , १०.२ लिस्टच्या काळातील जर्मनीची परिस्थिती, १०.३ सनातनवादी विचारसरणीवर लिस्टने केलेली टीका, १०.४ लिस्ट यांचे आर्थिक विचार, १०.५ लिस्टची संरक्षण नीति, १०.६ सनातनवादी अर्थशास्त्रज्ञ आणि विचारसरणीतील भिन्नता/फरक, १०.७ लिस्ट यांच्या आर्थिक विचारांचे मूल्यमापन

१०.१ जीवन परिचय

लिस्ट यांचा जन्म जर्मनीत इ.स. १७८९ मध्ये झाला. त्यांचे शिक्षण जर्मनीत झाले. त्यांनी हुशारी आणि कर्तबगारीच्या जोरावर सरकारी नोकरीत उच्च पदे प्राप्त केली. ते १८१८ मध्ये टुबिन्जेन (Tubingen) विद्यापीठात राज्यशास्त्र आणि अर्थशास्त्र या विषयांचे प्राध्यापक झाले. मात्र जर्मन नोकरशाही आणि राज्यव्यवस्थेवर टीका करणारे लिखाण प्रसिद्ध झाल्यामुळे त्यांना आपल्या प्राध्यापकाच्या नोकरीचा राजीनामा द्यावा लागला. त्यांनी नोकरी सोडून व्यापारी व कारखानदार यांच्या संघटना बांधण्याचा प्रयत्न केला. सरकारच्या जकात विषयक धोरणावर लिस्ट हे सतत टीका करीत असत. सरकार विरोधातील टीकेमुळे त्यांना तुरुंगात जावे लागले. त्यांनी १८२५ मध्ये अमेरिकेत जाऊन स्थायिक होण्याचा प्रयत्न केला. त्यांनी १८२७मध्ये 'अमेरिकेच्या अर्थव्यवस्थेची रूपरेषा' हा ग्रंथ प्रसिद्ध केला. मात्र त्यांचे मन अमेरिकेत

रमले नाही. ते शेवटी जर्मनीत येऊन स्थायिक झाले. त्यांचा १८४१ मध्ये राजकीय अर्थशास्त्राची राष्ट्रीय संरचना (National System of Political Economy) हा ग्रंथ प्रसिद्ध झाला. या ग्रंथात त्यांनी सनातनवादावर टीका केली व संरक्षणाच्या धोरणाचा पुरस्कार केला. जर्मनीच्या आर्थिक स्वातंत्र्यासाठी आणि औद्योगिक प्रगतीसाठी त्यांनी तळमळीने जन्मभर कार्य केले. मात्र तरीही त्यांच्या हयातीत त्यांना योग्य ती वागणूक जर्मन लोकांनी दिली नाही आणि शेवटपर्यंत त्यांच्याबद्दल विश्वास दाखविला नाही. शेवटी आर्थिक स्थिती आणि प्रकृती ढासळली असताना निराश होऊन लिस्टने १८४६ मध्ये आत्महत्या केली. त्यांच्या मृत्यूनंतर मात्र जर्मन जनतेने पदव्या; मानसन्मान, स्मारके, स्मारक ग्रंथ प्रकाशन अशा अनेक मार्गांनी त्यांच्या कार्याचा गौरव केला.

१०.२ लिस्टच्या काळातील जर्मनीची परिस्थिती

फ्रेडरिक लिस्टच्या विचारसरणीचा अर्थ लक्षात घेण्यासाठी त्या काळातील जर्मनीची स्थिती लक्षात घेणे आवश्यक आहे. आज जरी जर्मनीचे एकत्रीकरण झालेले असले तरी अगदी अलीकडील काळापर्यंत जर्मनीचे पूर्व जर्मनी आणि पश्चिम जर्मनी असे विभाजन झालेले होते. १८१५ मध्ये जर्मनी ३९ स्वतंत्र राज्यात विभागलेली होती. एकोणिसाव्या शतकाच्या पूर्वार्धात जर्मनीची औद्योगिक प्रगती झालेली नव्हती. जर्मनीचा मुख्य व्यवसाय शेती होता. तो सुद्धा मागासलेला होता. जर्मनीतील निरनिराळी राज्ये राजकीय आणि आर्थिक दृष्ट्या स्वतंत्र अशी होती. त्यामुळे जर्मनी हा एक विस्कळीत अशा राज्यांचा संघ होता. याच काळात इंग्लंड, फ्रान्स इ. देशात आर्थिक विकासाला पोषक अशी परिस्थिती होती. मात्र जर्मनीची दुर्दशा उडालेली होती. जर्मनीमध्ये निरनिराळ्या राज्यांनी अंतर्गत ३८ जकाती बसविल्या होत्या. तसेच रशियात तर ६७ जकाती अस्तित्वात होत्या. त्यामुळे अंतर्गत व्यापाराला सुद्धा अडथळे निर्माण झालेले होते. अंतर्गत व्यापारावर अशी बंधने होती. मात्र परदेशी मालाच्या आयातीवर बंधने नव्हती. आयात कर बसविलेला नसल्यामुळे जर्मनीच्या बाजारपेठेत आपला माल खपविण्यास परकीयांना सोईस्कर वाटत होते. अशा परिस्थितीत फ्रान्सने इंग्लंडच्या मालावर संरक्षक जकाती बसविल्यामुळे फ्रान्सची बाजारपेठ इंग्लंडच्या हातून गेली. त्यामुळे अत्यंत कमी किमतीत इंग्लंडने आपल्या वस्तू जर्मनीला विकण्यास सुरुवात केली आणि जर्मनीच्या उद्योगधंद्यावर अनिष्ट परिणाम होऊ लागला. त्यामुळे जर्मनीमधील कारखानदारांनी आणि व्यापाऱ्यांनी संरक्षक जकाती बसवाव्या आणि आयातीवर बंधने घालावीत अशी मागणी सुरू झाली.

लिस्टने आपल्या ग्रंथात संरक्षक जकातीचा पुरस्कार केला. त्यांनी असे म्हटले

की समाज आणि सरकार यांनी संरक्षणाच्या तत्त्वाचा स्वीकार करून जर्मनीच्या औद्योगिकीकरणाला मदत करावी. त्याच्या मते फ्रान्स, अमेरिका या देशांचा विकास सुद्धा याच मार्गाने झाला. जर्मनीत सुद्धा त्याच मार्गाचा अवलंब करावा असा आग्रह लिस्टने धरला. लिस्टच्या मते, सर्व राष्ट्रे आर्थिक दृष्ट्या विकसित झालेली नसल्यामुळे प्रत्येक राष्ट्राने आपली परिस्थिती लक्षात घेऊन योग्य असे आर्थिक आणि व्यापारविषयक धोरण स्वीकारावे आणि परिस्थितीत बदल होईल त्यानुसार धोरणातही बदल घडवून आणावा. इंग्लंडसारख्या पूर्ण विकसित राष्ट्राला जे धोरण योग्य आणि हितकर वाटेल ते जर्मनीसारख्या मागासलेल्या राष्ट्राला योग्य असेलच असे नाही. ॲडम स्मिथ सारख्या सनातनवाद्यांनी 'राष्ट्र' या कल्पनेला महत्त्व दिले नाही. अखिल विश्व आणि अखिल मानवजात याकडे लक्ष दले. त्याच्या मते जर्मनीचा आर्थिक विकास झाल्यानंतर जर्मनीलाही त्या दृष्टीने विचार करता येईल. तोपर्यंत जर्मनीने आर्थिक राष्ट्रवादाच्या दृष्टिकोनातून सर्व प्रश्नांचा विचार करून योग्य अशी धोरणे आखावी असे लिस्ट यांचे मत होते.

१०.३ सनातनवादी विचारसरणीवर लिस्टने केलेली टीका

फ्रेडरिक लिस्ट यांनी सनातनवादी अर्थशास्त्रज्ञांनी मांडलेल्या सिद्धान्ताचा अभ्यास केला. त्यांना अनेक बाबी आक्षेपार्ह दिसून आल्या. त्या पुढीलप्रमाणे म्हणजे सनातनवादावर केलेली टीका पुढीलप्रमाणे –

१. सनातनवाद्यांनी आणि मुख्यत: स्मिथच्या अनुयायांनी प्रत्यक्ष अस्तित्वात असलेल्या जगाकडे अगर निरनिराळ्या राष्ट्रातील परिस्थितीकडे लक्ष न देता अस्तित्वात नसलेल्या गोष्टी गृहीत धरून आणि ज्या गोष्टी भविष्यात येतील किंवा नाही याबद्दल शंका आहे अशा गोष्टी येणारच असे समजून आपले सिद्धान्त मांडले आहेत. उदा. निरनिराळी राष्ट्रे एकाच आर्थिक पातळीवर असून समानता प्रस्थापित झालेली आहे. जगात शांतता असून युद्ध होण्याची भीती नाही. आंतरराष्ट्रीय सहकार्य मान्य झाले असून जागतिक ऐक्य साध्य झालेले आहे. आणखी एक दोष असा की, आपले सिद्धान्त स्थल–कालसापेक्ष असून ते कायमस्वरूपाचे आणि नेहमी खरे ठरणारे असतात असे सनातनवाद्यांचे मत होते. तर लिस्ट यांच्या मते, कोणत्याही शास्त्रांचे सिद्धान्त हे कायमचे आणि खरे असू शकत नाहीत. परिस्थितीत होणाऱ्या बदलानुसार त्यात बदल घडवून आणावे लागतात आणि ते खरे आहेत किंवा नाहीत हे अनुभवाच्या कसोटीवर तपासून पाहून नंतर त्यांचे महत्त्व आणि उपयुक्तता ठरविली जात असते. तर्कसंगत युक्तिवाद करून काढलेले निष्कर्ष व्यवहारात नेहमीच उपयुक्त ठरतात असे म्हणता येत नाही.

२. सनातनवादी स्मिथ इ.नी. व्यक्तीचा विचार केला असून व्यक्तीचे हित व्यक्तिचे स्वातंत्र्य इत्यादी कल्पनांना महत्त्वाचे स्थान दिले . त्यानंतर त्यांनी संपूर्ण मानवजातीचा विचार केला. लिस्टच्या मते, या दोहोतील महत्त्वाचा भाग म्हणजे 'राष्ट्र' याकडे दुर्लक्ष झाले. उत्पादक आणि उपभोक्ते अशा दृष्टीने व्यक्तीचा विचार करण्याआधी, व्यक्तीविशिष्ट राष्ट्राचा घटक असतात याकडे लक्ष दिले पाहिजे. कारण व्यक्तीची उत्पादनशक्ती, कार्यक्षमता इ. शेवटी राष्ट्राच्या सामाजिक आणि राजकीय परिस्थितीवरून ठरत असतात. सनातन अर्थशास्त्रावर टीका करताना, लिस्ट यांनी असे म्हटले की, सनातन अर्थशास्त्र हे बिनबुडाचा विश्वबंधुत्ववादी पांडित्यपूर्ण शाब्दिक अवडंबर, परस्पर विरोधी कल्पना आणि सर्वस्वी चुकीची परिभाषा यावर आधारलेले आहे.' ही भूमिका स्पष्ट करताना लिस्टने असे म्हटले की, ''माझ्या पद्धतीचे महत्त्वाचे वैशिष्ट्य म्हणजे, राष्ट्रवादी भूमिका.'' राष्ट्रवादी विचारसरणीच्या कार्याबद्दल लिस्टने असे म्हटले की, राष्ट्राच्या उत्पादनशक्तीची वाढ घडवून आणून इतर राष्ट्रांच्या मालिकेत आपल्या राष्ट्राचे स्थान निश्चित करण्याबाबत शिक्षण देणे होय.

३. सनातनवाद्यांनी निर्हस्तक्षेपाचे धोरण आणि खुल्या व्यापाराचे धोरण यांचे समर्थन केले मात्र लिस्ट यांनी असे मत व्यक्त केले की, सरकार ही संस्था अत्यंत महत्त्वाची आहे. नागरिकांचे महत्तम कल्याण करणे, देशाचा विकास करणे, सार्वभौमत्व टिकविणे यासाठी सरकारने आर्थिक व राजकीय व्यवहारात हस्तक्षेप करणे गैर नाही. एक राष्ट्र विकसित व दुसरे अल्पविकसित असेल तर अल्पविकसित राष्ट्राचे अहित होते. खुल्या व्यापाराची जी अनुकूल परिस्थिती गृहित धरली होती (सनातनवाद्यांनी) ती वास्तव परिस्थितीत कोठेही आढळत नाही. असे लिस्ट यांचे मत होते. लिस्ट यांच्या मते, या स्थितीत जर्मन व इतर अल्पविकसित देशांनी खुल्या व्यापाराऐवजी संरक्षणाचे धोरण स्वीकाराणे हिताचे ठरेल.

४. सनातनवाद्यांनी भौतिक वस्तूंचे उत्पादन वाढविण्यावर भर दिला. तसेच विनिमयमूल्य म्हणजे उपभोग्य वस्तू यावर त्यांनी भर दिला. मात्र लिस्ट यांनी त्यावर टीका केली. त्यांच्या मते, उपभोग्य वस्तूचे उत्पादन वाढविणाऱ्या उत्पादन शक्तीत वाढ करणे फायदेशीर असते. कारण राष्ट्रात केवळ उपभोग्य वस्तू असतील तर तेवढ्याच वस्तूंचा उपभोग नागरिक व संस्था घेतील. मात्र उत्पादनशक्ती वाढली तर भविष्यात उपभोग्य वस्तूंचे उत्पादन मोठ्या प्रमाणात होईल. देश आर्थिकदृष्ट्या समृद्ध होण्यासाठी उत्पादनशक्तीत वाढ होणे आवश्यक आहे.

५. सनातनवाद्यांच्या मते, अर्थशास्त्रीय सिद्धान्त सर्वव्यापी असतात. हे सिद्धान्त स्थल-काल व परिस्थिती निरपेक्ष असतात असे त्यांचे मत होते. त्यावर लिस्ट यांनी टीका केली. त्यांच्या मते, अर्थशास्त्रीय सिद्धान्त देशांना समान स्वरूपात

उपयुक्त ठरत नाहीत. हे सिद्धान्त चिरकाल टिकणारे नसतात. बदलत्या परिस्थितीत सिद्धान्ताची यथार्थता बदलते. आर्थिक सिद्धान्त हे स्थल-काल व परिस्थितीसापेक्ष असतात असे लिस्टचे मत होते.

६. सनातनवाद्यांनी आर्थिक विवेचनामध्ये निगमन पद्धतीचा अवलंब केला. लिस्ट यांच्या मते या पद्धतीपेक्षा प्रत्यक्ष अनुभवावर आधारित व वस्तुस्थितीचे अवलोकन करून त्या आधारे व्यवहारी निष्कर्ष काढणे जास्त सोईस्कर असते. त्यामुळे सनातनवाद्यांचे अनेक सिद्धान्त काल्पनिक ठरतात.

१०.४ लिस्ट यांचे आर्थिक विचार

(१) आर्थिक विकासाच्या अवस्था (The Stages of Economic Development) - लिस्टने जगातील अनेक देशांच्या अर्थव्यवस्थांचा अभ्यास करून असे निदर्शनास आणून दिले की, प्रत्येक देशाला आर्थिक प्रगतीच्या किंवा विकासाच्या निरनिराळ्या अवस्थांतून जावे लागते. प्रत्येक देश आर्थिक विकासाचे विशिष्ट टप्पे पार करून जातात. आर्थिक विकासाच्या विशिष्ट टप्प्याला / अवस्थेला विचारात घेऊन विशिष्ट धोरणाची आखणी करावी लागते. विकासाच्या अवस्था स्पष्ट करून खुल्या व्यापाराचे धोरण कोणत्या अवस्थेत / टप्प्यात अवलंबायचे याचे विश्लेषण लिस्ट यांनी केले. प्रत्येक देशाने आपली स्थिती म्हणजे आर्थिक विकासाची अवस्था लक्षात घेऊन योग्य धोरण आखणे आवश्यक असते. या संदर्भात लिस्टने आर्थिक विकासाच्या पाच अवस्था सांगितल्या.

१. शिकारी अवस्था – या अवस्थेत देशातील लोक प्राथमिक अवस्थेत राहतात. देशांनी किंवा समाजाने खुली देवघेव आणि खुल्या व्यापार या धोरणांचा स्विकार करून लोकांच्या गरजा भागविण्याचे कार्य केले पाहिजे. त्यामुळे त्यांची आर्थिक विकासाच्या पुढील टप्प्यात जाण्याची तयारी होते.

२. गुराखी अवस्था – या टप्प्यात गुरे, मेंढ्या इत्यादींचा व्यवसाय केला जातो. पशुपालन या व्यवसायाला या अवस्थेत महत्त्व प्राप्त झालेले असते. खुल्या व्यापारामुळे पुढील अवस्थेकडे जाण्यास राष्ट्र तयार होते.

३. शेतकरी अवस्था – या अवस्थेत शेतकी आणि कच्च्या मालाचे उत्पादन वाढविले जाते. कच्चा माल देऊन त्याच्या बदल्यात इतर आवश्यक वस्तु मिळविल्या जातात. लिस्ट यांच्या मते, खुल्या व्यापाराचा अवलंब करणे उपयुक्त ठरेल. कारण अनेक गरजांची पूर्ती इतर देशांकडून होत असते. त्यामुळे अर्थव्यवस्थेचा विकास होण्याला मदत होते.

४. शेती-उद्योगधंदे अवस्था – या अवस्थेत कारखानदारी व उद्योगधंदे यांची वाढ होत असते. हे उद्योगधंदे बाल्यावस्थेत असतात. अशा वेळी त्यांना

संरक्षणाचे धोरण स्वीकारणे योग्य ठरेल असे लिस्टचे मत होते.

५. शेती–उद्योगधंदे–व्यापार अवस्था – या अवस्थेत शेती, उद्योग यांच्या बरोबर व्यापाराचाही विकास होत असतो. या अवस्थेत अंतर्गत आणि आंतरराष्ट्रीय व्यापारात वाढ होते. उद्योगधंद्यामध्ये स्पर्धात्मक शक्ती निर्माण झालेली असते. त्यांना संरक्षणाची आवश्यकता नसते. त्यामुळे खुल्या व्यापाराचे धोरण स्वीकारणे योग्य ठरते.

प्रत्येक देशाला आयुष्यात विकासाच्या पाच अवस्था येतात. असे लिस्टचे मत होते. त्यांच्या मते ज्या देशाजवळ मोठा भूप्रदेश, विपुल नैसर्गिक साधनसामग्री, भरपूर लोकसंख्या, समशीतोष्ण हवामान असेल अशा देशांनीच अंतिम टप्प्यात जाण्याचा प्रयत्न करावा.

आर्थिक विकासाच्या टप्प्याच्या विविध अवस्था गाठण्यासाठी जाणीवपूर्वक व नियोजनपूर्वक प्रयत्न करणारे देश आर्थिक विकासाच्या शेवटच्या अवस्थेत लवकर पोहोचतील असे लिस्ट यांचे मत होते.

(२) लिस्ट यांचा 'आर्थिक राष्ट्रवाद' (List's Economic Nationalism) - सनातनवाद्यांनी 'राष्ट्र' या घटकाचा विचार केला नाही. त्यांनी विश्ववाद भूमिका स्विकारली. व्यक्ती आणि मानवजात या दोहोमध्ये 'राष्ट्र' हा एक घटक असतो. असे लिस्ट यांचे मत होते. त्यावरच अर्थशास्त्राची उभारणी करणे आवश्यक असते असे लिस्टने म्हटले आहे.

लिस्ट यांच्या मते, ''व्यक्तिवाद आणि विश्ववाद ह्या दोहोमधील दुवा म्हणजे राष्ट्रवाद होय.''

("On the nature of Nationality, as the intermediate interest between those of individualism and of entire Humanity, my whole stracture is based" - List)

सनातनवादी अर्थशास्त्रज्ञांनी वैश्विक भूमिकेतून विश्लेषण केले. सर्व देश परस्परांशी अत्यंत सामंजस्याने व सहकार्याच्या भावनेने व्यवहार करत असे त्यांचे मत होते. तसेच व्यक्तीला स्वहित कळते. व्यक्तीहितातून समाजहित साध्य होते. व्यक्तीस जास्त स्वातंत्र्य दिल्यास महत्तम कल्याण होईल अशी त्यांची भूमिका होती. लिस्ट यांनी हे विश्लेषण अवास्तव असल्याचे म्हटले आहे. लिस्ट यांच्या मते, व्यक्तिहित आणि राष्ट्राचे हित यांच्यात संघर्ष होतो तेव्हा 'राष्ट्रहित' साध्य होण्यासाठी व्यक्तिहितावर बंधने घातली पाहिजेत. यालाच लिस्ट याचा राष्ट्रवाद म्हटले जाते.

लिस्टने अर्थशास्त्राच्या कार्यासंदर्भात म्हटले आहे की, ''अर्थशास्त्र किंवा राष्ट्रीय अर्थशास्त्र हे, राष्ट्र ही कल्पना आणि राष्ट्राचे स्वरूप दोहोंपासून निर्माण झालेले असून, एखादे विशिष्ट राष्ट्र जगाची सध्याची आर्थिक स्थिती कशी टिकवू शकेल

किंवा त्यात सुधारणा कशी घडवून आणू शकेल ह्याविषयी शिक्षण देत असते.''

(३) लिस्ट यांचा उत्पादनशक्तीचा सिद्धान्त (List's Theory of Production Powers) - सनातनवाद्यांनी राष्ट्राचा विकास घडवून आणण्यासाठी विनिमय मूल्य असलेल्या मूर्त वस्तूंच्या संचयावर भर दिला किंवा विनिमय मूल्य असलेल्या उपभोग्य वस्तूंचे उत्पादन करणे यावर भर दिला. परंतु लिस्ट यांनी संपत्तीपेक्षा संपत्ती निर्मितीची शक्ती ही अनेकपटींनी महत्त्वाची असते. The power of producing wealth is infinitaly more important than wealth itself - List) यावर भर दिला.

संपत्तीचा उपभोग घेतल्यानंतर संपत्ती नष्ट होते. त्यामुळे संपत्ती निर्माण करण्याची शक्ती अधिक महत्त्वाची असते. त्यामुळे उपभोग्य वस्तूंच्या निर्मितीपेक्षा उत्पादन–साधनांची निर्मिती अधिक महत्त्वाची असते. म्हणजेच उत्पादनाचे सामर्थ्य म्हणजे उत्पादकता होय.

यासाठी लिस्टने काल्पनिक उदाहरण दिले. त्यांच्या मते, एका गावात दोन शेतकरी राहतात. दोघांनाही प्रत्येकी पाच मुलगे आहेत व त्यांचे दोघांचे उत्पन्न सारखेच आहे. एक शेतकरी स्वत:जवळील सर्व उत्पन्न बँकेत ठेवतो व निश्चित व्याजदराने उत्पन्न मिळविण्याची व्यवस्था करतो व सर्व मुलांना कष्टाची कामे करावयास लावतो. यातून त्यास काही अर्थार्जन होते.

दुसरा शेतकरी त्याच्या उत्पन्नातून मुलांना कृषी तसेच उद्योगविषयक उत्तम शिक्षण देतो व त्याचे सर्व उत्पन्न संपून जाते. या उदाहरणातून प्रथमदर्शनी असे दिसते की, प्रथम शेतकरी सुखी संपन्न भासतो. कारण त्याची रक्कम बँकेत असून त्यावर व्याज मिळते व मुले रोजगार करतात. मात्र दुसऱ्या शेतकऱ्याने सर्व रक्कम मुलांच्या शिक्षणावर खर्च केलेली असते त्यामुळे कार्यकुशलता व उत्पादनशक्ती यात वाढ झालेली आहे. त्यामुळे सूक्ष्मपणे विचार केल्यास दुसरा शेतकरी खरा श्रीमंत व संपन्न आहे. लिस्ट यांच्या मते, दुसरा शेतकरी खरा विवेकी मानला पाहिजे. व्यक्तीच्या बाबतीत जे योग्य ठरते तेच राष्ट्राच्या बाबतीत ठरू शकते. राष्ट्राचा मोठेपणा, वैभव इ. राष्ट्राजवळ संपत्ती किती यावर अवलंबून नसते तर त्या राष्ट्राच्या उत्पादन शक्तीचा विकास किती प्रमाणात झाला यावर अवलंबून असते. अशा शब्दात लिस्टने आपली भूमिका मांडली.

फ्रेडरिक लिस्ट यांच्या मते, राष्ट्राच्या उत्पादन शक्तीवर पुढील घटक परिणाम करतात.

लिस्टने उत्पादनशक्तीचा विकास घडवून आणणाऱ्या अनेक मूर्त आणि अमूर्त गोष्टींचा उल्लेख केला.

स्मिथने श्रमिकांची उत्पादनशक्ती आणि कार्यक्षमता वाढविण्यासाठी श्रमविभागणीला महत्त्व दिले असले तरी श्रमविभागणीपेक्षा जास्त महत्त्वाच्या अशा अनेक गोष्टींचा विचार त्याने केला नाही. याबद्दल लिस्टने स्मिथवर टीका केली. लिस्टच्या मते, राष्ट्रातील लोकांची बुद्धीमत्ता आणि नितीमत्ता, संस्कृती, सामाजिक व राजकीय संस्थांचे स्वरूप, राष्ट्रातील कायदे आणि धोरणे, मुद्रण स्वातंत्र्य, आचार आणि विचार स्वातंत्र्य, कायदा-सुव्यवस्था न्याय अशा स्वरूपाच्या अनेक गोष्टी उत्पादनशक्तीचा विकास घडवून आणण्याच्या कामी उपयोगी ठरतात.

तर दुसरा घटक म्हणजे उद्योगधंद्याची वाढ महत्त्वाची असते. उद्योगधंद्याच्या विकासातून उद्योगशीलता वाढीस लागते. त्यातून उत्पादन शक्ती वाढते. त्यासाठी देशाच्या सरकारने विचारपूर्वक प्रयत्न करण्याची गरज आहे.

तसेच राष्ट्राचे सामर्थ्य वैभव, संस्कृती इ. टिकवून ठेवणे राष्ट्राच्या अर्थव्यवस्थेचा विकास घडवून आणणे हे कार्य सरकारनी केले पाहिजे. फक्त स्वस्थ बसून निर्हस्तक्षेपाचा अंगिकार करणे हे सरकारचे काम नाही. राष्ट्राची प्रगती घडवून आणण्याचे काम सरकारने केले पाहिजे.

शेतीच्या विकासाबरोबर व्यापार, उद्योगधंदे इतर व्यवसाय या सर्व क्षेत्रात प्रगती झाली पाहिजे. शेतीचा विकास योग्य प्रमाणावर झाला नाही तर व्यापार आणि उद्योगधंदे यांच्या विकासात अडथळे येतात. कच्चा माल, साधनसामग्री, योग्य असे कामगार मिळू शकत नाहीत. यासाठी देशातील सर्वच व्यवसाय वाढविले पाहिजेत आणि राष्ट्राचा सर्वांगीण विकास घडवून आणला पाहिजे असे मत लिस्टने व्यक्त केले.

सरकारने राष्ट्राचा विकास घडवून आणण्याचे धोरण आखून आणि निश्चित योजना तयार करून विकासाची गती कृत्रिमपणे वाढविली पाहिजे. म्हणजेच जाणीवपूर्वक प्रयत्न केले पाहिजेत निर्हस्तक्षेप नितीचा त्याग– या संदर्भात लिस्ट पुढीलप्रमाणे उदाहरण देतात. ओसाड आणि दलदलीच्या प्रदेशात पाण्याच्या प्रवाहाबरोबर कधी तरी बी येऊन पडते आणि कालांतराने त्या प्रदेशाचे रूपांतर दाट अरण्यातही झालेले दिसून येते. असा अनुभव येत असला तरी अशा प्रकारे नैसर्गिकरीत्या विकास होईपर्यंत दीर्घकाल स्वस्थ बसून राहणे योग्य ठरेल काय ?

थोडक्यात लिस्ट यांनी उपभोग्य संपत्तीपेक्षा संपत्ती निर्मितीची क्षमता म्हणजेच उत्पादनशक्ती ही अधिक महत्त्वाची मानली. लिस्ट यांनी शाश्वत विकासाचे विश्लेषण केले. देशाचा विकास योग्य पद्धतीने होण्यासाठी वर्तमान पिढीने जबाबदारी स्वीकारली पाहिजे अशी अपेक्षा लिस्ट यांनी व्यक्त केली.

१०.५ लिस्टची संरक्षण नीती

(List's Protection Policy)

लिस्टच्या मते प्रत्येक देशाने आपली आर्थिक स्थिती आणि आर्थिक विकासाची अवस्था पाहून विशिष्ट आर्थिक धोरण किंवा आर्थिक नीती स्वीकारावी. सर्व देशांना सर्व काळी लागू पडेल असे धोरण असू शकत नाही. विशिष्ट परिस्थितीत राष्ट्राने संरक्षणाचे धोरण स्वीकारणे योग्य ठरेल. तर इतर परिस्थितीत खुल्या व्यापाराला मान्यता देणे योग्य ठरेल. लिस्टने संरक्षण नितीचा पुरस्कार केला. कारण जर्मनीची त्या काळची स्थिती उद्योगधंदे, व व्यापार वाढीला पोषक होती. मात्र इंग्लंडच्या स्पर्धेमुळे जर्मनीच्या आर्थिक आणि औद्योगिक प्रगतीला पायबंद बसला होता. जगातील सर्व राष्ट्रे एकाच पातळीवर असली तरी सर्वांनी एकच धोरण अवलंबिलेले असते, तर (खुल्या व्यापाराचे धोरण) त्यात अडचणी आल्या नसत्या. मात्र जर्मनीसारखे देश मागास होते. त्यासाठी तात्पुरत्या काळासाठी जर्मनीसारख्या देशांनी निराळे धोरण स्वीकारणे आवश्यक होते आणि ते म्हणजे संरक्षणाचे किंवा संरक्षक जकाती बसविण्याचे धोरण होय.

थोडक्यात लिस्ट यांच्या मते जर्मनी या देशाची स्थिती व उद्योगधंद्याचा विकास घडवून आणण्याच्या दृष्टीने योग्य असल्याने जर्मनीने आपल्या उद्योगांना परकीय स्पर्धेपासून संरक्षण दिले पाहिजे. इंग्लंड हा देश आर्थिक विकासाच्या शेवटच्या अवस्थेत पोहोचल्याने इंग्लंडने खुल्या व्यापाराच्या धोरणाचा स्वीकार केलेला आहे. मात्र जर्मनीने विकासाची शेवटी अवस्था गाठण्यासाठी संरक्षण नीतीचा अंगीकार केला पाहिजे.

संरक्षण नीतीची वैशिष्ट्ये – फ्रेडरिक लिस्ट यांनी संरक्षण नीतीची वैशिष्ट्ये पुढीलप्रमाणे सांगितली आहेत.

१. लिस्टच्या मते संरक्षण हे परिस्थितीसापेक्ष आणि तात्पुरत्या काळापुरते अशा स्वरूपाचे असल्याने ते सर्व देशांना सर्वच परिस्थितीत स्वीकारता येत नाही. उदा. इंग्लंडने खुल्या व्यापाराचा स्वीकार करावा. कारण हा देश विकासाच्या शेवटच्या टप्प्यात आहे. परंतु जर्मनी मागासलेला देश असल्याने जर्मनीने संरक्षणाच्या धोरणाचा स्वीकार करावा.

२. राष्ट्राकडे मोठे भौगोलिक क्षेत्र, अधिक लोकसंख्या, नैसर्गिक संपत्तीची विपुलता, भरपूर लष्करी व नाविक सामर्थ्य, सांस्कृतिक–राजकीय प्रगती पुरेशी आहे. अशा राष्ट्रांनी संरक्षण धोरणाचा स्वीकार करणे योग्य ठरेल.

३. लहान राष्ट्रांनी संरक्षणाच्या धोरणाचा अवलंब करू नये. कारण उत्पादनाच्या निरनिराळ्या शाखांची प्रगती घडवून आणण्याइतपत संपत्ती व सामर्थ्य त्यांच्याजवळ नसते. अशा राष्ट्रांनी प्रबळ राष्ट्रांशी संबंध जोडून व मोठ्या प्रमाणावर

त्याग करून आपले स्वतंत्र अस्तित्व टिकवून ठेवावे.

४. जर संरक्षणाचा स्वीकार करावयाचा झाल्यास भविष्यकाळात मोठ्या प्रमाणावर सुख मिळविण्यासाठी वर्तमान काळात स्वार्थत्याग करण्याची तयारी जनतेने दाखविली पाहिजे.मात्र संरक्षक जकातींच्या बाबतीत चालू पिढीने पुढच्या पिढ्यांच्या हितासाठी थोडा भार सहन करणे आवश्यक असते असे सुचविले.

५. औद्योगिक शिक्षणाची आवश्यकता असणाऱ्या देशांनी संरक्षणाचे धोरण स्वीकारावे. इंग्लंडसारख्या देशाचे शिक्षण पूर्ण झालेले असल्याने इंग्लंडने संरक्षण धोरण स्वीकारण्याची गरज नाही.

६. संरक्षणाच्या धोरणाचा स्वीकार करावयाचा असल्यास असे दाखवून दिले पाहिजे की, परिस्थिती अनुकूल असूनसुद्धा केवळ प्रगत राष्ट्रांच्या स्पर्धेमुळे देशात उद्योगधंद्याची वाढ होत नाही आणि देशातील उद्योग बाल्यावस्थेत किंवा मागासलेले राहतात. यालाच लिस्ट यांनी 'बालोद्योग युक्तीवाद' असे म्हटले आहे. प्रगत देशातील उद्योगांशी स्पर्धेपासून अशा उद्योगांना संरक्षणाची गरज असते. लिस्टच्या मते, जर्मन सरकारने आपल्या देशातील बाल्यावस्थेतील उद्योगांना इंग्लंडमधील प्रगत उद्योगांशी होणाऱ्या स्पर्धेपासून संरक्षण दिले पाहिजे. मात्र जर्मनीतील उद्योगात इंग्लंडमधील उद्योगांशी स्पर्धा करण्याची शक्ती निर्माण झाली की पूर्वी दिलेले संरक्षण काढून घेण्यात यावे असे लिस्टचे मत होते.

७. लिस्टच्या मते, संरक्षण धोरणाला शेती व्यवसाय अपवाद समजावा. त्यांच्या मते, शेतीला संरक्षण दिल्यास अन्नधान्याच्या किमती वाढतील व कामगारांच्या मजुरीत वाढ करावी लागेल. त्याचा उद्योगधंद्याच्या वाढीवर प्रतिकूल परिणाम होईल.

८. कच्च्या मालाच्या बाबतीत संरक्षणाचे धोरण हितावह नसते.कारण त्या अभावी औद्योगिक प्रगतीवर विपरीत परिणाम होतो. तसेच भांडवली साधने देशात उपलब्ध होईपर्यंत खुल्या व्यापाराचे धोरण स्वीकारण्यात यावे.

९. संरक्षणाचे धोरण राबविताना विभेदात्मक नीतीचा वापर करावा. भांडवलप्रधान उद्योग, कामगारांचे मोठे प्रमाण, तंत्रज्ञानाची अधिक गरज असलेल्या उद्योगांना तुलनात्मकदृष्ट्या जास्त संरक्षण द्यावे. अन्य उद्योगांना कमी संरक्षण द्यावे.

१०. संरक्षण हे कायम स्वरूपाचे धोरण असू शकत नाही. सर्व राष्ट्रे प्रगत झाली म्हणजे सर्वांनीच खुल्या व्यापाराचा स्वीकार केला पाहिजे.

कोणत्याही उद्योगधंद्यांना कायमचे संरक्षण देऊ नये. स्पर्धा करण्याची क्षमता विकसित झाल्यानंतर त्याचे संरक्षण काढून घ्यावे. तसे न केल्यास हे उद्योग कायम परावलंबी बनतील. ते सतत सरकारच्या मदतीची अपेक्षा करतील.

अशा रीतीने जर्मन हा देश मागासलेला असल्याने त्या देशाने परकीय

स्पर्धेपासून संरक्षण करण्यासाठी संरक्षण धोरणाची नीती स्वीकारावी असे लिस्ट यांचे मत होते. मात्र त्यातून शेती क्षेत्र आणि यंत्रसामग्रीची आयात संरक्षित व्यापारातून वगळावी. राजकारणी आणि मुत्सद्दी यांची जबाबदारी देशातील उद्योगांना परकीय स्पर्धेपासून संरक्षण देण्याची आहे. जर्मनीने परकीय स्पर्धेपासून संरक्षण मिळण्यासाठी संरक्षणाच्या धोरणाचा स्वीकार करावा असे लिस्टचे मत होते.

१०.६ सनातनवादी अर्थशास्त्रज्ञ आणि लिस्ट यांच्या विचारसरणीची भिन्नता / फरक

सनातनवादी अर्थशास्त्रज्ञ	लिस्ट
१. सनातनवादी सिद्धान्त सर्व काळी आणि सर्व ठिकाणी लागू पडणारे आहेत.	आर्थिक सिद्धान्त स्थल, कालसापेक्ष असतात ते कायमस्वरूपी आणि नेहमी खरे ठरणारे नसतात.
२. व्यक्तीच्या स्वातंत्र्याला अनन्य साधारण महत्त्व	राष्ट्रहित अधिक महत्त्वाचे
३. मूर्त वस्तूंच्या संचयाचा संपत्तीत समावेश	संपत्तीच्या संचयापेक्षा शक्ती निर्माण करण्याचे सामर्थ्य महत्त्वाचे ; उत्पादनशक्ती महत्त्वाची.
४. व्यक्ती व विश्वाचा विचार	राष्ट्राच्या आर्थिक विकासावर भर.
५. निर्हस्तक्षेपाच्या नीतीचा पुरस्कार	जर्मन सरकारने जर्मनीच्या विकासाची जबाबदारी स्वीकारावी.
६. खुल्या व्यापार धोरणाचा पुरस्कार	जर्मन सरकारने आपल्या उद्योगांना परकीय स्पर्धेपासून संरक्षण द्यावे.
७. विश्वबंधुत्वावर आधारीत विचारप्रणाली	विश्वबंधुत्व व जागतिक शांतता अस्तित्वात नसते. सर्वच देशांचा सारखा विकास झालेला नसतो.

१०.७ लिस्ट यांच्या आर्थिक विचारांचे मूल्यमापन

लिस्टने आर्थिक राष्ट्रवाद आणि मुख्यत: उत्पादनशक्तीच्या विकासाबाबतचा सिद्धान्त मांडून अर्थशास्त्राच्या विकासाच्या दृष्टीने उपयुक्त कामगिरी केलेली आहे असे म्हटले जाते की, लिस्टने सनातनवाद्यांवर टीका केलेली असली तरी त्या

दोहोंच्या विचारसरणीत मूलभूत फरक नव्हता. जर्मनी आणि इंग्लंड या दोन देशातील आर्थिक परिस्थितीत फरक होता. त्यातून असा मतभेद निर्माण झाला होता. लिस्टने संरक्षण धोरणाचा पुरस्कार केला असला तरी सर्व राष्ट्रे आर्थिक दृष्ट्या एका पातळीवर आली म्हणजे खुला व्यापारच योग्य असतो असे लिस्टचे मत होते. सर्व राष्ट्रांचा विकास होऊन सर्वांनी सहकार्याची भावना ठेवावी आणि राष्ट्रांची संघटना निर्माण व्हावी असे विचार लिस्टने व्यक्त केले. लिस्टने राष्ट्राची परिस्थिती पाहून योग्य ते धोरण आखावे आणि परिस्थितीनुसार त्यात बदल घडवून आणावे असे मत व्यक्त केले आणि त्या विचाराच्या आधारे इतर अर्धविकसित राष्ट्रांनी आणि मागासलेल्या देशांनी आपली धोरणे बदलण्यास सुरुवात केली असे दिसून येते. युरोपातील अनेक देशांनी लिस्टने सुचविलेल्या मार्गांचा अवलंब केला.

लिस्टने आर्थिक विकासाचा व्यवहार्य भावनेतून विचार केला. संपत्तीच्या निर्मितीपेक्षा उत्पादन शक्ती विकसित करण्याला महत्त्व दिले. संरक्षण धोरणाचा पुरस्कार लिस्टने केला असला तरी ते त्याविषयी आग्रही नव्हते. आर्थिक विकासाच्या पाच अवस्था सांगून त्यांनी चवथ्या अवस्थेला संरक्षणाचे धोरण स्वीकारण्याचा आग्रह केला. अन्य सर्व अवस्थांमध्ये खुले व्यापार धोरण स्वीकारावे असा उदारमतवादीपणा लिस्टमध्ये दिसून येतो. लिस्ट यानी अर्थव्यवस्थेचा वर्तमानकालीन व भविष्यकालीन या दोन दृष्टिकोनातून विचार केला. अंतिमत: लिस्ट यांच्या विचारासंदर्भात असे म्हणता येते की त्यांनी जर्मनीच्या प्रगतीचा सर्वांगीण विचार केला.लिस्ट यांच्या निधनानंतर त्यांच्या विचारांची उपयुक्तता सर्वांच्या लक्षात आली. जर्मनी व जगातील अल्पविकसित देशांना लिस्टचे विचार मार्गदर्शन करणारे ठरले. भारताला सुद्धा त्याच्या विचारांचा उपयोग झाला.

स्वाध्याय

१. आर्थिक राष्ट्रवाद म्हणजे काय? ते सांगून उत्पादन शक्ती या संकल्पनेचे सविस्तर विश्लेषण करा.
२. फ्रेडरिक लिस्ट यांच्या संरक्षणनीतीचे सविस्तर स्पष्टीकरण करा.
३. लिस्ट यांचा उत्पादनशक्ती सिद्धान्त सविस्तर स्पष्ट करा.
४. सनातनवादी अर्थशास्त्रज्ञ व लिस्ट यांच्या विचारसरणीतील भिन्नता स्पष्ट करा.
५. लिस्ट यांच्या आर्थिक विचारांचे मूल्यमापन करा.
६. सनातनवादी विचारसरणीवर लिस्ट यांनी केलेली टीका स्पष्ट करा.

❑

११

जॉन स्ट्युअर्ट मिल
(१८०६ - १८७३)

११.१ जीवन परिचय, ११.२ अभिमतपंथी विचारांची पुनर्मांडणी, ११.३ अर्थव्यवस्थेचे स्वरूप, ११.४ आर्थिक विकास, स्थैतिक अवस्था आणि समाजवाद

११.१ जीवन परिचय

जॉन स्ट्युअर्ट मिल यांचा जन्म सन १८०६ मध्ये झाला. २००६ हे वर्ष त्यांचे द्विशताब्दी जन्मवर्ष होते. यानिमित्ताने या विश्वविख्यात विद्वानाचे स्मरण करणे अत्यावश्यक वाटते. एकोणिसाव्या शतकातील एक उदारमतवादी विचारवंत अर्थशास्त्रज्ञ, तत्त्ववेत्ता आणि राजकीय विचारवंत म्हणून त्यांची ख्याती आहे. तत्कालीन समाजाची योग्य जडणघडण करण्यासाठी राजकीय क्षेत्रात सक्रिय राहून त्यांनी चतुरस्र लिखाण केले. युरोपमधील भांडवलशाहीच्या संक्रमणावस्थेमध्ये नवीन राजकीय तत्त्वज्ञानाची उभारणी केली. व्यक्ती आणि शासन हे एकमेकास पूरक असतात, उपयुक्त असतात असा त्यांचा विश्वास होता.

जॉन स्ट्यूअर्ट मिल यांचे वडील अर्थतज्ज्ञ जेम्स मिल यांच्या मार्गदर्शनाखाली वयाच्या तिसऱ्या वर्षापासून शिक्षण सुरू झाले. वयाच्या अवघ्या तेराव्या वर्षी त्यांनी अर्थशास्त्राचा अभ्यास सुरू केला. कोणतेही औपचारिक शिक्षण न घेता ते विद्वान

म्हणून प्रसिद्ध झाले. अर्थशास्त्रातील सनातनवाद, राज्यशास्त्रातील उदारमतवाद आणि जेरेमी बेंथॅम यांचा उपयुक्ततावाद यांचा एकत्र मिलाफ जे. एस्. मील यांच्या लिखाणात सापडतो. याचवेळी इंग्लंडमधील कामगार संघटनाच्या आणि चार्टिस्ट चळवळींचा देखील परिणाम त्यांच्या मनावर झाला होता. म्हणून समाजवादी दृष्टिकोनाचा उल्लेखही त्यांच्या लिखाणात आलेला आहे.

जे. एस्. मिल यांनी लिखाण केले. त्यातील विख्यात ग्रंथ म्हणजे

(1) Principles of Political Economy (1848), (2) On Liberty (1859), (3) Utilitirianism (1863), (4) Consideration of Repesenative Goverment (1889)

मिल यांनी मुख्यत्वे करून डेव्हिड रिकार्डो यांच्यासारख्या प्रस्थापित अभिमतपंथी अर्थतज्ज्ञांच्या विवेचनात सुधारणा करून त्यांची नव्याने मांडणी केली. त्यांनी विभाजन, विनिमय, उत्पादन विभाजनावरील परिणाम, अर्थव्यवस्थेचे स्वरूप, आर्थिक विकास, स्थैतिक अवस्था इत्यादी विषयांवर लेखन केले यापैकी काही महत्त्वाचे विचार आजही आपल्याला कालबाह्य वाटत नाहीत. विशेष करून (अ) अभिमतपंथी विचारांची पुनर्मांडणी (ब) अर्थव्यवस्थेचे प्रारूप (क) आर्थिक विकास आणि स्थैतिक अवस्था आणि समाजवाद.

११.२ अभिमतपंथी विचारांची पुनर्मांडणी

अभिमतपंथी विचारसरणीबद्दल समाजात महत्त्व वाढावे आणि त्याचे उपयोजन व्हावे म्हणून त्यांनी हा प्रपंच केला.

१. उपभोग आणि उत्पादन याविषयीचे विचार : उपभोगाच्या विवेचनात उत्पादनाला देखील महत्त्व आहे. उत्पादनाची कार्यक्षमता वाढविणारा उपभोग हा उत्पादक उपभोग असतो. या संदर्भात मिल यांनी चैनीच्या वस्तूंचा उपभोग अनुत्पादक मानला आहे. श्रम + नैसर्गिक साधनसामग्री यापासून उत्पादन होते. श्रम हे शारीरिक आणि बौद्धिक दोन्ही प्रकारचे असतात. मानवी गरजा पूर्ण करण्यासाठी उत्पादन केले जाते. उत्पादन म्हणजे उपयोगितेची निर्मिती. अशी उपयोगिता निर्माण करणारे श्रमच उत्पादक असतात. या श्रमांमुळे निसर्गदत्त वस्तुत अथवा मनुष्यमात्रात कायम स्वरूपाची उपयोगिता निर्माण होते. अशा प्रकारे उपभोग देखील 'उत्पादक' आणि 'अनुत्पादक' असे असतात. स्वत:चे आरोग्य व कार्यक्षमता टिकवून ठेवण्यासाठी किंवा सुधारण्यासाठी जो उपभोग घेतला जातो तो उत्पादक उपभोग होय. सुखोपभोग किंवा मनोरंजनासाठी जो उपभोग घेतला जातो तो अनुत्पादक उपभोग होय. हे चांगले की वाईट यावर त्यांनी भाष्य केले नाही. परंतु यामुळे निर्माण होणाऱ्या सामाजिक विषमतेबद्दल खंत मात्र व्यक्त केली.

२. भांडवलविषयक विचार : संपत्ती म्हणजे संचय करण्यासारख्या वस्तूंचा नव्या उत्पादनासाठी अगोदर झालेल्या उत्पादनातून जो भाग बाजूला काढून ठेवला जातो तो भाग म्हणजे भांडवल होय. उत्पादक श्रमाला कामाला लावण्यासाठी जे भांडवल वापरले जाते, त्यातूनच श्रमिकांचा रोजगार निर्माण होतो व त्यातूनच श्रमिकांच्या चरितार्थाची सोय होते. अशाप्रकारे भांडवल उत्पादक असते. भांडवलाचे दोन प्रकार मिल यांनी स्पष्ट केलेले आहेत ते असे, स्थिर भांडवल (Fixed Capital) आपण खेळते भांडवल (Working Capital).

उत्पादनाच्या अनेक फेऱ्यात स्थिर भांडवल प्रत्येकवेळी वापरले जाते, त्यामुळे त्याची झीज होत असते. यासाठीच घसाऱ्याची तरतूद असते.त्यातून भांडवलाचे नूतनीकरण होत असते. आजही असाच विचार केला जातो.

३. मूल्य सिद्धान्त : बाजारात मागणी व पुरवठ्याने वस्तूची किंमत ठरते हे मान्य करून त्यावर विशेष विवेचन मिलने केले. वस्तूच्या मूल्य निर्धारणात मागणीपुरवठा घटक महत्त्वाचे आहेत. परंतु वस्तूची किंमत देखील तितकीच महत्त्वाची आहे. किमतीतील चढउतार एखाद्या वस्तूची मागणी व पुरवठा बदलवू शकतात. तसेच किंमत निर्धारणावर इतरही घटक परिणाम करतात. उदाहरणार्थ : (१) वस्तूची दुर्मिळता (२) अधिक उत्पादन खर्च (३) उत्पादनासाठी लागणारा कालावधी (४) उपभोक्त्याची विचार करण्याची प्रवृत्ती इत्यादी. हे स्पष्टीकरण देताना त्यांनी वस्तूच्या उत्पादनखर्चाचे विश्लेषण केलेले आहे. वस्तूच्या उत्पादन खर्चात वेतन, नफा यांचा समावेश असतो. त्यांचा परिणाम किमतीवर होतो. या किंमतीत खंडाचा समावेश नसतो.

४. विभाजनावरील विचार : यामध्ये (१) वेतन निधी (२) नफा निधी (३) खंड यावरील अभिमतपंथी किंवा प्रस्थापित विचार मान्य करून मिल यांनी त्यात सुधारणा सुचविल्या. निर्वाह–वेतन–सिद्धान्त च्या जोडीला 'वेतननिधी' (Wage Fund) सिद्धान्त देखील महत्त्वाचा आहे असे मत त्यांनी मांडले. उत्पादक आपल्या भांडवलातून प्रथम वेतन निधी हा वेगळा काढून ठेवतो. ते एक 'स्थिर चलन' असते. कामगारसंख्येने वेतन निधीस भागले असता वेतनदर निश्चित होतात. कधी कधी भांडवलदार स्वत:चा खर्च, नफा कमी करून काही प्रमाणात निधी वाढवितात. यामुळे वेतनदर वाढतात. कधी कधी कामगारांची संख्या वाढली अथवा भांडवलदारींचा नफा वाढविला आणि वेतननिधी स्थिर असला तर वेतनदर घसरतात. या सिद्धान्तावर नंतर खूप टीका झाली. आरंभापासून एक वादग्रस्त सिद्धान्त म्हणूनच हा सिद्धान्त प्रसिद्ध झाला.

नफ्याविषयी मिलने 'उपभोग परावृत्ती (Abstinence) सिद्धान्त मान्य केला.' भांडवलदारांना उपभोगवृत्तीबद्दल मिळणारे फळ म्हणजे नफा होय. विश्लेषणाच्या ओघात यात आणखी काही घटकांचा उल्लेख मिल यांनी केला. उदाहरणार्थ, साहस, धोका पत्करणे, नफ्यासाठी योग्य संधी शोधणे, व्यवस्थापकीय परिश्रम, इतर परिस्थिती इत्यादी. या सर्व घटकांचा समावेश नफा मिळविण्यात असतो असे अगदी आधुनिक विचार त्या काळात मिल यांनी मांडले.

भांडवलदाराला किती नफा होईल याचे विवेचन देखील मिलने केले. नफ्याचे प्रमाण महत्त्वाच्या दोन बाबींवर अवलंबून असते. (अ) एकूण उत्पादन (ब) उत्पादनासाठी लागणाऱ्या श्रमिकांच्या चरितार्थाचा खर्च. याचा अर्थ असा की नफा आणि वेतनदर परस्परसंबंधित आहेत. उत्पादनाचे प्रमाण वाढले तर नफा देखील वाढतो. कारण अत्योत्पादनाचा धोका नसतो. बाजारात पूर्ण स्पर्धा असते.

खंडाच्या डेव्हिड रिकॉर्डो यांचा सिद्धान्त मिल यांनी मान्य केला. 'जमिनीच्या उपजत, अविनाशी आणि सुपिकता या गुणांमुळे खंड निर्माण होतो.' जमिनदाराला तो मिळतो. निकृष्ट (सीमान्त) जमिनी देखील लोकसंख्येच्या आणि उत्पादनाच्या वाढीबरोबर लागवडीखाली येतात. दुर्मिळतेमुळे या जमिनींना देखील महत्त्व प्राप्त होते. त्याच्यातील लागवडीचा खर्च उत्पादक खर्च असतो. तो भरून निघण्याइतके उत्पन्न त्यात मिळते. खंड मात्र मिळत नाही. असा मिल यांनी निष्कर्ष काढला. खरे तर सविस्तर विश्लेषणात त्यांनी जमिनीचा वाढता उपयोग, दुर्मिळता आणि शास्त्रीय संशोधन व तंत्र यातून वाढविता येणारी जमिनीची उत्पादकता यांचा उल्लेख केलेला आहे. केवळ रिकार्डोच्या प्रभावामुळे त्यांनी 'दुर्मिळता खंड' किंवा 'आभासी खंड (Quasi Rent) चा उल्लेख केला नाही तसे झाले असते तर मार्शल यांच्या पूर्वीच 'आधुनिक खंड सिद्धान्ताचा' जन्म झाला असता.

११.३ अर्थव्यवस्थेचे स्वरूप

अर्थव्यवस्था कशा (Model of Economy) स्वरूपाची असावी याबद्दल सविस्तर स्पष्टीकरण मिल यांनी दिले. अर्थात सूत्र किंवा गणिती संज्ञेमध्ये त्यांनी या प्रारूपाची मांडणी केलेली नाही. त्यांच्या विचारांतून ही मांडणी करावयाची झाल्यास असे मांडावे लागेल –

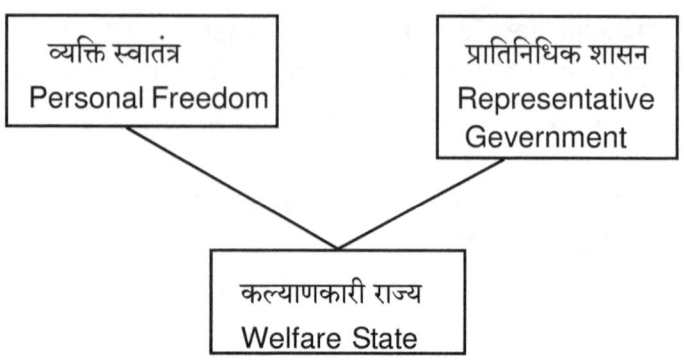

कार्ल मार्क्सच्या विरोधाधिष्ठित विकास या प्रतिमानाची येथे आठवण येते. व्यक्तिस्वातंत्र हे तत्त्व विरुद्ध 'विरोध तत्त्व' (Anti-Thesis) म्हणजे प्रतिनिधिक शासन असे मानले तर दोन्हीतून चांगल्या प्रकारे तयार होणारे संश्लेषण (Synthesis) म्हणजे कल्याणकारी राज्य (Welfare State) पहिली दोन्ही तत्त्वे प्रथमदर्शनी परस्पर विरोधी वाटत असली तरी ती परस्परपूरक असावी असे मत मिल यांनी मांडले.

(१) व्यक्तिस्वातंत्र्य : यामध्ये (अ) व्यक्तीला निर्णय घेण्याची पूर्ण मोकळीक असते. (ब) व्यक्तिगतकृती-स्वातंत्र याचा इतरावर वाईट परिणाम होत नाही. (व्यक्तीची सद्सद्विवेक बुद्धी (अनाहतनाद) त्याला सदैव चांगल्या वर्तणुकीचा इशारा देत असते.) (क)स्त्रियांना स्वातंत्र्य देऊन त्यांना आदर ठेवावा. (स्त्रियांना मतदानाचा हक्क असावा यासाठी आग्रह धरणारे जे. एस. मिल. हे पहिले विचारवंत असतील.) (ड) अभिव्यक्ती स्वातंत्र्य आवश्यक असते. (इ) स्त्री पुरुषांना सामाजिक जाचक बंधने नकोत. (ई) समाजातील अल्पसंख्याकांना हक्क असावेत. (उ) सुखाची भौतिक वास्तव कल्पना असावी. व्यक्तीला जे सुख मिळते त्यात वस्तु-सेवा उपभोग, विपुलता हवी. सुखाची गुणवत्ता महत्त्वाची असते. (ऊ) सुखाच्या कल्पनेत नैतिक निकषाला महत्त्व असावेच.

अशा प्रकारे व्यक्ती, व समाज हे वस्तुसेवा सुखातून आत्मशोधाकडे जातात त्यामुळे संपूर्ण समाजात सुख निर्माण होते.

(२) प्रातिनिधिक शासन (Representative Government) : शासन लोकशाही पद्धतीचे असावे. व्यक्तींनी आपले प्रतिनिधी निवडून द्यावेत. त्यांच्याकडून सरकार चालविले जावे. यासाठी खालील बाबींची आवश्यकता असते.

(अ) व्यक्तिस्वातंत्र्यासाठी व्यक्तीला मतदानाचा अधिकार असावा. (ब) सुशिक्षित व्यक्तींच्या हातात राजकीय सत्ता असावी. याचा अर्थ असा की निवडणुकीला उभी राहणारी व्यक्ती किंवा उमेदवार सुशिक्षितच असला पाहिजे.

(क) व्यक्ती आणि शासन कायम, एकमेकाला पूरक असावेत. त्यांच्यामध्ये कोणतेही गैरसमज अथवा दुरावा नसावा. (ड) बदलत्या समाजरनेनुसार शासन देखील गतिशील असावे. (इ) शक्यतोवर निर्हस्तक्षेप नीति असावी, परंतु अपरिहार्य परिस्थितीत शासनाने हस्तक्षेप करून, नियंत्रण आणावे.

येथे शासन म्हणजे कायद्याद्वारे नियंत्रण असे असले तरी एकंदर व्यक्तिस्वातंत्र्य अबाधित ठेवण्यासाठी शासनव्यवस्था असावी. सर्वसाधारणपणे व्यक्तिस्वातंत्र्य आणि कायदा म्हटले की त्या दोन भिन्न प्रवृत्ती वाटतात, म्हणून मिलचे मत असे आहे की त्या एकत्र असतील तर कल्याणकारी राज्याची निर्मिती होईल.

(३) कल्याणकारी राज्य : या संकल्पनेचे मूळ सुखवादी (Hedonism) विचारात आहे. समाज स्वतंत्र व्यक्तींचा बनलेला असतो. प्रत्येक व्यक्ती सुखाच्या शोधात असते. सर्व व्यक्तींच्या सुखाची बेरीज म्हणजे समाजाचे सुख होय. भांडवलशाही मजबूत करण्यासाठी उपयुक्ततावाद आणि सुखवाद यांची मदत झाली की कल्याण प्रस्थापित होते. कल्याण म्हणजे सुख, शांती आणि समाधान मिळणे. व्यक्तीच्या सुखाची एकूण बेरीज म्हणजे कल्याण, हे अबाधित राखण्यासाठी शासनाचे कायदे मदत करणारे असतात. याद्वारे लोकांची अभिव्यक्ती, हित, समाधान जपले जाते.

११.४ आर्थिक विकास, स्थैतिक अवस्था आणि समाजवाद

(Economic Development, Stationary State and Socialism)

अभिमतपंथी अर्थशास्त्रज्ञांनी विकासाचा जो सिद्धान्त मांडला तोच जे. एस. मिल यांनी स्वीकारून त्याचे सखोल विवेचन केले. आर्थिक विकास म्हणजे राज्याचे राष्ट्रीय उत्पादन अथवा उत्पन्न वाढणे. हे 'उत्पादन नैसर्गिक साधनसामग्री, श्रमशक्ती आणि भांडवल यांचे कार्य किंवा फलन आहे.'

$$Y = F(N, L, K)$$

Y = राष्ट्रीय उत्पादन, F = फलन, N = नैसर्गिक साधनसामग्री, L = श्रमशक्ती, K = भांडवल संग्रहण.

अॅडम स्मिथ, रिकार्डो, माल्थस. जे. बी. से. इत्यादी सर्वांचेच हे मत होते. तेच मत मिल यांनी मान्य केले. विश्लेषणात मात्र बऱ्याचशा सुधारणा त्यांनी केल्या. अप्रत्यक्षपणे (t) म्हणजे शास्त्रीय संशोधन आणि तंत्र या घटकांचा उल्लेख त्यांनी केला. नव्याने हे फलन मांडावयाचे झाल्यास $Y = F(N, L, K, t)$ असे करावे लागेल.

N, L, K, च्या मात्रा (आदानपदान मात्रा) जशा जशा वाढतील तसे प्रदान (उत्पादन) वाढत जाईल. आर्थिक विकास होईल.

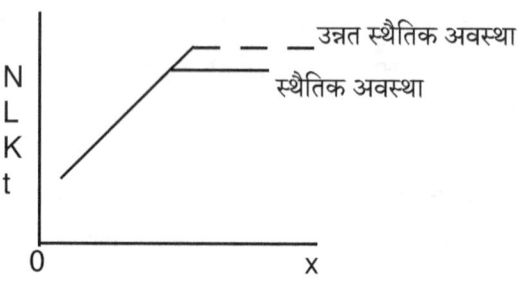

या घटकापैकी भूमीचा (N) नैसर्गिक साधनसामग्री पुरवठा ताठर, शून्य लवचिक असतो. तिची मागणी मात्र प्रचंड वाढणारी असते. लोकसंख्या आणि उत्पादन जसे जसे वाढेल तसे तसे तिची मागणी वाढते. लोकसंख्या वाढत जाईल तसे श्रमिक संख्या (L) वाढत जाते. श्रमिकांचा पुरवठा वाढतो. भांडवल म्हणजे भांडवलदाराचे संचित (K) योग्य संधीच्या प्रतिक्षेत असते हे सर्व घटक एकत्र आले की हळूहळू उत्पादन वाढत जाते. राज्यातील आर्थिक विकासाची प्रक्रिया सुरू होते. महत्तम आर्थिक विकास प्रक्रियेत नफ्याचा वाढता दर विकासाच्या प्रक्रियेला आणखी प्रेरित करतो. निकृष्ट प्रतिच्या जमिनीदेखील या स्थितीत लागवडीखाली येतात. यांच्यामध्ये उत्पादन वाढविण्यासाठी शास्त्रीय संशोधन आणि तंत्र उपयोगात आणले जाते. म्हणजे t हा घटक वापरात येतो. शास्त्रीय संशोधन तंत्र विकासामुळे कामगारांची कौशल्ये देखील वाढतात. शेवटी अर्थव्यवस्था उन्नत स्थैतिक अवस्थेप्रत पोचते. (खंडित रेषेने आकृतीत दर्शविले आहे.)

या सर्व विश्लेषणात भांडवल संग्रहणाला अतिशय महत्त्व दिलेले आहे. बचत हा भांडवल संग्रहणाचा पाया आहे. एकूण उत्पन्न आणि शुद्ध उत्पन्न (आय) यातील फरकामुळे बचत निर्माण होते. विशिष्ट काळात उत्पादित अंतिम वस्तूचे बाजारमूल्य म्हणजे, एकूण प्राप्ती (उत्पन्न आय) यापैकी काही भाग वेतननिधी म्हणून ठेवला जातो. तसेच यंत्रादी भांडवल चालू स्थितीत ठेवण्यासाठी व त्यांच्या पुनरुज्जीवनासाठी देखील काही हिस्सा बाजूला काढून ठेवला जातो. त्याला 'घसारा' असे म्हणतात. या सर्वाचा अर्थ असा की एकूण उत्पन्नातून खंड, वेतन निधी, घसारा इत्यादी वजा केल्यावर उर्वरित उत्पन्न ते शुद्ध उत्पन्न होय. आर्थिक विकास प्रक्रियेत हे उत्पन्न वरचेवर वाढते. कमाल आर्थिक विकासाची पातळी गाठल्यावर 'कुंठीत अवस्था' येते. जमिनदारानां खंड मिळतो. परंतु भांडवलदारांच्या नफ्यात घट होते. पुढील गुंतवणूक कमी कमी होते. स्थैतिक अवस्थेत मात्र सर्व उत्पादन घटकांना पूर्ण रोजगार असतो. स्थैतिक अवस्थेची वैशिष्ट्ये

१. भूमी या घटकाचा पुरवठा ताठर असल्यामुळे तिची मागणी सातत्याने वाढते. सुपीक जमीन मिळावी म्हणून उत्पादकात स्पर्धा निर्माण होते. परिणामी खंड वाढतात.

२. खंड वाढल्यामुळे अन्नधान्याच्या किमती वाढतात. निर्वाह करणे श्रमिकांना अवघड जाते. परिणाम वेतनपातळी वाढवावी लागते. त्यामुळे नफ्यात घट होते.

३. बचती आणि गुंतवणुकी घटतात. नफ्याचा दर शून्य होतो.

४. श्रमिकांचे वेतनदर वाढल्यामुळे त्यांची संख्या आणखी वाढते. (निर्वाह वेतन सिद्धान्त) अन्नाची मागणी वाढते, पुन्हा खंड वाढतात व नफ्यामध्ये घट होते.

५. निकृष्ट दर्जाच्या जमिनी म्हणजे सीमान्त जमिनीदेखील लागवडीखाली येतात. त्यांच्यावरील केवळ उत्पादन खर्चच भरून निघतो. हळूहळू ही परिस्थिती बदलत जाते.

६. लोकसंख्या सातत्याने वाढत गेल्यामुळे श्रमिकांचा पुरवठा मागणीपेक्षा जास्त होतो. पुन्हा वेतनदार घसरून निर्वाह-वेतन पातळीवर येतात.

अभिमतपंथींना ही अवस्था म्हणजे स्थैतिक अवस्था समाधानकारक नसते असे वाटते. अर्थव्यवस्थेतील विकासाची प्रक्रिया येथे कुठीत होते. नफा शून्य असतो. गुंतवणूकीची प्रेरणा नसते. बचती घटलेल्या असतात म्हणजे पुढे काय? हा प्रश्न असतो.

जे. एस. मिल यांनी मात्र स्थैतिक अवस्था ही अतिशय चांगली अवस्था असते असे म्हटले अर्थव्यवस्थेची प्रगती वेगाने होत असताना काही काळ नफा घटण्याची प्रवृत्ती असते, बचत भांडवल क्रिया थांबतात. परंतु ही अवस्था विपुल प्रगतीनंतर आलेली असते. भांडवलदाराची सांपत्तिक स्थिती सुधारलेली असते. श्रमिकांना पूर्ण रोजगार असतो. त्यांचे वेतन बऱ्यापैकी असते. त्यांची आर्थिक स्थिती सुधारलेली असते. समाजाची एकूण आर्थिक स्थिती सपन्नतेची असते. सर्वांच्या जवळ भरपूर संपत्ती साठलेली असते. संपत्ती आणि उत्पन्न वितरण व्यवस्थित झालेले असते. संपत्ती आणि उत्पन्न वितरण व्यवस्थित झालेले असते. कोणालाच आर्थिक विवंचना नसतात. आपले जीवनमान उंचावण्यासाठी लोक सदैव दक्ष राहतात. भौतिक सुखाकडून ते आत्मशोधाकडे प्रवास करीत असतात. ज्ञान, संशोधन, कला,तंत्र, कौशल्य इत्यादी मध्ये अफाट प्रगती झालेली आसते.

"The Condition of Society so greatly perferable to the present is not only perfecity compatible with the stationary state but it would seem more naturlly allied with that than with any other." मिल यांची स्थैतिक अवस्थेची कल्पना रम्य, आशावादी आहे. कारण

यामध्ये सुबत्ता, आर्थिक न्याय, आर्थिकेतर बाजूंची प्रगती गृहीत धरलेली असते. कार्ल मार्क्स यांच्या स्वप्नाळू (Utopia) समाजवादाची येथे आठवण येते.

जे. एस. मिल यांचा समाजवाद म्हणजे स्थैतिक अवस्थेतील संपत्ती व उत्पन्न यांचे योग्य वाटप, सर्वांना न्याय्य हक्क, सर्व स्वातंत्र्ये आणि सुखी, समृद्ध समाजाची निर्मिती होय. हा समाजवाद उत्क्रांतीवादी, समन्वयक स्वरूपाचा आहे. यामुळे भांडवलशाही समाजवादाची न्याय्य पद्धती अस्तित्वात येऊ शकते. भांडवलशाहीच्या विकासाबरोबर तिच्याबद्दल दोष वेळच्यावेळी दूर करू लागले. यात सतत सुधारणा केल्या तर अतिशय आदर्श आर्थिक पद्धत निर्माण होईल. सुधारित भांडवलशाहीत वस्तुसेवा, सुख आणि भांडवल यांची योग्य विभागणी झालेली असते. हाच समाजवाद होय.

या अवस्थेत लोक संपूर्ण सुखात, आनंदात असतात. लोकसंख्या वाढली असली तरी शिक्षण, कलाकौशल्य यांचा प्रसार होत राहिल्यामुळे 'समान संधी'चे वातावरण असेल. खाजगी मालमत्तेचे सर्वसामान्य दुर्गुण नाहीसे होतील. एकूण आपल्या समाजवादी विचारसरणीत मिल यांनी उदारमतवादाचा पुरस्कार केला. समाजातील क्रांतीपेक्षा उत्क्रांतीला अधिक महत्त्व दिले.

जे. एस्.मिल यांचे अर्थशास्त्रातील स्थान अत्यंत महत्त्वाचे आहे. अर्थशास्त्रीय सिद्धान्ताना त्यांनी आधुनिक बनविण्यासाठी खूप परिश्रम घेतले ते अतिशय जिज्ञासु व बुद्धिमान होते. त्यांनी अपेक्षिलेला 'आर्थिक मानव' (Economic Man) हा आदर्श, विवेकी आणि पापभीरू असा आहे. त्याने निर्माण केलेला समाज, राज्य आणि अर्थव्यवस्था ही आदर्श न्याय्य अशी असेल. प्रत्यक्षात मात्र मिल यांचे हे स्वप्न व हा आशावाद खरा ठरला नाही. मिल यांची उदारमतवादी, आशावादी विचारसरणी प्रखर टीकेस पात्र ठरली. अर्थात यामुळे आदर्श समाज निर्मितीचे त्यांचे स्वप्न कमी प्रतीचे ठरत नाही. या उदारमतवादी अर्थशास्त्रज्ञांच्या स्मृतीस विनम्र अभिवादन !

स्वाध्याय

१. मिल यांचे उत्पादनविषयक विचार स्पष्ट करा.
२. मिल यांचे विभाजनविषयक विचार स्पष्ट करा.
३. मिल यांचे आर्थिक विकास आणि स्थैतिक अवस्था आणि समाजवाद स्पष्ट करा.
४. मिल यांचे भांडवलविषयक विचार स्पष्ट करा.

❒

१२

आल्फ्रेड मार्शल
(१८४२ - १९२४)

१२.१ जीवनपरिचय

मार्शल यांचा जन्म २६ जुलै १८४२ रोजी लंडन येथे झाला. ते मध्यमवर्गीय कुटुंबात जन्माला आले. मार्शल यांनी धार्मिक शिक्षण घ्यावे अशी त्यांच्या वडिलांची इच्छा होती. परंतु त्यांना गणितात अतिशय आवड वाटू लागली आणि त्यामुळे केंब्रिज विद्यापीठात प्रवेश मिळवून त्यांनी रँग्लर ही गणितातील उच्च पदवी १८६५ मध्ये मिळविली. त्यानंतरच्या काळात त्यांनी तत्त्वज्ञान, मानसशास्त्र आणि अर्थशास्त्र इत्यादी शास्त्रांचा अभ्यास केला. याच विद्यापीठात काही काळ गणिताचा प्राध्यापक म्हणूनही त्यांनी काम केले. ब्रिस्टलच्या कॉलेजमध्ये प्राध्यापक आणि प्राचार्य म्हणूनही

काही काळ त्यांनी जबाबदारी स्वीकारली होती. १८८५मध्ये केंब्रिज विद्यापीठात अर्थशास्त्राचे प्राध्यापक म्हणून त्यांची नियुक्ती झाली. तेव्हापासून १९०८ पर्यंत त्यांनी त्या ठिकाणी उपयुक्त कामगिरी केली. डॉ. मार्शलचा Economics of Industry हा ग्रंथ १८७९ मध्ये प्रसिद्ध झाला. तो मार्शल आणि त्याची पत्नी मेरी ह्यांनी एकत्रितरीत्या लिहिलेला होता. १८९० मध्ये मार्शलचा अत्यंत महत्त्वाचा ग्रंथ Principles of Economics हा ग्रंथ प्रसिद्ध झाला. नंतरच्या काळात Industry and Trade; 'Money, Credit and Commerce' इत्यादी ग्रंथही प्रसिद्ध करण्यात आले. व्याख्यानातून आणि लिखाणातून डॉ. मार्शल यांनी नवीन विचार मांडले आणि एक नवी – 'केंब्रिज परंपरा' निर्माण केली. केंब्रिज विद्यापीठात अर्थशास्त्राला स्वतंत्र स्थान मिळवून देऊन केंब्रिज संप्रदाय आणि नवसनातनवाद ह्यांची स्थापना मार्शलने केली. 'रॉयल इकॉनॉमिक सोसायटी' स्थापन करण्यात आणि 'इकॉनॉमिक जर्नल' सुरू करण्यात मार्शलचा पुढाकार होता. ब्रिटिश सरकारने नेमलेल्या अनेक चौकशी मंडळांवर त्याची नेमणूक करण्यात आलेली होती. मार्शलने केलेल्या कामगिरीमुळे अलीकडच्या काळातील सर्वांत मोठा अर्थशास्त्रज्ञ असा मान त्यांना दिला जातो. मार्शल यांचा 'नवसनातनवादी संप्रदायाचा संस्थापक' असा उल्लेख केला जातो. १९२४ मध्ये मार्शल यांचे निधन झाले.

१२.२ नवसनातनवादी अर्थशास्त्र (Neo-Classical Economics)

ॲडॅम स्मिथने अर्थशास्त्रामध्ये एका नवीन विचारसरणीची सुरुवात केली. अर्थशास्त्रीय विचारामध्ये सुसंबद्धता आणण्याचा प्रयत्न केला. त्यामुळे सनातन संप्रदायाचा संस्थापक असा मान स्मिथला दिला जातो. या सनातनपंथीय विचारसरणीचा प्रसार व प्रचार करणारे बरेच अनुयायी स्मिथला मिळाले. उदा. रिकार्डो, माल्थस, जे.एस.मिल. इ. अनुयायांनी त्याचे कार्य पुढे चालू ठेवत असतानाच स्मिथच्या विचारातील चुका, सनातन परंपरेतील अर्थशास्त्रज्ञांची आर्थिक प्रश्नाकडे बघण्याची दृष्टी प्रामुख्याने व्यक्तिवाद, वर्तनाचे विश्लेषण करताना विशिष्ट राष्ट्राचा नागरिक म्हणून प्रत्येक मनुष्याची काही भूमिका असते व प्रत्येक अर्थव्यवस्थेपुढे काही आर्थिक प्रश्न असतात. ही गोष्ट त्यांनी दृष्टिआड केली होती. या व अशा अनेक कारणांमुळे सनातनवादी अर्थशास्त्रीय विचारांवर काळाच्या ओघात टीका सुरू झाली. ही टीका भिन्न भिन्न दृष्टिकोनातून केली गेली. त्या टीकाकारांमध्ये राष्ट्रवादी संप्रदाय, व्यक्तिनिष्ठ संप्रदाय, इतिहासवादी संप्रदाय आणि समाजवादी संप्रदाय ह्या प्रमुख संप्रदायांचा समावेश केला जातो.

त्यापैकी काहींनी सनातनवादी विचारवंतांनी स्वीकारलेल्या अभ्यासपद्धतीविषयी असमाधान व्यक्त केले. काहींनी त्यांच्या मूल्य सिद्धान्ताबाबत असंतोष व्यक्त केला. तर काहींनी भांडवलशाहीच्या पुरस्काराबद्दल सनातनवाद्यांना दोष दिला. समाजवादी संप्रदायातील आर्थिक विचारांकडून व तो प्रतिपादन करणाऱ्या अर्थशास्त्रज्ञांकडून भांडवलशाहीच्या पुरस्काराला खरा विरोध झाला. सनातनवादी आर्थिक विचारांचे मूळ सूत्र असे होते की, व्यक्तिहित व समाजहित यात विरोध नाही. म्हणूनच सनातनवादी अर्थशास्त्रज्ञांनी भांडवलशाहीचा हिरीरीने पुरस्कार केला. समाजवादी अर्थशास्त्रज्ञांनी हा दावा अमान्य केला व व्यक्तिहितापेक्षा समाजहितावर भर देणारी अर्थव्यवस्था व समाजव्यवस्था जाणीवपूर्वक निर्माण केली पाहिजे हा विचार आग्रहाने मांडला आणि तो मांडताना निर्हस्तक्षेप नीती व भांडवलशाही नीतीवर प्रखर हल्ला केला. या संप्रदायात कार्ल मार्क्स, रॉबर्ट ओवेन, सिस्मॉंडी, प्रुधाँ इ.विचारवंतांचा समावेश होतो.

राष्ट्रवादी संप्रदायाचा मुख्य विचार असा होता की, सनातनवाद्यांनी व्यक्तीचे कल्याण व विश्वाचे कल्याण यांचा विचार मांडला हे बरोबर नाही. त्याऐवजी 'राष्ट्रीय आर्थिक विकास' हे उद्दिष्ट डोळ्यासमोर ठेवून आर्थिक विचार मांडले पाहिजेत. राष्ट्रवादी पंथामध्ये अनेक मान्यवर विचारवंत आहेत. उदा. अलेक्झांडर, हॅमिल्टन, मॅथ्यू, डॅनियल रेमंड, फ्रेडरिक लिस्ट इ.

इतिहासवादी संप्रदायातील विचारवंतांनी अर्थशास्त्रीय सिद्धान्त मांडताना वास्तवदर्शक संशोधन केले पाहिजे व सिद्धान्त मांडल्यानंतरही प्रत्यक्ष अनुभवाच्या कसोटीवर ते कितपत उतरते हे पुनः पुनः संशोधन करून तपासले पाहिजे असा इतिहासवाद्यांचा आग्रह होता.

स्वहित साधण्याचा प्रयत्न प्रत्येकाने करणे हे मानवी स्वभावाला धरूनच आहे. तसेच प्रत्येकाला आपले हित कशात आहे हे समजते असे गृहीत धरून निर्हस्तक्षेपाचे तत्त्व सनातनवाद्यांनी मांडले. त्यामुळे समाजहित साधले जाते असे स्पष्ट केले, पण वास्तवात असे नेहमीच घडेल असे नाही असे इतिहासवाद्यांचे स्पष्ट मत होते. इतिहासवादी संप्रदायात रॉझर हाइल्डब्रँड (Hildebrand) नीस (Knies) स्मॉलर (Schmoller) इ.सारख्या विचारवंतांचा समावेश होतो.

व्यक्तिनिष्ठ संप्रदाय म्हणजे प्रस्थापित सनातनवादी विचारसरणीविरोधी प्रतिक्रिया आहे असे मानले जाते. आर्थिक घटनांचा अभ्यास करताना त्यांनी वस्तुनिष्ठ दृष्टिकोनाला विशेष प्राधान्य दिले. विशेषतः मूल्यसिद्धान्त अभ्यासताना मूल्याच्या व्यक्तिनिष्ठ बाजूकडे त्यांनी दुर्लक्ष केले. अशा तऱ्हेची टीका व्यक्तिनिष्ठ संप्रदायाच्या

विचारवंतांनी सनातनवाद्यांवर केली. या संप्रदायात (ऑस्ट्रियन संप्रदाय) जेव्हान्स, वॉलरॉ, गॉसेन इ. सारख्या विचारवंतांचा समावेश होतो.

अशा तऱ्हेने सनातनवादावर वेगवेगळ्या अनेक दृष्टिकोनातून सातत्याने टीका होऊ लागली. याच सुमारास म्हणजेच १९व्या शतकाच्या उत्तरार्धात विज्ञानाच्या क्षेत्रात अनेक महत्त्वाचे शोध लागले. औद्योगिक उत्पादनाचे तंत्र झपाट्याने बदलले होते. उद्योगधंद्यांची संघटनासुद्धा नव्या पद्धतीने केली जात होती. आर्थिक क्षेत्रातील सरकारी हस्तक्षेपाचे प्रमाण पूर्वीपेक्षा वाढले होते. अर्थशास्त्रातील सनातनवादी सिद्धान्त या नव्या परिस्थितीचे स्पष्टीकरण करण्यास उपयुक्त राहिले नव्हते. नव्या परिस्थितीने निर्माण केलेल्या तेजी, मंदी, बेकारी इ.सारख्या नव्या प्रश्नांची समाधानकारक उत्तरे शोधून काढण्यास त्या सिद्धान्ताचा आधार अपुरा पडत होता. बदलत्या परिस्थितीत सनातनवाद्यांच्या वस्तुनिष्ठ मूल्यसिद्धान्तावरील विश्वास हळूहळू डळमळीत होत चालला होता. तसेच ऐतिहासिक संप्रदायाच्या प्रभावामुळे सनातनवाद्यांनी अवलंबिलेल्या निगमन विवेचन पद्धतीच्या एकमेव वापराबद्दल कित्येकांची मने साशंक झाली होती.

ऑस्ट्रियन संप्रदायाने उपयोगितेवर आधारलेले अर्थशास्त्रीय सिद्धान्त मांडले. अशी परिस्थिती निर्माण झाली असताना जुन्या आणि नव्या विचारांचा समन्वय साधून, सनातन अर्थशास्त्रातील दोष दूर करून, सनातनवादी अर्थशास्त्राच्या सिद्धान्ताची फेरतपासणी करून व त्याची उपयुक्तता पडताळून पाहणे व जरूर तेथे त्यांची पुनर्मांडणी करणे आवश्यक होते. ही जबाबदारी स्वीकारून मार्शलने जुन्या सिद्धान्ताची फेरतपासणी सहानुभूतिपूर्वक केली. मार्शलने सनातनवादी विचारसरणी व सनातनवादावर टीका करणाऱ्या इतर संप्रदायांची विचारसरणी यांचा समन्वय घालण्याचा प्रयत्न केला. यातूनच नवसनातनवादी विचारधारा उदयास आली. ह्यामुळे मार्शलला 'नवसनातनवादी अर्थशास्त्राचा जनक' असे म्हटले जाते.

१२.३ प्रा. मार्शल यांची समन्वयी भूमिका (Synthesis)

मार्शल यांचे असे मत होते की, सनातन अर्थशास्त्राची तत्त्वे आणि सिद्धान्त सर्वस्वी चुकीचे आहेत असे नाही. ते अपूर्ण असल्यामुळे त्यात सुधारणा घडवून आणली पाहिजे. सुधारणा करताना सुद्धा त्यांचे मूलभूत स्वरूप कायम ठेवले पाहिजे. मुख्यत: या सिद्धान्ताला व्यापक अशी बैठक दिली पाहिजे. नवीन परिस्थितीच्या संदर्भात त्यांची पुनर्मांडणी करून नव्या प्रश्नांची सोडवणूक करण्यासाठी ते उपयोगी पडतील अशा प्रकारे त्यांची पुनर्रचना केली पाहिजे. त्यात योग्य आणि उपयुक्त असा जो भाग असेल तो घेतला पाहिजे. पूर्वग्रहदूषित न होता जे चांगले असेल ते स्वीकारले

पाहिजे आणि वाईट असेल ते टाकून दिले पाहिजे. अशी भूमिका स्वीकारून सुधारणा घडवून आणली पाहिजे. या दृष्टिकोनातून मार्शलने सनातनवादी विचारसरणीची फेरतपासणी केली आणि सनातन–अर्थशास्त्रात योग्य त्या सुधारणा घडवून आणून त्याला नवसनातन अर्थशास्त्राचे स्वरूप प्राप्त करून दिले. मार्शलने आपली भूमिका स्पष्ट करताना असे म्हटले की, ''हा ग्रंथ म्हणजे जुन्या सिद्धान्ताची उपलब्ध झालेल्या नव्या ज्ञानाच्या मदतीने आणि चालू युगात जे नवीन प्रश्न उपस्थित झालेले आहेत त्यांच्या संदर्भात नव्या स्वरूपात मांडणी करण्याचा प्रयत्न आहे.''

मार्शलने दोन विचारसरणीचा समन्वय साधला त्याचे उत्तम उदाहरण म्हणजे त्याचे मूल्यविषयक विचार होय. सनातनवादी अर्थशास्त्रज्ञांनी मूल्यविषयक विश्लेषणात विनिमय मूल्याकडे विशेष लक्ष दिले तर उपयोगितेकडे दुर्लक्ष केले. मात्र मार्शल यांनी यामध्ये विवाद असण्याचे कारण नाही हे स्पष्ट केले. वस्तूची किंमत मागणी व पुरवठा या दोहोंवरून ठरते. तसेच मूल्य विश्लेषणात समय तत्त्वाचा समावेश केला. अल्पकाळात किंमतीवर मागणीचा प्रभाव असतो तर दीर्घकालीन किंमतीवर पुरवठ्याचे वर्चस्व असते हे दाखवून दिले. सनातनवादी अर्थशास्त्रामध्ये व्यक्तिनिष्ठ दृष्टिकोन मुख्यत: दिसतो. मार्शल यांनी व्यक्तिनिष्ठ दृष्टिकोनाबरोबरच वस्तुनिष्ठ दृष्टिकोन स्वीकारला. आपल्या मूल्यविषयक विचारांच्या ओघातच त्याने 'उपभोक्त्याचे संतोषाधिक्य' ही नवी कल्पना मांडली. मार्शलच्या ह्या संकल्पनेवरच कल्याणाच्या अर्थशास्त्राची उभारणी पिगू, हॉबसन्, हॉट्रे इ.नी केली.

थोडक्यात, प्रा. मार्शल यांनी जुन्या आणि नव्या विचारसरणीचा मेळ घातला असे नाही, तर त्याने अनेक नव्या कल्पनांची भर अर्थशास्त्रात घातली आणि ह्या कल्पनांचा आधार घेऊन अलीकडील अर्थशास्त्रज्ञांनी कित्येक नवे सिद्धान्त आणि नवीन तत्त्वे प्रस्थापित केली असल्याचे दिसून येते. नवसनातनवादी विचारांची परंपरा केंब्रिज संप्रदायवाद्यांनी चालू ठेवली आणि त्याच्यात बदलही केले. परंतु स्पर्धेत अपूर्णता असते, मक्तेदारी निर्माण केली जाते, ह्याबाबतची जाणीव त्यांना होती. ह्यातून पुढे प्रा. हॅरॉड, मिसेस जोन रॉबिन्सन इ.नी. अपूर्ण स्पर्धेच्या तत्त्वाचा विस्तार केला. प्रा. चेंबरलेन ह्या अमेरिकन अर्थशास्त्रज्ञाने मक्तेदारी युक्त स्पर्धेबाबतचा सिद्धान्त मांडला. प्रा. श्राफा यांनी पूर्ण स्पर्धा अमान्य करून मक्तेदारीच्या परिस्थितीत मागणी व पुरवठा याबाबतचा विचार केलेला होता. मार्शलने कल्याणाचा विचार केला. त्याच्या आधारे पिगू यांनी कल्याणाच्या अर्थशास्त्राची मांडणी केली.

१२.४ अर्थशास्त्राची व्याख्या, स्वरूप आणि व्याप्ती

मार्शलने जगाला अर्थशास्त्राची नवी व्याख्या दिली. मनुष्य व कल्याण यांच्या

संदर्भात अर्थशास्त्र विचार करते असे नवे मत मांडले. अर्थशास्त्राची व्याख्या करताना मार्शल असे म्हणतात, ''अर्थशास्त्र हे मानवी जीवनाच्या नेहमीच्या व्यवहाराचे शास्त्र असून एका बाजूने मनुष्याच्या वैयक्तिक आणि दुसऱ्या व अधिक महत्त्वाच्या बाजूने मानवी भौतिक कल्याणाशी व त्याच्या सामाजिक कृतीशी निगडित असलेले शास्त्र आहे.''

मार्शल यांनी आपल्या व्याख्येत अर्थशास्त्राचा उल्लेख करताना Political Economy ह्या जुन्या नावाबरोबर Economics ह्या नव्या नावाचाही उल्लेख केला. ह्याचा अर्थ असा होतो की, अर्थशास्त्र हे शास्त्र असून त्याला स्वतंत्र स्थान दिले पाहिजे.

मार्शलच्या व्याख्येतून तीन मुद्दे दिसून येतात

(१) अर्थशास्त्राचा मानवी भौतिक कल्याणाशी संबंध असतो.

(२) अर्थशास्त्र हे संपत्तीचे शास्त्र आहे.

(३) अर्थशास्त्र उपभोगाच्या प्रश्नावर विचार करते.

मार्शलने स्मिथ प्रणीत स्वार्थवाद व उत्पादनावरील भर या दोन गोष्टींना कमी महत्त्व देऊन मानवी कल्याणाच्या प्रश्नाचा प्रथम स्वीकार केला. ''अर्थशास्त्राची मूलतत्त्वे'' या आपल्या ग्रंथात अर्थशास्त्राचे स्वरूप, उपभोग, उत्पादन; किंमत इ.विषयी चर्चा मार्शलने केली.

मार्शलच्या मते, अर्थशास्त्राचा मुख्य विषय संपत्ती नसून मानवी हित अगर कल्याण (well-being) हा आहे. वैयक्तिक व सामाजिक प्रयत्नांचा अगर वागणुकीचा अभ्यास अर्थशास्त्रात केला जात असल्यामुळे ते सामाजिकशास्त्र आहे. मानवी हिताच्या भौतिक साधनांचाच विचार अर्थशास्त्रात केला जातो, असे मार्शलचे मत होते. मात्र, मानवी जीवनाची मूल्ये कोणती असावी, मानवाच्या हेतूचे नैतिकदृष्ट्या मूल्यमापन करावे किंवा काय ह्याबाबतची चर्चा करण्याचे काम तत्त्वज्ञ, विचारवंतांचे आहे, अर्थशास्त्राचे नव्हे असे त्यांनी स्पष्ट केलेले होते. नैतिक विचार आणि सुखवाद ह्यापासून अर्थशास्त्राला अलिप्त ठेवण्याचा त्यांनी प्रयत्न केला असेही दिसून येते. अर्थशास्त्राचे स्वरूप सामाजिकशास्त्र असले तरी अर्थशास्त्राचे सिद्धान्त कार्यकारण संबंध प्रस्थापित करणारे आणि सर्वसाधारण निष्कर्ष अशा प्रकारचे असतात. मात्र ते भौतिकशास्त्राच्या नियमांसारखे निश्चित स्वरूपाचे असू शकत नाहीत.

अर्थशास्त्राची व्याप्ती किती असावी या बाबतीत मार्शलने असे सुचविले की, ज्या मानवी प्रेरणांचा बाह्य आविष्कार पैशाच्या मदतीने मोजता येईल एवढ्यापुरता अर्थशास्त्राचा अभ्यास मर्यादित करावा.

अर्थशास्त्राचे नियम अथवा सिद्धान्त – अर्थशास्त्राचे नियम समाजात राहणाऱ्या व्यक्तींच्या वागणुकीसंबंधी असतात. अर्थशास्त्र हे सामाजिकशास्त्र

असल्यामुळे अर्थशास्त्रीय नियम नैसर्गिक शास्त्राप्रमाणे सर्वव्यापी व अचूक असू शकत नाहीत. अर्थशास्त्राला प्रयोग-पद्धतीचा उपयोग करता येत नाही. ह्यामुळे अर्थशास्त्राचे नियम अथवा सिद्धान्त संभाव्य अशा स्वरूपाचे असतात. डॉ. मार्शल यांनी असे सुचविले की, ''अर्थशास्त्रीय नियमांची तुलना भौतिकशास्त्राच्या गुरुत्वाकर्षणासारख्या निश्चित स्वरूपाच्या नियमांशी करावयाची नसून लाटांच्या (भरती-ओहोटी) शास्त्राच्या (Laws of Tides) संभवनीय स्वरूपांच्या नियमांशी करावयास हवी.'' अर्थशास्त्रीय नियम म्हणजे सर्वसामान्यपणे प्रवृत्तिदर्शक विधाने (Statements of Tendencies) असतात, असे म्हणावे लागते.

१२.५ विवेचनपद्धती

मार्शल यांच्या मते, कार्यकारणसंबंध प्रस्थापित करण्याच्या दृष्टीने ज्या विवेचन पद्धतीचा उपयोग होऊ शकतो त्या सर्वांचा अर्थशास्त्रज्ञांनी अवलंब केला पाहिजे. मार्शल यांनी स्वत: निगमन पद्धतीचा अवलंब केला. तसेच आगमन पद्धतीचासुद्धा वापर केला. त्या पद्धतीनुसार काढलेले निष्कर्ष प्रत्यक्ष परिस्थितीशी किती प्रमाणात जुळतात ह्या बाबतीतही तपासणीही केली त्यांनी ऐतिहासिक वस्तुस्थिती ह्यांचा अभ्यास केला पाहिजे, असा आग्रह धरला.

मार्शलने प्रथम विशिष्ट परिस्थिती गृहीत धरून चर्चा करण्यासाठी आणि ती गृहीते काढून टाकून प्रत्यक्ष परिस्थिती मांडण्याचा प्रयत्न करण्याची पद्धती स्वीकारलेली होती. अर्थशास्त्रीय विश्लेषणात गणिताचा मर्यादित स्वरूपात वापर करावा, असे मार्शलचे मत होते.

१२.६ मार्शलचे उपभोगविषयक विचार

मार्शल यांच्या मते, उपभोग हाच आर्थिक व्यवहारांचा पाया असतो. मानवाच्या प्रगतीबरोबर मानवाच्या गरजांतही वाढ होत असून, जुन्या गरजांची तृप्ती झाली तरी नव्या गरजा निर्माण होताना दिसतात. मार्शलने उपभोग ह्या क्षेत्रात अनेक नव्या विचारांची व तत्त्वांची भर घातली. त्यांनी गरजांच्या वैशिष्ट्यांचे सविस्तर विश्लेषण केले आणि गरजांच्या वर्गीकरणाबाबतही चर्चा केली. आवश्यक, सुखद आणि चैनीच्या वस्तूंबाबतच्या गरजांचे उदाहरण दिले.उपभोगसंदर्भात नवा सिद्धान्त निर्माण करण्याचे श्रेय मार्शलला दिले जाते. आर्थिक दृष्ट्या पुढारलेल्या समाजात किंवा देशात राहणाऱ्या व्यक्तीला ती देत असलेल्या किंमतीच्या मानाने जास्त समाधान मिळत असते हे दाखवून देण्यासाठी मार्शलने अर्थशास्त्रात 'उपभोक्त्याचे संतोषाधिक्य' ही कल्पना प्रथम मांडली. एकूण उपयोगिता आणि सीमान्त उपयोगिता ह्यांतील फरक अशा जादा समाधानाला कारणीभूत होत असतो हे मार्शलने दाखवून दिले.

असा अनुभव दररोजच्या व्यवहारात येत असतो.

(अ) उपभोक्त्याचे संतोषाधिक्य (Consumer's Surplus) - मार्शलच्या मते, ''एखादी वस्तू प्राप्त करण्यासाठी उपभोक्ता जी महत्तम किंमत द्यावयास तयार असतो ती किंमत आणि प्रत्यक्षात जी किंमत देतो ती किंमत यातील फरक हे उपभोक्त्याच्या लाभाचे आर्थिक मापन होय.'' अशी मार्शलने उपभोक्त्याच्या संतोषाधिक्याची व्याख्या केली. अशा प्रकारचा अनुभव पोस्टकार्ड, मीठ, वर्तमानपत्र, काडेपेटी इत्यादी उपयुक्त परंतु स्वस्त असलेल्या वस्तूबाबत येत असतो. उपयुक्त अशा वस्तू थोडक्या पैशात जास्त संतोष मिळवून देत असतात.

थोडक्यात, वस्तूसाठी प्रत्यक्षात दिलेली किंमत आणि वस्तूसाठी जास्तीत जास्त जी किंमत देण्याची उपभोक्त्याची तयारी असेल ती किंमत, या दोहोतील फरकावरूनच उपभोक्त्याला प्राप्त होणाऱ्या अतिरिक्त समाधानाचे आर्थिकदृष्ट्या मापन करता येते. या अतिरिक्त समाधानाला उपभोक्त्याचे संतोषाधिक्य असे म्हणता येईल. वस्तूची उपयोगिता, तिचे मूल्य व तिची किंमत यातील परस्परसंबंधाचे स्पष्टीकरण करताना मार्शलने ही संकल्पना मांडली.

गृहीते – (१) उपयोगिता पैशात मोजता येते, (२) पैशाची सीमान्त उपयोगिता स्थिर आहे, (३) वस्तूला पर्याय नाहीत, (४) मागणीवर परिणाम करणारे इतर सर्व घटक स्थिर आहेत. (किमती व्यतिरिक्त) उदा. पर्यायी वस्तूंच्या किमती, लोकसंख्या, ग्राहकाचे उत्पन्न इ., (५) समाधान आणि उपयोगिता यामध्ये विशिष्ट संबंध आहे.

वस्तू खरेदी करताना उपभोक्ता तिची किंमत आणि तिची सीमान्त उपयोगिता यांची तुलना करतो. जोपर्यंत सीमान्त उपयोगिता किमतीपेक्षा जास्त असते तोपर्यंत वस्तू खरेदी केली जाते. ज्या नगापाशी उपयोगिता आणि किंमत समान होते तेथे वस्तू खरेदी करण्याचे उपभोक्ता थांबतो. आधीच्या नगापासून जे जास्तीचे समाधान उपभोक्त्यास मिळते ते म्हणजे संतोषाधिक्य होय.

उदा. (१) वस्तूच्या एका नगासंदर्भात संतोषाधिक्य अनुभवता येते. एखाद्या वस्तूची किंमत एका नगासाठी १०० रुपये उपभोक्ता देण्यास तयार आहे. प्रत्यक्षात ८० रुपयास दिली, तर २० रुपये हे उपभोक्त्याचे संतोषाधिक्य ठरेल.

(२) उपभोक्ता सफरचंद खरेदी करण्यास तयार आहे. पहिले सफरचंद ४० रुपयास दुसरा ३५ रुपयांस तिसरे ३० रुपयास व चौथे २५ रुपयास खरेदी करण्याची इच्छा आहे. सफरचंदाची दर नगाची किंमत २५ रु. आहे.तर उपभोक्त्याचे संतोषाधिक्य पुढीलप्रमाणे असेल –

सफरचंदाची नगसंख्या	सीमान्त उपयोगिता किंवा उपभोक्ता देत असलेली किंमत (रु.)	प्रत्यक्ष किंमत (रुपये)	उपभोक्त्याचे संतोषाधिक्य (रु.)
१	४०	२५	१५
२	३५	२५	१०
३	३०	२५	०५
४	२५	२५	००
	एकूण उपयोगिता १३०	ए. किंमत १००रु.	संतोषाधिक्य = ३०

(ब) मागणीची लवचीकता (Elasticity of Demand) – किमतीत होणाऱ्या बदलाचे मागणीवर होणारे परिणाम मार्शलने मागणीच्या लवचीकतेच्या साह्याने स्पष्ट केले.

मागणीच्या नियमावरून किंमत व मागणीचा गुणात्मक संबंध स्पष्ट करता येतो. यात हा संबंध संख्यात्मकपणे स्पष्ट होत नाही. त्यासाठी मार्शलने हा संबंध लवचीकतेच्या साहाय्याने स्पष्ट करता येईल असे मत मांडले. मार्शलने मागणीच्या लवचीकतेची व्याख्या पुढीलप्रमाणे केली.

''किमतीतील बदलाचे प्रमाण व त्याच्या मागणीतील बदलाशी असलेला प्रमाणशीर संबंध म्हणजे मागणीची लवचीकता होय.''

वस्तूच्या किमतीत बदल झाल्यामुळे वस्तूवरील खर्चात किती बदल होतो यावरून मागणीची लवचीकता एक (E=१) एकापेक्षा जास्त (E > १) किंवा एकापेक्षा कमी (E < १) हे कसे ठरविता येते त्यावरून समजू शकते. मागणी वक्र दिलेला असल्यास मागणी वक्राला स्पर्शरेषा काढून लवचीकता विश्लेषणासाठी गणितीय व भूमितीय तंत्राचा अवलंब केला.

मागणीच्या लवचीकतेचे मापन करताना मागणीची लवचीकता एक (E = १) असेल तेव्हा किमतीतील बदल व मागणीतील बदल समप्रमाणात होतो. त्याचप्रमाणे एकापेक्षा जास्त (E > १) असेल तेव्हा किमतीतील बदलाच्या प्रमाणापेक्षा मागणीतील बदलाचे प्रमाण जास्त असते व एकापेक्षा कमी (E < १) येथे किमतीतील बदलाच्या प्रमाणापेक्षा मागणीतील बदलाचे प्रमाण कमी असते.

सूत्र : मागणीची लवचीकता = $\dfrac{\text{मागणीतील शेकडा बदल}}{\text{किमतीतील शेकडा बदल}}$

१२.७ मार्शलचे उत्पादनाबाबतचे विचार

१. उत्पादन घटक – मार्शल यांनी भूमी, श्रम आणि भांडवल हे तीन उत्पादनाचे घटक सांगितले. भूमीला नैसर्गिक देणगी या अर्थाने शब्द वापरला. श्रम हे शारीरिक आणि मानसिक श्रम या दोन्ही प्रकारचे मानले तर भांडवलामध्ये मुख्यत: भांडवली साधने येतात. तर चौथा घटक संघटन याचा प्रत्यक्ष उल्लेख नसला तरी संघटन अगर साहस या कार्याचा अप्रत्यक्ष उल्लेख केल्याचे दिसून येते.

२. मुख्य किंवा बदलता उत्पादन खर्च आणि स्थिर किंवा पूरक उत्पादन खर्च – मुख्य खर्च (prime costs) किंवा बदलता खर्च म्हणजे वस्तूच्या उत्पादनाला लागणारा प्रत्यक्ष खर्च होय. हा खर्च उत्पादनानुसार बदलणारा असा असतो, असे मार्शल यांचे मत होते. कच्चा माल, मजुरीसाठी होणारा खर्च अशा प्रकारचा असतो.

स्थिर किंवा पूरक खर्च म्हणजे जो खर्च उत्पादनाच्या प्रमाणात बदलत नाही अशा कायम स्वरूपाच्या खर्चाला स्थिर खर्च (fixed costs) किंवा पूरक खर्च (supplementary costs). असा खर्च उत्पादनाच्या प्रमाणात बदलत नाही. जागेचे भाडे, स्थिर भांडवलावरील व्याज, कायम झालेल्या कामगारांचा पगार इत्यादींचा समावेश ह्या खर्चात केला जातो.

मार्शलच्या मते, दीर्घ कालाचा विचार करता वस्तूची किंमत मुख्य किंवा बदलता आणि स्थिर किंवा पूरक हे दोन्ही खर्च काढण्याइतकी असावी लागते. त्याशिवाय उत्पादन चालू ठेवता येत नाही.

३. प्रातिनिधिक उद्योगसंस्था (Representative firm) - मार्शलने वस्तूच्या पुरवठा किमतीच्या विवेचनासाठी प्रातिनिधिक उद्योगसंस्था ही संकल्पना मांडली.

मार्शलच्या मते, ''प्रातिनिधीक उद्योगसंस्था म्हणजे अशी उद्योगसंस्था जी दीर्घकाळापासून अस्तित्वात आहे व ती यशस्वी ठरली आहे. ती कार्यक्षमपणे चालते. या उत्पादन संस्थेस उत्पादनाच्या संदर्भात सर्व प्रकारच्या अंतर्गत आणि बहिर्गत बचती किंवा फायदे मिळतात अशी उद्योग संस्था होय.''

मार्शल यांनी वाढते उत्पादन फल आणि उत्पादन फलाच्या नियमाची मांडणी केली. उद्योगसंस्था वाढत असताना काही उद्योगसंस्था नवीन निघालेल्या असतात. काहींची वाढ होत असते काही पूर्णत्वाच्या मार्गावर असतात. ह्यांचे सीमान्त खर्च वेगवेगळे असतात. त्यामुळे कोणत्या विशिष्ट उद्योगसंस्थेच्या खर्चाबरोबर बाजारातील दीर्घकालीन समतोल किंमत असेल हे ठरविता येणे कठीण असते. अत्यंत कार्यक्षम आणि उत्कृष्ट उद्योग संस्थेच्या खर्चाबरोबर अशी किंमत असते असे म्हटले तर त्या

संस्थेपेक्षा कमी कार्यक्षम संस्थांना धंदा सोडून द्यावा लागेल. ह्या उलट अतिशय कमी कार्यक्षम अशा संस्थांचा खर्च विचारात घेतला तर सर्वच संस्था लायक आहेत असे ठरेल. नवीन उद्योग संस्थांचा खर्च किंमत ठरवितो असे म्हणता येत नाही. कारण त्या टिकतात किंवा नाही हे समजण्याला मार्ग नसतो. ह्या अडचणीतून मार्ग काढण्याच्या दृष्टीने मार्शल यांनी असे सुचविले की, उद्योगसंस्थांचे प्रतिनिधित्व करू शकेल अशी संस्था घेतली तर स्थूलमानाने तिच्या खर्चाबरोबर किंमत असेल असे म्हणता येईल.

४. अंतर्गत आणि बाह्य बचती (Internal and External Economies) - डॉ. मार्शल यांनी उत्पादन खर्चाच्या संदर्भात उद्योगधंदा आणि उद्योगसंस्था ह्यांच्या वाढीमुळे जे फायदे निर्माण होतात त्यांचे विश्लेषण करताना अंतर्गत आणि बाह्य असे दोन प्रकार पाडले. उत्पादनाचे प्रमाण वाढल्यामुळे उद्योगसंस्थेला जे फायदे मिळतात, त्यास बचती असे म्हणतात.

(अ) अंतर्गत बचती – ''एखाद्या उद्योग संस्थेकडून उत्पादनात वाढ घडवून आणली जात असताना तिच्या साधनसामग्रीत, संघटन व्यवस्थेत, कार्यक्षमतेत ज्या सुधारणा होतात, त्यामुळे ज्या बचती निर्माण होतात, त्यांना अंतर्गत बचती असे म्हणतात.'' या अंतर्गत बचतींचे स्वरूप पुढीलप्रमाणे स्पष्ट करता येते.

उत्पादन संस्थेत आधुनिक तंत्राचा वापर केल्यास प्रत्येक नगाचा भांडवली खर्च कमी राहून तसेच श्रमविभागणी आणि विशेषीकरण यामुळे वस्तूचा उत्पादन खर्च कमी होतो. तसेच मोठ्या उत्पादन संस्थेला ठोक किमतीला कच्च्या मालाची खरेदी करता येते. तसेच वाहतुकीमध्ये सवलती मिळतात व स्वत:ची विक्री व्यवस्था असल्याने खरेदी–विक्रीचा खर्च कमी राहून लाभ वाढतो. मार्शलच्या काळात औद्योगिक व्यवस्थापनात प्रगती होत होती. प्रत्येक शाखेसाठी त्यातील तज्ज्ञ लोक नेमणे मोठ्या उत्पादन संस्थेला शक्य होते, त्यामुळे उत्पादन कार्यात तज्ज्ञांच्या मार्गदर्शनाचा फायदा संस्थेच्या नावलौकिकामुळे कमी व्याजदरात मोठ्या भांडवलाची उभारणी करता येणे शक्य होते. त्याचप्रमाणे मोठ्या उत्पादन संस्था धोक्याची तीव्रता कमी करू शकतात. तेजी–मंदीची चक्रे, मागणीतील बदल, प्रतिस्पर्धी संस्थांचे डावपेच यांना ते तोंड देऊ शकतात. मार्शलच्या मते, उत्पादन संस्थेच्या वाढीबरोबर अंतर्गत बचती निर्माण होतात तसेच काही काळाने अंतर्गत तोटेही निर्माण होतात.

(ब) बाह्य बचती – एखाद्या उद्योगसंस्थेच्या आकारमानावर अगर कार्यक्षमतेवर अवलंबून नसणारे परंतु एकंदर तो उद्योगधंदा किती प्रमाणात वाढला ह्यावर अवलंबून असणारे फायदे अगर खर्चातील कपात ह्याबाबत मार्शलने बाह्य बचती (External Economies) हा शब्द वापरला.

उद्योगसंस्थेच्या वाढीमुळे कुशल कामगारांची उपलब्धता होते. वाहतूक सोयींमध्ये वाढ होते. भांडवलाची उपलब्धता होऊ शकते, हे सर्व फायदे उत्पादन संस्थेला मिळताना मार्शलने बाह्य बचती अधिक महत्त्वाच्या मानल्या कारण अंतर्गत बचतींमध्ये एका मर्यादेनंतर अंतर्गत बचती कमी होऊन अंतर्गत तोटे वाढतात असे म्हटले आहे.

१२.८ मार्शलचे विभाजनविषयक विचार

मागणी आणि पुरवठा यांच्या समतोलाचे तत्त्व विभाजनक्षेत्रातही मार्शलने वापरले.

सीमान्त कल्पनेचा उपयोग उपभोग्य वस्तूचे मूल्य स्पष्ट करण्यासाठी जास्त केलेला दिसून येतो. तसाच तो उत्पादनाच्या घटकांच्या मूल्याचे अगर मोबदल्याचे स्पष्टीकरण देतानाही केलेला आहे. राष्ट्रीय उत्पन्नाची वाटणी उत्पादनाच्या कार्यात मदत करणाऱ्या घटकांत केली आणि ती मागणी आणि पुरवठा या तत्त्वानुसार केली जाते. अशा घटकांची मागणी सीमान्त उत्पादन क्षमतेवरून ठरत असते आणि उत्पादन घटकांचा पुरवठा दीर्घकालीन उत्पादन खर्चावरून ठरत असतो. ह्याला अपवाद भूमी हा घटक होय. अशा रीतीने वस्तूच्या मूल्याबाबतचा सिद्धान्त उत्पादक घटकांच्या मूल्याबाबत सुद्धा लागू पडतो.

१. राष्ट्रीय उत्पन्न – मार्शलच्या मते ''प्रतिवर्षी, एखाद्या देशातील श्रम, भांडवल व नैसर्गिक साधने यांच्या साहाय्याने वस्तू आणि सेवा ह्या स्वरूपात जे मूर्त आणि अमूर्त असे उत्पादन होते ते राष्ट्रीय उत्पन्न होय.'' यावरून असे दिसून येते की, एखाद्या विशिष्ट कालखंडात देशामध्ये उत्पन्न होणाऱ्या सर्व वस्तूंचे आणि सेवांचे उत्पादन राष्ट्रीय उत्पन्न होऊ शकते. या व्याख्येवर अशी टीका करण्यात येते की, व्याख्या वास्तव राष्ट्रीय उत्पन्न लक्षात घेते त्यामुळे अनेक अडचणी निर्माण होतात. अनेक वस्तू व सेवा निर्माण होतात आणि त्याचे स्वरूप साठा यासारखे नसून प्रवाही अशा स्वरूपाचे असते. त्यामुळे त्याचे मापन करणे कठीण होते.

२. सीमान्त उत्पादन क्षमता – मार्शलच्या मते, उत्पादक घटकांचा मोबदला त्यांच्या सीमान्त उत्पादन क्षमतेबरोबर असतो. एखाद्या घटकाचा जो नग शेवटी वापरला जातो त्या नगापासून उत्पादनाला होणारी प्रत्यक्ष मदत म्हणजे सीमान्त उत्पादनक्षमता होय.

३. वेतन – वेतन हे मागणी आणि पुरवठा या दोन्हीच्या परिणामावरून ठरत असते. इतर सर्व घटकांप्रमाणे हे मूल्य सीमान्त उत्पादनक्षमतेवरून ठरते असे मार्शलने सुचविल्याचे दिसून येते.

४. व्याज – अल्पकालीन मागणी आणि पुरवठा यांचा समतोल साधण्याचे

कार्य व्याजदर करत असतो. व्याजाच्या दीर्घकालीन दरावर पुरवठ्याचा दर्जा आणि कर्ज देणाऱ्याला जो मोबदला मिळावा अशी अपेक्षा असते त्याचा परिणाम होत असतो असे मार्शलचे मत होते.

५. **नफा** – मार्शलने 'शुद्ध नफा' ह्याचे स्पष्टीकरण केले. आणि अशा नफ्याचे प्रमाण संघटनांच्या संघटन–कौशल्य ह्या घटकाला असलेल्या मागणी-पुरवठ्यावरून ठरते असे सुचविले. मार्शलने धोका पत्करल्याचा मोबदला म्हणजे नफा हा विचार मान्य केला नाही.

५. **आभासी खंड** (Quasi Rent) - मार्शलने खंड अथवा खंडासारखे उत्पन्न ही संकल्पना प्रथमच अर्थशास्त्रात मांडली. Quasi-rent is a payment which is almost rent but not exactly economic rent." असे त्याने स्पष्टीकरण दिले. त्यामुळे आभास खंडाची संकल्पना मार्शलने मांडली असे स्पष्ट होते. एखाद्या उत्पादन घटकाची तात्पुरती टंचाई निर्माण झाली की त्या घटकाला खंड ह्या स्वरूपाचे उत्पन्न मिळते ही मूळ संकल्पना त्याने मांडली. त्यामुळे खंड हा भूमीसह अन्य घटकांनाही मिळू शकतो हे स्पष्ट झाले. अल्पकाळात जमिनी व्यतिरिक्त ज्या इतर उत्पादन घटकांचा पुरवठा मागणीप्रमाणे वाढविता येत नाही, अल्पकाळातील त्या घटकांच्या दुर्मिळतेमुळे त्या घटकांना वाजवीपेक्षा जे जादा उत्पन्न मिळते ते खंडासारखे असते त्यालाच मार्शलने आभासी खंड म्हटले आहे.

जमिनीचा साठा वाढविता येत नाही त्यामुळे तो घटक मागणीच्या मानाने नेहमीच अपुरा पडतो आणि त्याचा खंड कायम राहतो. इतर घटकांचा म्हणजे श्रम, भांडवल इत्यादींचा पुरवठा अल्पकाळात एकदम वाढविता येत नसला तरी तो दीर्घ मुदतीचा (लांब मुदतीचा) विचार करता तो वाढविता येतो. त्यामुळे असे घटक तात्पुरते कमी पडले असता त्यांना खंड मिळतो. मात्र काही काळ गेल्यानंतर (दीर्घकाळ) त्यांचा साठा वाढतो आणि त्यांची टंचाई कमी होऊन खंड नाहीसा होतो. आधुनिक खंड सिद्धान्ताप्रमाणे सर्वच उत्पादन घटकांना खंड ह्या स्वरूपाचा मोबदला विशिष्ट परिस्थितीत मिळत असतो असे मानले जाते. त्यामुळे आभास खंड या संकल्पनेचे महत्त्व कमी झालेले दिसून येते. मात्र थोडक्यात असे म्हणता येते की, मानव निर्मित उत्पादन साधनांना त्यांच्या अल्पकालातील दुर्मिळतेमुळे मिळणारा अतिरिक्त वाढावा म्हणजे खंड होय. हा खंड अल्पकालीन व तात्पुरता असतो असे मार्शलने आभासी खंडाबाबत म्हटले आहे.

१२.९ मार्शलचा मूल्य सिद्धान्त (Theory of Value)
मार्शलने मूल्य सिद्धान्तात सनातनवादी व ऑस्ट्रियन संप्रदायाची सीमान्त

उपयोगिता यांचा समन्वय साधला. वस्तुनिष्ठ आणि व्यक्तिनिष्ठ या दोन्ही दृष्टिकोनातून मूल्यविषयक विचारांचा मेळ या सिद्धान्तात घातला. सनातनवाद्यांनी मूल्याची चर्चा पुरवठा आणि उत्पादन खर्च या संदर्भात केली आणि ऑस्ट्रियन पंथीय अर्थशास्त्रज्ञांनी मागणी आणि उपयोगिता ह्यावर लक्ष केंद्रित केले. मार्शलने मागणी आणि पुरवठा यांच्या समतोलाची संकल्पना मांडून मूल्य सिद्धान्तात मागणी व पुरवठा या दोन्ही बाजूंना सारखेच महत्त्व दिले. त्याचप्रमाणे मूल्याच्या विश्लेषणात कालावधीचा समावेश केला. मार्शलने सुप्रसिद्ध उदाहरणाच्या साहाय्याने तो स्पष्ट केला.

मार्शलच्या मते, कात्रीच्या पात्याप्रमाणे मागणी आणि पुरवठा या दोन्हींच्या साहाय्याने वस्तूचे मूल्य निश्चित होते. कात्रीच्या कोणत्या पात्यामुळे कातरण्याचे काम होते हा प्रश्न जसा निरर्थक आहे त्याचप्रमाणे मागणी–पुरवठा यापैकी कशामुळे मूल्य ठरते हा प्रश्न सुद्धा निरर्थक आहे. मूल्य निश्चितीत दोन्हीही घटक महत्त्वाचे आहेत. असा दावा त्याने केला.

मागणीच्या बाजूचा विचार करताना उपयोगितेचा विचार महत्त्वाचा ठरतो. तर पुरवठ्याच्या बाजूचा विचार करताना उत्पादन खर्च ही बाब महत्त्वाची ठरते. सनातनवाद्यांनी पुरवठ्याच्या बाजूवर भर देऊन मागणीची बाजू पूर्ण दुर्लक्षित केली. तर सनातनवादावर टीका करणाऱ्यांनी मागणीवर भर देऊन पुरवठ्याच्या बाजूकडे दुर्लक्ष केले. मार्शलने मागणी व पुरवठा या दोन्ही महत्त्वाच्या आहेत हे दाखवून दिले. हे सांगत असताना दीर्घकाळाच्या संदर्भात उत्पादन खर्चाइतकी किंमत स्थिर राहण्याची शक्यता असते असे सांगून त्याने सनातनवादी विचारांना पाठिंबा दिला. अल्पकालीन मूल्य व दीर्घकालीन मूल्य असा फरक करून त्याच्या निश्चितीत विविध प्रवाहांना कमी अधिक महत्त्व प्राप्त होते याचे विश्लेषण मार्शलने करून अर्थशास्त्राला खास देणगी दिली आहे. अल्पकाळात पुरवठ्यात बदल करता येणे अवघड असते. त्यामुळे मागणीची बाजू महत्त्वाची ठरते. मात्र दीर्घकाळाच्या संदर्भात पुरवठ्यात बदल करता येणे शक्य असल्याने पुरवठा महत्त्वाचा ठरतो.

मूल्य निश्चितीच्या संदर्भात मार्शलने मागणी–पुरवठा या दोन्ही बाजूंचा विचार करणे महत्त्वाचे आहे असे स्पष्ट केले. मूल्यनिश्चिती ही वस्तूची मागणी व वस्तूचा पुरवठा या दोहोंच्या संतुलनातून होते असे मार्शलचे मत होते.

१२.१० किंमत निश्चितीतील कालावधीची भूमिका किंवा मूल्य विश्लेषणात समयतत्त्वाचे महत्त्व

मार्शलने किंमत ठरण्याची क्रिया आणि मागणी व पुरवठा ह्या दोन्ही बाजूंना आपला प्रभाव पाडण्याच्या दृष्टीने किती वेळ (कालावधी) मिळतो हे लक्षात घेऊन

मूल्याची चर्चा केली. ह्यामुळे काल (Time) ह्या संकल्पनेला मार्शलने महत्त्वाचे स्थान दिले.

किंमत (मूल्य) निश्चितीच्या प्रश्नांची चर्चा करताना कालावधीची (Time Element) दखल मूल्य विश्लेषणात मार्शलने घेतली आहे. मूल्याचा विचार करताना निरनिराळ्या कालावधीचा त्याने विचार केलाआहे.

१. अत्यल्प कालावधी (Very short period) - एक दिवसाचा किंवा थोड्या दिवसांचा कालावधी म्हणजे अत्यल्प काळ होय. या काळात नवे उत्पादन सर्वस्वी अशक्य असते. म्हणजेच मागणीप्रमाणे पुरवठा जुळवून घेणे शक्य नसते. अत्यल्प काळात मागणी वाढल्यास पुरवठा वाढविणे उत्पादकाला शक्य नसते. याउलट मागणी कमी झाल्यास पुरवठा कमी करता येत नाही. बदलती मागणी आणि स्थिर पुरवठा यांच्या संतुलनाने किंमत ठरते. किंमत निश्चितीवर मागणीचा प्रभाव अधिक असतो. अशा किमतीला बाजारभाव (Market Price) म्हणतात. उदा. भारतात आठवडे बाजार हे उदाहरण सांगता येईल. मागणीच्या बाजूने सीमान्त उपयोगिता विचारात घऊन अल्पकालीन किंमत निश्चित होते. (म्हणजेच बाजारभाव निश्चित होतो.)

२. अल्पकाळ – या काळात पुरवठ्यात थोडा बदल करता येतो. अल्पकाळ हा काही महिन्याचा अथवा एका वर्षाचा असतो. या काळात उत्पादनाचे बदलते घटक बदलून पुरवठा बदलविता येतो. उदा. श्रमिक संख्या, कच्चा माल इ.मात्र, इत्यादी. स्थिर घटकात बदल करता येत नाही. अल्पकाळात सीमान्त खर्चानुसार उत्पादन संस्था उत्पादन करते. बाजारात उपलब्ध असलेला वस्तूचा पुरवठा आणि वस्तूची मागणी यांच्या समन्वयातून अल्पकालीन किंमत ठरते.

३. दीर्घकाळ – अशा काळात यंत्रसामग्री आणि उत्पादन तंत्र यात सुधारणा व बदल घडवून आणून मागणी वाढेल तसा पुरवठाही वाढविता येतो. हा कालखंड काही वर्षांचा असतो. त्यामुळे मागणीप्रमाणे पुरवठ्याचाही किमतीवर प्रभाव पडू शकतो. अशा किमतीला दीर्घकालीन सर्वसाधारण किंमत असे म्हणतात.

४.अतिदीर्घकाळ – हा कालखंड साधारणपणे ३०-४० वर्षांचा असू शकतो असे म्हणता येते. या कालखंडात फार मोठे बदल होण्याची शक्यता असते. लोकसंख्या, राष्ट्रीय उत्पादन, लोकांच्या आवडी-निवडी, उत्पादन तंत्र, उत्पादन पद्धती इ. बदल होतात. या काळात पुरवठ्यात कितीही बदल करता येतो. सर्वसामान्य किमतीत संथ गतीने दीर्घकालीन बदल होतात.

अशा प्रकारे वस्तूच्या किमती निश्चितीत मागणीची बाजू अधिक प्रभावी राहील की पुरवठ्याची हे कालावधीच्या साहाय्याने ठरविता येते असे मार्शलचे मत होते.

१२.११ मार्शलच्या कामगिरीचे मूल्यमापन

मार्शल यांची कामगिरी म्हणजे सनातनवादी विचारप्रणाली आणि नवी व्यक्तिनिष्ठ अर्थशास्त्रज्ञांची विचारप्रणाली यांचा समन्वय साधणे ही होय. अशा रीतीने जुन्या सनातनवादी विचारसरणीचे महत्त्व मान्य करून त्या विचारसरणीत बदलत्या परिस्थितीच्या संदर्भात योग्य असे फेरबदल करण्याचे कार्य मार्शल यांनी केले. अर्थशास्त्रीय सिद्धान्ताची नवीन ज्ञान आणि नवे आर्थिक प्रश्न लक्षात घेऊन पुनर्मांडणी करण्याचे उद्दिष्ट त्याने आपल्यापुरते ठेवलेले होते, ते बहुतांशी साध्य झाले असे मान्य केले जाते. अर्थशास्त्र हे शास्त्र असून त्याचे नियम अथवा सिद्धान्त हे कार्यकारणभाव दर्शविणारे असतात.

मार्शलने सनातनवादाचे रूपांतर नवसनातनवादात केले आणि नवसनातन संप्रदाय अथवा केंद्रीय संप्रदाय स्थापन केला. केंब्रिज विद्यापीठात अर्थशास्त्र ह्या विषयाला स्वतंत्र आणि मानाचे स्थान प्राप्त करून दिले. प्रा. पिगू, प्रा. केन्स, प्रा. रॉबर्टसन तसेच डॉब, श्राफा, मिसेस जोन रॉबिन्सन इत्यादी नामवंत अर्थशास्त्रज्ञ मार्शलचे शिष्य होते. मार्शलचे ग्रंथ अनेक वर्ष प्रमाणभूत ग्रंथ म्हणून मानले जात होते आणि आजही मार्शलची विचारसरणी सर्वस्वी मान्य केली जात नसली तरी तिच्या आधारावरच आजची विचारसरणी उभारलेली आहे हे मान्य केले जाते. मार्शलने केवळ जुन्या आणि नव्या विचासरणीचा मेळ घातला असे नाही तर अनेक नव्या कल्पनांची भर अर्थशास्त्रात घातली आणि ह्या कल्पनांचा आधार घेऊन अलीकडील अर्थशास्त्रज्ञांनी कित्येक नवे सिद्धान्त आणि नवीन तत्त्वे प्रस्थापित केली असे दिसून येते. मार्शलने मागणीची लवचीकता, उपभोक्त्याचे संतोषाधिक्य, मुख्य आणि पूरक खर्च, वास्तव आणि पैशाच्या स्वरूपातील खर्च; अंतर्गत आणि बाह्य बचती, प्रातिनिधिक उद्योगसंस्था, मागणी आणि पुरवठा ह्यांचा समतोल; अल्प आणि दीर्घकाळ संकल्पना, आभास खंड, सीमान्त उत्पादनक्षमता, इ. अनेक नव्या संकल्पना आणि नवे विचार मांडून अर्थशास्त्रीय विचाराच्या विकासात महत्त्वाची भर टाकली. ह्या कल्पनांच्या आधारे अनेक नवीन सिद्धान्त इतर अर्थशास्त्रज्ञांनी मांडले.

उपभोक्त्याचे संतोषाधिक्य ह्या कल्पनेवर कल्याणाच्या अर्थशास्त्राची उभारणी पिगू, हॉबसन, हॉट्रे इत्यादींनी केली. मार्शलने स्पर्धेचा विचार केला असला तरी स्पर्धेत अपूर्णता असते, मक्तेदारी असते, मक्तेदारी निर्माण केली जाते, ह्या बाबतची जाणीव त्याला झालेली होती आणि तसा उल्लेखही त्याच्या लिखाणात आलेला होता. ह्यातून पुढे हॅरॉड, मिसेस जोन रॉबिन्सन इत्यादिकांनी अपूर्ण स्पर्धेच्या तत्त्वांचा विस्तार केला. प्रा. चेंबरलेन ह्या अमेरिकेतील अर्थशास्त्रज्ञाने मक्तेदारीयुक्त स्पर्धेबाबतचा सिद्धान्त मांडला. प्रा. श्राफा यांनी पूर्ण स्पर्धा अमान्य करून मक्तेदारीच्या परिस्थितीत मागणी व पुरवठा याबाबतचा विचार केलेला होता. मार्शलने कल्याणाचा विचार

केला. त्या आधारे पिगू यांनी कल्याणाच्या अर्थशास्त्राची मांडणी केली. मार्शल यांच्या पूर्वी अर्थशास्त्र राजकीय अर्थशास्त्र या अर्थाने पाहिले जात होते. मार्शल यांनी अर्थशास्त्राला Economics असे संबोधले तेव्हापासून ते स्वतंत्र शास्त्र असल्याचे सिद्ध झाले. मार्शलने आर्थिक विश्लेषणात गणित, आलेख, आकृत्या यांचा वापर केला. त्यातूनच नवे शास्त्र (इकॉनॉमेट्रिक्स) अर्थमिती ही उपशाखा तयार झाली.

मार्शलने अर्थशास्त्रात अशा प्रकारची भर घातली असली तरी मार्शलच्या विचारात आणि सिद्धान्तात ज्या उणीवा व दोष दिसून येतात आणि त्यावर अलीकडील अर्थशास्त्रज्ञांनी मार्शलच्या कामगिरीचे महत्त्व मान्य करूनही टीका केली. मार्शलने सिद्धान्त मांडण्याच्या दृष्टीने कार्यकारणसंबंध निर्माण करण्याचा प्रयत्न केला. मात्र त्याला सर्वच ठिकाणी यश मिळाले असे नाही. वस्तुस्थिती आणि व्यवहार याकडे जास्त लक्ष दिल्यामुळे त्याच्या विवेचनात शास्त्रीयदृष्ट्या काही उणीवा आढळतात. अनेक अर्थशास्त्रज्ञांनी मार्शल यांच्या विवेचनावर आक्षेप घेतले. उदा. प्रातिनिधीक उद्योग संस्था, ग्राहकांचे संतोषाधिक्य; पूर्ण स्पर्धेचे गृहीत; स्थूल अर्थशास्त्राकडे केलेले दुर्लक्ष इत्यादी.

मार्शलच्या विवेचनात असे दोष आढळून येत असले तरी त्यामुळे त्याने केलेल्या कामगिरीचे महत्त्व कमी होत नाही. प्रो. चॅपमन यांनी म्हटल्याप्रमाणे मार्शलने अर्थव्यवस्था किंवा अर्थरचना ही एकसंध असते आणि तिच्या निरनिराळ्या विभागाचे कार्य एकमेकांवर अवलंबून असते हे प्रथमतः दाखवून दिले. केन्सच्या मते, त्याच्या क्षेत्रात एका शतकात मार्शलइतका मोठा शास्त्रज्ञ जगात निर्माण झाला नाही.

स्वाध्याय

१. अर्थशास्त्राच्या विचारांच्या इतिहासात मार्शलचे योगदान स्पष्ट करा.

२. डॉ. मार्शल यांची उपभोक्त्याच्या संतोषाधिक्याची संकल्पना स्पष्ट करा.

३. मार्शलची मागणीच्या लवचीकतेची संकल्पना सविस्तर स्पष्ट करा.

४. मार्शलच्या कामगिरीचे मूल्यमापन करा.

५. मार्शलचा मूल्य सिद्धान्त स्पष्ट करा.

६. टीपा लिहा.

　(अ) अंतर्गत आणि बाह्य बचती

　(ब) आभास खंड

　(क) विभाजनविषयक विचार

　(ड) प्रातिनिधीक उद्योगसंस्था

　(ई) उत्पादन घटक

१३

जॉन मेनार्ड केन्स
(१८८३-१९४६)

१३.१ जीवन परिचय, १३.२ केन्सचे आर्थिक विचार, १३.३ केन्सची रोजगाराची सामान्य मिमांसा, १३.४ रोखतेचा सापळा, १३.५ भांडवलाची सीमान्त लाभक्षमता, व्याजदर यातील संबंध, १३.६ वेतन स्थिरता/वेतन ताठरता, १३.७ अपूर्ण रोजगार संतुलन, १३.८ राजकोषीय धोरणाची भूमिका, १३.९ गुणक तत्त्व, १३.१० केन्सच्या व्यापारचक्राचा सिद्धान्त, १३.११ केन्सचे विचार आणि विकसनशील देश, १३.१२ मूल्यमापन

१३.१ जीवन परिचय

केन्स हा विसाव्या शतकातील अर्थशास्त्रावर प्रभाव टाकणारा एक श्रेष्ठ अर्थशास्त्रज्ञ होता. त्याचा जन्म १८८३ मध्ये इंग्लंडमध्ये झाला. जॉन नेव्हिल केन्स हे त्याचे वडीलही एक अर्थशास्त्रज्ञ होते. त्याचे शिक्षण ईटन व केंब्रीज येथे झाले. त्यानी केंब्रिज विद्यापीठातून १९०५ मध्ये गणित विषयातील रँग्लर ही सर्वोच्च पदवी घेतली. त्याने गणिताबरोबर अर्थशास्त्र विषयातही प्राविण्य मिळविले. १९१२ ते १९४५ कालावधीत इकॉनॉमिक जर्नलचे संपादक म्हणून काम केले. सिज्विक, व्हाईट हेड, जॉन्सन, मूर, मार्शल इ. ख्यातनाम व्यक्तींचा त्याच्यावर प्रभाव होता. पदवीनंतर दोन वर्षे त्यांनी इंडिया ऑफिसात नोकरी केली. ते किंग्ज कॉलेजात प्राध्यापक होते. मॅकमिलन कमिटी, इंडियन करन्सी

अँड फायनान्स कमिशन, ब्रेटन वूड्स परिषदेत ब्रिटिश शिष्ट मंडळाचे प्रमुख, बँक ऑफ इंग्लंडचा डायरेक्टर अशी विविध पदे त्यांनी भूषविली. अमेरिकेच्या न्यू डील पॉलिसीला आकार देण्याचे त्यांना काम केले. आंतरराष्ट्रीय नाणे निधी व इंटरनॅशनल बँक या संस्थांवर गव्हर्नर म्हणून त्यांनी काम केले. त्यांच्या सेवांबद्दल १९४२ मध्ये ब्रिटिश सरकारने केन्सला लॉर्ड ही पदवी बहाल केली.

१९१३-४० या दरम्यान केन्स यांनी चौदा महत्त्वपूर्ण ग्रंथ व तीनशेहून अधिक लेख लिहिले. १९३० मध्ये चलनावरील प्रबंध (Treatise on money) व १९३६ मध्ये रोजागार, व्याज व पैसा यासंबधीची सामान्य मिमांसा (General Theory of Empoloyment, Interest and Money) हे ग्रंथ लिहिले. त्यांनी रोजगार आणि उत्पन्नातील त्रुटी भरून काढण्यासाठी शासनाच्या भूमिकेवर भर दिला. तो त्या काळातील परिस्थितीस प्रभावित करणारा होता. केन्सने Scop and method of political economy हा ग्रंथ लिहिला.

१९०९ मध्ये त्यांनी प्रिन्स महाविद्यालयात मार्शल यांच्या आर्थिक परंपरांचे अध्यापन केले. केन्स यांच्या ख्यातनाम पुस्तकांमध्ये उपरोक्त पुस्तकाव्यतिरिक्त The Economic Consequences to Peace (1919) How to pay for war (1940) The End of Leisser faire (1926) हे ग्रंथ लिहिले. त्यांच्या General Theory of Empoloyment, Interest and Money (1936) मुळे केन्स प्रणीत क्रांती घडून आली.

१३.२ केन्सचे आर्थिक विचार

केन्स याने अर्थशास्त्रात काही नवीन संकल्पना व सिद्धान्त मांडले. त्यात समग्र अर्थव्यवस्था (The Aggregate Economy) रोखता प्राधान्य व्याजाचा सिद्धान्त, रोखतेचा सापळा, भांडवलाची सीमांत लाभक्षमता, वेतन ताठरता, अपूर्ण रोजगार सिद्धान्त यांचा समावेश होतो. या प्रत्येक संकल्पनेचा सविस्तार अभ्यास या प्रकरणात केला आहे. केन्सची विचारसरणी विकसित व विकसनशील देशांना मार्गदर्शक ठरली आहे.

बेरोजगाराची समस्या सोडविण्यासाठी केन्सने उपयुक्त विचार मांडले. केन्सच्या आर्थिक विचारामध्ये अनेक नवीन संकल्पना आल्या आहेत. त्यांचे क्रांतिकारी परिणाम आर्थिक विश्लेषणावर दिसून येतात. सनातनवादी विचारसरणीप्रमाणे सूक्ष्म विश्लेषण पद्धतीवर भर देण्याऐवजी केन्सने स्थूल अर्थशास्त्रीय विवेचन पद्धती स्वीकारली. केन्स यांनी अपूर्ण रोजगार संतुलनाची केलेली मीमांसा ही अर्थशास्त्रास सर्वात मोठी देणगी मानली जाते. केन्सने आर्थिक विचारांच्या इतिहासात स्वत:चे वेगळेपण निर्माण केले. केन्सच्या प्रमुख संकल्पना पुढीलप्रमाणे सांगता येतील.

१. स्थूल अर्थशास्त्र किंवा समग्र अर्थशास्त्र : रिकार्डो, जे. एस. मिल, मार्शल या सनातनवादी अर्थशास्त्रज्ञांनी सूक्ष्म अर्थशास्त्र विचार संकल्पना मांडली. त्यात एका व्यक्तीचा, एका घटकाचा, एका संस्थेचा, एखाद्या एककाचा अभ्यास केला. त्यानुसार एका वस्तूची किंमत किंवा मागणी, एखाद्या व्यक्तीचे उत्पन्न यांचा अभ्यास केला. सनातनवादी विचारवंतांनी एका विशिष्ट क्षेत्रातील समतोलास महत्त्व दिले.

केन्स याने एकापेक्षा एक समाजाच्या आर्थिक विचारांचा सर्व उपभोक्त्याचा, एकूण अर्थव्यवस्थेचा विचार केला. त्यामुळे केन्सने मांडलेल्या विवेचन पद्धतीला स्थूल अर्थशास्त्र (Micro Economics) म्हणतात. केन्सच्या मते, सनातनवाद्यांची मीमांसा किंवा विवेचन केवळ विशिष्ट परिस्थितीतच लागू पडते. सर्वसामान्य परिस्थितीत सनातनवाद्यांची मीमांसा लागू पडत नाही. त्याचप्रमाणे सनातनवाद्यांनी ज्या गृहितांच्या आधारे आपले विवेचन केले ती गृहित परिस्थिती सध्या अस्तित्वात असलेल्या प्रत्यक्ष परिस्थितीला लागू पडत नाही. त्यामुळे सनातनवाद्यांनी मांडलेले विचार, सिद्धान्त चुकीचे ठरतात. केन्सच्या मते एकूण अर्थव्यवस्थेचा समतोल साधला म्हणजे एकूण उत्पादन, एकूण उत्पन्न, एकूण रोजगार इत्यादी गोष्टी निश्चित करता येतात. त्यामुळे केन्स यांनी संपूर्ण अर्थव्यवस्थेचा अभ्यास करून रोजगार आणि इतर प्रश्नांची मांडणी केली आणि त्या विवेचनाला 'सर्वसामान्य सिद्धान्त' असे नाव दिले.

(२) केन्स आणि सनातनवादी विचारसरणी : ॲडाम स्मिथ प्रणीत सनातनवादी अर्थशास्त्रज्ञांनी मांडलेल्या संकल्पना केन्स यांना मान्य नव्हत्या. केन्स आणि सनातनवादी विचारवंत यांच्या विचारसरणीतील फरक पुढीलप्रमाणे सांगता येईल

सनातनवादी अर्थशास्त्र	केन्सप्रणीत अर्थशास्त्र
१. सूक्ष्म अर्थशास्त्रीय विश्लेषण	१. स्थूल अर्थशास्त्रीय विश्लेषण
२. दीर्घकाळावर आधारित	२. अल्पकाळावर आधारित
३. वेतन दर लवचीक अभिप्रेत	३. वेतनदाराची ताठरता अभिप्रेत
४. वेतनदरात घट केल्यास रोजगार वाढतो	४. वेतनदराघ घट केल्यास रोजगार घटतो.
५. वास्तव वेतनदरावर श्रमाचा पुरवठा निगडित असतो.	५. पैशातील वेतनदराशी श्रमाचा पुरवठा निगडीत
६. पैशाला मर्यादीत महत्त्व दिले	६. पैशाची गतीशील क्रियेमध्ये महत्त्वाची भूमिका असते.
७. खुल्या व्यापाराचा पुरस्कार केला	७. खुल्या व्यापारास विरोध केला.
८. पुरवठा स्वत:ची मागणी निर्माण करतो	८. पुरवठा मागणीपेक्षा जास्त असतो

९. समतोल अंदाजपत्रक	९. तुटीचे अंदाजपत्रक
१०. अर्थव्यवस्थेत आपोआप समतोल घडून येतो	१०. तसे घडून येणे शक्य नाही
११. पुरवठा व मागणी समान असतात	११. तशी समानता नसते
१२. निर्हस्तक्षेपी धोरण	१२. सरकारी हस्तक्षेप आवश्यक
१३. पैशाचा पुरवठा व वस्तूच्या किमती यात प्रत्यक्ष संबंध	१३. पैशाचा पुरवठा व वस्तूच्या किमती यात अप्रत्यक्ष संबंध
१४. पैशाचा पुरवठा प्रभावी	१४. पैशाचा पुरवठा एक साठा
१५. पैशाचा पुरवठा वक्र डावीकडून उजवीकडे ऊर्ध्वगामी जाणारा असतो.	१५. पैशाचा पुरवठा वक्र अक्ष अक्षाला उभा लंबाकृती असतो.
१६. व्याजदर बचत व गुंतवणूक यात समतोल साधतो.	१६. उत्पन्न पातळी बचत व गुंतवणूक यात समानता प्रस्तापित करते.
१७. बचत उपयुक्त असते.	१७. बचतीचे प्रतिकूल परिणाम होतात.
१८. अर्थव्यवस्थापूर्ण रोजगार पातळीस संतुलित होते.	१८. अपूर्ण रोजगार पातळीस संतुलन साधले जाते.
१९. सट्टेबाजी हेतूसाठी पैशाची मागणी केली जात नाही.	१९. सट्टेबाजी हेतूसाठी पैशाची मागणी केली जाते.
२०. व्याजदर बचतीसाठी दिले जाणारे बक्षीस आहे.	२०. रोखतेपासून दूर राहण्याचे बक्षिस म्हणजे व्याजदर

१३.३ केन्सची रोजगारीची सामान्य मीमांसा

१९३६ मध्ये केन्सने लिहिलेल्या रोजगाराची सामान्य मीमांसा या ग्रंथामुळे केन्सला यशोमंदिराच्या शिखरावर जाता आले. १९२९-३३च्या जागतिक महामंदीमुळे अनेक देशांची अर्थव्यवस्था कोलमडली होती. त्या काळात पूर्ण रोजगाराचा प्रश्न प्रत्येक आर्थिक गटाचा व राजकीय पक्षाचा जिव्हाळ्याचा विषय होता. हा विषय मध्यवर्ती कल्पून केन्सने हा सिद्धान्त मांडला या पुस्तकातील तांत्रिक भाषेतील विश्लेषण प्रामुख्याने अर्थशास्त्रज्ञांसाठी कमालीचे यशस्वी ठरले. यामागे केन्सचे बौद्धिक कौशल्य होते. याशिवाय या ग्रंथात तत्कालिन घटकांचे विश्लेषण अधिक वास्तववादी व अधिक चिकित्सक पद्धतीचे होते.

१९३० मध्ये केन्सने मुद्रेवरील प्रबंध हा ग्रंथ (Treatise on money) लिहिला. यात वस्तुस्थिती व सिद्धान्त यात उत्तम मेळ घातला आहे. केन्सचा पूर्ण रोजगार सिद्धान्त आकृती १३.१चे साहाय्याने विषद करता येते.

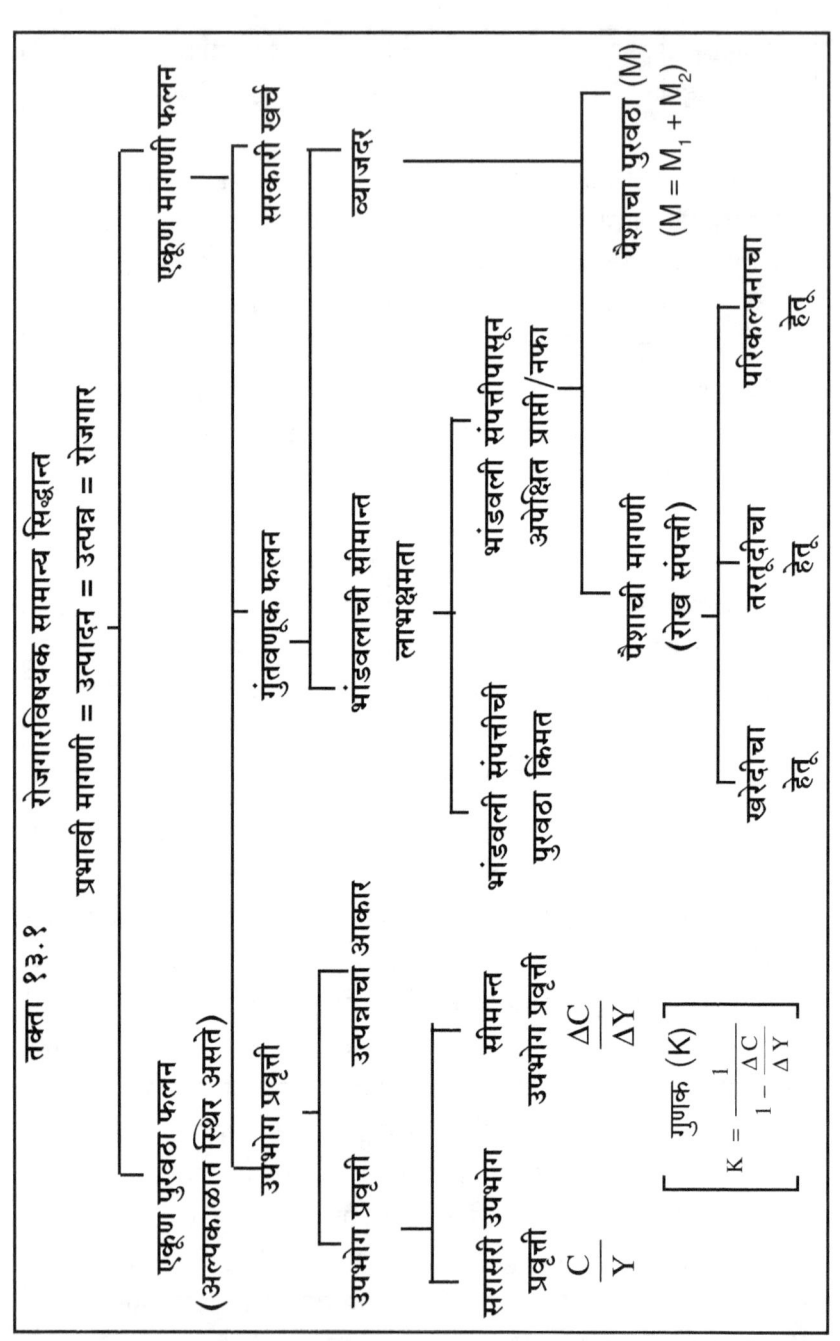

तक्ता १३.१ रोजगारविषयक सामान्य सिद्धान्त

प्रभावी मागणी = उत्पादन = उत्पन्न = रोजगार

तक्ता १३.१च्या आधारे केन्सच्या रोजगार सिद्धान्ताचे स्पष्टीकरण पुढीलप्रमाणे करता येते.

१. पूर्ण रोजगार आणि उत्पन्न हे प्रभावी मार्गावर अवलंबून असतात.

२. प्रभावी मागणी उपभोग प्रवृत्ती आणि गुंतवणूकीची मात्रा यावर अवलंबून असते.

३. उपभोग प्रवृत्ती तौलनिकपणे स्थिर असते.

४. तिसऱ्या वैशिष्ट्याचे संदर्भात गुंतवणुकीच्या मात्रेवर रोजगार अवलंबून राहील.

५. व्याजदर आणि भांडवलाची सीमांत लाभदक्षता यावर गुंतवणुकीची मात्रा अवलंबून राहील.

६. रोखतेची इच्छा व मुद्रेचे परिणाम यावर व्याजदर अवलंबून असतो.

७. भांडवलाची सीमांत उत्पादन क्षमता मिळणाऱ्या नफ्याची अपेक्षा व भांडवलाची पुरवठा किंमत यावर अवलंबून असते.

या सिद्धान्तातील ठळक मुद्दे नमूद केले आहे.

१. प्रभावी मागणी : व्यक्तीच्या इच्छेला पैशाचे पाठबळ मिळाले तर त्या इच्छेला प्रभावी मागणी म्हणतात. (Effective demand is a desire backed by money) केन्सच्या मते प्रभावी मागणी वाढली तर रोजगार वाढतो व पर्यायाने उत्पन्न वाढते. रोजगार पातळीचा समतोल तत्कालिक असतो आणि अल्पकालीन असतो. जी विशिष्ट मागणी किंमत एकूण पुरवठा किमतीशी समान होऊन मागणी व पुरवठ्यात समतोल होतो तेव्हा या मागणीला प्रभावी मागणी म्हणतात. थोडक्यात रोजगार पातळी वाढीसाठी प्रभावी मागणी वाढली पाहिजे. या दृष्टीने समाजाचा उपभोग खर्च समाजाचे उत्पन्न आणि उपभोग प्रवृत्ती यावर अवलंबून असतो. तसेच भांडवलाची सीमांत लाभक्षमता आणि व्याजाचा दर हे घटक गुंतवणुकीचे खर्च निश्चित करतात.

२. उपभोग प्रवृत्ती : उत्पन्नात होणाऱ्या बदलाबरोबर उपभोगात कितपत व कसा बदल होतो हे उपभोग प्रवृत्तीवरून लक्षात येते. उत्पन्न वाढले तर उपभोग वाढतो. म्हणजे उत्पन्न व उपभोग यांच्यात संबंध असतो. उपभोग प्रवृत्ती संकल्पनेचे तीन प्रकार सांगितले जातात. (१) संपूर्ण उपभोग प्रकृती, (२) सरासरी उपभोग प्रवृत्ती व (३) सीमांत उपभोग प्रवृत्ती

उत्पन्न बदलले असता उपभोग कसा बदलतो हा कार्यात्मक संबंध दाखवणारी ही कल्पना आहे. हा संबंध लक्षात घेता या कोष्टकाला उपभोगफलन (Consumption Function) असे म्हणतात.

केन्सच्या सामान्य सिद्धान्ताची रूपरेषा

१. केन्सच्या रोजगार सिद्धान्तात प्रभावी मागणी ही मध्यवर्ती संकल्पना आहे. देशातील रोजगारीची पातळी प्रामुख्याने प्रभावी मागणीवर अवलंबून असते.

२. एकूण मागणी फलन आणि एकूण पुरवठा फलन यांचे जेथे संतुलन होते तेथे प्रभावी मागणी निश्चित होते.

एकूण मागणी फलन रोजगारीच्या विविध पातळीला होणाऱ्या उत्पादनाच्या विक्रीपासून अपेक्षित असलेली प्राप्ती दर्शविते. एकूण पुरवठा फलन रोजगाराच्या विविध पातळीला होणाऱ्या उत्पादनाच्या विक्रीपासून मिळणे आवश्यक असलेली किंमत प्राप्ती दर्शविते. थोडक्यात एकूण मागणी फलन उत्पन्नाची किंवा प्राप्ती बाजू दर्शविते तर पुरवठा फलन खर्चाची बाजू दर्शविते. ज्या बिंदूला एकूण मागणी फलन (प्राप्ती) आणि एकूण फलन (खर्च) यांचे संतुलन होते तेथे प्रभावी मागणी निश्चित होऊन रोजगाराची पातळी निश्चित होते. केन्सच्या मते अल्पकाळात पुरवठा फलन म्हणजे खर्चाची बाजू स्थिर असते. अल्पकाळात लोकांच्या खर्चात एकाएकी मोठा बदल होत नाही. म्हणून केन्सने आपल्या सिद्धान्तात एकूण मागणी फलनाला महत्त्व दिले. त्यामुळे केन्सच्या सामान्य सिद्धान्तालाच एकूण मागणीचा सिद्धान्त असेही म्हणतात.

३. प्रभावी मागणी एकूण मागणीवर आधारित असते. एकूण मागणी फलन (अ) उपभोग फलन, (ब) गुंतवणूक फलनावर आधारीत असते.

४. केन्सच्या मते, गुंतवणूक भांडवलाची सीमांत लाभक्षमता आणि व्याजदर यावर अवलंबून असते. भांडवलाची सीमांत लाभक्षमता म्हणजे भांडवली साधनसामग्रीच्या सीमांत मात्रेपासून मिळणारा अपेक्षित नफ्याचा दर होय. ही भांडवलाची सीमांत लाभक्षमता भांडवलाची पुरवठा किंमत (खर्च) आणि भांडवलापासून मिळणारे उत्पन्न यावरून ठरते. पण भांडवलाची सीमांत लाभक्षमता अस्थिर असते. कारण ती संयोजकाच्या व्यावसायिक अपेक्षा यासारख्या मनोवैज्ञानिक घटकांवर अवलंबून असते. व्याजदर मात्र अल्पकाळात तुलनेने स्थिर असतो. व्याजदर पैशाची मागणी आणि पैशाचा पुरवठा यांच्या संतुलनातून ठरतो. पैशाची मागणी उपभोक्त्याच्या रोखता अभिलाषेवरून किंवा पसंतीवरून ठरते. रोखता पसंती खरेदी हेतू, तरतूदीचा हेतू आणि परिकल्पना हेतूवर अवलंबून असते. पैशाचा पुरवठा अल्पकाळात स्थिर असतो. म्हणून व्याजदर रोखता पसंतीने केल्या जाणाऱ्या पैशाच्या मागणीवरून ठरतो.

सरकार पैशाचा पुरवठा वाढवून व्याजदर कमी करू शकतो. व्याजदर कमी

झाल्याने गुंतवणूक वाढेल त्यामुळे प्रभावी मागणी वाढून रोजगारात वाढ होऊ शकते. अशा रीतीने केन्सच्या रोजगारीची सामान्य सिद्धान्ताची थोडक्यात मांडणी करता येते.

तथापि या सिद्धान्तातील प्रमुख सकल्पनांचे स्पष्टीकरण पुढीलप्रमाणे देता येते.

व्याजाबाबतचा रोकड प्राधान्य सिद्धान्त

लोकांना रोख पैशाविषयी आकर्षण असते. स्वत:जवळ रोख पैसा तीन हेतून ठेवतात.

(१) व्यवहाराचा हेतू (Transation Motive)

(२) दक्षाता हेतू (Precuationary Motive)

(३) सट्टेबाजी हेतू (Speculative Motive)

१. व्यवहाराचा हेतू : व्यक्तीला आपल्या दैनंदिन गरजा भागविण्यासाठी स्वत:जवळ काही रोख रक्कम असावी असे वाटते. त्याला मिळणारे उत्पन्न ठरविक कालखंडाने मिळते. दररोज वेतन, साप्ताहिक वेतन, मासिक वेतन, वार्षिक वेतन, पुढचे वेतन मिळण्याच्या कालखंडामध्ये स्वत:च्या व्यावसायिक हेतूच्या पूर्ततेसाठी त्याची पैशाला मागणी असते. दैनंदिन व्यवहाराच्या हेतूने स्वत:जवळ बाळगेलेल्या रोख रकमेवर फारसा परिणाम होत नाही.

२. दक्षता हेतू : व्यक्तीला आपल्या जीवनात अजारपण, नोकरी गमावणे, नैसर्गिक आपत्ती इ. आपत्तींना सामोरे जावे लागते. व्यक्ती आणि संस्थांना आकस्मिकपणे उद्‌भवणाऱ्या खर्चाची तरतूद करून ठेवण्यासाठी ही रक्कम लागते अशी रक्कम किती लागेल हे त्या व्यक्तीचे उत्पन्न; व्यवहाराचे स्वरूप, व्यक्तीची पत; बाजरातील प्रतिष्ठा यावर अवलंबून असते. या रकमेत विशेष चढउतार होत नाहीत. या हेतूमुळे स्वत:जवळ बाळगलेल्या रोख रकमेचा व्याजदरावर परिणाम होत नाही.

३. सट्टेबाजीचा हेतू : केन्स यांच्या आर्थिक संकल्पनामध्ये सट्टेबाजीच्या हेतूशी निगडीत असलेला व्याजाबाबतचा रोकड प्राधान्य सिद्धान्ताचा उल्लेख केला जातो. भांडवलशाही अर्थव्यवस्थेत सोने, चांदी, कंपन्यांचे शेअर्स, सरकारी कर्जरोखे इत्यादींच्या किमतीत होणाऱ्या बदलाचा फायदा घेता यावा यासाठी व्यक्ती स्वत:जवळ रोख रक्कम बाळगते. याला सट्टेबाजीचा हेतू म्हणतात. ज्याप्रमाणे रोख्याची किंमत घटली असता आपल्याजवळील रोख शिलकीतून रोखे खरेदी केले जातात आणि रोख्याची किंमत वाढल्यावर ते विकले जातात.

केन्सच्या मते व्याजदरातील बदलाचा आणि कर्जरोखे किंवा शेअर्सच्या किमती यांचा बराच जवळचा पण व्यस्त स्वरूपाचा संबंध असतो. म्हणजे व्याजदर घसरला तर शेअर्स व कर्जरोखे यांच्या किमती वाढतात आणि व्याजदर वाढला तर रोखे आणि शेअर्स यांच्या किमती वाढतात. त्यावेळी किमती कमी झाल्याने त्याची खरेदी करतात. परिणामी रोख पैशाला असणारी मागणी कमी होते. जेव्हा व्याजदरावर सट्टेबाजीसाठी आवश्यक असणारी पैशाची मागणी अवलंबून असते म्हणजेच नजीकच्या भविष्यकाळात व्याजदर वाढणार असेल तर लोक स्वत:जवळ अधिक रोखे ठेवतात आणि व्याजदर घटणारा असेल तर रोख रक्कम कमी ठेवतात.

आकृती १३.१च्या साहाय्याने याचे स्पष्टीकरण करता येते.

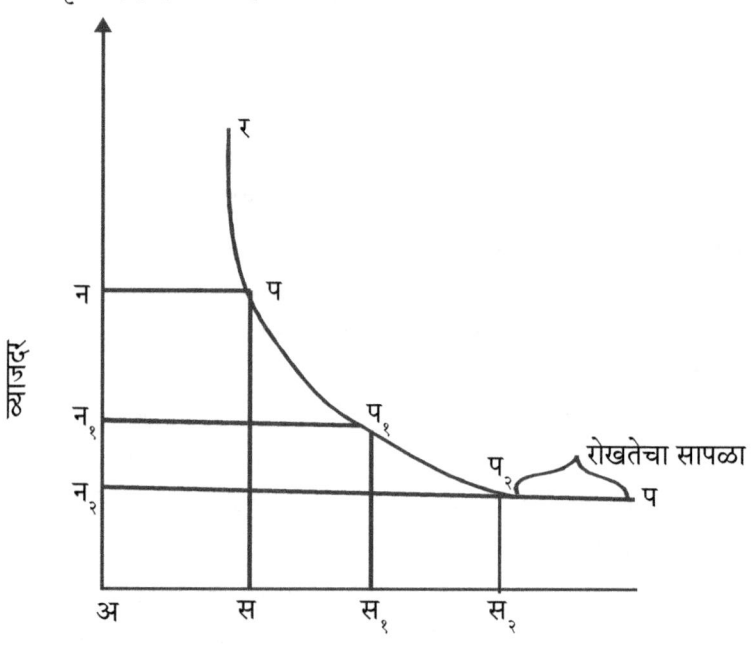

आकृती १३.१

सट्टेबाजीसाठी पैशाची मागणी

या आकृतीतील 'अक्ष' अक्षावर सट्टेबाजीसाठी असणारी पैशाची मागणी दाखविली आहे आणि 'अय' या उभ्या अक्षावर व्याजदर दिला आहे. 'रप' रोखता पसंती वक्र डावीकडून उजवीकडे घटत्या दराने जातो. जेव्हा व्याजाचा दर जास्त असतो म्हणजे 'अन' असतो तेव्हा सट्टेबाजीसाठी पैशाची मागणी 'अस' एवढी कमी असते. तसेच 'अन$_२$' इतका व्याजदर घसरला तर 'अस$_२$' इतकी पैशाला मागणी

असते. याचा अर्थ व्याजाचा दर आणि पैशाच्या रोखतेची लालसा किंवा सट्टेबाजीचा हेतू याचे व्यस्त नाते आहे.

१३.४ रोखतेचा सापळा (Liquidity Trap)

केन्स यांनी व्याजदर निश्चितीचे विवेचन करताना रोखतेचा सापळा ही संकल्पना मांडली. रोखतेचा सापळा म्हणजे रोखता अभिलाषा वक्राची अमर्याद व्याज लवचीकता Infinite Interest Elasticity of Liquidity Preference Curve होय. रोखता प्राधान्य सिद्धान्तानुसार व्याजदर घटला तर व्यक्ती रोख रक्कम स्वत:जवळ जास्त ठेवतात म्हणजे व्यक्तीजवळील निष्क्रिय रकमेत वाढ होते. या अमर्याद रोख रक्कम ठेवण्याच्या प्रक्रियेला रोखतेचा सापळा म्हणतात किंवा अमर्याद रोखता पसंतीला रोखता सापळा म्हणतात. आकृती १३.१ मध्ये रप रोखता पसंती वक्र आहे. तो 'न$_२$' या बिंदूवर 'अक्ष' अक्षाला समांतर आहे. उजवीकडे तो वाढत गेला आहे. रोखता पसंती वक्राचा हा पूर्ण लवचीक भाग लोकांची अमर्याद अशी रोखता पसंती दर्शवितो. रोखता सापळा म्हणजे रोखता किंवा रोकडपद्धती वक्रावरील अशा बिंदूचा संच की ज्या ठिकाणी पैशाला असलेली मागणी लवचीक असते. अशा वेळी व्याजदर अतिशय अल्प असतो. थोडक्यात, व्याजदर जास्त, सट्टेबाजीसाठी असणारी पैशाची मागणी कमी तर व्याजदर कमी. सट्टेबाजीसाठी मागणी करण्यात येणाऱ्या पैशाला केन्स यांनी M_2 म्हटले आहे. आणि दैनंदिन व्यवहार हेतू व दक्षता हेतूसाठी केलेल्या पैशाच्या मागणीला M_1 म्हटले आहे.

१३.५ भांडवलाची सीमांत लाभदक्षता (Marginal Effiency of Capital)

केन्सच्या रोजगाविषयक सिद्धान्तात गुंतवणूक कार्यास विशेष महत्त्व दिले आहे. भांडवलाची सीमांत लाभक्षमता दोन घटकांवर अवलंबून असते.

(१) भांडवली वस्तूपासून मिळणारे अपेक्षित उत्पन्न

(२) भांडवली वस्तूची पुरवठा किंमत सूत्ररूपाने

$$\text{भांडवलाची सीमांत लाभक्षमता} = \frac{\text{भांडवली वस्तूपासून मिळणारे अपेक्षित उत्पन्न}}{\text{भांडवली वस्तूची पुरवठा किंमत}}$$

भांडवलाची सीमांत लाभक्षमता या दोन घटकांच्या प्रमाणावर अवलंबून असते.

१. भांडवली वस्तूपासून मिळणारे अपेक्षित उत्पन्न : प्रत्येक भांडवली वस्तूचे ठराविक आयुष्य असते त्या विशिष्ट वित्तीय वर्षात त्या भांडवलाचा वापर करून निर्माण झालेल्या वस्तूच्या विक्रीतून मिळालेले उत्पन्न म्हणजे भांडवली वस्तूचे निव्वळ अपेक्षित उत्पन्न होय. मात्र यातून यंत्रसामुग्रीचा घसारा वजा केल्यास निव्वळ अपेक्षित उत्पन्न लक्षात येते. गतिमान अर्थव्यवस्थेत सर्वच घटक परिवर्तनशील असतात म्हणून सर्वच भांडवली वस्तूपासून सारखेच अपेक्षित उत्पन्न मिळेल असे गृहीत धरता येत नाही.

२. भांडवली वस्तूची पुरवठा किंमत : प्रत्येक भांडवली वस्तूची ठराविक पुरवठा किंमत असते म्हणजे प्रचलित यंत्रसामग्रीच्या जागेवर नवीन यंत्रसामग्री बसविण्याचा खर्च यालाच भांडवली वस्तूची पुरवठा किंमत किंवा प्रतिस्थापन खर्च म्हटले आहे.

भांडवलदार अपेक्षित उत्पादन भांडवली वस्तूच्या पुरवठ्यापेक्षा जास्त मिळत असेल तर भांडवल गुंतवणूक करतात. थोडक्यात भांडवलाची सीमांत लाभक्षमता हा वटवणूकीचा दर आहे. या दराने भांडवली वस्तूचे दर वर्षी असणारे अपेक्षित उत्पन्न वस्तूच्या पुरवठा किमतीइतकेच असते.

३. भांडवलाची सीमांत लाभक्षमता व गुंतवणूक : भांडवलाच्या सीमांत लाभक्षमतेचा प्रभाव गुंतवणूकीवर पडतो. मात्र भांडवली वस्तूतील वाढत्या गुंतवणूकीबरोबर भांडवली वस्तूच्या संदर्भात भांडवलाची सीमांत क्षमता घटत जाते. त्याची दोन कारणे आहेत – एक; भांडवली वस्तूच्या उत्पादनात वाढ झाल्यावर वस्तूचा पुरवठा वाढतो, स्पर्धा वाढते त्याचा परिणाम म्हणून अपेक्षित उत्पन्न घटते. तसेच भांडवली वस्तू वाढल्या म्हणजे वस्तूंच्या उत्पादनात वाढ होते व वस्तूंच्या किमती घटतात त्यामुळे भांडवलाची सीमांत लाभक्षमता घटते. बदलत्या प्रमाणाच्या नियमानुसार घटत्या उत्पादन फलाचा सिद्धान्त लागू झाल्यामुळे घटणाऱ्या उत्पादन फलाबरोबर उत्पादन खर्च वाढतो व परिणामी भांडवलाची सीमांत लाभक्षमता घटते.

भांडवल गुंतवणूक आणि भांडवलाची सीमांत लाभक्षमता यांचा व्यस्त संबंध आहे हे तक्ता १३.२ मध्ये दर्शविलेले आहे.

गुंतवणूक व भांडवलाची सीमांत लाभक्षमता

गुंतवणूक (कोटी रु.)	भांडवलाची सीमांत लाभक्षमता (प्रतिशत)
१०००	१५
३०००	१३
५०००	११
७०००	९
९०००	७
११०००	५

या तक्त्यात संबंधित क्षेत्रात एक हजार कोटी रुपयापासून ११००० कोटी रु.पर्यंत भांडवल गुंतवणूक वाढली असतात. भांडवलाच्या सीमांत लाभक्षमतेत १५% वरून ५% पर्यंत घट झाली आहे. याचाच अर्थ गुंतवणूक आणि भांडवलाची सीमांत लाभक्षमता यात व्यस्त नातेसंबंध आहे हेच आकृती १३.२ मध्ये दर्शविले आहे.

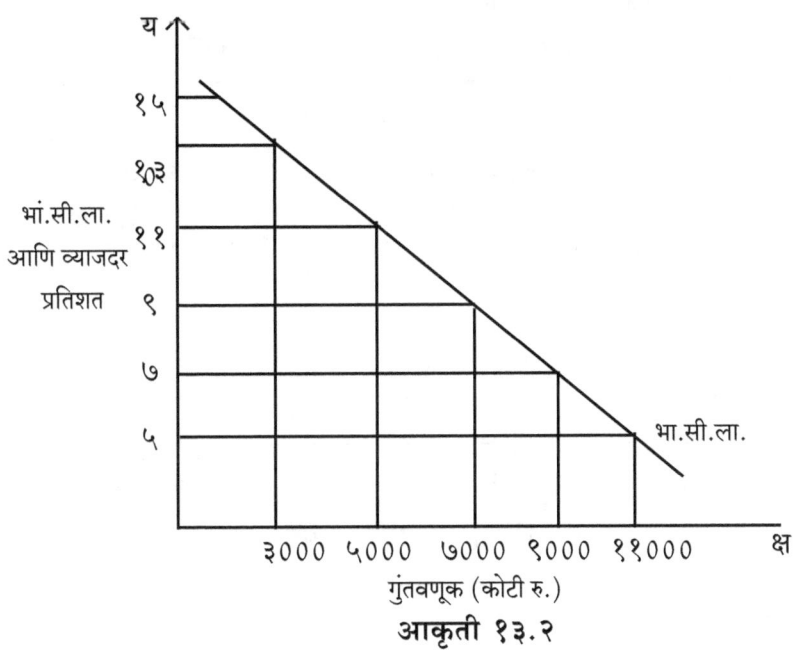

आकृती १३.२

या आकृतीत 'क्ष' अक्षावर गुंतवणूक व 'अय' अक्षावर भांडवलाची सीमांत लाभक्षमता दाखविली आहे. सुरुवातीच्या १००० कोटी रुपयाच्या गुंतवणूकीवर १५% लाभ झाला. मात्र वाढणाऱ्या गुंतवणूकीबरोबर तो शेवटी ३% पर्यंत घसरलेला

आहे. म्हणजेच ५०००रु. गुंतवणूक असताना भांडवलाची सीमांत लाभक्षमता ११% होती. तो लाभदर ७% झाल्यावर गुंतवणूक ९००० कोटी रुपयांपर्यंत कमी झाली.

१३.५.१ भांडवलाची सीमांत लाभक्षमता, व्याजदर यातील संबंध

भांडवली वस्तूपासून मिळणारे अपेक्षित उत्पन्न आणि भांडवली वस्तूची पुरवठा किंमत यांच्या प्रमाणावर भांडवलाची सीमांत लाभक्षमता अवलंबून असते. गुंतवणूक करताना प्रचलित व्याजदर आणि भांडवलाची सीमांत लाभप्रदता यांची तुलना केली जाते. भांडवलासाठी दिलेला व्याजदर भांडवल गुंतवणूकीपासून मिळणारी सीमांत लाभक्षमतेपेक्षा कमी असेल तरच गुंतवणूक केली जाते. पण सातत्याने होणारी भांडवली गुंतवणूक भांडवलाच्या सीमांत लाभक्षमतेत घटक करण्यात कारणीभूत ठरते.

भांडवलाची सीमांत लाभक्षमता आणि व्याजदर यांचा परस्पर संबंध पुढील कोष्टकावरून लक्षात येऊ शकतो.

भांडवलाची सीमांत लाभक्षमता व व्याजदर परस्पर संबंध

भांडवली वस्तूची पुरवठा किंमत (रु)	वार्षिक उत्पन्न (रु.)	भा.सी.ला (टक्के)	व्याजदर (टक्के)	गुंतवणूकीवर होणारा परिणाम
५०,०००	३०००	५	५	तटस्थ
४०,०००	३०००	६	५	अनुकूल
५०,०००	३०००	५	६	प्रतिकूल

वरील कोष्टकात दर्शविल्याप्रमाणे भांडवली वस्तूपासून मिळणारे अपेक्षित उत्पन्न ३०००रु. आहे. सुरुवातीस भा.सी.ला ५% होती आणि व्याजदही ५% होता. त्यामुळेच व्याजदराचा गुंतवणूकीवर होणारा परिणाम तटस्थ स्वरूपाचा होता. नंतर ४०,०००रु. भांडवली वस्तूंची पुरवठा किंमत असताना भा.सी.ला. ६% आणि व्याजदर ५% होता. ही गुंतवणूकीसाठी अनुकल स्थिती आहे. मात्र शेवटी ५०,००० भांडवली वस्तूची किंमत असताना भांडवलाची सी.ला क्षमता ५% आणि व्याजदर ६% आढळून येतो. ही परिस्थिती गुंतवणूकीला प्रतिकूल आहे त्यामुळे गुंतवणूकदारांचे नुकसान होते.

१३.६ वेतनस्थिरता / वेतन ताठरता (Wage Rigidities)

सनातनवादी विचारवंतांनी रोजगार वाढीसाठी वेतन कपात सुचविली. वेतन हा उत्पादनखर्चातील महत्त्वाचा घटक आहे. वेतनदर कमी केला तर उत्पादन खर्च कमी होतो आणि त्यामुळे वस्तूची किंमत कमी होते. याचा परिणाम वस्तूची मागणी वाढण्यात होतो. सनातनवादी अर्थशास्त्रज्ञांनी साधारणत: पैशाती वेतन कमी केल्यामुळे श्रमिकाला मिळणारे वास्तव वेतनही घटते असे सनातनवाद्यांनी गृहीत धरले. मात्र पैशातील वेतन ज्या प्रमाणात कमी होते त्या प्रमाणात किमती कमी होत नाहीत म्हणजेच संयोजकाच्या नफ्यात वाढ होते. थोडक्यात वेतनदर कपातीमुळे उत्पादन आणि रोजगार यात वाढ होते आणि कालांतराने अर्थव्यवस्थेत पूर्ण रोजगाराची पातळी गाठली जाते. या स्थितीतही तात्पुरती बेकारी आढळते. त्यासाठी योग्य ती उपाययोजना करावी लागेल. प्रा. एडविन कॅनन योजना करावी लागेल. प्रा. एडविन कॅनन आणि पिगू यांच्या मते, वेतनदर कमी केला तर जास्तीत जास्त श्रमिकांना रोजगार देता येतो.

मार्क्सने सनातनवादी विचारवंताचे हे मत मान्य केले नाही. त्याच्या मते सनातनवाद्यांचे हे विवेचन काही गृहितावर आधारित आहे. पण समग्र अर्थव्यवस्थेचा विचार केला तर वेतनदरात केलेल्या कपातीमुळे अर्थव्यवस्थेवर त्याचे प्रतिकूल परिणाम होतात. कामगारांना कमी वेतन दिले तर त्याची खरेदीक्षमता घटते. म्हणजेच अर्थव्यवस्थेतील एकूण प्रभावी मागणी कमी होते. सनातनवाद्यांचे विवेचन एका विशिष्ट उद्योगसंस्थेबाबत आहे असे मानले जाते. परंतु संपूर्ण उद्योगात वेतन कपातीमुळे सर्वच कामगारांचे वेतन कमी होईल. कामगारांची खरेदी क्षमता घटेल व प्रभावी मागणी कमी होईल म्हणून केन्सच्या मते कामगारांचे पैशातील वेतन कमी झाले तरी वास्तविक वेतनही कमी होणार नाही. कारण पैशातील वेतनात जेवढी कपात होते त्या प्रमाणात वस्तूच्या किमती घटतील म्हणजे तो कामगार पूर्वी आपल्या वेतनात जेवढ्या वस्तू घेत होता तेवढ्या किमती कमी झाल्या तेवढ्याच वस्तू तो घेईल. त्यामुळे रोजगारवाढीसाठी पैशाच्या वेतनात घट करण्याची गरज नाही. वेतनदर स्थिर ठेवून रोजगारवाढ शक्य आहे असे केन्सने म्हटले आहे. अर्थव्यवस्थेत प्रभावी मागणी वाढली तर रोजगारात वाढ होईल. अशा वेळी चलनविषयक आणि वित्तीय धोरणाचा शासन वापर करेल. सार्वजनिक खर्च वाढवेल त्यातून प्रभावी मागणी निर्माण होईल. याचा अर्थ पैशातील वेतन स्थिर ठेवता येईल. केन्सच्या मते कामगार पैशातील वेतन घटल्याचे मान्य करीत नाहीत. मात्र वास्तविक वेतन घटले तर ते स्वीकारतील. याचा अर्थ वेतनदरात घट करून रोजगार वाढविण्यापेक्षा प्रभावी मागणी वाढवावी म्हणजे रोजगार वाढेल.

केन्सने वेतन ताठरतेची भूमिका मांडली. पैशातील वेतन कमी झाल्यामुळे रोजगार वाढतो हे खरे नाही. एखाद्या उद्योगसंस्थेतील वेतनातील घट

परिणामकारकरित्या प्रभावी मागणीवर प्रतिकूल परिणाम करीत नाही. वेतनदरात कपात करून रोजगार वाढत नाही असे केन्सचे मत होते. त्यासाठी त्याने वेतनदरातील स्थिरता आवश्यक असल्याचे सांगितले. केन्स यांनी व्यावहारीक अन्य वेतनदरातील ताठरता किती आवश्यक आहे याचे वस्तुनिष्ठ विश्लेषण केले आहे.

१३.७ अपूर्ण रोजगार संतुलन

सनातनवादी विचावंतांनी पूर्ण रोजगार संतुलन स्पष्ट केले त्यात 'से'च्या बाजारपेठेचा सिद्धान्त महत्त्वाचा मानला जातो. 'से'च्या मते पुरवठा स्वत:ची मागणी निर्माण करतो. मागणी किंमत आणि पुरवठा किंमत यात समतोल असतो. 'से'चा बाजारपेठेचा नियम पूर्ण रोजगाराचे विवेचन करतो.

याउलट केन्सने अपूर्ण रोजगार संतुलन मांडले. त्याने प्रभावी मागणीला महत्त्व दिले. रोजगाराच्या प्रत्येक पातळीसाठी एकूण मागणी आणि एकूण पुरवठा यांचे संतुलन ज्या ठिकाणी होते तो बिंदू म्हणजे प्रभावी मागणी होय. या प्रभावी मागणीप्रमाणे उत्पन्न आणि रोजगाराची प्रत्यक्ष पातळी ठरत असते म्हणजे पूर्व रोजगाराची पातळी निर्माण होण्यापूर्वी अपूर्ण रोजगाराच्या स्थितीत अर्थव्यवस्थेत संतुलन होऊ शकते असे केन्सचे मत आहे. त्याच स्पष्टीकरण पुढील आकृतीत दिले आहे.

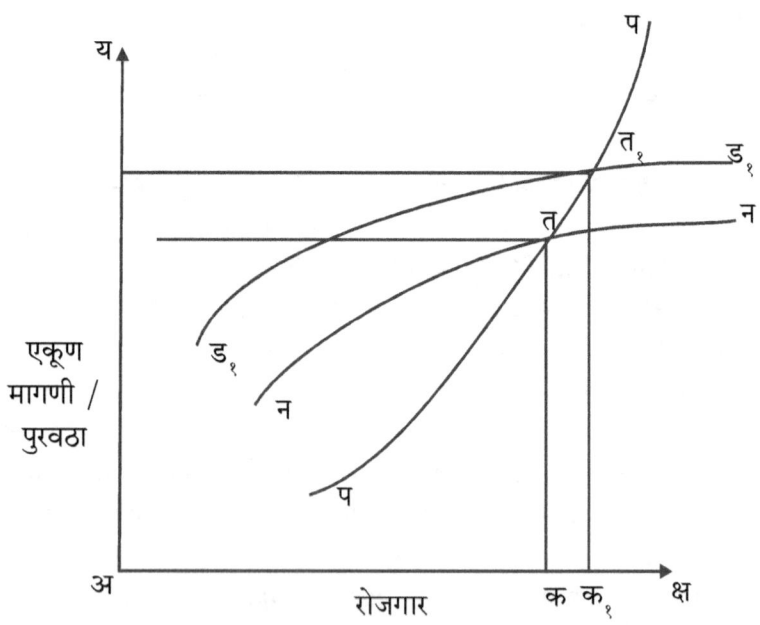

या आकृतीत 'अक्ष' अक्षावर रोजगार आहे. 'अय' अक्षावर एकूण मागणी व एकूण पुरवठा दर्शविला आहे. 'पप' हा पुरवठा वक्र आहे. तो किंमतही दर्शवितो. 'नन' हा मागणी वक्र आहे. दोन्ही परस्परांना 'त' बिंदूत छेदतात. त्यांच्या ए. मागणी व ए. पुरवठा यात समतोल होतो. ही प्रभावी मागणी आहे. 'त' बिंदूपाशी रोजगाराची पातळी 'अक' एवढी आहे. पण ती पूर्व रोजगार पातळी नाही. कारण एकूण श्रम पुरवठा 'अक$_{१}$' इतका वाढला आहे. म्हणजेच 'कक$_{१}$' एवढा जास्त मजूर वर्ग बेकार असल्याने उपलब्ध आहे. त्यांना रोजगार देण्यासाठी ए. मागणी वाढली पाहिजे. त्यात 'ड$_{१}$' हा पुरवठा वक्र 'त$_{१}$' या ठिकाणी छेदतो. तेथे पूर्ण रोजगाराची पातळी निर्माण हाते. मात्र 'त' बिंदूत पूर्ण रोजगार नव्हता. तेथे 'अक' एवढाच श्रमिकाचा पुरवठा होता. केन्सने गुंतवणूक आणि रोजगार यात संबंध असल्याचे सांगितले. खाजगी गुंतवणूक व्याजदरावर अवलंबून आहे. स्वस्त पैसा धोरण राबविले तरी खाजगी गुंतवणूक अपेक्षेप्रमाणे वाढत नाही. खाजगी बचत वाढली तरी खाजगी गुंतवणूक वाढत नाही म्हणजे एका बाजूला बचत वाढत असताना गुंतवणूक वाढत नाही. ही बचत आणि गुंतवणूकीतील पोकळी आहे ती पोकळी भरून निघाली तर पूर्व रोजगार प्रस्थापित (Seculer Stagnaction) संकल्पनेआधारे दीर्घकाळातील अर्थव्यवस्थेतील अपूर्ण रोजगाराची प्रवृत्ती स्पष्ट केली. दीर्घकाळात बचत वाढेल किंवा स्थिर राहील त्याचवेळी गुंतवणूक घटेल. त्यामुळे भांडवलशाही अर्थव्यवस्थेत पूर्ण रोजगार स्थिती निर्माण होत नाही.

प्रा. हॅरिस यांनी म्हटले की, अपूर्ण रोजगार समतोल स्थिर आहे असे सर्व मान्य करणार नाहीत, पण या संकल्पनेला आजच्या काळात विशेष महत्त्व प्राप्त झाले आहे.

१३.८ राजकोषीय धोरणाची किंवा वित्तीय धोरणाची भूमिका

(Role of Fiscal Policy)

सनातनवादी विचारवंतांनी निर्हस्तक्षेपी धोरणाचे समर्थन केले. कारण नागरिकांचे आणि अर्थव्यवस्थेचे महत्तम हित साधण्याची शासनावर जबाबदारी आहे. १९२९ मध्ये जागतिक महामंदी झाली. अमेरिकेसारख्या देशाला महामंदीच्या पुष्परिणामातून बाहेर काढण्यासाठी एक प्रभावी मार्ग म्हणून केन्स यांनी वित्तीय धोरणाचा राजकोषीय धोरणाचा पुरस्कार केला. या धोरणाच्या अंमलबजावणीमुळे पूर्ण रोजगार पातळी गाठता येते आणि ती कायम ठेवता येते. केन्समुळे सार्वत्रिक अर्थव्यवहाराचे स्वरूप बदलले आहे. त्यात अंदाजपत्रकाचाही समावेश आहे.

अर्थव्यवस्थेत चलनघट झाली किंवा बेकारी निर्माण झाली तर अंदाजपत्रक शासनाला वापरता येते. सनातनवाद्यांनी समतोल अंदाजपत्रकाचा पुरस्कार केला. केन्सने तुटीच्या अर्थभरण्यावर भर दिला.

केन्सच्या वित्तीय धोरणाचे अर्थव्यवस्थेतील महत्त्व पुढीलप्रमाणे दिले आहे.

१. केन्सला रोजगार पातळी वाढविण्यासाठी शासनाची भूमिका महत्त्वाची वाटते. सरकारने उत्पादक कामे वाढवावी त्यामुळे रोजगार वाढेल व त्यामुळे लोकांचे उत्पन्न वाढेल. प्रभावी मागणी वाढेल हाच महामंदीवर प्रभावी उपाय आहे.

२. केन्सने तुटीचा अर्थ भरणा मांडला किंवा तुटीच्या अर्थभरण्याचा पुरस्कार केला. त्यामुळे अमेरिकेला महामंदीच्या अवस्थेतून बाहेर पडता येईल. तुटीचा अर्थभरणा म्हणजे शासकीय उत्पन्नापेक्षा शासकीय खर्च अधिक असणे होय. त्यातून उत्पन्न रोजगार उद्योगधंदे वाढतात. महामंदीमुळे किमती घटतात त्यामुळे नवीन भांडवल गुंतवणूक होत नाही. त्यामुळे केन्सच्या मते सरकारचा खर्च अधिक असेल तेवढा त्याचा देशाच्या उत्पन्नावर परिणाम होईल.

३. केन्सचे वित्तीय धोरण पूर्ण रोजगार निर्मितीसाठी उपयुक्त आहे. पूर्ण रोजगार निर्माण करण्यासाठी कराचा वापर केला जातो. प्रत्यक्ष उत्पन्न कर आणि वस्तूवरील उत्पादन कर; विक्रीकर कमी केल्यास वस्तूंच्या किमती कमी होतात. त्याप्रमाणे उत्पादकांनी मोठ्या प्रमाणात गुंतवणूक करावी यासाठी व्याजाचा दर कमी असला पाहिजे. शासनाने रस्ते, शाळा बांधणे इत्यादी क्षेत्रात गुंतवणूक करावी.

सार्वजनिक कामे करण्यासाठी शासकीय उत्पन्न अपुरे पडल्यास शासनाला कर्ज उभारावे लागते.

वित्तीय धोरणामुळे तेजीमंदी चक्र नियंत्रणात ठेवता येते. मात्र वित्तीय धोरणामुळे रोजगारात होणाऱ्या वाढीला मर्यादा आहे त्या पुढीलप्रमाणे –

(अ) मंदीबाबत वस्तुनिष्ठ भाकित करता येत नाही.

(ब) सार्वजनिक खर्च करताना दिरंगाई आढळते.

(क) सार्वजनिक खर्चात झालेली वाढ खाजगी क्षेत्रातील गुंतवणूक कमी करते.

तुटीचा खर्च आणि सार्वजनिक कार्ये (Deficit Spending and Public Works) : जागतिक महामंदीमध्ये अमेरिकेत अर्थव्यवस्थेवर दुष्परिणाम झाले. या महामंदीतून बाहेर पडण्यासाठी केन्सने तुटीचा खर्च शासनाने करावा असे सांगितले. कारण महामंदीत मागणी कमी होते. बेकारी वाढते. उत्पादन घटते. भांडवल

गुंतवणूक घटते. सरकारला त्याचे उत्पन्न कररूपाने मिळण्यावर मर्यादा येतात. म्हणून तुटीचा अर्थभरणा करावा. रस्ते, रेल्वे, धरणे बांधावे म्हणजे लोकांना रोजगार मिळेल. त्यांची खरेदी शक्ती वाढेल. थोडक्यात, सरकारने मंदीच्या परिणामाची तीव्रता कमी करण्यासाठी खर्च करावा. प्रसंगी तुटीच्या अर्थभरण्याचा वापर करावा. सरकारच्या या जादा खर्चामुळे रोजगार वाढेल, प्रभावी मागणी वाढेल, नवीन उद्योग सुरू होतील आणि मंदीचा प्रभाव कमी होईल. रस्ते वाहतूक सुविधा, वीजनिर्मिती, आरोग्यविषयक सुविधा, उच्च शिक्षण, सिंचन सुविधा इ. सार्वजनिक कामांसाठी शासनाला मोठी गुंतवणूक करावी लागते. त्यातून मूलभूत सुविधा निर्माण होतात व खाजगी क्षेत्रात गुंतवणूक करण्यास प्रोत्साहन मिळते.

अवास्तव चलनवाढीसंबंधी केन्सचे विचार (Keynes on Infiation) : केन्सने १९१९ मध्ये The Economic Consequences of the Peace हा ग्रंथ लिहिला. केन्सच्या रोजगाविषयीच्या सर्वसाधारण मीमांसेमुळे तो मंदीचे अर्थशास्त्र मांडणारा विचारवंत समजला जातो.

मात्र १९२३ मध्ये इंग्लंडमध्ये अवास्तव चलनवाढ होती. त्यावेळेला How to pay for the war या ग्रंथाद्वारे अवास्तव चलनवाढ टाळून युद्धाचा खर्च कसा भागवावा याची चर्चा केली आहे. दुसऱ्या महायुद्धामुळे देखील अवास्तव चलनवाढ झाली. त्यासाठी जादा करआकारणी, किमती नियंत्रित ठेवणे, सक्तीची बचत करण्यास लावणे हे विचार केन्सने सुचविले. म्हणून प्रो. हॅरिस यांनी असे म्हटले आहे की, केन्सच्या अर्थशास्त्राला रुंदीचे अर्थशास्त्र म्हणण्यापेक्षा 'Anti-deflation and antIflation economic' होते. असे म्हणणे जास्त योग्य ठरेल.

केन्सच्या मते, पूर्ण रोजगार पातळी गाठल्यावर चलन विस्तार करू नये तो केला तर प्रभावी मागणी वाढते मात्र पुरवठा वाढत नाही.

अवास्तव चलनवाढीचे नियंत्रण करण्यासाठी केन्सने उपभोगावर कर आकारणे आवश्यक असल्याचे सांगितले. त्यामुळे उपभोग प्रवृत्ती कमी होईल. त्याचप्रमाणे बचतीला प्रोत्साहन दिले पाहिजे म्हणजे अवास्तव चलनवाढ आटोक्यात येईल. या बचतवाढीसाठी व्याजदर वाढले पाहिजेत. तसेच खाजगी गुंतवणूकीवर निर्बंध असावेत. युद्धकाळात अवास्तव चलनवाढ होते. त्यावर जागतिक स्तरावर नियंत्रण ठेवण्यासाठी आंतरराष्ट्रीय समाजयोजन संघाच्या International Clearing Union - स्थापनेची सूचना केली.

१३.९ गुणक तत्त्व (Multiplier Principle)

केन्सच्या रोजगाविषयक सिद्धान्तात गुणक हा महत्त्वाचा घटक आहे. तत्पूर्वी गुंतवणुकीत वाढ झाल्यामुळे उत्पन्न वाढते पण गुंतवणूक आणि उत्पन्न वाढीचा कसा संबंध आहे हे केन्सपूर्वी विचारवंतांनी दाखविले नाही. पुढे कान्ह (Kahn) यांनी Economic Journal जून १९३१ मध्ये प्रकाशित नियकालीकात The Relation of home Investment to Employment हा लेख लिहिला. या लेखात गुणक तत्त्वाची गुंतवणूक व उत्पन्नवाढीच्या संदर्भात चर्चा केली. हे तत्त्व केन्स यांनी त्यांच्या The General Theory of Employment Interest and Money या ग्रंथामध्ये विस्ताराने मांडले.

कान्ह यांच्या गुणक तत्त्वाचा वापर केन्स यांनी गुंतवणुकीच्या संदर्भात केला. एखादी नवीन गुंतवणूक केली असता तिच्यामुळे लोकांच्या उत्पन्नात प्रत्यक्षपणे आणि नंतर प्रेरित अशी वाढ होते. विशिष्ट गुंतवणूकीमुळे उत्पन्नामध्ये वाढ होते. विशिष्ट गुंतवणुकीमुळे उत्पन्नामध्ये एकूण जितके पट वाढ होत असेल त्या पट दाखविण्याच्या आकड्याला गुणक म्हणतात.

याचा अर्थ जेवढी गुंतवणूक नव्याने केली असेल तितकीच वाढ उत्पन्नात न होता तिच्या काही पटीमध्ये होते. एखादा दगड तलावात टाकला असता ज्याप्रमाणे विस्तारित होत जाणारे तरंग निर्माण होतात तशी ही क्रिया आहे. या तत्त्वाच्या मुळाशी सीमांत उपभोग प्रवृत्तीची कल्पना आहे.

उत्पन्न वाढले असता त्याचा विशिष्ट भाग उपभोगावर खर्च केला जातो. सीमांत उपभोग प्रवृत्ती जर १/२ असेल तर १०० कोटी रुपये उत्पन्न वाढल्यास त्यापैकी निम्मी रक्कम उपभोगावर खर्च होईल.

व्याख्या : गुणक तत्त्व म्हणजे 'गुंतवणुकीत झालेला बदल व त्यामुळे राष्ट्रीय उत्पन्नात झालेल्या बदलाचे प्रमाण होय.'

गुणक तत्त्वाची कार्यप्रणाली : गुणतत्त्व **सी.** उपभोग प्रकृतीवर आधारित आहे. सी.उ. प्रवृत्ती म्हणजे समाजास प्राप्त झालेल्या उत्पन्नाच्या किती भाग ते उपभोगावर खर्च करतात ते ठरविणे होय.

उत्पन्न वाढीबरोबर सीमांत उत्पन्नाचा मोठा हिस्सा उपभोगावर खर्च झाला तर त्या समाजाची सीमांत उपभोग प्रवृत्ती जास्त आहे असे मानले जाते.

सीमांत उपभोग प्रवृत्ती आणि गुणक यांचा घनिष्ट संबंध आहे. जर सीमांत उपभोग प्रवृत्ती जास्त असेल तर गुणकाचा आकार मोठा राहिल. केन्स यांनी गुणकाचे सूत्र पुढीलप्रमाणे मांडले.

$$\text{गुणक} = \frac{१}{१ - \text{सी. उ.प्र.}} \qquad \left(K = \frac{1}{1 - \frac{\Delta C}{\Delta Y}}\right)$$

उदाहरणाच्या साहाय्याने स्पष्ट करता येते. समजा उपभोग प्रत्तृत्ती ७५% ($\frac{३}{४}$) आहे.

$$\text{गुणक} = \frac{१}{१ - \frac{३}{४}}$$

$$= \frac{१}{१/४} = ४$$

याचा अर्थ गुणकाचे मूल्य ४ येईल.

यागुणक तत्त्वामुळे गुंतवणुकीत झालेल्या विशिष्ट वाढीचा रोजगार पातळीत आणि प्राप्तीत वाढ होण्यावर कसा परिणाम होईल ते स्पष्ट केले आहे.

१३.१० केन्सचा व्यापार चक्राचा सिद्धान्त

(Keyne's Theory of Trade Cycle)

व्यापार चक्रामध्ये तेजी, घसरण, मंदी, पुनरुज्जीवन असे चार भाग समाविष्ट आहेत केन्सने व्यापार चक्राबाबत स्वतंत्र सिद्धान्त मांडलेला नाही. त्याच्या सर्वसाधारण रोजगाराविषयक सिद्धान्तात व्यापारचक्राचे स्पष्टीकरण दिले आहे. ते प्रामुख्याने भांडवलाच्या सीमांत लाभक्षमतेतील चक्रीय चढउताराचे स्पष्टीकरण आहे.

व्यापारचक्राच्या चार अवस्थांचे केन्सने दिलेले स्पष्टीकरण पुढीलप्रमाणे सांगता येईल.

१. तेजी : या काळात सर्वत्र आशावाद असतो. भांडवलाची सीमांत लाभक्षमता व्याजदरापेक्षा जास्त असते. नवीन गुंतवणूक वाढते. राष्ट्रीय उत्पन्न आणि उत्पादन वाढते व रोजगार संधी वाढते. उत्पन्न वाढल्याने उपभोग खर्च वाढतो आणि प्रवेग तत्त्वानुसार मूळ खर्चातील वाढीपेक्षा अनेक पटीने गुंतवणूक वाढते. मात्र भांडवली वस्तूंचा पुरवठा वाढल्याने भांडवलाची सीमांत लाभक्षमता घटते. अपेक्षेपेक्षा जास्त उत्पादन बाजारात खपत नाही. वस्तूच्या किमती पर्यायाने नफ्याचे प्रमाण घसरते. मात्र

व्याजदर भांडवलाच्या सीमांत उत्पादन क्षमतेपेक्षा जास्त असतो. थोडक्यात तेजीतून घसरण सुरू होते.

२. घसरण : केन्सने त्याच्या सिद्धान्तात आर्थिक संकटापासून विवेचन केले आहे. तेजीच्या काळात भांडवलाची सीमांत लाभक्षमता घटते म्हणून नवीन गुंतवणूक होत नाही.मात्र भांडवलदार स्वत:कडे बचत वाढवितो. त्यामुळे आर्थिक संकट निर्माण होते.

३. मंदी : आर्थिक संकटाची परिणती मंदीत होते. केन्सच्या मते, मंदीच्या काळात गुंतवणूक ही भांडवल गुंतवणुकीच्या पूर्ण अवस्थेपर्यंत वाढते. भांडवली संपत्तीच्या किमती वाढतात. अपेक्षित मिळकत कमी होते. भांडवल अपुरे पडते. भांडवलाची सीमांत लाभक्षमता कमी होते. बाजारात निराशा असते. बेरोजगारी प्रचंड प्रमाणावर आढळते. लोक स्वत:जवळ रोख रक्कम जास्त ठेवतात. मात्र व्याजदर वाढल्यामुळे निराशावादी वातावरणाचे आशावादी वातावरणात रूपांतर होऊ शकते.

४. पुनरुज्जीवन : व्यापारचक्राची मंदीतील अवस्था निराशाजनक असते त्यात काही उद्योजक भांडवल गुंतवणूक करतात. मंदीच्या काळात केन्सच्या मते पुरवठा वाढतो. त्या वस्तूच्या उत्पादनात घट होते. त्यामुळेच एखाद्या उद्योगातील केलेली गुंतवणूक कमी केली जाते.

टीका

(१) केन्सचा व्यापारचक्र सिद्धान्त भांडवलाच्या सीमांत लाभक्षमतेवर अवलंबून आहे. मिळणाऱ्या नफ्याच्या अपेक्षानुसार गुंतवणूक बदलते ही एक मानसिक प्रक्रिया आहे.

(२) व्यापारचक्राच्या चार अवस्था बाबत केवळ अर्थव्यवस्थेतील क्रमामध्ये अणि कालावधीमध्ये नियमितपणा आढळून येतो. एवढाच विचार केन्सने मांडला.

(३) भांडवलाची सीमांत लाभक्षमता आर्थिक संकटात घटते या केन्सच्या विचारसरणीला प्रा. हॅजलिट यानी विरोध केला आहे.

(४) सुलभ चलन धोरण – केन्सने मंदीचे अर्थशास्त्र सांगितले. मंदी नष्ट करण्यासाठी योग्य चलन धोरण स्वीकारावे असे केन्सने मांडले. ते टीकाकारांना मान्य नाही.

१३.११ केन्स यांचे विचार आणि विकसनशील देश

केन्सचे अर्थशास्त्र प्रामुख्याने विकसित देशातील महामंदीच्या परिणामासंबंधी होते. २०व्या शतकातील तो सर्वश्रेष्ठ अर्थशास्त्र होता. मंदीच्या कालावधीतील त्याची

व्यूहरचना प्रामुख्याने औद्योगिक दृष्ट्या प्रगत भांडवलाशी अर्थव्यवस्थेशी निगडीत आहे. जोसेफ शुंपीटर यांच्या मते, केन्सचे उपाय प्रगत देशासाठी व त्यातल्या त्यात इंग्लंडसाठी होते.

प्रा. व्ही. बी. सिंग यांच्या मते, प्रगत देशात सुबत्तेच्या काळातसुद्धा पूर्ण रोजगाराची हमी देण्याबाबत हा विचार अपयशी ठरला. अर्ध-विकसित देशासाठी तर हा विचार निरुपयोगी ठरतो. वस्तुत: जी गोष्ट केन्सने अभिमतपंथाबद्दल म्हटली होती. ती त्यांच्याच सिद्धान्ताला लागू ठरणारी आहे.

तथापि केन्सचा सिद्धान्त विकसनशील देशांना लागू पडत नाही. त्याचे स्पष्टीकरण पुढीलप्रमाणे -

१. प्रा. दास गुप्ता यांच्या मते, केन्सच्या ग्रंथाचे नाव सामान्य रोजगारविषयक मीमांसा आहे, पण त्याची उपयुक्तता विकसनशील देशांना आहे. विकसनशील देशामध्ये बहुतेक व्यवहार वस्तू विनिमय पद्धतीचे असतात. केन्सचा सिद्धान्त भांडवलाच्या सीमांत लाभक्षमतेशी निगडीत आहे.

२. केन्सच्या सिद्धान्तात गुणकाला महत्त्व आहे. त्यातही सीमांत उपभोग प्रवृत्ती ही मानसशास्त्रीय प्रक्रिया विचारात घेतली आहे. पण विकसनशील देशात अनैच्छिक बेकारी नसते. किंबहुना त्यात गुणकाच्या तत्त्वाचा प्रभाव आढळत नाही.

३. केन्सच्या सिद्धान्तात व्यापारचक्राच्या मंदीच्या अवस्थेतील बेकारीचे विवेचन आहे. पण विकसनशील देशात अशी बेकारी चिरकाल स्वरूपाची आढळते. फिलीप कोर्टनी यांच्या मते मागासलेल्या त्या देशांचा विकास ही केन्सची चिंता नव्हती. उलट भांडवलाची निर्यात करण्याला केन्सचा विरोध होता.

१३.१२ मूल्यमापन

केन्स हा जागतिक किर्तीचा अर्थशास्त्रज्ञ मानला जातो. केन्सला जेवढे समर्थक आहेत तेवढेच विरोधकही आहेत. रॉबिन्सन यांच्या मते जर केन्स जन्मला नसता आणि केन्सवादी अर्थशास्त्र मानले नसते तर जग वेगळे आणि त्याच्यापेक्षा वाईट दिसले असते. प्रो. हॅजलिट यांच्या मते, केन्सवादी संप्रदायाचे अस्तित्व म्हणजे आजच्या युगातील एक 'महान' बौद्धिक बनवाबनवी किंवा फसवणूक आहे ! या परस्पर विरोधी विचारांमधून केन्स यांच्या योगदानाचे वास्तविक चित्र रेखाटणे खरोखरच कठीण आहे.

प्रा. हॅजलिट यांच्या मते केन्स यांचा सिद्धान्त परस्पर विरोधी विचारांनी भरलेला आहे. भांडवलाची सीमांत लाभक्षमता केन्सने वेगवेगळ्या अर्थाने वापरली आहे.

केन्सने बेकारीवर उपाय म्हणून चलनवाढ सुचविली, पण चलनवाढीवर उपाय म्हणून वेतनदर समायोजन करायला हवे होते.

तुटीचा अर्थसंकल्पाचा केन्सने पुरस्कार केला. त्यातून बेकारी दूर होते हे त्याचे मत विरोधकांना मान्य नाही.

प्रा. ट्रॅचेनबर्ग या सोविएत अर्थशास्त्रज्ञाने केन्सच्या सिद्धान्ताला चुकीच्या संकल्पनांवर आधारित मानले आहे.जर पूर्ण रोजगार साध्य करायचा असेल तर केवळ मागणीचे सामाजिकीकरण पुरेसे नाही. त्यासाठी उत्पादनाच्या साधनांवर सामाजिक उत्पादनाचे खरे उद्दिष्ट उपभोगात वाढ हे नसून महत्त्वम नफा मिळविणे हे असते. तसेच खाजगी मालमत्तेच्या हक्काला मान्यता मिळालेली असल्यामुळे या रचनेत सरकारला अर्थव्यवस्था प्रभावित करणे कठीण जाते.

लुडविग व्हॉन मायझेस, एल. अल्बर्ट हॅन, फ्रँक एच नाईट, ऑर्थर डब्ल्यू मार्गेट; व्ही ऑर्वल वॅटस्, हेन्री हेझलिटस्, डब्ल्यू. एच. हट हे केन्सवादी अर्थशास्त्रावर टीका करणारे प्रमुख टीकाकार होते.

केन्स यांनी मांडेलल्या सिद्धान्त आणि विविध आर्थिक संकल्पना यावर या विचारवंतांनी आक्षेप घेतले. केन्सच्या पूर्ण रोजगाराच्या विश्लेषणावर आक्षेप घेऊन केन्सच्या विवेचनावरून पूर्ण रोजगाराची पातळी गाठता येणार नाही असे मत व्यक्त केले. बेरोजगारी दूर करण्यासाठी कोणतीही ठोस उपाय योजना केन्सने विशद केलेली नाही असे त्यांचे मत होते. प्रभावी मागणी आणि रोजगाराचे प्रमाण यामध्ये निश्चित कार्यात्मक संबंध केन्सला स्पष्ट करता आलेला नाही. तसेच केन्सवादी अर्थशास्त्र हे पूर्णत: समग्र दृष्टिकोन घेऊन विवेचन करते. हा टीकाकारांचा मुख्य आक्षेप आहे. त्याचप्रमाणे केन्स यांनी फक्त प्रेरित गुंतवणुकीस महत्त्व दिले. तसेच व्यवहार्य पातळीवर गुणकाचे कार्य केन्स यांनी स्पष्ट केल्याप्रमाणे चालत नाही. या स्वरूपाची टीका विचारवंतांनी केली. केन्सच्या अर्थशास्त्रामध्ये काही उणिवा निश्चित असतील कारण केन्स यांनी मांडलेले सिद्धान्त व संकल्पना ज्या परिस्थिती व कालखंडात मांडले त्यामध्ये बराचसा बदल झालेला आहे. परिस्थितीतील परिवर्तन सिद्धान्तातील उणिवांची जाणीव करून देते असे असून सुद्धा केन्स व त्यांच्या अर्थशास्त्राने आर्थिक विकासाच्या इतिहासामध्ये स्वत:चे वेगळेपण निर्माण केले.

केन्सने सूक्ष्म विश्लेषणावर भर देण्यापेक्षा स्थूल विश्लेषणावर भर दिला. दीर्घकाळापेक्षा अल्पकाळाशी सुसंगत विश्लेषण केले. गृहितांवर भर देण्याऐवजी वस्तुनिष्ठ विवेचनावर त्याचा कल राहिला. केन्स यांनी स्वत: अनेक उच्च पदे भूषविली होती. तसेच अर्थशास्त्राचे अध्ययन व संशोधन याचा प्रदीर्घ अनुभव त्यांच्याकडे

होता. याचा परिणाम आर्थिक सिद्धान्त मांडताना झालेला आहे. गणिताचा योग्य प्रमाणात वापर करून अर्थशास्त्र वस्तुनिष्ठशास्त्र आहे हे त्यांनी सिद्ध करून दाखविले.

स्वाध्याय

१. केन्स आणि सनातनवाद्यांचे विचारातील फरक स्पष्ट करा.

२. केन्सच्या काही आर्थिक संकल्पना स्पष्ट करा.

३. केन्सचा रोजगारविषयक सिद्धान्त स्पष्ट करा.

४. भांडवलाची सीमांत लाभक्षमता ही संकल्पना स्पष्ट करा.

५. केन्सच्या आर्थिक विचारांचे मूल्यमापन करा.

६. टीपा लिहा

    (अ) रोखता सापळा

    (ब) वेतन ताठरता

    (क) रोजकोषीय धोरणाची भूमिका

    (ड) गुणक तत्त्व

    (इ) व्यापारचक्राचा सिद्धान्त

    (ई) भांडवलाची सीमांत लाभक्षमता आणि व्याजदर यातील संबंध

(१४)

डॉ. महंमद युनुस

१४.१ जीवन परिचय, १४.२ सूक्ष्म वित्त, १४.३ स्वयंसाहाय्यता गट, १४.४ स्वयंसाहाय्यता गटाची वैशिष्ट्ये, १४.५ मूल्यमापन

१४.१ जीवन परिचय

समाजातील मध्यमवर्गीय, कनिष्ठ जाती जमातीतील तसेच दुर्बल घटकांच्या विशेषत: स्त्रियांच्या सबलीकरणासाठी स्वयंसाहाय्यता बचत गटाची निर्मिती करणारे डॉ. महंमद युनुस जगप्रसिद्ध बांगला देशातील ग्रामीण बँकेचे प्रणेते म्हणून ओळखले जातात. ते बांगला देशातील चित्रगाव विद्यापीठातील अर्थशास्त्राचे ख्यातनाम प्राध्यापक आहेत. शांतता नोबेल पारितोषिकाचे ते मानकरी आहेत. त्यांनी स्वयं साहायता गटाची प्रथम सुरुवात केली.

त्यांनी हार्वर्ड विद्यापीठातून अर्थशास्त्राची पदवी घेतली. आपल्या ज्ञानाचा फायदा मायदेशातील विद्यार्थी व समाजाला व्हावा हा हेतू बाळगून त्यांनी चित्रगाव विद्यापीठात प्राध्यापक असताना विद्यापीठ परिसरातील गरीब कुटुंबांचे आर्थिक प्रश्न सोडविण्याचा निश्चय केला.

डॉ. महंमद युनुस यांचा ग्रामीण बँक प्रकल्प जगप्रसिद्ध आहे. याची माहिती अमेरिकेचे तत्कालीन अध्यक्ष बिल क्लिंटन यांना मिळाली. त्यांनी ही चळवळ

जागतिक पातळीवर नेली. त्यांनी बांगला देशातील ग्रामीण बँकेला 'गरीब बांगला महिलांचा लघुवित्त सूक्ष्म वित्त' (Micro Credit) असे संबोधिले आहे.

अमेरिकन हिलरी क्लिंटन 'गुड फेथ फंड' लघुवित्त/सूक्ष्मवित्त चालवित होत्या. त्या प्रा. युनुस यांच्या ग्रामीण बँकेच्या कार्याने प्रेरीत झाल्या. त्यांनी प्रा महंमद युनुस यांच्या बरोबरीने सूक्ष्म वित्त, लघु वित्त (Micro finance) ही संकल्पना विकसित केली. संपूर्ण जगभर तिला मान्यता मिळाली. भारतात ती स्वयं सहायता गट/बचत गट या नावाने ओळखली जाते.

१४.२ सूक्ष्म वित्त (Micro Credit)

खासगीकरण, उदारीकरण व जागतिकीकरण (खा ऊ जा) धोरणात मानवी विकासाच्या अर्थशास्त्रीय दृष्टिकोनातून सूक्ष्म वित्त प्रतिमान आदर्श ठरत आहे. डॉ. महंमद युनुस यांनी बांगला देशीय ग्रामीण बँकेच्या माध्यमातून लुघु वित्त किंवा सूक्ष्म वित्त संकल्पना विकसित केली. अल्प उत्पन्न गटातील किरकोळ आर्थिक व्यवहार करणाऱ्या व्यक्ती किंवा संस्थांच्या आर्थिक गरजा भागविणे हा या सूक्ष्म वित्त संस्थेचा प्रमुख उद्देश आहे.

सूक्ष्म वित्त पुरवठा प्रामुख्याने वित्त पुरवठा संस्थामार्फत गरजूंच्या अल्प आर्थिक गरजांच्या पूर्ततेसाठी केला जातो. संयुक्त राष्ट्र संघाचे सचिव श्री. कोफी अन्नान यांनी २००५ हे आंतरराष्ट्रीय लघु वित्त वर्ष म्हणून घोषित केले. श्री. कोफी अन्नान यांनी सूक्ष्म वित्तपुरवठ्याचे जागतिक वर्ष साजरे करताना १८ डिसेंबर २००४ रोजी या सूक्ष्म वित्त पुरवठ्याचे दारिद्र्यरेषेखालील कुटुंबांना आर्थिक साहाय्य केल्यामुळे त्यांची मालमत्ता वाढण्यास व त्यांचे जीवनमान सुधारण्यास मदत होते असे स्पष्ट केले. सूक्ष्म वित्त संबंधित स्वयंसाहाय्यता गट हा दारिद्र्य निर्मूलनाचे प्रभावी अस्त्र आहे. निर्धन येथील ऋणको असू शकतात.

१४.३ स्वयंसाहाय्यता गट

स्वयंसाहाय्यता बचत गटाचा उद्गाता म्हणून डॉ. महंमद युनूस यांचा उल्लेख करावा लागेल. कारण सूक्ष्म वित्त संस्था किंवा स्वयंसाहाय्यता गटाचे मूळ १९७६ मध्ये बांगला देशात ढाका येथे नोबेल पारितोषिक विजेते डॉ. महंमद युनूस यांनी स्थापन केलेल्या ग्रामीण बँकेत आढळते. या गटात भिशी व महिला बचत गटांचा समावेश होतो. बांगला देशातील १९७४च्या दुष्काळात चित्तगाव विद्यापीठाजवळच्या जोबरा गावातील भूमिहीन गरिबांना छोट्या छोट्या व्यवसायासाठी बँक कर्ज देईना व सावकाराचे

कर्ज त्यांना परवडेना अशा स्थितीत प्रा. युनूस महंमद यांनी जामीन राहून बँकेकडून कर्ज त्यांना मिळवून दिले. लोकांचा प्रामाणिकपणा व जीवनमान सुधारण्याची तळमळ पाहून १९७६ मध्ये गरीब लोकांची ग्रामीण कर्ज सोसायटी बँक अस्तित्वात आली. १९८२ मध्ये बांगला देश सरकारने या बँकेला कायदेशीर मान्यता दिली.

बांगला देशातील ग्रामीण बँकेच्या धर्तीवर लॅटिन अमेरिका, अफ्रिका, इंडोनेशिया, मलेशिया, फिलीपाईन्स, श्रीलंका, आखाती देश, आशियाई देश इ. देशांनी ग्रामीण बँक व सूक्ष्म वित्त संस्थांची स्थापना केली आहे.

स्वयं सहाय्यता गट म्हणजे समान आर्थिक व सामाजिक स्तरातील आणि ग्रामीण भागातील लोकांनी स्वयंपूर्तीने एकत्र येवून तयार केलेला गट होय. यांच्या माध्यमातून गटाच्या सदस्यांना गटाच्या निर्णयानुसार गटाने उभारलेल्या बचत निधीतून कर्ज वाटप केले जाते. गट भिन्न भिन्न ठिकाणी वेगवेगळ्या नावाने ओळखला जातो. उदा. लघु बचत गट, सूक्ष्म कर्ज संस्था, सूक्ष्म वित्त संस्था, स्वयं सहाय्यता गट, परस्पर सहाय्य गट, शेजार गट, संघ इ.

थॉस्टिन व्हेवलेनच्या मते संस्था आर्थिक विकास प्रक्रियेत महत्त्वाची भूमिका बजावतात. शासन, बैठक, व्यापारी संघटना ही अशा संस्थांची काही उदाहरणे आहेत. तर याच पार्श्वभूमीच्या नव संस्थावादाचे प्रतिनिधीत्व लघु वित्त पद्धती, स्वयं साहायता गट करतात.

लघुवित्त म्हणजे रु. २५,००० पर्यंतचे कर्ज व ते विशिष्ट काळात जास्तीत जास्त रु. ४०,००० पर्यंत वाढते. दारिद्र्य निर्मूलनात मध्यस्थी, उत्पन्नाचे योग्य वाटप, खरेदी शक्तीचे पुनर्वाटप, लहान बचतीची निमिती ही त्याची उद्दिष्टे आहेत.

मार्च १९९५ मध्ये कोपन हेगेल येथे सामाजिक विकासासाठी पार पडलेल्या जागतिक शिखर परिषदेत अंशलक्षी (सूक्ष्म) वित्त पुरवठ्यावर वाढत्या स्वरूपात भर देण्यात आला. या परिषदेत लहान उत्पादक, भूमिहीन शेतकरी व इतर अल्प उत्पन्न धारक व्यक्ती विशेषत: स्त्रिया, दुर्बल व उपेक्षित गट यांना पतपुरवठा करण्यावर आणि तसा पतपुरवठा करू शकणाऱ्या यंत्रणेवर भर देण्यात आला.

१४.४ सूक्ष्म वित्त आणि स्वयंसाहाय्यता गटाची वैशिष्ट्ये

डॉ. महंमद युनूस प्रणीत स्वयं सहाय्यता गटाची / सूक्ष्मवित्ताची वैशिष्ट्ये पुढीलप्रमाणे सांगता येतील –

(अ) सूक्ष्म वित्त पुरवठा गरिबांना दैनंदिन गरजा भागविण्यासाठी नव्हे तर गुंतवणूक, पोषक आहार घेण्यासाठी, जीवनमान उंचावण्यासाठी, मुलांचे आरोग्य सुधारण्यासाठी व शैक्षणिक विकासासाठी केला जातो.

(आ) दारिद्र्य निर्मूलनासाठी आर्थिक प्रणालीची उभारणी म्हणजे सूक्ष्म वित्त पुरवठा होय.

(इ) सूक्ष्म वित्त व्यवस्था म्हणजे कायमस्वरूपी वित्त पुरवठा करणाऱ्या स्थानिक संस्था आहेत.

(ई) या व्यवस्थेतील व्याजदर मासिक २ ते ३% म्हणजे वार्षिक दर २४ ते ३६% इतका असतो. तो बँकेच्या व्याजदरापेक्षा जास्त आहे.

(उ) सूक्ष्म वित्त संस्था किंवा स्वयं साहाय्यता गट सर्वार्थाने साधर्म्य असणाऱ्या १० ते २० महिला सभासदांनी स्थापन केलेला असतो. या महिला आपली बचत एकत्र करतात. गरजू सभासदांना कर्ज देतात. या सूक्ष्म वित्तामध्ये बचत कर्ज विमा यांचा समावेश होतो.

(ऊ) या स्वयं सहायता गटामुळे बचतीची व काटकसरीची सवय लागते. लोकशाही प्रणालीवर आधारित असलेल्या सूक्ष्म वित्त संस्थेत सभासदत्व ऐच्छिक आहे. यात सभासदांना आर्थिक व्यवहार बँकिंग व व्यवहाराचे यथार्थ ज्ञान दिले जाते.

(ए) स्वयंसाहाय्यता बचत गटाच्या माध्यमातून महिला सभासदांना आर्थिक दृष्ट्या स्वावलंबी होता येते. त्यांचा सामाजिक दर्जा उंचावतो. त्यांना पंचायत समिती, ग्राम पंचायत सदस्य होता येते. त्यामुळे राजकीय स्थान मिळते. त्यांचे साक्षरतेचे प्रमाण वाढते. प्रामुख्याने महिलांचे सबलीकरण करण्याचे स्वयंसाहाय्यता बचत गट हे एक प्रभावी साधन आहे.

१४.५ मूल्यमापन

महंमद युनूस प्रणीत स्वयंसाहाय्यता बचत गट दारिद्र्य निर्मूलनावर एक प्रभावी उपाय आहे. नाबार्ड तर्फे भारतात १९९२ मध्ये APRACA (Acia Pacific Rural and Agricultural Credit Association) च्या साहाय्याने स्वयंसाहाय्यता बचत गट या संकल्पनेस गती दिली. १९९२ मध्ये भारतात २२५ बचत गट बँकांशी जोडण्यात आले. १९९३ मध्ये रिझर्व्ह बँकेने बचत गटास मान्यता दिली. २००५ मार्च अखेर भारतात एकूण १६ लाख बचत गट होते. १९९३ ते २००५ अखेर बचत गटातर्फे केल्या जाणाऱ्या कर्ज पुरवठ्यात रु. ०.३ कोटीवरून रु. ६८.९८ कोटीपर्यंत वाढ झाली आहे.

महाराष्ट्रात मार्च २००५ अखेर ७१,१४६ स्वयं सहाय्यता गट होते. त्यांना रु. २२३४ दशलक्ष वित्त सहाय्य केले आहे. मार्च २००५ अखेर व्यापरी बँकांनी

३५८५१ स्वयंसाहाय्यता गटांना, प्रादेशिक गामीण बँकांनी १८,७११ गटांना अनुक्रमे रु. १३३५ दशलक्ष व रु. ५६५ दशलक्ष वित्त सहाय्य केले आहे.

महिला सबलीकरण प्रक्रियेत महिला बचत गटाचे फार मोठे योगदान आहे. या माध्यमातून महिलांना आर्थिक स्वातंत्र्य व सामाजिक आणि राजकीय प्रतिष्ठा मिळाली आहे. स्वयंसाहाय्यता गट – बँक जोडणी प्रकल्प आशिया देशातील लक्षगट अंतर्मुख (Target Group Oriented) ग्रामीण बँक विकासातील प्रथम पाऊल ठरले आहे. याचे सर्व श्रेय डॉ. महंमद युनूस यांना आहे.

स्वाध्याय

१. डॉ. महंमद युनूस यांची सूक्ष्म वित्तप्रणाली स्पष्ट करा.

२. सूक्ष्म वित्तप्रणालीची वैशिष्ट्ये स्पष्ट करा.

३. डॉ. महंमद युनूस यांच्या सूक्ष्म वित्तप्रणालीचे मूल्यमापन स्पष्ट करा.

❑

विभाग - २

१५

भारतातील आर्थिक विचारवंत

१५.१ प्रास्ताविक

१५.१ प्रास्ताविक

१७७६ मध्ये 'वेल्थ ऑफ नेशन्स' हा ग्रंथ लिहिणाऱ्या ॲडम स्मिथला अर्थशास्त्राचा जनक म्हटले जाते. परंतु भारतात इ.स. पूर्व ३२१ पासून अर्थशास्त्राबाबत विचार मांडणारा कौटिल्य हा अर्थशास्त्राचा जनक म्हणता येईल. भारतात प्राचीन काळातील साहित्यात म्हणजे वैदिक काळात अर्थविषयक विचार सापडतात. उदा. वेद, उपनिषदे, रामायण, महाभारत, मनुस्मृती इत्यादी ग्रंथात अर्थविषयक विचार आहेत. पराशराचे कृषिसंग्रह, गौतमांचे कृषिक्षेत्राबाबतचे विचार, विधीराजाचे व्यापारविषयक विचार अशा स्वरूपातही काही अर्थशास्त्रीय विचार सापडतात.

प्रस्तुत विभागात प्रामुख्याने भारतीय आर्थिक विचारवंतांमध्ये कौटिल्य, दादाभाई नौरोजी, महात्मा गांधी, धनंजयराव गाडगीळ आणि डॉ. बाबासाहेब आंबेडकर इत्यादींच्या अर्थशास्त्रीय विचारांच्या इतिहासातील योगदानाचा आढावा घेतला आहे.

प्रा. वा. गो. काळे (१९२५) यांच्या मते भारतीय अर्थशास्त्र तीन प्रकारे मांडता येईल.

१) भारतीय विचारवंतांनी मांडलेले विचार.

२) भारतीय परिस्थितीला अनुकूल होतील असे विचार.

३) अगोदरच मांडलेल्या परकीय आर्थिक विचारात योग्य बदल करून भारतीय परिस्थितीला अनुकूल करण्याची पद्धत.

यापैकी तिसऱ्या मार्गाने भारतीय अर्थशास्त्राचे खरे स्वरूप विकसित होऊ शकेल असे प्रा. काळे यांचे मत होते.

भारतीय आर्थिक विचारांचा विकास अभ्यासताना जाणवणारी प्रमुख अडचण म्हणजे विविध प्रादेशिक भाषांमधून व इंग्रजीतून वेळोवेळी प्रसिद्ध झालेले विचार अतिशय विस्तृत व विस्कळीत स्वरूपाचे आहेत.

ब्रिटिशपूर्व काळ – हा कालखंड प्राचीन काळ ते अठरावे शतक इतका प्रचंड आहे. प्राचीन काळातील पुरेशा नोंदीच्या अभावी केवळ ढोबळ आढावा शक्य आहे. प्राचीन काळातील भारतीय आर्थिक विचार स्वतंत्रपणे न आढळता वेद, पुराणे, उपनिषदे, रामायण, महाभारत, बुद्ध, जैन, इस्लाम धर्मातील ग्रंथ अशा धर्म व नीतिशास्त्रावरील विचारातून शोधून काढावे लागतात. त्यामुळेच पी. आर. ब्रह्मानंद यांनी प्राचीन काळाच्या भारतीय आर्थिक विचारांना Dharmonomics अशी संज्ञा वापरली.

प्राचीन भारतीय आर्थिक विचारांचा अभ्यास पं. विष्णु गुप्त कौटिल्याच्या 'अर्थशास्त्र' या इसवीसनांच्या तिसऱ्या शतकात लिहिलेल्या ग्रंथापासून सर्वसाधारणपणे सुरू केला जातो. 'अर्थशास्त्र' या ग्रंथात कौटिल्याने प्रशासन, दंडनिती व व्यवस्थापनासंबंधी विस्तृत मार्गदर्शन केले आहे. स्वतंत्र आर्थिक सिद्धान्ताचा यात अभाव आहे. इ.स. ६०० पासून ते ब्रिटिशांच्या आगमनापर्यंत सुरुवातीस फारसे आर्थिक विचार मांडले गेले नाहीत.

कौटिल्याने आपल्या अर्थशास्त्रीय विचारात परराष्ट्र धोरण, युद्धाची तयारी, परकीय व्यापार, राजाची कार्ये इ.विषयी विचार मांडले.

दादाभाई नौरोजी (१८२८–१९१७) – दादाभाईंनी अनेक विषयांवर विचार मांडले तरीही भारतातील दारिद्र्याच्या समस्येच्या अभ्यासावर अधिक भर दिला. ब्रिटिश राजवटीमुळे भारतातील दारिद्र्य कसं वाढत गेलं हे त्यांनी आकडेवारीच्या साहाय्याने पटवून दिले, तसेच त्यांनी दारिद्र्याची कारणे सांगून उपायही सुचविले आहेत.

दादाभाईंनी निस्सारण सिद्धान्ताच्या साहाय्याने भारताची संपत्ती जी इंग्लंडमध्ये वाहून जात होती त्याचे स्पष्टीकरण केलं आहे.

महात्मा गांधी (१८६९–१९४८) – गांधीजींनी सत्य, अहिंसा व साधी

राहाणी ही तत्त्वे आचरणात आणली. तसेच त्यांनी काही तत्त्वांचा पुरस्कार केला. समाजातील विषमता कमी करण्यासाठी गांधीजींनी विश्वासाची संकल्पना मांडली. तसेच भारतीय उद्योगांच्या विकासासाठी व संरक्षणासाठी त्यांनी 'स्वदेशी'चा पुरस्कार केला. तसेच ग्राम स्वराज्याचीही संकल्पना मांडली.

या शतकातील थोर भारतीय अर्थशास्त्रज्ञांमध्ये धनंजयराव गाडगीळ यांचे नाव प्राधान्याने घ्यावे लागेल. सतत ४५ वर्षे विविध आर्थिक प्रश्नांचा अभ्यास करणे आणि त्यावर आपले स्वत:चे मत नोंदविणे, असे कोणत्याही सच्च्या पंडिताला शोभेल असं काम गाडगीळांनी केले आहे. भारतीय आर्थिक सामाजिक जीवनात मोलाची भर घालणारे प्रा. गाडगीळ हे थोर, क्रियावान विचारवंत म्हणून संपूर्ण भारतभर अग्रगण्य आहेत. कृषी-औद्योगिक सहकारी समाजरचने ते मेरूमणी आहेत. त्यांनी आर्थिक-सामाजिक, राजकीय, सांस्कृतिक व शैक्षणिक अशा सर्वच क्षेत्रामध्ये मूलभूत असे वैचारिक योगदान दिलं आहे.

डॉ. बाबासाहेब आंबेडकरांनी भारतीय अर्थव्यवस्थेला दिशादर्शक तीन ग्रंथ लिहिले. १७९२ ते १८५८ या काळात ईस्ट कंपनीचे प्रशासन आणि वित्तव्यवस्था यात फेरबदल कसे होत गेले आणि यातून भारतीयांवर झालेल्या अन्यायाचे विदारक आर्थिक चित्र स्पष्ट केलं. केंद्रराज्य आर्थिक संबंध, वित्तव्यवस्था, इ. विचार मांडले. भारतीय आर्थिक विचारांची सुरुवात ब्रिटिशांच्या भारतातील आगमनाने झाली. ब्रिटिश राजवटीत भारतीय आर्थिक स्थितीबाबत दादाभाई नौरोजी, गोपाळ कृष्ण गोखले, महादेव गोविंद रानडे, रमेशचंद्र दत्त, म. गांधी, म. फुले इ.चा समावेश होतो. स्वातंत्र्योत्तर काळात अनेक ख्यातनाम अर्थशास्त्रज्ञ होऊन गेले त्यात धनंजयराव गाडगीळ, डॉ. बाबासाहेब आंबेडकर, सी.एन. वकील, बी. एन. शेनॉय, व्ही. के. आर. व्ही. राव, अमर्त्य सेन इ.चा उल्लेख करता येईल. प्रस्तुत विभागात त्यापैकी काही निवडक विचारवंताच्या आर्थिक विचारांचा आढावा घेतला आहे.

❑

(१६)

कौटिल्य

(इ.स.पू. ३२१ ते २९६)

१६.१ – जीवन परिचय, १६.२ – कौटिल्याचे आर्थिक विचार
१६.३ – शासनाची भूमिका आणि कार्ये, १६.४ – मूल्यमापन

१६.१ जीवन परिचय

कौटिल्य 'चाणक्य विष्णू गुप्त' या नावाने ओळखला जाणारा हा विचारवंत चंद्रगुप्त मौर्याचा मुख्य प्रधान होता. कोणत्याही राजाला राज्यकारभार योग्य प्रकारे चालविता यावा म्हणून कौटिल्याने 'अर्थशास्त्र' हा मार्गदर्शक ग्रंथ लिहिला. या ग्रंथात केवळ अर्थशास्त्रासंबंधीचे विचार मांडले आहेत असे नाही. अर्थशास्त्र, राज्यशास्त्र आणि इतर संबंधित विषयाची चर्चा या ग्रंथात केली आहे. हा ग्रंथ ४३० पानांचा असून संस्कृत भाषेत आहे. हा ग्रंथ केवळ उपदेश करणारा ग्रंथ नाही तर या ग्रंथात राज्यशास्त्राचा शास्त्र म्हणून विचार केला आहे. हा ग्रंथ व्यावहारिक दृष्टिकोनातून लिहिण्यात आला आहे. या ग्रंथाचे लेखन करताना कौटिल्याने आधीच्या काळातील विचारांचा आधार घेतला आहे.

कौटिल्याच्या मते, अर्थशास्त्र धर्मशास्त्राहून वेगळे आहे. राज्याचा एकमेव उद्देश लोककल्याण साधणे हा असावा असे कौटिल्याचे मत होते. या ग्रंथात कौटिल्य यांनी आपले विचार केवळ अर्थशास्त्रापुरतेच मर्यादित न ठेवता समाजाला भेडसावणाऱ्या विविध समस्यांचे वर्णन केले आहे.

कौटिल्याने लिहिलेला अर्थशास्त्राचा ग्रंथ ४३० पृष्ठांचा असून त्यात बृहस्पती, भारद्वाज, विशालक्ष, बहुदंतक यासारख्या अठरा आचार्यांच्या विचारांचा आधार घेतला आहे. या ग्रंथात आदर्श राज्याच्या अंतर्गत व्यवस्थापनाबाबत विश्लेषण आहे. परराष्ट्र धोरण, युद्धाची तयारी, राजांचे संघटन, मुक्त व्यापार, इत्यादी प्रकारची माहिती आहे.

कौटिल्याने अर्थशास्त्राची व्याख्या केली ''मनुष्याच्या उपजीविकेचे साधन म्हणजे अर्थ; भूमीवर मानव राहतात म्हणून भूमी किंवा पृथ्वी अर्थ होय. या पृथ्वीच्या (नैसर्गिक साधन संपत्तीच्या) साहाय्याने मानवाची उपजिविका चालते (गरजा भागतात). तिची (नैसर्गिक साधन सामग्रीची) उपलब्धी (लाभ), संवर्धन (पालन) विषयक उपायांचा अभ्यास म्हणजे अर्थशास्त्र होय.''

१६.२ कौटिल्याचे आर्थिक विचार

१. संपत्तीचे स्वरूप आणि उद्देश – अर्थशास्त्र म्हणजे संपत्तीचे शास्त्र आहे असे कौटिल्याचे मत आहे. तथापि त्या संपत्तीत मानवी श्रम आणि वनस्पती यांचा समावेश केला आहे. संपत्ती प्रामुख्याने व्यक्तिच्या गरजा आणि कल्याण याच्याशी निगडीत असते. कौटिल्याच्या मते वास्तविकता, उपभोगसमता, हस्तांतरण आणि मालकी हक्क प्रस्थापित करणे हे चार गुणधर्म एखाद्या भौतिक वस्तूत असतील तर त्या भौतिक वस्तूचा समावेश संपत्तीत करावा. याचाच अर्थ संपत्ती म्हणजे वास्तविकता, उपभोगसमता (उपयोगिता) हस्तांतरण आणि मालकी हक्क प्रस्थापित करणे ही वैशिष्ट्ये असणाऱ्या कोणत्याही भौतिक वस्तूला संपत्ती म्हणता येते. या वैशिष्ट्यामुळेच त्यांनी १) पैसा आणि वस्तू २) मिळवता येण्यासारखे धन, ३) खाजगी व सार्वजनिक संपत्ती, ४) सोने, चांदी इ., ५) भांडवल किंवा संचित संपत्ती, ६) उपभोग्य संपत्ती, ७) हस्तांतरण किंवा स्थानांतरण योग्य संपत्ती याचा समावेश संपत्तीत करावा असे सांगितले.

२. शेती व पशुधन – त्या काळात शेतीला सर्वोच्च स्थान होते. राष्ट्रिय अर्थव्यवस्थेत कृषी, पशुपालन आणि व्यापार यांचा कौटिल्याने समावेश केला. शेती संदर्भात सखोल व विस्तृत लागवड, पिकांवरील रोग व उपाय, खतांचा वापर, सिंचन, पिकांचा फेरफालट, अखंडपणाचे दुष्परिणाम, उत्तम बियाण्याचे महत्त्व इत्यादी अनेक गोष्टींची चर्चा पुरातन ग्रंथात आढळते. शेतीच्या बाबतीत शासकाची जबाबदारीही स्पष्ट केली आहे. पडित जमिनीला लागवडीयोग्य बनविणे हे शासनचे काम मानले जात असे. कौटिल्याचे हे विचार निसर्गवाद्यांच्या विचारांशी मिळतेजुळते वाटतात. शेतीचे हे अर्थव्यवस्थेतील स्थान लक्षात घेता राजाने शेतकऱ्यांना व शेती व्यवसायास भरीव साहाय्य करावे. कृषीक्षेत्रात सतत संशोधन झाले पाहिजे. यासाठी कृषी संशोधकाची नियुक्त करण्यात यावी. राजाच्या जमिनीची मशागत करण्यासाठी कैदी,

गुलाम व कामगारांची नेमणूक करावी. वैदिक काळात वैश्य व शूद्र हेच कृषी व्यवसायात असत. मात्र कौटिल्याने ब्राह्मणांनाही शेती करण्यास परवानगी दिली. शेती हा व्यवसाय ब्राह्मणांनाही करता येईल.

कृषी क्षेत्रातून मानवाला लागणारे धान्य व पशूंना लागणारा चारा मिळतो. कृषीक्षेत्रावर हजारो नागरिक अवलंबून असतात.

३. व्यापार – व्यापाराचे नियमन आणि विकास कसा करावा यासाठी कौटिल्यानी अर्थशास्त्रात सविस्तर विवेचन केले. स्थानिक गरजांच्या पूर्तीनंतर उर्वरित वस्तूंचा व्यापार करावा. व्यापारामध्ये शासनाची भूमिका महत्त्वाची होती. परंतु मुक्त व्यापाराला अटकाव नव्हता. उलट व्यापाऱ्यांच्या सोयीसाठी शासनाने विश्रामगृहे, माल साठविण्यासाठी गोदामे आणि प्रवासात सुरक्षा याची सोय करावी असे मत होते. व्यापार होणाऱ्या वस्तूंवर कर लावले जात व ते शासनाच्या उत्पन्नाचे एक महत्त्वाचे साधन होते. काही वस्तूंच्या बाबतीत तर शासनाने उत्पादन आणि वितरण याची जबाबदारी स्वत:कडे घ्यावी अशी सूचना आढळते. महत्त्वाची कामे शासनाकडे ठेवून व्यक्तींना अधिकाधिक आर्थिक स्वातंत्र्य देण्याची प्रवृती आजही वाढते आहे पण या पद्धतीचा अवलंब त्या काळातही होत असे याची नोंद घेण्यासारखी आहे.

४. लोकसंख्या – कौटिल्याने वाढत्या लोकसंख्येचे समर्थन केले. वेदामध्ये एका दांपत्यास दहा अपत्ये असणे योग्य मानले जात असे. प्राचीन काळात वाढती लोकसंख्या दारिद्र्याचे कारण मानले जात नसे. उलट वाढती लोकसंख्या ही राज्याच्या शक्तीचे साधन मानले जाई. मात्र त्या काळात साथीचे रोग आणि अपुऱ्या आरोग्यसुविधा यामुळे मृत्यूदर जास्त असे. परिणामी एका ठरावीक मर्यादेपेक्षा लोकसंख्या अधिक वाढत नसे.

५. मूल्य आणि किंमत नियंत्रण – कौटिल्याने किंमत यंत्रणेबाबत विवेचन केले आहे. त्यांना बाजारातील मागणी व पुरवठा याची माहिती होती. किंमतनिश्चितीवर संदेशवहन व वाहतुकीचा परिणाम होतो याचीही जाणीव होती. किंमत वाढल्यास पुरवठा वाढतो, पुरवठा वाढल्यास किंमत कमी होऊन नफा घटतो. मात्र एकाधिकाराच्या परिस्थितीत किंमत व नफा दोन्ही अधिक असतात. बाजारात वस्तूची विक्रेत्याकडून कृत्रिम टंचाई निर्माण केली जाते असे त्यांचे म्हणणे होते. कौटिल्याने न्यायमूल्याचे (Just Price) समर्थन केले.

चंद्रगुप्त मौर्याच्या कालखंडात किंमत नियंत्रणाचे कार्य वाणिज्य अधीक्षकाकडून केले जात असे. त्याचा मुख्य उद्देश नागरिकांचे व्यापाऱ्याकडून शोषण होऊ नये हा होता. वाणिज्य अधिक्षकाने वस्तूची किंमत अशी निश्चित करावी की, तो विक्रेता आणि ग्राहक या दोहोंनाही योग्य वाटावी. व्यापाऱ्यांना आयात वस्तूवर १० टक्के नफा मिळविण्यासाठी परवानगी होती. तर देशांतर्गत उत्पादन झालेल्या वस्तूवर

८ टक्के नफा मिळविण्यास परवानगी होती. यापेक्षा जास्त नफा घेणे दंडणीय अपराध मानला जाई.

६. विभाजन – कौटिल्याने व्याजाचे समर्थन जरी केलेले असले तरी ठरावीक मर्यादेपेक्षा जास्त व्याज घेण्यास विरोध दर्शविला. भांडवलाच्या उत्पादकतेमुळे व्याज दिले व घेतले जाते. कर्ज घेण्याच्या उद्देशानुसार व्याज आकारले जावे असे कौटिल्याचे मत होते. सर्वसाधारणपणे हा व्याजदर दरसाल १५ टक्के इतका असावा. मात्र व्यवसायासाठी दिलेल्या कर्जावर जास्त दर आकारण्यास त्याची हरकत नव्हती. कौटिल्याने व्याज व नफा यात फरक असतो असे म्हटले. मात्र पीक कर्जावर किती व्याजदर असावा त्याबाबत त्याने काही नमूद केलेले नाही.

वेतन किंवा श्रमाचा मोबदला याबाबत एखादी आचारसंहिता असावी असे त्याचे मत होते. त्यांना श्रमप्रतिष्ठा मान्य होती. कामगारांना शिस्त लावण्यासाठी वेतन घेऊनही काम न करणाऱ्या मजूरावर दंडात्मक कारवाई करावी. कामगारांना किमान वेतन दिले जावे, कामगार व मालक यांच्यातील औद्योगिक संघर्ष सोडविण्यासाठी करण्यात येणाऱ्या उपाय योजनेबाबत कौटिल्याने त्याच्या ग्रंथात गाहिती दिली आहे. स्त्रीला उत्पादक कार्यात कामगार म्हणून नेमणूक करण्यास त्याची संमती होती.

उद्योजकांना नफा मिळावा मात्र अतिरिक्त नफा घेण्यास कायद्याने बंदी घालावी अगर अतिरिक्त नफा मिळविल्यास कायद्याने गुन्हा समजून संबंधिताला शिक्षा करावी. मालकाने कामगारांची पिळवणूक करू नये असे त्याचे मत होते.

७. सार्वजनिक आयव्यय – कौटिल्याने सार्वजनिक अर्थव्यवहारास महत्त्व दिले. त्याच्या मते देशाच्या राज्यकारभारासाठी पैसा लागतो त्यासाठी सरकारचा उद्योग, जंगले, खाणी, मच्छिमारी व व्यापारात सहभाग हवा. हे त्यांचे विचार आधुनिक समाजवादी विचारांशी मिळतेजुळते आहे. सरकारच्या सहभागामुळे शासनास उत्पन्न मिळते. तसेच करापासूनही उत्पन्न मिळते. राष्ट्रीय बचतीचे कौटिल्याने महत्त्व सांगितले. कोणताही उपक्रम हाती घेण्यापूर्वी शासनाने योग्य ती पैशाची तरतूद केली पाहिजे. असे मत त्यांनी व्यक्त केले. राज्यासाठी पैसा मिळविण्याचे अनेक मार्ग अर्थशास्त्रात आहेत.

कर – (१) राजाच्या जमिनीचे उत्पन्न, (२) प्रजेच्या जमिनीच्या उत्पन्नाचा सहावा भाग, (३) धार्मिक विधीवरील कर, (४) गावावर लादलेला कर, (५) ज्या भागातून सैन्य जात असेल तेथे लावलेला कर, (६) फळा-फुलांच्या बागांवरील कर, (७) पैशाच्या रूपाने घेतलेले कर, (८) गायरानांचा पैसा.

वरील मार्ग ग्रामीण भागातून उत्पन्न मिळविण्यासाठी आहेत. शहरी भागातून मिळणाऱ्या उत्पन्नात जकात, दंड, वजन-मापे व नाणी तयार करण्यासाठी कर म्हणून मिळालेला पैसा, परदेश प्रवासाचे परवाने, मद्य, कत्तलखाने, सुत, तेल, तूप, मीठ, सुवर्ण, वेश्या, धूत, बांधकाम इत्यादींवर कर यांचा समावेश आहे.

कौटिल्याच्या लिखाणामध्ये कर आकारणीला इतके महत्त्व असण्याचे कारण म्हणजे शासन, कार्ये आणि राज्यकारभार त्या उत्पन्नावर अवलंबून असतात. समाहर्ता या अधिकाऱ्याकडे शासकीय उत्पन्न गोळा करण्याचे काम असे. अर्थशास्त्रात करउपयोजन तत्त्वांचीही चर्चा आढळते. कोणावर आणि केव्हा कर लावावा याबाबत कौटिल्य म्हणतात. फळे पक्व होण्यापूर्वी तोडल्यास झाडाचे नुकसान हाते. तद्वत अयोग्य वेळी किंवा निर्धन प्रजेकडून कर वसूल केल्यास त्यांना त्रास सहन करावा लागतो. म्हणून प्रजेला भारभूत होणारे कर लावू नये व करारोपण वर्षातून एकदाच करावे. यामध्ये आजचे सोयीचे तत्त्व दिसते. श्रीमंताच्या क्षमतेप्रमाणे त्यांच्यावर कर लावावा हे कौटिल्याचे मत न्यायाचे तत्त्व दर्शविते.

करारोपणाच्या विश्लेषणात विशेषत: शेतसाऱ्याबाबत, कौटिल्याचे सूक्ष्म निरीक्षण आश्चर्यकारक आहे. ते म्हणतात की, शासकीय पडित जमिनीची लागवड करणाऱ्याकडून उत्पन्नाचा अर्धा भाग कर म्हणून घ्यावा, पावसाच्या पाण्यावर अवलंबून असलेल्या शेतीवर १/६ भाग कर असावा. तर बैलाच्या साहाय्याने पाणी देणाऱ्या शेतांमध्ये १/३ भाग कर लावावा. स्वत:च्या हातानी पाणी देणाऱ्या शेतकऱ्यावर १/५ भाग कर असावा. काही कर एकदाच लागू करावेच. उदा. मौल्यवान धातू व रत्नांचे व्यापारी (५० कर) चंदन, औषधी, मध यांचे व्यापारी (४० कर) वेश्या (१० कर) वगैरे. अडचणीच्या वेळी दुप्पट आणि राजनिष्ठ नसलेल्या लोकांना फसवून उत्पन्न वसूल करायला हरकत नाही असेही मत त्यांनी व्यक्त केले. परंतु अतिरेक टाळण्यासाठी त्यांनी अशीही व्यावहारिक सूचना केली की, जेव्हां प्रजा दरिद्री होते तेव्हा ती असंतुष्ट व लोभी बनते. अर्थात अशी प्रजा शत्रूला फायदेशीर ठरते. **दुष्काळात सारा भरण्यासाठी वसुलीची सक्ती नसे.**

८. अंदाजपत्रक – कौटिल्याच्या मते सामान्यपणे अंदाजपत्रक तुटीचे नसावे. ते नेहमी अधिक्याचे असावे. राज्याने उत्पन्नानुसार खर्चाची तरतूद करावी. अंदाजपत्रकात तूट निर्माण झाली तर सक्तीच्या कर्जातून ती भरून काढावी. एवढेच नव्हे तर अंदाजपत्रक तयार करण्याची, ती मांडण्याची पद्धतीही कौटिल्याने विशद केली. अंकेक्षणाची पद्धतही त्या काळात अस्तित्वात होती.

९. सरकारी खर्च – सरकारी खर्चात संरक्षण, प्रशासन, मंत्री व सरकारी खात्यावरील खर्च, धान्यसाठ्याचा व सरकारी गोदाम देखरेख खर्च व सैन्यावरील खर्च यांचा समावेश होतो. शिलकी रकमेतून युद्धखर्चासाठी कोषागारात राखीव ठेवावा. अधिकारी वर्गाला कार्यप्रवण करण्याएवढे वेतन मिळावे म्हणजे लाच घेण्याचा मोह त्याला होणार नाही. त्यातूनच लाच घेणारास किंवा अफरातफर करणाऱ्यास कडक शासन करावे.

१६.३ शासनाची भूमिका आणि कार्ये

कौटिल्याच्या अर्थशास्त्रात सरकारकडे सोपविण्यात आलेली कार्ये विचारात घेतली तर त्या माध्यमातून कल्याणकारी राज्य संकल्पना प्रत्यक्षात आणण्याचा सरकारने प्रयत्न करावा अशी त्याची भूमिका होती. या कार्यांमध्ये विकासाची कामे आणि नियंत्रणाची कामे यांचा समावेश आहे.

१. विकासात्मक कामे – राज्याची आर्थिक प्रगती करणे हे शासनाचे प्रमुख कार्य आहे. त्यामध्ये शासनाने पडिक जमीन लावडीखाली आणावी. जलसिंचनाचे तलाव बांधावे, खाणीतून खनिजे बाहेर काढावीत, उद्योग व व्यापाराला प्रोत्साहन द्यावे, यामुळे राष्ट्राची आर्थिक प्रगती होईल. कौटिल्याने काही उद्योग शासकीय मालकीचे तर काही उद्योग खासगी क्षेत्रात असावे असे सांगितले. वस्त्रोद्योग, पशुपालन, हस्तव्यवसाय खाजगी क्षेत्राकडे असावा. शासनाने देशातील उत्पादन विभाजन, विनिमय आणि उपभोग ही कार्ये अपेक्षित नियमाप्रमाणे चालतात किंवा नाही याकडे लक्ष ठेवावे त्यातून राज्यातील एकूण आर्थिक व्यवहार लोकांच्या कल्याणासाठी केला जाऊ शकेल.

२. नियंत्रणात्मक कामे – कौटिल्याच्या मते, विविध वस्तूंच्या किमतीवर नियंत्रणे असावीत. त्यामुळे व्यापारी वर्गांकडून ग्राहकाची पिळवणूक होणार नाही. चंद्रगुप्ताच्या राज्यात वाणिज्य अधिक्षकाद्वारे किमती नियंत्रीत केल्या जात असत. सामान्यपणे जीवनावश्यक अन्यधान्याचा व्यापार सरकारमान्य व्यापाऱ्यांकडून होत असे. व्यापाऱ्यांना परदेशी वस्तूंवर १० टक्के आणि ८ टक्के नफा घेण्याची परवानगी होती. जे व्यापारी राज्यांची किंवा वाणिज्य अधीक्षकांनी ठरवून दिलेल्या किमतीपेक्षा जास्त वस्तूंची विक्री करेल त्या व्यापाऱ्याला दंड करावा, कडक शासन करावे. एवढेच नव्हे, सरकारने त्या स्वतःच योग्य किमतीला खरेदी कराव्यात असाही विचार मांडला. व्यापारी लोक योग्य वजनाचा वापर करतात किंवा नाही हे ठरविण्यासाठी सरकारने वजने मापे प्रमाणित करणारे शिक्के तयार करावेत असेही सुचविले.

३. सामाजिक सुरक्षितता आणि कल्याणकारी राज्य – कौटिल्याचे अर्थशास्त्रीय विचार, धर्म, न्याय आणि नीतिशास्त्रावर आधारित होता. त्याच्या विचारसरणीत जनकल्याण आणि सामाजिक सुरक्षिततेचे विचार आढळतात. त्यांच्या काळात सामाजिक सुरक्षितता योजना अस्तित्वात नव्हती. मात्र त्याचे विचार, आचार, सामाजिक कल्याण कल्पनेशी जवळीक साधणारे आहेत.

कौटिल्याच्या मते राज्यातील अनाथ, वृद्ध, विधवा, अपंग इत्यादींना आधार नसलेल्याचे पालन राजाने करावे. गरिबांच्यासाठी हित धर्मार्थ संस्था स्थापन कराव्यात. बेकारांना काम द्यावे. रोग्यासाठी औषधपाण्याची सोय करावी. प्रवाशांसाठी विश्रामगृहे बांधावीत, गरिबांना अन्नदान करावे. प्रशासनाचा मुख्य उद्देश संपत्ती व अन्नधान्य

यांचे समान वितरण हा असला पाहिजे. तत्कालीन औद्योगिक क्षेत्रात वर्ग संघर्ष नव्हता. साठेबाजी, वस्तूतील भेसळ, कामगारांचे शोषण आणि कुळांची पिळवणूक याबाबत कडक कायदे केले पाहिजेत. थोडक्यात राजा प्रजेचे हित पालन करणारा असावा.

नैसर्गिक आपत्ती म्हणजे दुष्काळात किंवा अतिवृष्टीत शेतकऱ्याचे नुकसान झाल्यास शासनाने मदत करावी. पीडितांना मोफत बी-बियाणे खते द्यावीत. थोडक्यात, कौटिल्याच्या धर्मशास्त्रातील सामाजिक सुरक्षितता आणि कल्याणकारी राज्यव्यवस्थेचे आजच्या कल्याणकारी राज्यव्यवस्थेशी मिळतेजुळते आहे.

१६.४ मूल्यमापन

प्राचीन काळात कौटिल्याचा अर्थशास्त्र हा ग्रंथ अतिशय महत्त्वाचा व अर्थशास्त्रीय विचारांच्या बाबतीत पहिलाच विचारवंत म्हणून ओळखला जातो. त्याच्या विचारांचे मूल्यमापन आणि वैशिष्ट्ये पुढीलप्रमाणे सांगता येते.

१. त्याचा ग्रंथ निव्वळ अर्थशास्त्राशी निगडित नाही. मात्र त्याने राज्यशास्त्राला धर्मशास्त्रापासून वेगळे करून राज्यशास्त्राला स्वतंत्र स्थान मिळवून दिले.

२. लोककल्याणकारी राज्य ही कौटिल्याने अर्थशास्त्राला दिलेली देणगी आहे.

३. कौटिल्याच्या अर्थशास्त्रात आर्थिक विचारांवर राज्याची निर्मिती, राज्यकारभाराची प्रक्रिया याबाबत विचार आढळतात. सर्व आर्थिक कामाबाबतचे विचार मननीय आहेत. जमीन, महसूल, आयात, जकाती याबाबतचे विचार मार्गदर्शक आहेत.

४. कराची तत्त्वे, किंमत नियंत्रण, सामाजिक सुरक्षितता, विकासाची कामे आणि विभाजनविषयक विचार याबाबतचे कौटिल्याचे विचार निश्चितच मार्गदर्शक आहेत.

५. दारिद्र्य निर्मूलनासाठी कृषी, उद्योग आणि पायाभूत क्षेत्राचा विकास करून रोजगार निर्मितीस प्राधान्य द्यावे असे कौटिल्याचे मत आढळते.

कौटिल्य प्राचीन इतिहासात एक वादग्रस्त व्यक्तिमत्त्व मानले जाते. परंतु अर्थशास्त्राच्या दृष्टीने कौटिल्याने मांडलेले विचार निश्चितच दखलपात्र होते. तसेच या विषयाच्या अभ्यासकांना मार्गदर्शन करणारे आहेत.

स्वाध्याय

१. कौटिल्याचे आर्थिक विचार स्पष्ट करा.

२. कौटिल्याने शासनाची कोणती कार्ये सांगितली ?

३. कौटिल्याच्या विचारांचे मूल्यमापन करा.

१७

आधुनिक काळ

१७.१ प्रास्ताविक

१७.१ प्रास्ताविक

प्राचीन काळात ख्रिस्तपूर्व चौथ्या शतकात चंद्रगुप्त मौर्याच्या काळात कौटिल्य यांनी अर्थशास्त्रीय विचार मांडले होते. भारतात प्राचीन काळापासून अर्थविषयक विचार मांडले गेले. भारतात प्राचीन काळात वैदिक काळात धर्मशास्त्र, नीतीशास्त्राचा एक भाग म्हणून अर्थशास्त्राचा अभ्यास झाला. त्यानंतरही अर्थशास्त्र, राज्यशास्त्र व न्यायशास्त्र एकत्रित गुंफलेले होते.

मध्ययुगीन काळात भारतात फारसे आर्थिक विचार मांडले गेले नाहीत. काही राज्यकर्त्यांनी मात्र अर्थशास्त्रीय विचार आपल्या कृतीतून दाखवून दिले व त्यानुसार आर्थिक सुधारणा केल्या. त्यात प्रामुख्याने अल्लाउद्दिन खिलजी, महंमद तुघलक, अकबर, औरंगजेब, शिवाजी महाराज यांचा उल्लेख करता येईल.

भारतीय अर्थशास्त्रीय विचारांच्या आधुनिक काळाला १९व्या शतकात सुरुवात झालेली आहे. ब्रिटिशांच्या राजवटीत भारतीय आर्थिक, सामाजिक आणि राजकीय स्थितीत आमूलाग्र बदल झाले आहेत. १८व्या शतकापर्यंत भारताची स्थिती पाश्चिमात्य राष्ट्रांच्या तुलनेत अधिक प्रगत होती. ब्रिटिश राजवटीत ब्रिटिशांनी केलेल्या बदलांमुळे भूधारणा, लघुउद्योग प्रधान ग्रामीण अर्थव्यवस्था, शिक्षणपद्धती यावर

प्रतिकूल परिणाम झाले. १८वे आणि १९वे शतक प्रामुख्याने भांडवलशाही अर्थव्यवस्थेचे होते. इंग्लंडमध्ये व इतर युरोपीय राष्ट्रात भांडवलशाही अर्थव्यवस्था होती. ब्रिटिश राजवटीत भारत पारतंत्र्यात होता. आशिया, आफ्रिका खंडातील बऱ्याच देशावर ब्रिटिशांची सत्ता होती. ब्रिटिशांच्या आगमनामुळे झालेल्या या परिणामाचे वर्णन कार्ल मार्क्स यांनी अतिशय समर्पक शब्दात केले आहे.

"इंग्लंडचे भारतामधील कार्य दुहेरी उद्देशाचे आहे. एका बाजूने, पुरातन आणि आशियाई समाजरचनेचे विध्वंस करण्याचे आणि दुसऱ्या बाजूने, या खंडात पाश्चिमात्य समाजाच्या भौतिकताप्रधान (भांडवलशाही) रचनेचा पाया घालण्याचे..... स्थानिक समूदायांना विघटित करून, स्थानिक उद्योगांचा ऱ्हास करून आणि या समाजातील उदात्त गोष्टींना धराशायी करून त्यांनी पहिली गोष्ट साध्य केली.

ब्रिटिश तलवारीनी जी राजकीय एकता भारतात निर्माण केली ती आता इलेक्ट्रिक टेलिग्राफनी मजबूत केली जात आहे.'' (मार्क्स: आर्टिकल्स ऑन इंडिया).

आधुनिक काळातील भारतातील आर्थिक विचारांच्या इतिहासामध्ये दादाभाई नौरोजी, म. गांधी, धनंजयराव गाडगीळ, बाबासाहेब आंबेडकर, महादेव गोविंद रानडे, रमेशचंद्र दत्त, मानवेंद्रनाथ रॉय या विचारवंतांचा समावेश होतो. त्यातील महत्त्वाच्या विचारवंतामध्ये दादाभाई नौरोजी, म. गांधी, धनंजयराव गाडगीळ आणि डॉ. बाबासाहेब आंबेडकर इत्यादींच्या विचारांचा मागोवा या विभागात घेतला आहे.

(१८)

दादाभाई नौरोजी

(१८२५ - १९१७)

१८.१ जीवन परिचय

दादाभाई नौरोजी हे भारतीय राष्ट्रीयत्वाचे जनक व भारतातील स्वयंशासन पद्धतीचे समर्थक म्हणून ओळखले जातात. ते भारताचे पितामह म्हणून सर्वमान्य आहेत. ४ सप्टेंबर १८२५ रोजी मुंबई येथे एका गरीब पारशी कुटुंबात त्यांचा जन्म झाला. बालपणीच वडील निवर्तल्यामुळे आईने त्यांचा सांभाळ केला. मुंबईच्या नेटिव्ह एज्युकेशन सोसायटीच्या शाळेत त्यांचे प्राथमिक शिक्षण झाले. त्यांनी मुंबईच्या एल्फिस्टन कॉलेजात उच्च शिक्षण घेतले.

दादाभाई नौरोजी कुशाग्र बुद्धीचे होते. त्यांचे प्राध्यापक उदेना त्यांना भारताची आशा म्हणत असत. त्यांची वाणी दादाभाई नौरोजी यांनी सार्थ ठरविली. दादाभाई नौरोजी यांनी अनेक क्षेत्रात प्रथम भारतीय म्हणून आपले नाव नोंदविले आहे. त्यात ब्रिटिश पार्लमेंटचे पहिले सदस्य, शाही कमिशनचे पहिले भारतीय सदस्य, गणिताचे प्राध्यापक आणि १९व्या शतकातील पहिले भारतीय अर्थशास्त्रज्ञ इ. वित्तआयोगाचे

सदस्य म्हणून काम करणारे नौरोजी हे पहिले भारतीय होते. १८८५ मध्ये ते इंग्लंडला गेले तेथे त्यांनी भारतीय तरुणांना आय.सी.ए. सारख्या परिक्षेसाठी सहकार्य केले. भारतीय आणि ब्रिटिश नागरिक यांच्यातील वैचारिक देवाणघेवाण वाढावी म्हणून इंडियन सोसायटीची स्थापना केली. भारताच्या समस्या ब्रिटिशांपुढे ठेवण्यासाठी अधिक व्यापक स्वरूपात ईस्ट इंडिया असोसिएशन ही संस्था स्थापन केली. ब्रिटिश संसदेपुढील भाषणातून आणि आपल्या लिखाणातून त्यांनी भारतातील ब्रिटिश राजवटीच्या दोषांचे स्वरूप उघड केले. पुढे भारतातील राजकारणात ते सक्रिय झाले. भारतीय राष्ट्रीय काँग्रेसचे ते १८८६ ते १९०६ या दोन वर्षी अध्यक्ष म्हणून निवडून आले. १९१६ मध्ये त्यांना मुंबई विद्यापीठाने 'डॉक्टर ऑफ लॉ' ही सन्माननीय पदवी बहाल केली. दादाभाईंनी "Poverty and Un-British Rule in India हे पुस्तक १९०१ मध्ये लिहिले.

१८.२ नि:सारण सिद्धान्त (Drain Theory)

इंग्लंडमध्ये श्री. दादाभाई नौरोजी यांनी 'ईस्ट इंडिया असोसिएशन' संस्था स्थापन केली. त्यात भारतीय व ब्रिटिश नागरिकांचा समावेश होता. भारतातील ब्रिटिश राजवटीमुळे भारताचे होणारे नुकसान हा या संघटनेमधील चर्चेचा एक मुख्य विषय असे. दादाभाईंनी सभेमध्ये मांडलेल्या विचारांमध्ये एक विचार ब्रिटिशानी चालविलेल्या भारताच्या आर्थिक शोषणाशी संबंधित होता. हाच त्यांनी मांडलेला नि:सारण सिद्धान्त (The Drain Theory) होय. आर्थिक शोषणाचे स्वरूप स्पष्ट करताना ब्रिटिश राजवटीत लागू केलेल्या करांचा भार भारतातील विदेशी व्यापार आणि भारतातील मुलकी सेवांच्या स्वरूपाचे विश्लेषण केले. कोणत्याही देशात विदेशी शासन असल्यास तेथील संपत्ती शासक देश आपल्या घरी नेतात. भारतामध्ये या शोषणाला खर्चिक मुलकी सेवेची आणि उधळपट्टीची जोड मिळाल्याने भारताचे भांडवल सातत्याने कमी होऊन दारिद्र्य वाढले असे मत दादाभाईंनी व्यक्त केले. या शोषणाची तीव्रता अशी होती की, या वेगाने समुद्रातील पाणी काढले गेले व परत कधीच आले नाही तर तो सुद्धा कोरडा होईल. अशाच परिस्थितीत समृद्ध इंग्लंड असता तर तोही दरिद्री होण्यास फारसा काळ लागला नसता. म्हणून या प्रक्रियेला त्यांनी निस्सारण असे नाव दिले. (Even an ocean if it lost some water every day which never returned to it would be dried up in time. Under similar conditions wealthy England even would be soon reduced to poverty.)

१८.३ नि:सारणाचे स्वरूप, कारणे

दादाभाई नौरोजींनी वर्णन केलेले नि:सारणाचे स्वरूप आणि त्याची कारणे आणि परिणाम पुढील तक्त्यात दिले आहे.

नि:सारण : स्वरूप, कारणे व परिणाम

	नि:सारणाचे स्वरूप	**नि:सारणाची कारणे**	**नि:सारणाचे परिणाम**
भारताचे राष्ट्रीय उत्पन्न	भारताकडून इंग्लंडकडे होणारी वस्तूंची निर्यात	ब्रिटिशांकडून ह्या संपत्तीचे नि:सारण केले त्याची कारणे	भांडवलाची कमतरता
	निर्यात नफा आणि मोठ्या प्रमाणावरील वार्षिक गुंतवणूक	१८५७ भारतीय अर्थ व्यवस्थेवर ब्रिटिशांचे प्रत्यक्ष नियंत्रण निर्माण झाले.	उत्पन्नाची विषम वाटणी
	खासगी स्वरूपातील इंग्लंडला जाणारी मालमत्ता	वाढता प्रशासकीय आणि लष्करी खर्च	शेतमालाच्या वाढत्या किमती
	कारखानदारी वस्तूंची खरेदी	आशियात साम्राज्य-विस्तार करण्यासाठी संपूर्ण भारतावर नियंत्रण प्रस्थापित करण्याची निकड	वाढते दारिद्र्य
	कुटुंबाच्या देखभालीचा खर्च	संरचनात्मक विकास (प्रामुख्याने रेल्वेचा) घडवून आणण्याची मोठी आवश्यकता	वाढती आयात घटती निर्यात

	परदेशात केलेल्या बचती गुंजवणुकीतील नफा लाभांश इ.		प्रतिगामी कर रचना वाढते सार्व-जनिक कर्ज
			देशी बचत आणि गुंतवणूकीचा ऱ्हास
			नैतिक आणि बौद्धिक नि:सारण
			आर्थिक मागासलेपण

नि:सारणाचे स्वरूप

ब्रिटिशांच्या अनियंत्रित जुलमी व्यवस्थेमुळे भारताची उत्पादन क्षमता क्षीण होत गेली. मोठ्या प्रमाणात भांडवल टंचाई वाढली. विदेशी भांडवलाच्या हातात भारताची उत्पादक साधनसामग्री गेली. बाह्यनि:सारणाबरोबरच अंतर्गत आर्थिक नि:सासारणही ब्रिटिशांच्या भेदनीतीमुळे घडून आले. ब्रिटिश धार्जिणा, जमीनदार वर्ग श्रीमंत झाला तर शेतसारा आणि इतर करांमुळे ग्रामीण वर्ग मोठ्या प्रमाणात गरीब झाला. ब्रिटिशांनी भारतीय मानवी साधनसंपत्तीचे आणि त्यांच्या कौशल्याचे शोषण केले.

१. ब्रिटिश सरकारने भारतात गोळा केलेला महसूल देशातच वापरला असता तर उत्पादनासाठी लागणारे भांडवल उपलब्ध होत राहिले असते. पण प्रत्यक्षात दरवर्षी मिळणाऱ्या पाच कोटी पौंड उत्पन्नापैकी दोन कोटी पौंड उत्पन्न इंग्लंडमध्ये जात होते. ही प्रक्रिया वर्षानुवर्षे चालू राहिल्याने भारताची उत्पादन क्षमता क्षीण झाली.

२. साम्राज्यविस्तार करण्यासाठी ब्रिटिशांनी भारतात आणि भारताबाहेर अनेक युद्धे आणि लष्करी कारवाया केल्या. त्यामुळे सरकारी खर्चात प्रचंड वाढ झाली. या

खर्चाचा भार ब्रिटिशांनी भारतीय अर्थव्यवस्थेवर टाकला.

३. भारतातील ब्रिटिशांचे पगार जास्त होते. त्यांच्या बचती ते परकीय बँकांमध्येच गुंतवत. त्यांना मिळणारे पेन्शन इ. स्वरूपातील उत्पन्न ते मायदेशात पाठवित होते.

४. ब्रिटिशांच्या उपभोग्य वस्तू आयातीचा खर्च भारतातून कररूपाने मिळविलेल्या उत्पन्नातून वजा केला जात होता. ईस्ट इंडिया कंपनी भारतात वस्तू खरेदी करून त्याची युरोपमध्ये निर्यात करी, पण त्या बदल्यात मिळालेला नफा मात्र भारताला परत केला जात नव्हता. रेल्वे आणि बागायती उद्योगात ब्रिटिशांनी मोठी गुंतवणूक केली होती. त्यातून मिळविलेला नफा ते मायदेशी पाठवीत असत.

५. भारतातून होणाऱ्या निर्यातीच्या बदल्यात काहीही मिळत नव्हते.१८५० ते १८९५ या काळात अधिकृत आकडेवारीच्या आधारे दादाभाईंनी दाखवून दिले की भारतातून या काळात ५२.५७ कोटी पौंड किमतीचा माल बाहेर गेला; पण त्या बदल्यात एका पैशाचाही माल देशात परत आला नाही.

६. असंतुलित व्यापार शर्तीमुळे भारताचे मोठे नुकसान झाले. एकेकाळी कापडाचा निर्यातदार भारत कापडाचा आयातदार बनला.

७. मॅनेजिंग एजन्सी पद्धतीमुळे ब्रिटिश उद्योजकांची मक्तेदारी वाढली. कमिशन, पगार आणि नफ्यातील सिंहाचा वाटा त्यांनाच मिळत होता.

८. निर्यातीवरील नफा सुमारे २८.५० कोटी पौंड भारताला न मिळता इंग्लंडलाच मिळत होता. भारतातील विदेशी भांडवलदार जो नफा मिळवायचे तो त्यांच्या देशात जात होता. १०% दराने हिशोब केला तर निर्यातदार आणि कापडाचा आयातदार बनला.

१८.४ परिणाम

प्रसिद्ध अर्थशास्त्रज्ञ जे. एस. मिलने आपल्या 'History of India' या पुस्तकात भारताच्या शोषणाचे वर्णन पुढील शब्दात केले आहे. ''हे निःसारण म्हणजे राष्ट्रीय उद्योगांच्या शरीरातून रक्त काढून घेण्यासारखे आहे. पुढे कितीही खुराक दिला तरी ते भरून निघणे शक्य नाही.'' स्वातंत्र्यानंतर एवढी वर्षे झाली तरी या विधानाची सत्यता जाणवते. दादाभाईंनी स्पष्ट केलेली निःसारणाची प्रक्रिया इतकी स्पष्ट आणि उघड होती की, अनेक ब्रिटिशांनीही ती मान्य केली.उदा. जेम्स वेस्टलँड यांच्या मते मुंबई, कलकत्त्यातील व्यापार उद्योगासाठी ज्याचा उपयोग झाला असता असे सुमारे दीड कोटींचे भांडवल ब्रिटिश व्यापाऱ्यांनी वापरले. माँटगॉमेरी मॉर्टीन यांच्या मते ब्रिटिशांची समृद्धी आणि भारतातले दारिद्र्य चटकन लक्षात येते. दरवर्षीचे निःसारण ३० लाख

पौंड इतके गृहीत धरले तर ३० वर्षात १२ टक्के दराने ७२ कोटी इतकी प्रचंड रक्कम ब्रिटिशांनी पळवली. विशेष म्हणजे मॉर्टीन यांनी गृहीत धरलेली रक्कम (३० लाख पौंड) प्रत्यक्षात शतकाच्या शेवटी (१८ वे शतक) ३ कोटी पौंड इतकी वाढली होती.

१८.५ भारतातील दारिद्र्याचा प्रश्न (The Problem of Poverty)

ब्रिटिश राजवटीत भारत गरीब बनत चालला आहे. याची आकडेवारी देऊन यथायोग्य विश्लेषण दादाभाईंनी केले. भारतातील दारिद्र्य हा ब्रिटिश राजवटीचा परिणाम आहे असे त्यांचे मत होते. स्वातंत्र्यपूर्व काळातील दारिद्र्याचे विश्लेषण प्रथम दादाभाई नौरोजी यांनी केले. त्यांनी दारिद्र्याची व्याख्या पुढीलप्रमाणे केली.

दादाभाईंची दारिद्र्याची व्याख्या

"किमान आवश्यक राहणीमान उपलब्ध न होणे म्हणजे दारिद्र्य होय." दादाभाईंच्या मते ब्रिटिश राजवटीत भारतीयांचे दरडोई उत्पन्न केवळ २० रुपये होते. त्यांना निर्वाह पातळीचे जीवन जगण्यासाठी दरडोई किमान ३४ रुपये खर्च करावा लागतो. भारतातील दारिद्र्याबाबत दादाभाईंनी सर्व आकडेवारी गोळा केली होती.

भारतातील दारिद्र्याची दादाभाई यांनी दिलेली कारणे पुढीलप्रमाणे आहेत.

१. अल्पराष्ट्रीय उत्पन्न – १८६७ ते १८७० या काळात मुंबईसाठी सरकारी माहिती आधारे दादाभाईंनी मिळविलेल्या उत्पन्नाच्या आकड्यानुसार एकूण राष्ट्रीय उत्पन्न ३४ कोटी होते आणि लोकसंख्या १७ कोटी होती.

२. आयात निर्यात – भारतीय आयात निर्यात अल्प होती. किंबहुना त्या काळातील व्यापारशेष आणि व्यवहारशेष प्रतिकूल होता.

३. दुष्काळ – १८६० ते १८८० काळात सात मोठे दुष्काळ पडले त्यात दहा कोटी पर्यंत माणसे मृत्यूमुखी पडली. ब्रिटिश राजवटीत दुष्काळ निवारण यंत्रणा नव्हती.

४. कर – शेतकऱ्यांना उत्पन्न असो किंवा नसो, शेतसारा देण्याची सक्ती होती. इंग्लंडमध्ये राष्ट्रीय उत्पन्नाच्या ८% तर भारतात राष्ट्रीय उत्पन्नाच्या १५% कर होता. त्यात पिठावर व अफूवर कर होता. मात्र कर उत्पन्नाचा भारतीयांना लाभ नव्हता.

५. आर्थिक नि:सारण – वेतन, नफा, लाभांश, पेन्शन, भाडे इत्यादी स्वरूपात भारतीय संपत्तीचा ओघ इंग्लंडकडे जात होता. प्रशासकीय जागा

ब्रिटिशांसाठी राखीव होत्या. भारतीयांना प्रशासकीय अनुभव मिळाला नाही. त्यामुळे देशाची नैतिक निर्धनता वाढली.

करांचे ओझे – करांचे ओझे कमी असल्याचे ब्रिटिश सरकारचे मत होते. यात नौरोजी यांनी आकडेवारीच्या साहाय्याने असे दाखवून दिले की इंग्लंडच्या नागरिकांचे सरासरी उत्पन्न ३५ पौंड असताना २ पौंड १० सिलींग कर देत होते, तर भारतीय नागरिक दोन पौंड उत्पन्नातून पाच शिलींग पेन्स कर देत होते. इंग्लंडमधील श्रीमंत जमीनदार केवळ दोन ते तीन टक्के कर देत होते. भारतात ६.७ कोटी रुपयांच्या उत्पन्नात शेतसाऱ्याचा हिस्सा २.७ रुपये होता. सर विगेटे यांच्या मते इंग्रजांनी वसूल केलेल्या या खंडणीचे स्वरूप असे होते की, भारताच्या दृष्टीने कायमचे नुकसान होते हे करारोपन नसून निर्लज्ज शोषण होते.

१८.६ दारिद्र्य कमी करण्यासाठी दादाभाईंनी सुचवलेली उपाययोजना

ब्रिटिश अधिकारी आणि भारतीय अधिकारी आणि इतर पदांवरील माणसे यांच्यातील वेतनातील तफावत कमी करावी. इंग्रज कर्मचाऱ्यांना चांगला पगार मिळत असल्याने निवृत्तीवेतन देऊ नये. भारतातील सनदी सेवेतील नोकरीमुळे पगाराच्या स्वरूपात दरवर्षी २० कोटी रुपये इंग्रजांना मिळत होते. त्यामुळे भारतीयांचे दारिद्र्य वाढत होते ते कमी करण्यासाठी मुलकी सेवेतील भारतीयांचा सहभाग वाढवावा इ.

* कर आकारणीचे दर कमी करावेत; कर उत्पन्न, निर्माण उत्पन्न इत्यादी मार्गाने मिळणाऱ्या उत्पन्नाचा मोठा भाग इंग्लंडला जात होता. त्यातील फारच थोडा भाग भारताच्या वाट्याला येत होता. हे आर्थिक शोषण थांबविलेच पाहिजे.

* व्यवहार तोलातील तूट कमी करावी अन्यथा भविष्यकाळात भारतात दिवाळखोरी जाहीर करावी लागेल.

१८.७ मूल्यमापन

दादाभाई नौरोजी हे भारताचे राष्ट्रीय उत्पन्नाचे विश्लेषण व अभ्यास करणारे पहिले भारतीय होते. दादाभाईंनी आर्थिक निस:सारण सिद्धान्त मांडला याचे प्रमुख कारण म्हणजे दीर्घकाळापर्यंत भारताची निर्यात आयातीपेक्षा जास्त होती. त्यावेळची विचारसरणी अशी होती की, जादा असलेली निर्यात म्हणजे भारताकडून ब्रिटिशांनी वसूल केलेली खंडणी होय. या जादा निर्यातीच्या मोबदल्यात भारताला काही वस्तू व सेवा मिळाल्या असल्या तरी तो मोबदला योग्य नव्हता. या जादा निर्यातीला (Home Charges) शासकीय आणि लष्करी सेवा कारणीभूत झालेल्या दिसून येतात.

कर व गळतीच्याद्वारे किती उत्पन्न परदेशात जाते याचाही त्यांनी अभ्यास केला होता. त्याचे भारतीय अर्थव्यवस्थेवर होणाऱ्या दुष्परिणामाचे त्यांनी विवेचन केले आहे. निर्भयपणे त्यांनी आपल्या लिखाणातून व भाषणातून ब्रिटिश राज्यकारभाराच्या उणीवा दाखवून दिल्या. त्यांचे विचार निर्भय राष्ट्रवादाने प्रेरित व विद्वतेचे असल्याने इंग्रजांवर त्यांची छाप पडली.

स्वाध्याय

१. दादाभाई नौरोजी मांडलेला अधिक नि:सारणाचा सिद्धान्त स्पष्ट करा.

२. भारतातील दारिद्र्य या संबंधीचे नौरोजी यांचे विचार सांगा.

३. टीपा लिहा

(अ) नि:सारणाचे स्वरूप

(ब) कर विषयक विचार

(क) दारिद्र्य कमी करण्यासाठी दादाभाईंनी सुचविलेले उपाय.

(१९)

महादेव गोविंद रानडे

(१८४२ - १९०१)

१९.१ जीवन परिचय, १९.२ न्या. रानडेंचे कल्याणविषयक अर्थशास्त्र व संपत्तीचे हस्तांतरण, १९.३ व्यापारविषयक विचार, १९.४ खंडणी, १९.५ व्यापारासंबधीची हिंदुस्थानची स्थिती, १९.६ विदेशी व्यापार, १९.७ सनातन वाद्यांवर टीका

१९.१ जीवन परिचय

न्या. रानडे मुंबई विधान परिषदेचे कायदा सदस्य होते. त्यांनी मुंबई हायकोर्टात न्यायाधीश म्हणून काम केले. १८९८ मध्ये त्यांनी Essays on Indian Political Economy हा ग्रंथ लिहिला. नौराजी यांनी सुरू केलेली आर्थिक विचारांची परंपरा न्या. रानडेंनी पुढे सुरू ठेवली. भारतीय अर्थशास्त्राचा सैद्धान्तिक पाया घालण्याचे श्रेय न्या. रानडे यांचेकडे जाते. रानडे मार्शलचे समकालीन होते. म्हणजे जेव्हा इंग्लंडमध्ये नवअभिजातवादी जडणघडण होत होती, त्याच काळात न्या. रानडे भारतीय अर्थव्यवस्थेसंबंधी मूलभूत विचार मांडत होते. त्यांनी अभिजातवादी अर्थशास्त्र अभ्यासले होते. मात्र याच काळात उदयाला येत असलेल्या ऐतिहासिक विचारसरणीचा रानडेंवर प्रभाव होता. सिसमंडी, म्यूलर, लिस्ट यांनी विकसित केलेली ऐतिहासिक विचारसरणी आर्थिक प्रश्नाबाबत सामाजिक, राजकीय परिस्थिती, संस्था

व वर्तनांचा संबंध जोडणारी होती. ऐतिहासिकवादाच्या प्रभावातून रानडेंनी भारतीय अर्थशास्त्राची स्वतंत्र आवश्यकता स्पष्ट केली. त्यांच्या 'Essays on Indian Political Economy' या ग्रंथाला भारतीय अर्थशास्त्राची भगवद्‌गीता म्हटले जाते. लिस्टप्रमाणे त्यांचाही उत्पादक शक्ती वाढविण्यावर भर होता. भारतात उद्योगांच्या उभारणीला त्यांनी प्रोत्साहन दिले. नियोजनावर त्यांचा विश्वास होता. त्यांची दृष्टी प्रगतशील होती. 'भारतीय अर्थशास्त्राचे ॲडम स्मिथ' अशी त्यांची तुलना करता येईल. न्या. रानडे यांच्या मृत्यूलेखात लो. टिळकांनी असे यथार्थ उद्‌गार काढले की, थंड गोळ्याप्रमाणे पडलेल्या महाराष्ट्राला जागृत करण्याचे काम न्या. रानडे यांनी केले.

रानडे उच्च शिक्षित असल्यामुळे समाजाचे प्रत्यक्ष सर्वेक्षण करूनच निष्कर्षाप्रत पोहचत असत. शासकीय सेवा व देश बांधवाच्या कल्याणासाठीची त्यांनी बांधिलकी लक्षात घेऊन म. गांधी म्हणाले होते 'सरकारी नोकरीत असूनही देशसेवा कशी करावी याचे एकमेव उदाहरण म्हणजे महादेव गोविंद रानडे होत.' रानडेंनी लौकिक अर्थाने प्रत्यक्ष चळवळीत भाग जरी नोंदविला नसला तरी चळवळीसाठी लागणारी बौद्धिक ऊर्जा मात्र त्यांनी चळवळीला मोठ्या प्रमाणात पुरविली. Essays on Indian Political Economy या ग्रंथात भारतीय अर्थव्यवस्था व भारतीय लोकांचे याविषयी मूलभूत विचार रानडेंनी मांडलेले आहेत.

१९.२ न्या. रानडेंचे कल्याणविषयक अर्थशास्त्र व संपत्तीचे हस्तांतरण

भारतीय समाजाची सामाजिक, आर्थिक, राजकीय व शैक्षणिक स्थिती लक्षात घेवून त्यांच्या विकासासाठी रूढ आर्थिक सिद्धान्ताची अंमलबजावणी न करता नव्या धोरणांची आखणी करावी लागेल असे रानडे म्हणत असत, ते उदारमतवादी विचारवंत असल्यामुळे कल्याणकारी राज्याच्या प्रस्थापनेला महत्त्व देतात व समाजाच्या महत्तम कल्याणासाठी नियोजन पद्धतीच्या विकास प्रक्रियेचा आग्रह धरतात. ते म्हणतात भारतीय समाज गरीब व श्रीमंत या दोन वर्गात विभागलेला असून शेतकरी व शेतमजूरांचा समावेश गरिबांमध्ये होतो. भांडवलाची कमतरता व शेतीत अतिरिक्त शेतमजूरांचे अस्तित्व असल्यामुळे शेती बिन किफायतशीर व्यवसाय ठरला आहे. राष्ट्रातील गरिबीचे अस्तित्व कमी करण्यासाठी शेतीसाठी कमीत-कमी व्याजदराने भांडवल पुरवठा करतानाच सरकारने मोठे उद्योग उभारावेत ज्यामुळे लोकांना रोजगार मिळून गरिबांच्या हाती पैसा जाईल, त्यांची क्रयशक्ती वाढेल, म्हणजेच राष्ट्रातील संपत्तीचा गरिबांकडे प्रवाह सुरू होईल. राष्ट्रात अशी स्थिती निर्माण होण्यासाठी सरकारने नियोजनाच्या माध्यमाने प्रयत्न करणे आवश्यक आहे. म्हणून रानडे लिहितात,

'राष्ट्रातील उपलब्ध साधन सामग्रीचे योग्य वाटप करणे हे सरकारचे कर्तव्य असून त्यासाठी नियोजनाचा पुरस्कार करावा.' ज्यामुळे महत्तम सामाजिक हित साधले जाईल.

१९.३ व्यापारविषयक विचार

८ डिसेंबर १८७२ व २२ फेब्रुवारी १८७३ रोजी न्या. रानडे यांनी दोन व्याख्याने दिली. त्यांच्या आर्थिक विचारांच्या विकासाच्या दृष्टीने 'व्यापारासंबंधी व्याख्याने' (१८७२–७३) हे पुस्तक महत्त्वाचे आहे.

संपत्ती न वाढविण्याची त्यांनी दोन कारणे सांगितली.

१. आपला देश परकीय सत्तेखाली आहे आणि

२. आपल्याजवळ कला–कौशल्य किंवा उद्योगधंद्याच्या विकासाकरिता भांडवल गुंतवणूकीचा अभाव आहे.

भांडवल गुंतवणुकीसाठी बचत आवश्यक आहे. परंतु आवश्यक बचत करण्यासाठी शक्ती आपल्याजवळ नाही. याला दोन कारणे जबाबदार आहेत.

(१) आपल्या बचतीतून आपल्याला दरवर्षी इंग्लंडला खंडणी द्यावी लागते. (२) आपल्या बचतीचा बराचसा भाग आपण सोन्या चांदीच्या दागिन्यात गुंतवितो. ही अनुत्पादक गुंतवणूक होय.

आपला विदेशी व्यापार जरी वाढला असला तरी तो फायदेशीर नाही याचे विस्तृत विवेचन त्यांनी केले. आपण बचतीत वाढ करून ती व्यापारविषयक उद्योगात गुंतविली पाहिजे. देशातील वस्तू जरी थोड्या महाग पडल्या तरी त्या आपण खरेदी केल्या पाहिजेत. इंग्लंड व्यतिरिक्त इतर देशाबरोबर आपला व्यापार वाढत आहे. तो अधिक वाढविण्यावर भर दिला पाहिजे. विदेशी मालावर इतर देशांप्रमाणेच संरक्षक जकाती लावण्याविषयी विचार झाला पाहिजे.

१९.४ खंडणी

हिंदुस्थानला दरवर्षी इंग्लंडला खंडणी द्यावी लागते. यासंबंधी त्यांनी अगोदर व काही वर्षानंतर मांडलेल्या विचारात थोडी भिन्नता आढळते. हिंदुस्थान आणि इतर पौर्वात्य देशासोबत व्यापार करण्याच्या उद्देशाने इ.स.१६०० मध्ये ईस्ट इंडिया कंपनीची स्थापना झाली. १८व्या शतकाच्या मध्यापासून तिच्या व्यापारी स्वरूपात बदल झाला. तिला राजकीय सत्तेचे स्वरूप प्राप्त झाले. इंग्लंडच्या पार्लमेंटने सुद्धा तिच्या कारभारावर नियंत्रणे घातली. इ.स. १८१३ च्या कायद्याने ईस्ट इंडिया कंपनीची हिंदुस्थानच्या व्यापारातील मक्तेदारी संपुष्टात आली. व्यापार सर्वांसाठी खुला करण्यात आला.

इ.स.१८३३च्या कायद्यानुसार इंग्लंडच्या संसदेने ईस्ट इंडिया कंपनीचे व्यापारी

स्वरूप संपुष्टात आणले. तिला मुलकी (Civil) स्वरूप प्राप्त झाले. त्यामुळे तिचे भांडवल परत करणे अनिवार्य झाले. सुरुवातीपासूनचे ६० लक्ष पौंडाचे भांडवल चालू किमतीनुसार १२० लक्ष पौंड झाले. ते इंग्लंडच्या संसदेने हिंदुस्थान सरकारचे कर्ज म्हणून ठरविले. त्यावर मुलकी वसुलीतून व्याज देण्याची जबाबदारी हिंदुस्थान सरकारवर टाकण्यात आली. इ.स. १८५७ चे बंड मोडून काढण्यासाठी इंग्रज सरकारला ४ कोटी पौंड खर्च झाला. तो सुद्धा हिंदुस्थान सरकारवर कर्ज म्हणून लादण्यात आला. आपले अधिराज्य टिकवून ठेवण्यासाठी झालेला खर्च इंग्लंडने सहन करावयास पाहिजे होता. अफगाण युद्धाचा खर्च सुद्धा हिंदुस्थानावर टाकण्यात आला. या सर्व खर्चावरील व्याज दरवर्षी हिंदुस्थानला खंडणी म्हणून भरावे लागत असे.

पुन्हा हिंदुस्थानच्या देणीत आगगाड्यांच्या विकासाकरिता काढलेल्या कर्जाची भर पडली. हिंदुस्थानात नोकरी करून निवृत्त झालेल्या इंग्रजी सनदी व इतर नोकरवर्गाच्या निवृत्ती वेतनात हळूहळू वाढ होऊ लागली. इंग्रज व्यापारी व कारखानदार यांनी हिंदुस्थानातील उद्योगधंद्यातील केलेल्या गुंतवणुकीपासून त्यांना प्राप्त झालेला नफा दरवर्षी इंग्लंडमध्ये जाऊ लागला. अशा रीतीने हिंदुस्थानला इंग्लंडला पाठवावी लागणारी रक्कम दरवर्षी वाढत गेली.

ब्रिटिश पार्लमेंट हिंदुस्थानचा कारभार पाहू लागली. खंडणीबाबत त्यांचे विचार दादाभाई नौरोजींच्या विचारांशी जुळणारे होते. परंतु रानडे यांच्या विचारात याबाबत नंतरच्या काळात सौम्यता आढळून येते.

खंडणी या शब्दाची व्याख्या त्यांनी दिलेली नाही. तर त्यांच्या विवेचनात यासंबंधी दोन अर्थ दिसून येतात. (१) जी रक्कम इंग्लंडला दरवर्षी द्यावी लागते परंतु त्याबद्दल काहीही मोबदला मिळत नाही ती निव्वळ खंडणी होय.

(२) जी रक्कम द्यावी लागते किंवा दिली जाते परंतु त्याबद्दल वस्तू किंवा सेवांच्या स्वरूपात हिंदुस्थानला मोबदला मिळतो. तथापि त्याचे अप्रत्यक्ष प्रतिकूल आर्थिक परिणाम घडून येतात ती सुद्धा खंडणी होय.

वरील दोन्ही आर्थिक प्रगतीसाठी हानिकारक ठरतात. हा रानडे यांचा महत्त्वाचा मुद्दा होता. देशाचा आर्थिक विकास भांडवल गुंतवणूकीवर अवलंबून असतो. खंडणीच्या रकमेची उत्पादक कार्यासाठी गुंतवणूक झाली असती तर आर्थिक विकास झाला असता. रोजगारात वाढ झाली असती असे त्यांचे मत होते.

आपण इंग्लंडला जेवढा माल पाठवितो त्यापेक्षा कमी माल हिंदुस्थानात इंग्लंडहून येतो. याला न्याय्य व्यापार म्हणता येत नाही. इतर देशांना आपण जेवढ्या किमतीच्या वस्तू पाठवितो तेवढ्याच किमतीच्या वस्तू त्या देशांकडून आपल्याला प्राप्त होतात. हा व्यापार समता तत्त्वानुसार फायद्याचा ठरतो.

आपल्या देशातील संपत्तीचा ऱ्हास होत आहे याची त्यांनी दोन कारणे स्पष्ट केली - (१) हिंदुस्थानातील राज्यकर्ते परदेशस्थ आहेत आणि (२) उद्योगाच्या वाढीसाठी भांडवलाचा अभाव आहे.

हिंदुस्थानातील एक लक्ष चौरस मैल क्षेत्र इंग्रज सरकारच्या ताब्यात आहे. त्यात राहणाऱ्या लोकांची संख्या १५ कोटी पेक्षा जास्त आहे. त्यांच्यापासून इंग्रज सरकारला वार्षिक ५० कोटी रुपये महसूल मिळतो. उत्पन्न कर व इतर प्राप्ती ४५ कोटी रुपये असून ६ कोटी रुपये चीनकडून सरकारला अफूच्या व्यापारापासून नफ्याच्या स्वरूपात मिळतात. कराचा भार देशातील लोकांवर समान प्रमाणात वितरित केला तर तो दरडोई वार्षिक ३ रुपये येतो. १५ कोटी लोकसंख्येमध्ये ५ कोटी मुले आणि ५ कोटी स्त्रिया आहेत. म्हणजे काम करणाऱ्या व्यक्तींची संख्या फक्त ५ कोटी आहे. ४५ कोटी रुपये जर ५ कोटी लोकांमध्ये विभागले तर दरडोई वार्षिक करभार १ रुपया येतो.

हिंदुस्थानात जे मांडलिक राजे, राजवाडे आणि संस्थानिक आहेत त्यांच्या ताब्यात ६ लक्ष चौरस मैल प्रदेश आहे. त्यावर ५ कोटी लोकसंख्या वास्तव करते. त्यांच्यापासून सरकारला वार्षिक २० कोटी रुपये उत्पन्न मिळते. प्रत्येक व्यक्तीवरील वार्षिक करभार ४ कोटी रुपये येतो. त्यापैकी ३३ टक्के मुले आणि ३३ टक्के स्त्रियांची संख्या कमी केली तर दरडोई वार्षिक कारभार १२ रुपये येतो.

इंग्रज सरकारला जे उत्पन्न प्राप्त होते त्यापैकी हिंदुस्थानात किती पैसा राहतो त्याचे विवेचन करता येईल. ५० कोटी रुपयापैकी १०.५ कोटी रुपये हिंदुस्थानच्या खर्चासाठी पाठवावे लागतात. अशा रीतीने हिंदुस्थानात परकीयांचे राज्य असल्यामुळे दरवर्षी १६ कोटी रुपये इंग्लंडला खंडणी पाठवावी लागते. याचा अर्थ असा की, हिंदुस्थानात इंग्रज सरकारच्या अधिपत्याखाली जो प्रदेश आहे त्यातील लोकांकडून जे उत्पन्न प्राप्त होते त्यापैकी ६७ टक्के उत्पन्न हिंदुस्थानात खर्च होते. तर ३३ टक्के (१६ कोटी रुपये) उत्पन्न खंडणी म्हणून इंग्लंडला पाठविले जाते.

१९.५ व्यापारासंबंधी हिंदुस्थानची स्थिती

आपल्या देशाच्या विदेशी व्यापाराचा तपशील पुढीलप्रमाणे देता येईल. १८३४-३५ मध्ये हिंदुस्थानातील विदेशी व्यापाराचे मूल्य १५ कोटी रुपये होते. १८४८-४९ मध्ये ते ३० कोटी रुपयांपर्यंत वाढले. नंतरच्या १० वर्षात ते ५० कोटी रुपये आणि त्यानंतरच्या १० वर्षात ते १०० कोटी रुपयांपर्यंत वाढले. आपल्या देशाच्या व्यापारात वाढ होत आहे असे दिसून येते. परंतु यातील दोष म्हणजे हिंदुस्थानातून कच्चा माल बाहेर पडतो आणि पक्का माल हिंदुस्थानात येतो.

१) हिंदुस्थानातून लोकांच्या श्रमापैकी १६ कोटी रुपयांचे वार्षिक उत्पन्न इंग्लंडला जाते. हिंदुस्थानचा राज्यकारभार इंग्लंडहून चालतो. तो जर हिंदुस्थानातून चालला असता तर वार्षिक १६ कोटी रुपये या देशात खर्च झाले असते. या देशातील रोजगारात वाढ झाली असती.

१९.६ विदेशी व्यापार

आपल्या देशाचा विदेशी व्यापार कसा वाढला त्याचे स्पष्टीकरण दिले आहे. १८३४ ते १८७१ पर्यंत ५ वर्षाची वार्षिक सरासरी तयार केली आहे. आपल्या देशात दुसऱ्या देशातून आलेल्या वस्तूंचे मूल्य बाहेर जाणाऱ्या वस्तूंच्या मूल्यापेक्षा बरेच कमी आहे. या दोहोतील फरक दरवर्षी वाढत आहे. १८३४ मध्ये हा फरक ४ कोटी रुपयांचा होता. तो १८७९ मध्ये ७.५ कोटी रुपये आणि १८७१ मध्ये १९ कोटी रुपयांपर्यंत वाढला. आपल्या देशावरील कराचा भार जास्त असल्यामुळे आपणास दुसऱ्या देशात जास्त वस्तू पाठवाव्या लागतात. कराचा भार कसा वाढला याचे स्पष्टीकरण खालीलप्रमाणे करता येईल.१८३४-३९ या ५ वर्षातील इंग्रजांच्या अंमलातील हिंदुस्थानची वार्षिक वसुली २२ कोटी रुपये होती. १८३९-४४ या ५ वर्षातील वार्षिक सरासरी वसुली २४ कोटी रुपयांपर्यंत होती. १८४९-५४ या काळात ती २० कोटी रुपये झाली. १८५४-५९ या काळात ती ३४ कोटी रुपयांपर्यंत वाढली. १८५९-६४ या काळाती ती ४५ कोटी रुपये होती. १८६४-६९ या काळात ती ४७ कोटी रुपये तर नंतरच्या ५ वर्षात ५० कोटी रुपयांपर्यंत वाढली. याचा अर्थ ३० वर्षांमध्ये हिंदुस्थानच्या कर वसुलीत दुप्पट वाढ झाली. त्यामुळे वसुलीची परतफेड करण्यासाठी शेतकरी व इतर व्यावसायिकांना देशी माल दुसऱ्या देशात पूर्वीपेक्षा जास्त पाठविणे अपरिहार्य ठरले.

आपल्या उत्पादित वस्तूंची देशातील विक्री कमी होती. दुसऱ्या देशात त्या वस्तूंना जास्त किंमत मिळत होती. त्यामुळे वस्तू दुसऱ्या देशात पाठविल्या जात होत्या. गेल्या ३० वर्षात आपल्या व्यापारात वाढ झाली नाही असा याचा अर्थ होत नाही. वसुलीसाठी दिला जाणारा माल वगळता आपल्या देशाच्या व्यापारात वाढ झाली असे म्हणावे लागेल. इतर देशांसोबत आपला १०० कोटी रुपयांचा व्यापार चालतो. आपल्या देशातील बंदरांचा परस्पराशी २५ कोटी लोकांसाठी जी देवाणघेवाण होते तिची तुलना जागतिक व्यापाराशी केली तर ते प्रमाण २५ टक्के पडते. परंतु ज्या प्रमाणात देशातून माल बाहेर जातो त्या प्रमाणात व्यापारवाढ झाली नाही हे स्पष्ट होते.

१८५८-५९ ते १८६४-६५ या ७ वर्षातील इंग्लंडमधून आलेल्या मालाचे वार्षिक सरासरी मूल्य २७.०४ कोटी रुपये होते. नंतरच्या ७ वर्षातील सरासरी आयात मूल्य ३०.७८ कोटी रुपये होते. याउलट इतर देशातून आलेल्या मालाचे वार्षिक सरासरी मूल्य अनुक्रमे ११.६७ कोटी रुपये आणि १६.६९ कोटी रुपये होते.

१८५८-५९ ते १८६४-६५ या ७ वर्षात इंग्लंडमध्ये पाठविलेल्या मालाचे वार्षिक सरासरी मूल्य १९.७५ कोटी रुपये होते. नंतरच्या ७ वर्षातील वार्षिक सरासरी निर्यात मूल्य ३२.९८ कोटी रुपये होते. याउलट इतर देशातील पाठविलेल्या मालाचे वार्षिक सरासरी मूल्य अनुक्रमे १९.३५ कोटी रुपये आणि २४.०८ कोटी रुपये होते. या कालखंडात आपला इंग्लंड सोबत व्यापार वाढला परंतु तुलनात्मकदृष्ट्या इतर देशाशी असलेल्या व्यापारात जास्त वाढ झाली.

१९.७ सनातनवाद्यांवर टीका

ॲडम स्मिथ, रिकार्डो, माल्थस, जेम्स मिल, मॅक्सम्युलर यांच्या आर्थिक विचारांवर टीका करीत हे विचार फक्त स्थिर समाजालाच लागू होतात हे त्यांनी स्पष्ट केले.

१. आर्थिक स्थितीच्या निर्धारणात कुटुंब आणि जाती संस्था, व्यक्तीपेक्षा जास्त शक्तीशाली असतात.

२. केवळ धनप्राप्ती हा आर्थिक क्रियांचा उद्देश असू नये.

३. उत्पादनशक्तीच्या चतुर्मुखी विकासावर विशेष भर देण्यात यावा. हा त्यांच्या आर्थिक विचारांचा आधार आहे.

स्वाध्याय

१. न्या. रानडे यांचे कल्याणविषयक आणि संपत्तीचे हस्तांतरणविषयक विचार स्पष्ट करा.

२. न्या. रानडे यांचे व्यापारविषयक विचार स्पष्ट करा.

३. टीपा लिहा

अ) खंडणी

ब) व्यापारबाबतची हिंदुस्थानची स्थिती

क) विदेशी व्यापार

❐

२०

रमेशचंद्र दत्त
(१८४८-१९०९)

२०.१ जीवन परिचय, २०.२ श्री. दत्त यांचे आर्थिक विचार - (१) भारतातील दारिद्र्य, (२) दुष्काळविषयक विचार, २०.३ मूल्यमापन

२०.१ जीवन परिचय

रमेशचंद्र दत्त तथा आर. सी. दत्त यांचा जन्म रामबागान; कलकत्ता येथे १८४८ मध्ये झाला. शिक्षण पूर्ण झाल्यावर १८६९ मध्ये त्यांनी भारतीय मुलकी सेवेत प्रवेश केला. १८९४ मध्ये ते बरद्वान विभागाचे कमिशनर झाले. १८९७ मध्ये ते मुलकी सेवेतून निवृत्त झाले. निवृत्तीनंतर त्यांनी लंडन येथे प्राध्यापकाचे कार्य केले. त्यांचे प्रमुख लिखाण या पुढील काळातच झाले. याशिवाय त्यांनी राष्ट्रीय काँग्रेसच्या लखनौ येथील अधिवेशनात अध्यक्षपद भूषविले. विकेंद्रीकरणावरील 'रॉयल कमिशनचे' ते सभासद होते. तसेच बडोद्याचे मुख्य प्राधनही होते.

भारताचा आर्थिक इतिहास हा दोन खंडांमध्ये श्री. दत्त यांनी लिहिला. भारतातील दुष्काळ आणि दारिद्र्य यांचे त्यांनी विश्लेषण केले. त्यांचे गाजलेले ग्रंथ म्हणजे इंग्लंड अँड इंडिया (१८९८) फॅमिन्स इन इंडिया (१९००) इकॉनॉमी ऑफ इंडिया (दोन खंड) होय.

श्री.दत्त हे त्या काळातील उत्तम प्रशासक व निर्भिड वक्ते म्हणून प्रसिद्ध होते.

२०.२ श्री. दत्त यांचे आर्थिक विचार

१. भारतातील दारिद्र्य : श्री. दत्त यांनी 'Famine in India' ‘भारतातील दुष्काळ’ या ग्रंथात भारतातील दुष्काळ आणि भारतातील लोकांमध्ये असलेल्या दारिद्र्याचे विश्लेषण केले आहे. श्री. दत्त यांनी भारतातील दारिद्र्याची कारणे आणि उपाय सुचविले आहेत ते पुढीलप्रमाणे –

भारतातील दारिद्र्याची कारणे पुढीलप्रमाणे –

१. भारतीय उद्योगधंद्यांचा ऱ्हास : भारतीय उद्योगांबाबत ब्रिटिशांचे धोरण असे होते ज्यामुळे इंग्लंडच्या कारखान्यांना चालना मिळत होती, तर येथील उद्योग निरुत्साही होत होते. भारतात केवळ कच्च्या मालाचे उत्पादन व्हावे व तो स्वस्त माल इंग्लंडच्या कारखान्यांना मिळावा असे धोरण इंग्रजांनी लागू केले होते. भारतातून जे सुती कापड व रेशीम इंग्लंडमध्ये निर्यात व्हायचे त्यावर अत्याधिक जकाती लावून त्या उत्पादनाला निरुत्साही करण्यात आले, तर दुसऱ्या बाजूने इंग्लंडमधून भारतात येणाऱ्या मालावर जवळपास काहीही जकात लावली जात नसे. भारतीय उद्योगांवर झालेल्या या पद्धतशीर अन्यायागुळे येथील लाखो कारागीर बेकार झाले. राष्ट्रीय संपत्तीचे उत्पादन करणारा एक महत्त्वाचा स्रोत शुष्क झाला. युरोपमध्ये यांत्रिक मागाचा सार्वत्रिक वापर सुरू झाल्याने तर भारतीय वस्त्रोद्योगावर कुऱ्हाडच कोसळली. त्यातून सावरण्यासासाठी जेव्हा भारतात यांत्रिक मागांचा वापर होऊ लागला तेव्हा त्या उत्पादनावर सरकारने अबकारी कर लागू करून जपान, चीन येथील उद्योगांशी स्पर्धा करण्याची भारतीय उद्योगाची शक्ती खच्ची केली. ब्रिटिश सरकारच्या या धोरणांमुळे भारतीय उद्योगांची अवस्था अतिशय खालावली. राष्ट्रीय संपत्ती निर्माण करणारे महत्त्वपूर्ण क्षेत्र दुर्बळ झाले व येथील दारिद्र्यात भर पडली.

२. सरकारचा खर्च : इंग्रज सरकार, कराद्वारे जमा होणारा पैसा भारताच्या विकासासाठी खर्च न करता इंग्लंडला नेत असे. भारतीय प्रशासनात इंग्रजांना स्थान देऊन त्यांच्या पगारावर मोठ्या प्रमाणात पैसा खर्च केला. होम चार्जेस या नावाने हा खर्च ओळखला जाई. हा खर्च सतत वाढत होता. या खर्चामुळे भारतीय संपत्तीचे निस्सारण होत गेले. परिणामी भारतीय लोक गरीब होत गेले. भारतीयांच्या जीवावर इंग्रज समृद्ध होत गेले.

३. कर पद्धती : भारतातील कर निर्धारण हे अशास्त्रीय होते अशी टीका दत्त यांनी केली. त्यांच्या मते करनिर्धारणामुळे देशाच्या विविध क्षेत्राच्या विकासाला चालना मिळाली पाहिजे. राष्ट्राच्या संपत्ती वाढीला प्रेरणा मिळाली पाहिजे; परंतु भारतात मात्र अवाजवी करारोपण अशास्त्रीय पद्धतीने केले जात होते. त्यामुळे उद्योगाचा आणि शेती क्षेत्राचा विकास न होऊन दारिद्र्यात वाढच झाली.

४. शेतकऱ्यांचा कर्जबाजारीपणा : इंग्रज सरकारच्या जमीन महसूल व करविषयक धोरणामुळे शेतकऱ्याला सावकाराकडून कर्ज काढावे लागत असे. सावकाराने आकारलेले जादा व्याजदर, शेतकऱ्याला द्यावा लागणारा खंड इत्यादींमुळे त्याच्याकडे फारसे उत्पन्न शिल्लक राहत नाही. परिणामी शेतीमध्ये तो गुंतवणूक करू शकत नाही. परिणामी त्याचे उत्पन्न कमीच राहते. त्यामुळे त्याच्या राहणीमानात घट होते. तो दारिद्र्य अवस्थेत राहतो.

५. शेतीवर लोकसंख्येचा अतिरिक्त भार : इंग्रज सरकारच्या धोरणामुळे देशातील उद्योगधंदे बंद पडल्याने लोकांना कामासाठी शेतीशिवाय दुसरे कोणतेच साधन नव्हते. परिणामी शेतीवर लोकसंख्येचा भार वाढला. त्यामुळे शेतजमिनीचे विभाजन, तुकडीकरण यांना चालना मिळून शेतजमिनीचा आकार कमी झाला. परिणामी शेतकऱ्यांना नवीन तंत्राचा, यंत्राचा वापर करणे अशक्य झाल्याने शेती उत्पादनात वाढ होऊ शकली नाही. त्यामुळे शेतकऱ्यांचे उत्पन्नही वाढू शकले नाही. त्यामुळे त्यांना दारिद्र्यात राहावे लागले.

६. शेतीची पिळवणूक : उद्योगांचा ऱ्हास होत असताना राष्ट्रीय संपत्तीचा दुसरा आधार शेती, हा सुद्धा ब्रिटिशांच्या शोषणातून सुटला नाही. त्यांनी भारतीय शेतीवर अतिरेकी कर लागू केले होते. इंग्लंडमध्ये लागू असलेल्या जमीन महसूलाचे प्रमाण खंडाच्या उत्पन्नाच्या ५ ते २० टक्के असताना भारतात मात्र ते (काही भागात) ८० प्रतिशत इतके जास्त होते. पुढे त्यात बदल होऊनही महसूलाचे प्रमाण ३० ते ६० टक्क्यांच्या दरम्यान होतेच. मद्रास आणि बॉम्बे विभागात तर ही आकारणी दर तीस वर्षांनी बदलणारी होती, व तिचा आधार कोणता असेल याची कल्पना लोकांना नसायची. या अनिश्चितीमुळे आणि महसूलाच्या अतिरेकामुळे शेतीचा विकास अशक्य झाला, शेतकरी कर्जबाजारी झाला व ग्रामीण भागातील दारिद्र्य वाढले. वारंवार पडणारे दुष्काळ आणि शेतकऱ्यांची विपन्नावस्था यामधील स्पष्ट संबंध श्री. दत्त यांनी दाखवून दिला. त्यांच्या मते, 'पावसाच्या कमतरतेमुळे दुष्काळ पडतो हे सर्वज्ञात आहे. पण अलीकडील काळात दुष्काळांचे प्रमाण व तीव्रता वाढण्याचे कारण शेतकऱ्याची साधनहीनता व दारिद्र्य हेच आहे. शेतकऱ्याच्या या अवस्थेला सरकारचे महसूल–धोरण जबाबदार आहे.' सरकारद्वारे होत असलेली शेतीची पिळवणूक दाखविण्यासाठी श्री. दत्त यांनी १९०१ या वर्षीच्या सरकारी उत्पन्नाचे विश्लेषण सादर केले. ४.२ कोटी स्टर्लींग या निव्वळ उत्पन्नात अंदाजे ५० प्रतिशत भाग जमीन महसुलाचा होता. यावरून शेतीच्या पिळवणुकीचा अंदाज येतो.

७. वाढती लोकसंख्या : दत्त यांच्या मते, भारतातील दारिद्र्याचे मूलभूत कारण वाढती लोकसंख्या हे आहे. लोकसंख्येची उच्च घनता ही भारतीय शेतीची दरडोई उत्पादकता कमी करते. ब्रिटिश कालखंडात भारतीयांचा राहणीमानाचा स्तर

अत्यंत घसरलेला होता. देशातील दारिद्र्य कमी करावयाचे असेल तर लोकसंख्यावाढीचा दर कमी करणे दत्त यांनी आवश्यक असल्याचे विशद केले.

८. सतत पडणारे दुष्काळ : भारतात वारंवार पडणारा दुष्काळ लोकांच्या दारिद्र्याला कारणीभूत आहे, असे दत्त यांचे मत होते. त्यांच्या मते पावसाच्या कमतरतेमुळे दुष्काळ पडतो हे जरी खरे असले तरी अलीकडच्या काळात दुष्काळाचे प्रमाण आणि तीव्रता वाढल्याचे कारण शेतकऱ्यांचे कमी उत्पन्न आणि दारिद्र्यच आहे.

दारिद्र्य दूर करण्याचे उपाय : भारताच्या परिस्थितीचे अध्ययन आणि विश्लेषण केल्यानंतर तत्कालीन संदर्भात श्री. दत्त यांनी काही उपाय सुचविले. या देशाच्या दारिद्र्याचे मुख्य कारण ब्रिटिश शासकांची चुकीची धोरणे हे असल्यामुळे त्यांची उपाययोजना त्याच अनुषंगाने मांडलेली आहे. हे उपाय भारताच्या आर्थिक इतिहासाचे विश्लेषण करताना त्यांनी सुचविले.

१. उपायांची दिशा : श्री. दत्त यांच्या मते, देशातील संपत्तीच्या उत्पादनाचे मार्ग विस्तृत झाले आणि सरकारने गोळा केलेले कररूपी उत्पन्न जर त्याच देशातील लोकांसाठी खर्च केले तर त्या देशात समृद्धी येते. उलट परिस्थितीत संपत्तीचे स्रोत कमी झाले आणि कराचे उत्पन्न निस्सारित झाले तर त्या देशात दारिद्र्याची वाढ होते. हे सत्य इतर कोणत्याही देशाप्रमाणे भारतालांही लागू आहे. म्हणून येथील दारिद्र्य दूर करण्याचे जे उपाय आहेत त्यांची दिशा असावी. त्यामुळे उद्योगांना चालना मिळेल, जमीन महसूल सुनिश्चित व वाजवी असेल आणि येथील उत्पन्न येथेच खर्च होईल. भारतीय लोकांना प्रशासनात योग्य प्रतिनिधित्व मिळण्याच्या दृष्टीने पावले उचलणे आवश्यक आहे, कारण या देशाचे दीर्घकालीन हित त्यामध्येच आहे. निरनिराळ्या 'होम चार्जेस'च्या रूपाने जी संपत्ती इंग्लंडमध्ये जात होती तिच्यावर निर्बंध घालणेही आवश्यक होते. रेल्वेची वाढ करण्याच्या प्रयत्नात भारतालाही कर्ज वाढले होते. इंग्लंडद्वारे इतरत्र जो सैन्यविषयक आणि मुलकी खर्च केला जात होता, त्याचा भार या देशावर लादला जात असे. या परिस्थितीत जर भारत समृद्ध झाला असता तर ते एक महान आश्चर्य ठरले असते. परंतु शास्त्रात चमत्कारांना वाव नसतो. आशिया काय किंवा युरोप काय, दोन्ही ठिकाणी लागू होणारे आर्थिक नियम समान असतात. मोडकळीस आलेले उद्योग, करभारानी त्रस्त शेती आणि देशी संपत्तीचे सतत निस्सारण या आर्थिक घटना कोणत्याही देशाला कायम दारिद्र्यात ठेवण्यास पुरेशा आहे. म्हणून त्यांचा विचार करूनच उपायांची निश्चिती व्हायला हवी.

उपाय –

श्री. दत्त यांनी वरील संदर्भात पुढील उपाय सुचविले

१. भारतीय गिरण्यांवरील उत्पादन कर रद्द करणे,

२. उद्योगांना सरकारने आर्थिक साहाय्य आणि प्रोत्साहन देणे,

३. शेतीवरील गैरलागू कर रद्द करणे,

४. जमीन महसुलाच्या पद्धतीत वाजवी बदल करून निश्चितता आणणे,

५. इंग्लंडमधील सैनिकी आणि मुलकी खर्चाचा पूर्ण भार त्याच देशाने उचलणे,

६. भारतीय लोकांना प्रशासनात अधिक जागा देऊन या रूपाने विदेशी जाणारी संपत्ती कमी करणे,

७. सार्वजनिक खर्चाचा भार कमी करण्यासाठी परिशोधन निधीचा (Sinkink Fund) निर्मिती करणे.

८. वरील सुधारणांमध्ये भारतीयांना सहभागी करण्याच्या दृष्टीने त्यांना विधी मंडळात प्रतिनिधित्व देणे.

२. दुष्काळविषयक विचार : भारतात दुष्काळ पडण्याची अनेक कारणे श्री. दत्त यांनी सांगितली. नागरिकांच्या अत्यल्प खरेदीशक्तीमुळे त्यांना उपासमारीस तोंड द्यावे लागते. अल्प उत्पादकता किंवा कमी उत्पादन यातून ही समस्या निर्माण झालेली नाही. दत्त हे ब्रिटिशांनी स्पष्ट केलेल्या उपासमारीच्या कारणाशी सहमत नाहीत. ब्रिटिशांनी भारतातील नागरिकांच्या अन्न कमतरतेची पुढील कारणे सांगितली –

(१) पीके नष्ट होणे, (२) लोकसंख्यावाढीचा उच्च दर, (३) सावकारांकडून होणारे शोषण, (४) लोकांच्या अतिरिक्त खर्चाच्या सवयी व काटकसरीचा अभाव.

श्री. दत्त यांच्या मते, भारतात लोकसंख्यावाढीचा दर ब्रिटिश म्हणतात तेवढा अधिक नाही. इंग्लंडमधील लोकसंख्यावाढीच्या दरापेक्षा कमी आहे. भारतीय नागरिक पैशाची उधळपट्टी करतात या मताशी दत्त सहमत नाहीत. उलट भारतीय नागरिक काटकसरी व मितव्ययी आहेत. भारतात सावकार शेतकऱ्यांचे शोषण करतात ही वस्तुस्थिती आहे. मात्र सरकारने शेतकऱ्यांकडून जमीन महसूल कर अवास्तव आकारल्यामुळे हे कर भरण्यासाठी ग्रामीण भागात त्यांना सावकाराकडे जाणे क्रमप्राप्त ठरते. पीके नष्ट झाल्यामुळे उपासमार, नाही तर नागरिकांची खरेदी इतकी कमी आहे, की जवळच्या प्रांतात उत्तम हंगाम असूनही त्यांच्याकडून ते धान्य खरेदी करू शकत नाहीत. अन्नाची कमतरता असण्याचे मुख्य कारण उत्पन्नाचा अभाव आहे. एकोणिसाव्या शतकाच्या शेवटच्या पाव शतकातील भारतातील दुष्काळ अतिशय दुःखकारक होते. भारतात चाळीस वर्षांत दहा वेळा दुष्काळ पडले. भूक व आजार यामध्ये देशात सुमारे १५ दशलक्ष लोक मृत्यूमुखी पडले.

भारतातील या समस्येवर दत्त यांनी उपाययोजना सुचविल्या. शेतीत पुरेशी गुंतवणूक केल्याशिवाय उपासमारीचा प्रश्न सुटणार नाही. शेती हा भारतीय

अर्थव्यवस्थेचा कणा असूनही त्याकडे सरकारचे दुर्लक्ष होत आहे. शेतीवर जमीन महसूल कर व उपकर इतके लादले जातात, की शेतकऱ्यांना कर भरण्यातच आपले सर्व उत्पादन खर्ची टाकावे लागते. यासाठी कराचे दर कमी करावेत. जलसिंचनाच्या सुविधांत वाढ करावी. दारिद्र्य निर्मूलनाचे जे विविध उपाय दत्त यांनी सांगितले त्यांचाच पुनरुच्चार दुष्काळाची समस्या दूर करण्यासाठी केला.

२०.३ मूल्यमापन

श्री. दत्त यांनी आर्थिक प्रश्न, भारतातील दारिद्र्य, त्याची कारणे इ. स्पष्ट करण्यचा प्रयत्न केला. त्यांनी अर्थशास्त्र, इतिहास, राज्यशास्त्र आणि संस्कृती यांचा परस्पर संबंध साधण्याचा प्रयत्न केला आणि म्हणूनच त्यांच्या विश्लेषणात या शास्त्रांचा आधार आढळतो. दत्त हे स्वत: कुशल प्रशासक होते. त्यामुळे त्यांनी मांडलेल्या विचारांना व्यावहारिक महत्त्व होते. त्यांच्या मते, 'भारतीय अर्थव्यवस्थेपुढील खरी समस्या अविकसितपणाची नसून अडलेल्या विकासाची आहे.' (An economy of arrested growth, rather than a case of non development economy) भारताच्या विकासाच्या मार्गात अतिरेकी जमीन महसूल, शेतीचे शोषण, उद्योगाची पीछेहाट, संपत्तीचे निस्सारण, भारतीय लोकांत क्रयशक्तीची कमतरता, सरकारचे धोरण इत्यादी गोष्टी अडथळा निर्माण करतात, असे दत्त यांचे मत होते. या सर्व अडथळ्यांचा परिणाम म्हणजे दारिद्र्य होय. दत्त यांनी भारताचे दारिद्र्य दूर करण्यासाठी जे उपाय सुचविले ते त्याकाळातील परिस्थिती विचारात घेता योग्यच म्हणता येतील. दत्त यांच्या विचारावर अनेकांनी टीका केल्या. दत्त यांनी भारतीय दारिद्र्याचा प्रश्न सोडविताना शेतकऱ्याला महत्त्व दिले. शेतकरी सुखात तर देश समृद्ध होईल, असे त्यांना वाटत होते. देशातील जमीन महसुलाची पद्धती समान आणि वाजवी असावी असे त्यांचे मत होते. त्यामुळे दुष्काळाची तीव्रता कमी होईल, असे त्यांना वाटत होते.

स्वाध्याय

१. श्री. दत्त यांनी भारतातील दारिद्र्याची कारणे कोणती सांगितली ते स्पष्ट करून त्यावरती उपाय कोणते सांगितले ते स्पष्ट करा.
२. श्री दत्त यांचे दुष्काळाविषयीचे विचार स्पष्ट करा.
३. श्री.दत्त यांच्या विचारांचे मूल्यमापन करा.

❒

२१

मानवेंद्रनाथ रॉय
(१८९३-१९५४)

२१.१ जीवन परिचय, २१.२ मानवेंद्रनाथ रॉय यांचे आर्थिक विचार – (१) रॉय यांचे दारिद्र्यासंबंधीचे विचार, (२) रॉय यांचे शेतीविषयक विचार, (३) रॉय यांचे औद्योगिकीकरणासंबंधीचे विचार, २१.३ मूल्यमापन

२१.१ जीवन परिचय

मानवेंद्रनाथ रॉय यांचे मूळ नाव नरेंद्रनाथ भट्टाचार्य असे होते. मानवेंद्रनाथ रॉय यांचा जन्म ६ फेब्रुवारी १८९३ रोजी प. बंगालमधील चोवीस परगणा जिल्ह्यातील अंबोलिया खेड्यात झाला. त्यांचे महाविद्यालयीन शिक्षण कलकत्ता येथील बेंगॉल नॅशनल कॉलेजमध्ये झाले. भारत स्वतंत्र व्हावा यासाठी त्यांनी क्रांतिकारकांबरोबर स्वातंत्र्य लढ्यात भाग घेतला होता. त्यांनी अनेक देशातील क्रांतिकारकांशी व नेत्यांशी संपर्क साधला होता. त्या निमित्ताने त्यांनी अनेक देशांचा गुप्त प्रवास केला. जर्मनी, जपान या देशांचे दौरे केले. डॉ. सनयत सेन यांची चीनमध्ये भेट घेतली. तेथून ते अमेरिका, मेक्सिको या देशात गेले. १९१९ मध्ये रशियात लेनिन यांच्या सोबत रॉय यांची चर्चा झाली. १९२२ मध्ये रॉय यांनी 'इंडिया इन ट्रान्झिशन' हा ग्रंथ लिहिला. याच वर्षी रॉय यांनी 'इंडियाज प्रॉब्लेम अँड इट्स सॉल्यूशन' हा ग्रंथ लिहिला. १९२० मधील 'द फ्युचर ऑफ इंडियन पॉलिटिक्स' हा ग्रंथ महत्त्वाचा मानला जातो. १९३७

मध्ये त्यांनी 'इंडिपेन्डंट इंडिया' हे साप्ताहिक सुरू केले. १९३९ मध्ये रॅडिकल काँग्रेस लीगची स्थापना झाली. महात्मा गांधींशी त्यांचे वैचारिक मतभेद कायम राहिले. १९४० मध्ये काँग्रेस अध्यक्षपदाच्या निवडणुकीत त्यांचा पराभव झाल्यानंतर रॅडिकल डेमॉक्रॅटिक पक्षाची त्यांनी स्थापना केली. डेहराडून येथे २५ जानेवारी १९५४ रोजी एम. एन. रॉय यांचा मृत्यू झाला.

२१.२ मानवेंद्रनाथ रॉय यांचे आर्थिक विचार

१) रॉय यांचे दारिद्र्यासंबंधीचे विचार

रॉय यांचे दारिद्र्याविषयीचे विश्लेषण महत्त्वपूर्ण मानले जाते. दादाभाई नौरोजी यांनी मांडलेल्या शोषणाच्या सिद्धान्तास रॉय यांनी दुजोरा दिला व भारतातील दारिद्र्यास साम्राज्यशाहीकडून होणारे आर्थिक शोषण जबाबदार असल्याचा निष्कर्ष त्यांनी काढला. रॉय यांच्या मते भारतातील लोकांना दारिद्र्यातून आणि सामाजिक बंधनातून मुक्त करण्यासाठी राजकीय, स्वातंत्र्य पुरेसे नाही. भारतातील दारिद्र्याला ब्रिटिश राज्यकर्त्यांनी भारतीयांचे केलेले आर्थिक शोषण आणि भारतात हजारो वर्षांपासून अस्तित्वात असलेली सरंजामशाही पद्धतीच काणीभूत आहे, असे रॉय यांना वाटत होते. म्हणूनच परकीयांचे राज्य उलथवून टाकणे आणि सामाजिक क्रांतीच सरंजामशाही नष्ट करू शकेल, असे त्यांचे मत होते. आर्थिक शोषण, दारिद्र्य आणि भारताचा मागासलेपणा यांचा परकीय राजवट आणि सरंजामशाहीचा प्रत्यक्ष संबंध येतो. रॉय यांच्या मते भारतातील दारिद्र्य देशाला केवळ राजकीय स्वातंत्र्य मिळून दूर होणार नाही, तर सामाजिक क्रांतीमुळे दूर होऊ शकेल.

रॉय यांनी दारिद्र्याची कारणे पुढीलप्रमाणे सांगितली आहेत.

(१) शेतीची उत्पादकता, (२) औद्योगिक मागासलेपणा, (३) कामगारांचे मालक वर्गाकडून होणारे शोषण, (४) सामाजिक आणि आर्थिक विषमता

रॉय यांच्या मते, भारतात शेती मागास असून उत्पादनाचे तंत्र अत्यंत पारंपरिक आहे. इतर देशामध्ये कृषीक्षेत्रात कितीतरी सुधारणा झाल्या त्यामुळे त्यांचे कृषीउत्पादन वाढले. भारतात मात्र शेतीचे मागासलेपण शेतीची उत्पादकता वाढू देत नाही. त्याचा परिणाम म्हणजे ग्रामीण भागात सर्वत्र दारिद्र्य दिसून येते.

कृषीक्षेत्राप्रमाणेच औद्योगिक क्षेत्राचीही परिस्थिती कमालीची दुर्लक्षित आहे. इंग्लंडमध्ये औद्योगिक क्रांती झाली. उत्पादनाचे नवे तंत्र वापरले जाते, त्यामुळे या देशात औद्योगिक उत्पादन वाढून उद्योगक्षेत्र विकसित झाले. भारतात मात्र उद्योगधंद्यामध्ये जुनी यंत्रे व अप्रगत तंत्र वापरले जाते. त्यामुळे औद्योगिक उत्पादन वाढत नाही,हेही शहरी भागात दिसून येणाऱ्या दारिद्र्याचे कारण आहे.

रॉय यांनी केलेल्या निरीक्षणावरून त्यांना भारतात औद्योगिक क्षेत्रात

भांडवलदारांकडून व कृषीक्षेत्रात जमीनदार व सरंजामदारांकडून कष्टकरी मजूरवर्गाचे शोषण होत असल्याचे आढळले. प्रत्यक्षात काम करणाऱ्या मोठ्या वर्गाला श्रमाचा अत्यल्प हिस्सा मिळतो आणि उत्पादनाच्या साधनांवर केवळ मालकी असल्यामुळे श्रीमंत भांडवलदार व सरंजामदार यांना मोठा हिस्सा मिळतो. हे शोषण सातत्याने चालू असल्यामुळे दारिद्र्य सर्वत्र अनुभवास येत आहे.

रॉय यांनी दारिद्र्याची कारणे स्पष्ट करून दारिद्र्यावर उपाययोजना सुद्धा सुचविल्या आहेत.

दारिद्र्य दूर करण्यासाठी उपाययोजना : भारतातील दारिद्र्य निर्मूलन करण्यासाठी कृषीक्षेत्रातील व उद्योग क्षेत्रातील उत्पादकता वाढविण्याची आवश्यकता रॉय यांनी विशद केली. या दोन्ही क्षेत्रांत पाश्चात्य औद्योगिक यंत्रे व प्रगत तंत्रज्ञान यांचा अवलंब करावा लागेल. देशात साधनसामग्री विपुल असूनही त्यांचा योग्य वापर होत नाही. या दृष्टिकोनातून योग्य ते बदल अर्थव्यवस्थेत व समाजव्यवस्थेत करणे गरजेचे आहे. तसे बदल घडून आल्यास उत्पादनात वाढ होऊन दारिद्र्य कमी होईल.

१. शेतीची उत्पादकता वाढविणे : दारिद्र्य दूर करण्यासाठी शेतीच्या उत्पादकतेत वाढ करणे आवश्यक ठरते. शेत जमिनीच्या विभाजन व तुकडीकरणामुळे इच्छा असूनही शेतकऱ्यांना सुधारणा करता येत नाही. त्यामुळे उत्पादनात वाढ होत नाही. केवळ कायदे करून शेतीत सुधारणा करता येत नाही. रॉय यांच्या मते, शेती करण्याच्या पारंपरिक पद्धतीत जोपर्यंत बदल होत नाही, तसेच संपूर्ण ग्रामीण अर्थव्यवस्थेच्या रचनेत आधुनिक तंत्रज्ञानाचा स्वीकार केला जात नाही तोपर्यंत शेतीत सुधारणा होणार नाही आणि शेतीच्या उत्पादकतेत वाढ होणार नाही.

२. उत्पादनवाढीसाठी नियोजन : उत्पादन वाढीमुळे दारिद्र्य दूर होऊ शकेल, असे रॉय यांचे मत होते. जोपर्यंत लोकांच्या गरजा पूर्ण करणाऱ्या, उत्पादनवाढीच्या योजना आखल्या जात नाहीत तोपर्यंत दारिद्र्याचा प्रश्न सुटणार नाही. उत्पादनवाढीसाठी योग्य नियोजन असणे आवश्यक आहे.

३. औद्योगिकीकरण करणे : रॉय यांच्या मते, औद्योगिकीकरण पद्धती कम्युनिस्ट आणि साम्यवाद्यांनी सांगितल्याप्रमाणे घडवून आणता येते.

भारतातील बहुसंख्य लोक ग्रामीण भागात राहतात. शेती त्यांच्या निर्वाहाचे साधन आहे. ग्रामीण भागात लघुउद्योगाचा विकास केला तरच लोकांच्या रोजगारात वाढ होऊन उत्पन्नातही वाढ होईल. परिणामी गरिबीत राहणाऱ्या लोकांच्या राहणीमानात वाढ होईल.

४. दारिद्र्य दूर करण्यासाठी अज्ञानी कामगारांना साक्षर केले पाहिजे.

मालकवर्गाकडून त्यांची पिळवणूक, लुबाडणूक कशी होते, ते कसे लुबाडले जातात हे त्यांना दाखवून दिले पाहिजे. भारतीय समाजात, आर्थिक संस्थात मूलभूत बदल केले तरच खरे स्वातंत्र्य, सामाजिक न्याय, आर्थिक प्रगती आणि समृद्धी प्राप्त होऊ शकेल आणि परिणामी दारिद्र्य दूर होऊ शकेल.

५. दारिद्र्य दूर करण्याचा एक मार्ग म्हणजे संपत्तीचे समानतेने वाटप करणे होय. त्यांच्या मते आर्थिक शोषण हे सामाजिक आणि आर्थिक विषमता निर्माण करते. तेव्हा समाजातील शोषण प्रवृत्ती थांबली पाहिजे. त्याचप्रमाणे आर्थिक आणि सामाजिक विषमता, लोकांना मिळणाऱ्या असमान संधीमुळेच आहे. गरीब लोकांना मिळणारे वेतन एवढे कमी असते की, ते आपल्या मुलांचे पोषण करू शकत नाहीत. अशा वेळी ते मुलांना शिक्षण कसे देऊ शकतील. शिक्षणाच्या अभावी कामाची संधी नाही. त्यामुळे उत्पन्न कमी आणि दारिद्र्य. तेव्हा सर्वांना समान संधी मिळणे आवश्यक आहे, तरच दारिद्र्य दूर होऊ शकेल.

६. रॉय यांच्या मते, मालकवर्ग कामगाराकडून काम करून घेतो. मात्र त्यांनी निर्माण केलेल्या उत्पन्नापेक्षा कमी उत्पन्न देऊन कामगारांचे शोषण करतो. तेव्हा कामगारांना त्यांच्या कामाचा योग्य मोबदला मिळाल्यास त्यांचे शोषण थांबून दारिद्र्य कमी होईल.

थोडक्यात, रॉय यांनी दारिद्र्य दूर करण्यासाठी आधुनिक तंत्राचा वापर करून उद्योग व शेतीच्या उत्पादनात वाढ करणे हे सुचविले तसेच शिक्षणाला महत्त्व दिले. कारण निरक्षरताही देशात दारिद्र्य व मागासलेपणा निर्माण होण्यास कारणीभूत ठरते. शिक्षित लोकांवर संस्कार करता येतात व त्यांना समाजाच्या विभिन्न समस्यांची जाणीव असते व समस्यांवर ते उपाय शोधतात. एम. एन. रॉय यांचे विचार अत्यंत पुरोगामी दिसून येतात.

२. शेतीविषयक विचार : त्या काळात देशातील ८० टक्के लोकसंख्या शेतीवर अवलंबून होती. असे असूनही शेती अतिशय मागासलेली होती व शेतीचे उत्पादन सुद्धा खूपच कमी होते. याबाबत रॉय यांच्या मते, शेतीच्या विकासासाठी शेती उत्पादनात वाढ करणे आणि भारतात अस्तित्वात असणारी जमीनदारी पद्धती नष्ट करणे आवश्यक आहे. शेतीच्या उत्पादन वाढीसाठी जमीनदार आणि शेतमालक फारसे प्रयत्न करीत नाहीत. वास्तविक शेतमालक आणि जमीनदार यांची परिस्थिती शेतमजुरांनी केलेल्या श्रमामुळेच सुधारली. शेतमजुरांच्या घामामुळेच जमीनमालक, जमीनदार श्रीमंत झाले; परंतु शेतात घाम गाळणारा शेतमजूर मात्र गरीबच राहिला. म्हणूनच रॉय यांच्या मते, जोपर्यंत जमीन कसणाऱ्या, घाम गाळणाऱ्या शेतमजुरांच्या

जमिनी होत नाहीत तोपर्यंत शेतीची प्रगती होणे शक्य नाही.

भारतीय शेती उत्पादनाच्या परंपरागत तंत्रज्ञानाकडे रॉय यांनी निर्देश केला. तसेच भारतातील कृषी मालाचे विपणन सदोष पद्धतीने होते हे रॉय यांनी स्पष्ट केले. भारतातील शेतमाल अत्यंत अडवणूक करून व्यापारी खरेदी करतात. शेतकऱ्यांच्या अज्ञानाचा गैरफायदा येथील व्यापारी घेतात. दारिद्र्याच्या दुष्ट चक्रात भारतीय शेतकरी अडकण्याचे एक कारण भारतीय व्यापारी वर्ग आहे असे रॉय यांचे मत होते.

रॉय यांच्या मते, भारताच्या अर्थव्यवस्थेच्या विकासासाठी शेतीचे आधुनिकीकरण करून उत्पादकता वाढवणे जसे आवश्यक आहे, त्याचप्रमाणे ग्रामीण अर्थव्यवस्थेची पुनर्रचना करणेही आवश्यक आहे. आधुनिकीकरणामुळे उत्पादनात वाढ होऊन राष्ट्राच्या संपत्तीत वाढ होईल. देशाच्या संपत्तीत व संपन्नतेत वाढ करण्यासाठी सहकारी शेती हाच एकमेव मार्ग आहे, असे त्यांना वाटत होते. शेतीच्या उत्पादकतेत वाढ करण्यासाठी यांत्रिकीकरण करून शेतीचे आधुनिकीकरण करणे आवश्यक आहे. शेतीमध्ये यंत्राचा वापर करणे, दारिद्र्यामुळे सर्वच शेतकऱ्यांना शक्य नाही. भारतात सामान्यपणे शेतजमिनीचा आकार लहान आहे. त्यामुळेदेखील त्यांना शेतात ट्रॅक्टर, यंत्रे इत्यादींचा वापर करणे शक्य नाही. त्यामुळे उत्पादकतेत वाढ होणार नाही तेव्हा सरकारने सध्याची शेतीपद्धती नष्ट करून त्याजागी मोठ्या आकाराची सरकारच्या मालकीची शेती निर्माण करावी किंवा शेतकऱ्यांची सहकारी शेती निर्माण करावी. त्यामुळे शेतजमिनीचा आकार वाढेल, यंत्रांचा वापर करता येईल आणि उत्पादकतेत वाढ होऊन शेती उत्पादनात वाढ होईल; परंतु शेती करण्याच्या पद्धती म्हणजे वैयक्तिक शेती पद्धतीतून सहकारी शेती, सामूहिक शेती पद्धतीत बदल करण्यासाठी वेळ लागेल. त्यासाठी लोकांच्या वृत्तीत बदल होणे आवश्यक असते. कारण शेतकऱ्यांना जमिनीच्यामालकी हक्काबाबत असणारी ओढ, प्रेम इत्यादींमुळे एका रात्रीत हा बदल होणे शक्य नाही. लोकांना योग्य प्रकारचे शिक्षण दिले, तर सामूहिक मालकीच्या मोठ्या आकाराच्या शेतीची कल्पना मान्य होऊ शकेल असे रॉय यांना वाटते. थोडक्यात, शेतीचे यांत्रिकीकरण, आधुनिकीकरण करण्यासाठी शेतजमिनीच्या आकारात वाढ घडवून आणण्यासाठी रॉय यांनी सामुदायिक शेती, सहकारी शेती आणि सरकारच्या मालकीच्या शेतीचा पुरस्कार केला. असे असले तरी रॉय यांना सामुदायिक, सहकारी शेती भारतीय परिस्थितीला योग्य आहे, असे वाटते.

थोडक्यात, रॉय यांच्या मते शेतीची प्रगती झाली तरच देशाची प्रगती होईल. तसेच शेती क्षेत्रात संस्थात्मक बदल करून शेती क्षेत्राची संख्यात्मक व गुणात्मक वाढ करणे गरजेचे आहे असे स्पष्ट केले.

३. रॉय यांचे औद्योगिकीकरणासंबंधी विचार : रॉय यांच्या मते, औद्योगिकीकरण आणि आर्थिक विकास यांचा प्रत्यक्ष संबंध आहे. औद्योगिकीकरणामुळेच युरोपियन देश प्रगत बनले. भारतात सुद्धा औद्योगिकीकरणास पोषक परिस्थिती आहे. भारतात नैसर्गिक साधन सामग्री आणि श्रमपुरवठा यांची विपुलता आहे. परंतु भांडवलाची टंचाई आहे. त्यामुळे उद्योगधंद्याच्या वाढीवर मर्यादा येतात. त्यावर उपाय म्हणून रॉय यांनी अल्प भांडवलाच्या साहाय्याने लघु व कुटीरोद्योगांना चालना द्यावी असे सुचविले. उद्योगांना यंत्रे आणि खर्चिक तंत्रज्ञान लागते. भारतात दारिद्र्याचे प्रमाण जास्त असल्याने बचत व भांडवल संचय कमी आहे याचा परिणाम मोठ्या उद्योग स्थापनेवर होत आहे. औद्योगिकीकरणाबाबत महात्मा गांधी यांनी मांडलेले विचार रॉय यांना मान्य नव्हते. भारताच्या सामाजिक, आर्थिक पुनर्रचनेत गांधींचा यंत्राला असणारा विरोध, हाताने चालविल्या जाणाऱ्या यंत्राच्या साहाय्याने वस्तूंची निर्मिती करणे यावर रॉय यांनी टीका केली. सत्य, अहिंसा, प्रेम आणि स्वयंमदत याद्वारे सामाजिक आणि आर्थिक बदल घडून आणता येतील, या गांधींच्या या विचाराशी रॉय सहगत नव्हते. गांधींच्या या विचारामुळे भारतासारख्या जास्त लोकसंख्या असलेल्या राष्ट्रात वस्तूंची दुर्मिळता मात्र निर्माण होईल. त्याचा फायदा भांडवलदारांना होईल. विपुलतेच्या अर्थव्यवस्थेत म्हणजेच उपभोगात वाढ होत असताना उत्पादनात अंतर निर्माण होणे योग्य नव्हे. त्यासाठी तंत्रज्ञानात प्रगती होणे आवश्यक ठरते.

रॉय यांच्या मते, आधुनिक विज्ञान–तंत्रज्ञानाचा उपयोग शेती आणि उद्योगास अशा प्रकारे करावा की, ज्याद्वारे भांडवलशाही आणि जमीनदारी पुन्हा निर्माण होणार नाही.

रॉय यांनी भारतातील दारिद्र्य दूर करण्यासाठी औद्योगिकीकरणावर भर द्यावा असे सुचविले. भारताची अर्थव्यवस्था कृषिप्रधान असली तरी केवळ कृषी क्षेत्रावर अवलंबून राहता येणार नाही. वाढणाऱ्या लोकसंख्येसाठी रोजगार उपलब्ध करून देणे, देशाची उपभोग्य वस्तू व औद्योगिक वस्तूंची गरज पूर्ण करणे यासाठी औद्योगिक वाढीवर लक्ष केंद्रित करणे गरजेचे आहे. यासाठी सरकारने पुढाकार घेऊन औद्योगिकीकरणामध्ये सक्रिय व्हावे किंवा भांडवल गुंतवणूक करण्याची क्षमता असलेल्या खासगी क्षेत्रास प्रोत्साहन द्यावे. खासगी क्षेत्रामुळे आर्थिक शक्तीचे व नफ्याचे केंद्रीकरण होते. तसेच हे क्षेत्र कामगारांचे आर्थिक शोषण करते. येथे मजुरीचे दर अत्यल्प असतात याची रॉय यांना जाणीव होती. ते स्वत: समाजवादी विचारांचे पुरस्कर्ते होते. तेव्हा खासगी क्षेत्रावर सरकारचे नियंत्रण असावे. तसेच अशा कारखान्यांमध्ये कामगारांची परिषद असावी, जी कामगारांचे वेतन, कामाचे तास आणि काम करण्याची परिस्थिती व इतर कामगारहिताच्या बाबींकडे सतत लक्ष पुरवू शकेल.

रॉय हे भारतीय कम्युनिस्ट नेते होते. रॉय यांच्यावर समाजवादाचा प्रभाव होता. भारतात समाजवादाबरोबरच लोकशाही आणि ती अधिक दृढमूल व्हावी असे त्यांचे मत होते. त्यासाठी त्यांनी सरकारच्या हस्तक्षेपाचा आग्रह धरला होता. सरकारने औद्योगिक विकासात महत्त्वाची भूमिका पार पाडावी. देशात आर्थिक परिवर्तनासाठी 'नियोजन' हे तंत्र महत्त्वाचे आहे. नियोजनाची यशस्विता भारताचा विकास करू शकेल असे त्यांना वाटत होते.

हा देश आर्थिक विकासाकडे जलद गतीने प्रगती करू शकेल इतकी क्षमता आहे, हे त्यांनी स्पष्ट केले. लघु आणि कुटीरोद्योगांबरोबरच मोठ्या उद्योगांचे महत्त्व स्पष्ट केले.

२१.३ मूल्यमापन

रॉय यांनी भारतीय दारिद्र्य दूर करण्यासाठी आर्थिक विकास हाच एक उपाय आहे असे सांगितले. शेती व उद्योगधंद्याचा विकास करणे ही त्या काळातील अर्थव्यवस्थेची गरज होती. ते कसे साध्य करता येईल याचे स्पष्टीकरण रॉय यांनी केले. रॉय हे उमेदीच्या काळात मार्क्सवादी असले तरी आयुष्याच्या अंतिम पर्वात त्यांनी मानवतावादाचा आग्रह धरला. त्यांनी परिवर्तनाचे दोन मार्ग सुचविले. एक मार्ग हुकूमशाहीचा, जो चीन किंवा पूर्वाश्रमीच्या रशियाने अवलंबिला होता, तर दुसरा लोकशाहीचा तो भारताने स्वीकारला. यातील लोकशाही मार्गाचे परिवर्तन रॉय यांनी मान्य केले. ते मानवी मूल्याचे उपभोक्ते होते. त्यांच्या मते, स्वातंत्र्य हे सर्वश्रेष्ठ मानवी मूल्य आहे. विवेकपूर्ण व नितिमान नागरिक हीच देशाची खरी संपत्ती होय, असेही रॉय यांचे मत होते. रॉय यांनी आर्थिक विश्लेषणात तत्त्व आणि व्यवहार यांचा समन्वय साधलेला दिसून येतो. रॉय यांनी अनेक देशांना भेटी दिल्या. भारताच्या विकासासाठी त्यांचे विचार व्यावहारिक बनले. रॉय हे भौतिकवादी होते. विज्ञान व तंत्रज्ञान आणि आधुनिकीकरण यांचे त्यांना आकर्षण होते.

स्वाध्याय

१. मानवेंद्रनाथ रॉय यांचे दारिद्र्यविषयीचे विचार स्पष्ट करून दारिद्र्य दूर करण्यासाठी त्यांनी कोणते उपाय सुचविले ते स्पष्ट करा.
२. रॉय यांचे शेतीविषयक विचार स्पष्ट करा.
३. औद्योगिकीकरणाबाबत रॉय यांचे विचार स्पष्ट करा.
४. रॉय यांच्या कार्याचे मूल्यमापन करा.

❐

२२

महात्मा गांधी

(१८६९ - १९४८)

२२.१ जीवन परिचय

मोहनदास करमचंद गांधी यांचा जन्म गुजरात राज्यातील पोरबंदर येथे २ ऑक्टोबर १८६९ मध्ये झाला. शालेय शिक्षण पोरबंदर येथे झाले. पुढे त्यांच्या बंधूनी गांधीजींना शिक्षणासाठी विदेशात पाठविले. तेथे त्यांनी कायद्याचा अभ्यास केला. लहानणापासून योग्य संस्कारांमुळे गांधीजी घडत गेले. परदेशात पदवी प्राप्त करून आल्यानंतर १९१४ मध्ये त्यांनी भारतीय राजकारणात प्रवेश केला. असहकार, सत्य, अहिंसा या तत्त्वांच्या आधारावर भारतीय राजकारणात आपला वेगळा ठसा उमटविला. त्यांच्या एकूणच आयुष्यामध्ये त्यांनी जे काही आर्थिक विचार मांडले ते भारतासाठी अतिशय मौल्यवान ठरले. ते विचार सामाजिक, राजकीय व आर्थिक दृष्टीकोनातून अतिशय महत्त्वाचे होते.

राष्ट्रपिता म्हणून ज्यांचा गौरव केला जातो ते महात्मा गांधी दादाभाई नौरोजींच्या निधनानंतर तीन वर्षांनी (१९२० मध्ये) भारतीय राजकारणात सक्रिय झाले. १९२० मधील असहकार आंदोलन, १९३० मधील दांडीयात्रा, १९४० मधील सविनय कायदेभंग चळवळ, १९४२ मध्ये 'चले जाओ घोषणा' अशा त्यांच्या आंदोलनातून १५ ऑगस्ट १९४७ मध्ये भारताला स्वातंत्र्य मिळवून देण्याचे त्यांचे स्वप्न साकार झाले. त्यांच्या जीवन चरित्राचा वेगळा परिचय करून देण्याची गरज नाही. गांधीजी थोर विचारवंत होते. त्यांच्या विचारांवर गीता, उपनिषदे या महान ग्रंथांचा संत कबीर, मीराबाई, गुरुनानक या संतांच्या विचारांचा थोरो, रस्किन, टॉलस्टाय विचारवंतांचा प्रभाव होता. नामदार गोपाळकृष्ण गोखले त्यांचे राजकीय गुरू होते. गांधीजी अर्थशास्त्रज्ञ नव्हते किंवा आर्थिक विचार प्रगट करणारा स्वतंत्र ग्रंथही त्यांनी लिहिला नाही. त्यांनी राजकारण, धर्म आणि एकूण जीवनविषयक जे तत्त्वज्ञान मांडले त्यातच त्यांचे आर्थिक विचार विखुरलेले आहेत.

गांधीजींनी मांडलेल्या आर्थिक विचारानुसार ब्रिटिशांनी भारतीय संपत्तीची मोठ्या प्रमाणात लूट केली होती. गांधीजींनी पैसा आणि संपत्तीपेक्षा मानवी मूल्यांवर अधिक भर दिला होता. त्यांनी ग्रामोद्योगांना चालना दिल्यामुळे देशातील लोकांनी परदेशी मालावर बहिष्कार टाकला. गांधीजींचा विकेंद्रीकरणाला व यांत्रिकीकरणाला चालना देणाऱ्या उद्योगांना विरोध होता. तसेच त्यांनी स्वदेशांचा पुरस्कार केला. त्यांनी सर्वोदय योजनेद्वारे स्वावलंबी अशा प्रादेशिक उद्योगांची संकल्पना मांडली. त्यामुळे ग्रामोद्योगांचा विकास झाला होता. देशाची वाढती लोकसंख्या नियंत्रित करण्यासाठी कृत्रिम साधनांचा वापर न करता 'जननदर' नियंत्रित करण्यासाठी स्वयं नियंत्रण किंवा ब्रह्मचर्य हा खात्रीचा उपाय सुचविला.

महात्मा गांधी यांनी जगाला सत्य, अहिंसेचाच संदेश दिला नाही, तर आर्थिक विकासासाठी त्यांनी अनेक मौलिक विचार मांडले. त्यांनी मांडलेल्या आर्थिक विचारांपैकी काही विचार आजच्या जागतिकीकरणाच्या प्रक्रियेत महत्त्वाचे आहे. त्यामध्ये विश्वस्ताची संकल्पना, साधी राहणी व उच्च विचारसरणी, उत्पादक रोजगार आणि आर्थिक वृद्धीचे प्रतिमान याबद्दलच्या विचारांचा समावेश करावा लागतो.

२२.२ अर्थशास्त्रीय विचारामागील तत्त्वे अथवा म. गांधी यांचे आर्थिक विचार

राष्ट्रपिता महात्मा गांधी हे एकाअर्थाने अर्थशास्त्रज्ञ नव्हते आणि त्यांनी अर्थशास्त्रविषयक स्वतंत्र ग्रंथही लिहिला नाही. तथापि त्यांनी धर्म, राजकारण किंवा एकूणच जीवनाचे जे तत्त्वज्ञान मांडले त्यातच त्यांचे आर्थिक विचार विखुरलेले आढळतात. त्यांना एकत्रित करण्याचे काम त्यांच्या विविध अनुयायांनी केले, ज्यामध्ये

डॉ. कुमारप्पांचा उल्लेख करायला हवा. आज आपण गांधीवादी अर्थशास्त्राची चर्चा करीत असलो तरी या तऱ्हेचा काही प्रकार आहे हे गांधीजींना मान्य नव्हते, कारण त्यांच्या दृष्टीने अर्थशास्त्र हे वेगळे नसून जीवनाच्या क्रमाचा व तत्त्वज्ञानाचाच एक भाग आहे. अर्थशास्त्र आणि नीति यांची फारकत करणे त्यांना मान्य नव्हते. किंबहूना, नैतिक विचारांचा प्रभाव आर्थिक जीवनावर असायलाच हवा. पाश्चिमात्य प्रणालीतील भौतिकवादाचा अतिरेक अयोग्य असून गांधीजींच्या दृष्टीने व्यावहारिक शास्त्राला नैतिक मूल्यांची जोड दिल्याशिवाय व्यक्तीचे व राष्ट्राचे कल्याण होऊ शकत नाही.

१. नीतिशास्त्र – महात्मा गांधींच्या विचारांचा पाया नैतिक व आध्यात्मिक विचारातच उभारलेला आहे. त्यातून त्यांच्या व त्यांना अभिप्रेत काही बाबी स्पष्ट आहेत.

साधेपणा – समाजातील प्रत्येक व्यक्तीने साधे जीवन जगण्याचा प्रयत्न केल्यास समाजातील सर्व प्रश्न सुटतील. स्वेच्छेने साधेपणा व समाधानी असावे. (Wants are unlimited hence there should need base economy)

अहिंसा – भांडवलशाहीतील पिळवणूक नाकारून अहिंसा अभिप्रेत आहे. अहिंसा ही शौर्याची करसीमा आहे.

नैतिक मूल्ये – पैसा आणि भौतिक सुखापेक्षा, नैतिकता व मानवी मूल्ये जास्त महत्त्वाची आहेत असे गांधीजींचे मत होते.

२. समाजवाद, साम्यवाद व गांधीवाद – म. गांधी स्वत:ला समाजवादी म्हणत पण त्यांचा समाजवाद वेगळा होता. ‘‘समाजवादाची ही कल्पना माझी स्वत:ची आहे. साऱ्या समाजवाद्यांनी माझ्यापासून समाजवाद शिकावा.’’

अनेकदा गांधीवादी कल्पना, समाजवादी किंवा साम्यवादी संकल्पनाशी जुळणाऱ्या वाटतात. काही बाबतीत विशेषत: महत्त्वाच्या उद्योगावर शासनाचे नियंत्रण असणे, मक्तेदारी नष्ट करणे, शेती आणि अन्य क्षेत्रात, सहकारी संस्था स्थापन करणे वगैरे गांधीजींचे विचार समाजवादाशी जुळणारे आहेत.

समाजवाद, साम्यवाद आणि गांधीवाद प्रामुख्याने समाजाच्या कल्याणासाठी आहेत. मात्र साम्यवादाला समानता भौतिक आणि सामाजिक स्तरापुरती मर्यादित आहे. मात्र गांधीजींचा विचार नितितत्त्वावर आधारित आहे. गांधीजींना व्यक्तिविकास अभिप्रेत होता. व्यक्तिच्या विकासाचे साधन म्हणून राष्ट्राचे अस्तित्व असते. यावर गांधीवाद उभारला आहे. बहुविध कल्याणाबरोबर नैतिक मूल्यांचाही त्यात विचार करण्याची आवश्यकता गांधीजींनी प्रतिपादन केली.

३. सर्वोदय – समाजातील क्षुद्रातील क्षुद्राचाही विकास होईल. सर्वांच्या

कल्याणात आपले कल्याण मानल्यास समाजात अस्तित्वात असणारे सर्व उद्योग सारखेच प्रतिष्ठा असणारे असतात. तो एक पोटापाण्याचा हक्क आहे. साधे अंगमेहनतीचे जीवन म्हणजे खरे जीवन असे विचार म. गांधींनी सर्वोदय संकल्पनेत मांडले आहेत. दुसऱ्या शब्दात आर्थिक विकासाच्या प्रक्रियेत त्यांनी सामान्य माणसाच्या अन्न, वस्त्र, निवारा, शिक्षण व वैद्यकीय मदत वा गरजा पूर्ण करण्यास अग्रक्रम दिला. थोडक्यात, त्यांनी सर्वोदय म्हणजेच सर्वांचा उदय ही संकल्पना विकसित केली.

गांधीजींवर जार्ज रस्किन यांच्या Un to the last या पुस्तकाचा मोठा प्रभाव होता. त्यांनी सर्वोत्तम नावाने या पुस्तकाचे भाषांतर केले. सर्वोदय संकल्पना मांडणारे गांधीजी आधुनिक काळातील पहिले विचारवंत आहेत. सर्वोदय भांडवलशाही समाजवाद आणि लोकशाही समाजवाद याच्या विरोधात नाही. गांधींना सध्याची अर्थव्यवस्था. मानवी मूल्य, विश्वास व समाजाची वागणूक यामध्ये सर्वोदयाद्वारे आमूलाग्र बदल करता येऊ शकेल असे वाटत होते. गांधीजींच्या सर्वोदय कल्पनेचा विकास विनोबा भावे यांनी केला. त्यांनी सर्वोदर समाज स्थापन केला. विनोबांनी त्यातून भूदान, ग्रामदान सारख्या चळवळी हाती घेतल्या.

थोडक्यात, सर्वोदयामुळे सर्वोदयी समाज निर्माण होईल, त्यातील सर्व लोक समानतेने राहतील ते दारिद्र्य भितीपासून मुक्त असतील. सर्व जाती व धर्माचा आदर सर्वोदय समाजातील व्यक्ती करतील. अस्पृश्यता पाळली जाणार नाही. मालक, मजूर किंवा जमीनदार, कुळे असा संघर्ष या समाजात असणार नाही. सर्वांना शिक्षणाची संधी मिळेल. समाजातील प्रौढ व्यक्तीना सर्वसामान्य शिक्षण व तांत्रिक शिक्षण मिळेल.

४. ग्रामस्वराज्य – गांधी अर्थशास्त्राचा ग्रामस्वराज्य आणि स्वावलंबन हा गाभा होता. गांधीजींना अन्न, वस्त्र, निवारा आदी संदर्भात प्रत्येक खेडे स्वयंपूर्ण अपेक्षित होते. प्राचीन भारतातील खेडी स्वयंपूर्ण होती. स्वयंपूर्ण खेड्यात उत्पादन उपभोग, वितरणक्रिया एकाचवेळी घडाव्यात, उद्योग विकेंद्रित असावेत. ग्रामीण भागात सुप्त बेकारी नसावी असे गांधीजींना अपेक्षित होते.

खेड्यांचा विकास या तत्त्वावर गांधीजींचे अर्थशास्त्र अवलंबून आहे. त्यांच्या मते, जर खेड्यांचा विकास झाला तरच देशाचा विकास होईल.

भारताच्या सर्वांगीण विकासासाठी गांधींनी ग्रामीण विकासावर भर दिला. त्यांनी ग्रामराज्य ही संकल्पना मांडली. याअंतर्गत श्रमप्रतिष्ठा, स्वयंपूर्णता, विकेंद्रीकरण, ग्रामीण व्यवसाय शिक्षण, प्रौढ साक्षरता, सहकारी शेती, अस्पृश्यता निवारण, स्त्री उद्धार, आर्थिक समता इ. तत्त्वांवर भर दिला.

म. गांधी यांनी आदर्श ग्रामस्वराज्याची कल्पना मांडली व आदर्श खेड्याची वैशिष्ट्ये स्पष्ट केली.

आदर्श खेड्यांची वैशिष्ट्ये

१. खेड्यांची रचना व्यवस्थाबद्ध असावी.

२. प्रत्येक खेडे आर्थिकदृष्ट्या स्वयंपूर्ण असावे.

३. प्रत्येक खेडे अन्न व वस्त्राबाबत स्वयंपूर्ण असावे.

४. प्रत्येक खेड्यातील कृषी व्यवसाय प्रगत असावा.

५. खेड्यातील जमिनीमधून अन्नधान्याचे उत्पादन घेतल्यावर उरलेल्या जमिनीवर नगदी पिके घ्यावीत.

६. प्रत्येक खेड्यात धर्मशाळा, शाळा, नाट्यगृहे, दवाखाना, स्वच्छ पाण्याची व्यवस्था आणि समाजमंदीर असावे.

७. प्रत्येक खेड्यात गुरांसाठी गोठे, मुलांना खेळण्यासाठी मैदाने असावीत.

८. प्रत्येक खेड्यात फुलझाडे, स्वच्छ रस्ते, सांडपाण्याची व्यवस्था असावी.

९. प्रत्येक खेड्यातील जाती व्यवस्था नष्ट व्हावी.

१०. प्रत्येक खेड्यात मूलभूत शिक्षण सक्तीचे असावे.

११. खेड्यातील सर्व व्यवहार सहकारी तत्त्वानुसार चालविले जावेत. खेड्यातील उत्पादन स्थानिक बाजारपेठेतच उपलब्ध व्हावे.

१२. गावाचा कारभार दरवर्षी निवडून आलेल्या पाच सदस्यांच्या ग्रामपंचायतीमार्फत चालविला जावा.

१३. ग्रामपंचायतीला कायदे करण्याचे, त्याची अंमलबजावणी करण्याचे न्यायालयीन अधिकार असावेत.

ग्रामीण भागात असणाऱ्या विविध प्रकारच्या समस्या जसे आरोग्य, दारिद्र्य, शिक्षण इ. समस्या सोडविल्या तरच ग्रामीण भागाचे, खेड्याचे पुनरुज्जीवन होईल असा विश्वास गांधीजींना वाटत होता.

'गांधीजी आजच्या संदर्भात' या लेखात पुणे विद्यापीठातील डॉ. यशवंत सुमन म्हणतात, जग हे ग्लोबल खेडे बनले असल्याचे बोलले जाते. या बदलणाऱ्या परिस्थितीत सामान्यातील सामान्य माणूस केंद्रस्थानी ठेवून त्याच्या सर्वांगीण विकासाविषयी चिंतन महत्त्वाचे आहे.

सध्याच्या जागतिकीकरणातील भांडवलशाहीचा सारा भर आर्थिक वाढीवर आहे. ही आर्थिक वाढ झाल्यानंतर परिणाम स्वरूप मानवी विकास झाला तर होईल असे मानले जाते.

कामाच्या शोधात कामगार वर्ग खेड्यातून शहराकडे, एका राज्यातून दुसऱ्या राज्यात आणि एका देशातून दुसऱ्या देशात स्थलांतर करीत असल्याचे दिसते. हे सगळे नव्या उत्तर औद्योगिक भांडवलशाहीने निर्माण केलेल्या अशाश्वततेचे परिणाम

आहेत. दारिद्र्य, विषमता आणि बेकारी हे प्रश्न तीव्र बनल्याचे दिसते. बाजारपेठीय अर्थकारणात पारंपरिक व्यवसाय करणाऱ्यावर गदा येत आहे. त्यांचे नैसर्गिक साधन संपत्तीवरील हक्क काढून घेण्यात येत आहेत. दुसरीकडे शहरातही असंघटित कामगार, झोपडवासीय विस्थापित यांचे प्रश्न गंभीर बनले आहेत.

आज एका बाजूला साम्यवादी सर्वंकषवाद, राज्यवाद, वंशवाद आणि अधिकारशाहीचा प्रतिवाद करण्याची लोकशाहीवादी शक्ती गांधी विचाराची कास धरताना दिसतात. तर दुसऱ्या बाजूस वाढता हिंसाचार, पर्यावरणाचा ऱ्हास पर्यावरणवादी आणि पर्यायी विकासवादी मंडळीही गांधी विचारांना समर्थन देताना दिसतात. खरे तर मानवी कल्याणाचा विचार गांधीनी राष्ट्र-राज्याच्या चौकटीत कधीत बंदिस्त केला नव्हता आणि म्हणूनच मानवी जीवनाचे नियमन, नियंत्रण करणाऱ्या ज्या संरचना होत्या त्यातील दमन व शोषणाच्या विरोधात गांधींनी सतत लढा दिला. धर्मव्यवस्था, उत्पादन व्यवस्था, राज्यव्यवस्था, पुरुषसत्ताक व्यवस्था आणि वर्गव्यवस्था व मानवी विकासक्रमात येणाऱ्या अन्य नियमन नियंत्रणाच्या संरचनामधील दमन-शोषणाला अथक, चिवटपणे विरोध करणे व संघर्षशील राहणे, हे गांधी विचारांचे मर्म आहे. ही त्यांची मूलगामी नैतिक भूमिका. जागतिकीकरणाच्या संदर्भात शोषक शोषित समूह ओळखणे त्या त्या पातळीवर संघर्ष उभा करणे, सामाजिक उपक्रम अचूकपणे ठरविणे म्हणजेच गांधींना नव्या संदर्भात प्रस्तुत करणे होय.

५. लघु व कुटीर उद्योग – औद्योगिक क्रांतीनंतर युरोपात झालेल्या औद्योगिकीकरणाला म. गांधींचा विरोध होता. आदर्श खेडेगाव संकल्पनेत लघु व कुटीर उद्योगांना चालना देण्याची त्यांची इच्छा होती. मोठ्या प्रमाणातील उद्योगधंदे भांडवल प्रधान आहेत. श्रमशक्तीचा तेथे पुरेपूर वापर होत नाही. भारतात श्रमशक्ती विपुल आहे. भांडवल कमी आहे म्हणून ग्रामोद्योग व कुटीरोद्योगावर म. गांधींनी भर दिला आहे. जुन्या पद्धतीत दळावे किंवा कांडावे याचा गांधींनी आग्रह धरला तो ते जुन्या गोष्टींचे पक्षपाती आहेत म्हणून नाही, त्यांच्या मते भारतीय ग्रामीण परिसरातील शेतकरी बांधवांना फावल्या वेळात करता येण्याजोगा कुटीरोद्योगाखेरीज दुसरा मार्ग नाही. या शेतकऱ्यास शेतावर चार महिने काम असते. ग्रामीण भागात छुपी बेकारी आहे. त्यांना पूरक व साहाय्यक उद्योग हवे आहेत.

औद्योगिकीकरणाने व ब्रिटिश राजवटीत ग्रामीण लघु व कुटीर उद्योग रसातळाला गेले. ब्रिटिशांनी इंग्लंडमध्ये निर्माण झालेला औद्योगिक माल भारतात स्वस्तात विकला व भारतीय पैसा ब्रिटनमध्ये नेला.

म. गांधींनी विकेंद्रित अर्थव्यवस्थेचा पुरस्कार केला. उत्पादनाचे केंद्रिकरण झाल्यास औद्योगिक शहरे वाढतात. ग्रामीण भागातील लोक रोजगारासाठी शहरात

येतात. त्यामुळे निवास व्यवस्था, आरोग्य, पाणी पुरवठा, शिक्षण या सुविधा गरजेच्या मानाने अपुऱ्या पडतात. गांधींच्या मते एका कापडगिरणीत प्रचंड प्रमाणावर कापड निर्माण करण्याऐवजी वैयक्तिक कापडउत्पादन खेडोपाडी चरख्याद्वारे केले तर ग्रामीण जनतेला रोजगार मिळेल. यामागे लोकसंख्या अवास्तव असल्याने श्रमप्रधान उत्पादन पद्धतीवर गांधीजींनी भर दिला. त्यांच्या मते प्राचीन काळात हस्तकला वस्तू व कापड ग्रामीण भागात तयार झाले. जागतिक बाजारात ते विकले गेले. आजही ग्रामीण भागांतील लघु आणि कुटीरउद्योगांचे पुनरुज्जीवन करण्याचा गांधीजींनी पुरस्कार केला. ग्रामीण भागातील कुटीरउद्योग, ग्रामीण जीवनाशी व साधन सामुग्रीशी सुसंगत असावा . ग्रामीण उद्योगातून ग्रामीण स्वयंपूर्णता साधता येईल. ग्रामीण भागातील लघु आणि कुटीरउद्योग शेतीला अनुरूप असावा. त्याने खादी आणि गोपालन यांना अग्रस्थान दिले. ग्रामीण उद्योगांना मोठ्या प्रमाणावर भांडवलाची आवश्यकता नसते. अखिल पातळीवर ग्रामीण कुटीर व लघुउद्योगांना मदत आणि मार्गदर्शन करण्यासाठी अखिल भारतीय चरखा संघ, अखिल भारतीय ग्रामोद्योग संघ त्यांनी स्थापन केला.

आपल्या ग्रामीण उद्योगांच्या विचाराबाबत ते म्हणतात, खेड्यातील जोडधंदे, कुटीरोद्योग, लघुउद्योग, हस्तउद्योग यांचा विकास झाल्याशिवाय खेड्यांचा विकास होणार नाही आणि खेड्यांचा विकास झाल्याशिवाय देशाचा विकास होणार नाही. त्यासाठी त्यांनी खेड्यातील उद्योगांना महत्त्व दिले.

६. श्रम – भारतातील वाढती लोकसंख्या विचारात घेता भारतात श्रम प्रधान उत्पादन पद्धती असावी. किंबहुना मोठे उद्योगधंदे निर्माण करून केंद्रीकरण करण्याऐवजी छोटे कुटीरउद्योग विखुरलेल्या स्वरूपात निर्माण करणे आवश्यक आहे. गांधीजींचा यांत्रिकीकरणाला विरोध होता. यांत्रिकीकरणामुळे बेरोजगारी वाढेल, मनुष्याची प्रगती होत असताना त्याच्या गरजा वाढतील, तो बुद्धीवादी बनेल, ऐहिक सुखाची लालसा पूर्ण झाली नाही, तर त्याच्या जीवनात ताण आणि निराशा येईल. गांधीजींच्या मते यांत्रिकीकरण हे अपरिहार्य संकट आहे. आवश्यक तेथेच यांत्रिकीकरण केले जावे या उद्योगांवर शासनाची मालकी असावी. त्यामुळे तेथे शोषण होणार नाही मात्र गांधीजींनी लघुउद्योग आणि मुलोद्योग याना प्राधान्य दिले आहे.

गांधींनी यंत्राला यंत्र म्हणून विरोध केला नाही. औद्योगिक क्रांतीमुळे निर्माण झालेल्या भांडवलप्रधान उत्पादन पद्धतीचा परिणाम शेकडो कामगारांना बेकार बनविण्यावर होतो. मोठी यंत्रे भांडवलदारांचा वर्ग निर्माण करतात. समाजातील धनवान श्रीमंत व्यक्ती मोठ्या प्रमाणावर भांडवल गुंतवणूक करतात. औद्योगिक उत्पादन प्रक्रियेची मालकी मिळवितात. मोठ्या उद्योगाच्या स्पर्धेत लघुउद्योग व कुटीरउद्योग

यांचे अस्तित्व संपते. मोठी यंत्रे शोषणाचे साधन बनतात. भांडवलशाहीत भांडवलदारांचा वर्ग श्रीमंत बनतो व कामगारांचा वर्ग दैन्य व दारिद्र्य सहन करतो. हे त्यांना अहिंसेच्या तत्त्वाविरुद्ध वाटते. भांडवलशाहीमुळे मूठभरांचे सुख-समाधान वाढते, बहुसंख्यांना दुःख भोगावे लागते.

गांधीजींनी मानवतेचा विचार केला. मानव हा उत्पादन पद्धतीचा केंद्रबिंदू मानला. पाश्चात्य देशात भांडवलशाही अर्थव्यवस्थेत औद्योगिकीकरणामुळे भौतिक साधने वाढली, वस्तूंचे प्रचंड उत्पादन झाले पण मानवाचा त्यात विचार झाला नाही. यांत्रिकीकरणामुळे कारागीराचा रोजगार, त्याचे कौशल्य आणि कलाकुसर मारली जाते. भांडवलदार मिळणारा नफा आपली संपत्ती वाढविण्यास वापरतो. त्यामुळे गांधीजींचा भांडवलदाराकडून होणाऱ्या वाढत्या यंत्राच्या वापराला विरोध होता.

७. विश्वस्त संकल्पना – समाजात असणारी विषमतेची दरी नष्ट करावयाची असेल तर भांडवलदार व श्रीमंत वर्गाने आपल्याला आवश्यक तेवढी संपत्ती जवळ बाळगावी. राहिलेली संपत्ती समाजातील गरीब वर्गाला उद्योगधंदे काढून देण्यासाठी वापरावी त्यामुळे समाजातील आर्थिक विषमता नाहिशी होईल असे मत गांधीजींनी विश्वस्त संकल्पना मांडताना नोंदविले.

म. गांधींनी आर्थिक सत्तेच्या विकेंद्रीकरणाचे समर्थन केले. भांडवलदारांनी मालकाची नव्हे तर विश्वासाची भूमिका बजवावी हे गांधीजींना अभिप्रेत होते. अलीकडच्या काळात उदयास आलेले मानवी विकास निर्देशकाचा निकष गांधीजींनी या कल्पनेमधून सांगितले.

१९१६ मध्ये बनारस विश्वहिंदू विद्यापीठाच्या उद्घाटनाच्या प्रसंगी गांधींनी विश्वस्त संकल्पना मांडली. भारतातील श्रीमंत आणि संस्थानिक यांनी स्वत:ला प्रजेच्या संपत्तीचे विश्वस्त मानून त्यांच्याकडील संपत्तीचा जनकल्याणासाठी वापर करावा असे गांधीजींनी या भाषणात म्हटले.

भांडवलशाही अर्थव्यवस्थेत खासगी मालकी हक्क, किंमतप्रधान अर्थव्यवस्था आणि नफा यांनाच महत्त्व आढळते. तेथे नफा उत्पादनाची प्रेरणा असते. कामगारांना कमी वेतन देऊन त्यांना जास्त तास काम करण्यास लावून निर्माण झालेली वस्तू जास्त किमतीला विकून हा भांडवलदार नफा मिळवितो. भांडवलशाहीत भांडवलदार आणि कामगार यांचे हितसंबध परस्पर विरोधी असतात. त्यात समन्वय साधण्यासाठी गांधीजींनी विश्वस्त कल्पना मांडली. यालाच दादा धर्माधिकारी यांनी विश्वस्तयोग म्हटले, तर ना. ग. गोरे यांनी समाज समर्पण संबोधिले. सूर्य समुद्रातील पाणी शोषून घेतो तसे धनिक साम्राज्यातील संपत्ती मिळवितो. मात्र सूर्य जलवर्षाव करून पृथ्वीचे पाणी पृथ्वीला परत देतो तसे धनिकाने आपली संपत्ती समाजाला परत

करावी. भांडवलदारांनी विश्वस्त सिद्धान्त स्विकारला तर समाजातील आर्थिक विषमता आणि वर्ग व्यवस्था नष्ट होईल असा गांधीजींना विश्वास होता.

भांडवलशाहीत कामगारांची पिळवणूक होते. कामगारांनी बंड करावे. रक्तरंजीत क्रांतीच्या मार्गाने समाजवाद – साम्यवाद आणावा ही कार्ल मार्क्सची विचारसरणी गांधीजींना मान्य नव्हती. गांधीजींना खासगी मालमत्ता मान्य होती. पण संपत्तीचा आत्यंतिक हव्यास मान्य नव्हता. श्रीमंत व गरीब यांच्यातील दरी कमी करण्यासाठी गांधीजींनी तीन मार्ग सांगितले.

१. लुटारूंकडून होणारे संपत्तीचे अपहरण

२. सरकारच्या कायद्याद्वारे उद्योगधंद्याचे राष्ट्रीयिकरण

३. दानधर्म

गांधीजींना राष्ट्रीयीकरण आणि अपहरण मान्य नव्हते. कारण त्यात हिंसा आहे. श्रीमंतांना त्यात मानसिक त्रास व आर्थिक त्रास सहन करावा लागेल पण विश्वस्त हा मार्ग अधिक चांगला आहे. त्यात स्वेच्छेने श्रीमंताने आपल्या संपत्तीचे दान करावयाचे आहे. त्यात अहिंसक मार्गाने भांडवलदारांचे मतपरिवर्तन करता येईल. त्यातून कामगारांचे शोषण थांबेल. कामगार वर्गास रोजगार मिळाला, शिक्षण मिळाले तर त्यांच्यात जबाबदारीची जाणीव निर्माण होईल.

विश्वस्त संकल्पना आदर्श संकल्पना आहे. त्यात जमीनदार, भांडवलदार श्रीमंतांनी व व्यापाऱ्यांनी त्यांना मिळणाऱ्या उत्पन्नाचा त्यांच्या दैनंदिन गरजांच्या पूर्ततेसाठी जेवढा खर्च अपेक्षित आहे तेवढाच भाग त्यातून काढून घ्यावा. उर्वरित रक्कम लोककल्याणार्थ खर्च करावी. तसे जर त्यांनी केले नाही तर समाजाने व कामगारांनी त्यांच्याविरुद्ध असहकार आंदोलन सुरू करावे.

स्वरूप – म. गांधींना विश्वस्त संकल्पनेत पुढील बाबी अपेक्षित होत्या.

१. श्रीमंतांनी आपल्याला संपत्तीचा मालक न समजता विश्वस्त समजावे.

२. संपत्तीची खासगी मालकी ठेवायची नाही हे या संकल्पनेत अभिप्रेत आहे.

३. संपत्तीचे संवर्धन आणि संरक्षण करणे.

४. संपत्तीचा उपयोग किमान गरजा भागविण्यासाठी काही भाग वापरावा. उरलेला समाजासाठी वापरावा.

५. गरज वाटल्यास संपत्तीची मालकी व उपयोग यावर कायद्याने बंधन घातले जाईल.

६. उत्पादनाचा उद्देश नफा न राहता सामाजिक गरज हा निकष मानून उत्पादन केले जाईल.

७. समाजामध्ये एखाद्या व्यक्तीला जास्तीत जास्त किती वेतन व कमीत कमी

किती वेतन मिळाले पाहिजे हे ठरविले जाईल.

८. म. गांधींचा संकल्पनेवर एवढा विश्वास होता की, हृदयपरिवर्तन होऊन श्रीमंत आपल्या संपत्तीचा मोठा हिस्सा स्वखुशीने समाजाला देईल व अहिंसेच्या मार्गाने विषमता नष्ट होईल. भांडवलशाहीकडून समाजवादाकडे अर्थव्यवस्था वाटचाल करील असा आशावाद त्यांनी स्पष्ट केला.

विश्वस्त रचना – विश्वस्त रचनेत पुढील बाबींचा समावेश होतो.

१. व्यक्तीला आवश्यकतेएवढीच खासगी मालमत्ता ठेवण्याचा अधिकार आहे. गरजेपेक्षा जास्त असलेली संपत्ती समाजकल्याणासाठी असेल.

२. संपत्तीची मालकी, उपयोग यांच्यावर नियंत्रण असण्यासाठी कायद्याचा आधार घेण्यास हरकत नाही.

३. या प्रकारच्या अर्थव्यवस्थेत समाजाच्या गरजा लक्षात घेऊन उत्पादन केले जाते. कोणत्याही एका व्यक्तीच्या लहरीवर उत्पादन अवलंबून असता कामा नये.

४. मानवी स्वभाव सुधारणे अशक्य नाही. या कल्पनेवर विश्वास ठेवून ही कल्पना मांडली आहे. भांडवलदारांना स्वतःला सुधारण्याची संधी यात आहे. भांडवलदारांच्या स्वभावात बदल झाल्यास भांडवलशाही समाजाचे रूपांतर क्षमतेवर आधारित समाजात होऊ शकेल.

५. या कल्पनेनुसार व्यक्तीला स्वतःला संपत्तीचा उपयोग स्वतःच्या स्वार्थासाठी समाजविरोधी कृत्य करण्यासाठी करता येणार नाही.

६. श्रमिकासाठी किमान वेतन निश्चित करणे जसे आवश्यक असते त्याचप्रमाणे व्यक्तीने जास्तीत जास्त किती उत्पन्न मिळवावे यालाही एक मर्यादा असावी. उत्पन्नामधील किमान आणि कमाल यांमधील फरकही कमीत कमी असावा. ज्याद्वारे दोन्हीमधील अंतरच कमी होईल.

गांधीजींची विश्वस्त कल्पना जमनालाल बजाज यांनी प्रत्यक्षात आणली होती. तसेच विनोबाजींनी भूदान, ग्रामदान चळवळ राबविली होती.

समाजात परिवर्तन आणण्यासाठी विश्वस्त कल्पना योग्य आहे त्यासाठी हृदय परिवर्तनाची आवश्यकता आहे.

८) स्वदेश – ब्रिटिश राजवटीत ब्रिटिशांच्या वस्तूंच्या आक्रमणामुळे भारतातील कुटीर व लघुउद्योग मारले गेले. बेकारी वाढली आणि विषमता वाढली. याविरुद्ध उपाय म्हणून लोकमान्य टिळकांनी प्रथम स्वदेशी संकल्पना वापरली. म. गांधींनी ब्रिटिश साम्राज्यशाही विरुद्ध लढा देऊन स्वदेशी शस्त्र वापरले. ब्रिटिश राजवटीतील भारतातील कच्चा माल इंग्लंडला नेऊन प्रक्रिया करून ती वस्तू ब्रिटिश

भारतात विकत होते. साम्राज्यशाहीची आर्थिक कोंडी करावयाची असेल तर इंग्लंडमधील उत्पादित वस्तूवर बहिष्कार टाकावा लागेल.

स्वदेशी म्हणजे देशात तयार होणाऱ्या वस्तू वापरण्यास उत्तेजन देणे. त्यामुळे देशी उद्योगांना उत्तेजन मिळेल. देशी उत्पादन, रोजगार, उत्पन्न, राहणीमान यात वाढ घडून येईल. त्यामुळे बऱ्याच समस्या सुटतील. पूर्णपणे ग्रामोद्योगात तयार झालेल्या वस्तूंचा वापर करणे याला गांधीजी शंभर टक्के स्वदेशी म्हणत. औद्योगिक क्रांतीनंतर इंग्लंडमध्ये निर्माण झालेल्या प्रचंड उत्पादनासाठी हक्काची बाजारपेठ हवी होती. ब्रिटिशांनी आपल्या अमलाखालील आशिया व आफ्रिका देशातील वसाहतींचा बाजारपेठ म्हणून वापर केला.

स्वदेशी चळवळ देशभर पोहोचविण्यासाठी गांधीजींनी भारतातील नागरिकांचे प्रबोधन केले. लोकांमध्ये जाणीव-जागृती केली. फक्त देशातच उत्पादन झालेल्या वस्तू वापरा, विदेशी वस्तूवर बहिष्कार टाका आणि साम्राज्यशाहीला धडा शिकवा असे आवाहन स्वातंत्र्य आंदोलनामध्ये गांधीजी करीत असत. या अनुषंगाने गांधीजी म्हणत, ''आम्हाला जर कोणती सुधारणा हवी असेल तर ती स्वदेशी. आमच्यासमोर सरकार कसे चालवावे हा प्रश्न नाही तर भारतीय जनतेने पोट कसे भरावे व त्यांना अंगभर कापड कसे उपलब्ध होईल हा खरा प्रश्न आहे.''

गांधीजींनी १९१८ मध्ये भारतीयांना 'स्वदेशी'चे आवाहन केले आणि विदेशी आयात वस्तूवर बहिष्कार टाकण्यासंबंधी घोषणा केली. तेव्हा भारतात ६० कोटी रुपये किंमतीच्या आयात कापडाची होळी देशभर करण्यात आली. भारतातून दरवर्षी रु. ६० कोटी ब्रिटिशांना कापडांच्या व्यापारातून मिळतात. यामुळे साम्राज्यशाहीला आर्थिक बळ मिळते तर दुसऱ्या बाजूस भारतातीलच कापड व्यवसाय पूर्णत: नामशेष होण्याच्या मार्गावर आहे. हे गांधीजींनी ओळखले होते. त्यांच्या मते हीच रु. ६० कोटी रक्कम भारतीय विणकरांना मिळाली तर त्यांचा व देशाचा उत्कर्ष होऊ शकेल. भारतीय अर्थव्यवस्थेचा विचार करून गांधीजींनी विदेशी वस्तूंवर बहिष्कार म्हणजे आयात बंद करण्याचा विचार मांडला आणि ब्रिटिशांच्या वस्तूंविरुद्ध उठाव करण्यासाठी स्वदेशी चळवळीस प्रारंभ केला.

स्वदेशीबाबत गांधीजींनी असे विचार मांडले की, जो धंदा भारतीय जनेच्या हिताचा असेल, ज्यामध्ये सर्व भारतीय कामगार काम करीत असतील व अशा धंद्यातील भारतीय कामगारांना निर्वाहाइतके वेतन, राहण्यास घर व त्यांच्या मुलांच्या कल्याणाची, मालकाची हमी मिळाली असेल असा कोणताही उद्योग स्वदेशी उद्योग होय व त्यात तयार होणारा माल हा स्वदेशी माल होय.

स्वदेशीचा स्वीकार म्हणजे विदेशी व्यापार आणि विदेशी वस्तूंचा एकदम त्याग करणे असे गांधीजींना अभिप्रेत नव्हते. परस्परांच्या गरजा भागविण्यासाठी व्यापार असावा हे तत्त्व त्यांना मान्य होते. त्यांची स्वदेशीची संकल्पना आर्थिक विचाराबरोबर नैतिक आणि भावनिक तत्त्व प्रणालीवर अवलंबून होती.

जागतिकीकरण – गांधीजींची श्रमाची, श्रमप्रधान उत्पादन तंत्राची व ग्रामवादाची संकल्पना जागतिकीकरणात टिकून राहत नाही. कारण जागतिकीकरणामध्ये उत्पादन खर्च कमी करून उत्पादन दर्जा सुधारणे यावर भर दिला जातो. ग्रामस्वराज्यातील श्रमप्रधान उत्पादन व्यवस्थेत हे साध्य होणार नाही. अशा परिस्थितीत गांधीजींच्या तत्त्वज्ञानातील जे विचार आज लागू पडतात त्यांचा स्वीकार करावा आणि जे विचार गैरलागू आहेत त्यांचा त्याग करावा. तरच भारत जागतिकीकरणाच्या प्रक्रियेत टिकून राहू शकेल.

२२.३ मूल्यमापन

गांधीजींचे विचार आदर्शवादी आहेत. त्यात ग्रामविकास, आर्थिक सत्तेचे विकेंद्रीकरण, भांडवलदारांची विश्वासाची भूमिका, पर्यावरण, संरक्षण, सत्य, अहिंसा, समानता इत्यादींचा समावेश होतो. आज चंगळवाद संस्कृती आहे. आर्थिक, सामाजिक व राजकीय शोषण आढळते. प्रत्येकाला भौतिक सुखाची लालसा आहे. जागतिकीकरणामध्ये गळेकापू स्पर्धा निर्माण झाली आहे या अनिष्ट बाबींना पायबंद घालण्यासाठी गांधींचे विचार मार्गदर्शक ठरणार आहेत.

आजच्या बदललेल्या आर्थिक स्थितीत गांधीजींचे विचार व्यावहारिकदृष्ट्या विसंगत ठरतात. तथापि त्यामध्ये दूरदर्शित्व होते. ग्रामोद्योगावर त्यांनी ग्रामीण भागातील बेकारी नष्ट करण्यासाठी भर दिला होता.

समाजातील आर्थिक विपन्नावस्था आणि सामाजिकदृष्ट्या उपेक्षित वर्गाविषयी, त्यांच्या उत्कर्षाविषयी गांधींची तळमळ त्यांच्या विचारसरणीत आढळते. गांधींनी आर्थिक आदर्शवादाचा उपयोग केला. स्वदेशी वस्तूंचा वापर आणि विदेशी वस्तूंवर बहिष्कार हे सूत्र गांधीजींनी भारतीयांना आत्मसात करावयास सांगितले. साम्राज्यशाहीचे आर्थिक खच्चीकरण करण्यासाठी व स्वदेशी उद्योगांचे संरक्षण करण्यासाठी स्वदेशी विचार उपयुक्त ठरला आहे.

गांधीजींनी साधी राहणी व किमान गरजा यांवर भर दिला. गांधीजींच्या विचारसरणीचा जगातील नामवंत विचारवंतांनी गौरव केला. मात्र भारतीयांनी यांनी गांधीवादाचा स्वीकार केला नाही. जलद आर्थिक व औद्योगिक प्रगतीसाठी ग्रोमोद्योग,

विशेषत: सूतकताई उपयोगी पडत नाही. टिकाकारांच्या मते भारताची प्रगती केवळ शेती व लघुउद्योगावर होणार नाही त्यासाठी मूलभूत व अवजड उद्योगधंदे विकसित केले पाहिजेत. प्रा. अंजरिथा यांच्या मते गांधीवाद हा समाजातील विकेंद्रित जीवनाची साधी कल्पना व अत्याधुनिक तंत्रज्ञान आणि विज्ञान यांना असणारी मागणी यांचा समावेश आहे. भारतासारख्या राष्ट्राला गांधीवाद आजही उपयुक्त आहे.

स्वाध्याय

१. म. गांधी यांनी आर्थिक विकासाला घातलेली भर स्पष्ट करा.

२. म. गांधींनी आदर्श खेड्याची कोणती वैशिष्ट्ये सांगितली आहेत? या संदर्भात ग्रामस्वराज्य संकल्पना स्पष्ट करा.

३. म. गांधींच्या विचारांचे मूल्यमापन करा.

४. टीपा लिहा

(अ) नीतिशास्त्र

(ब) सर्वोदय

(क) विश्वस्त संकल्पना

(ड) स्वदेश

(ई) जागतिकीकरण

(इ) लघु व कुटीरउद्योग

(२३)

महात्मा जोतिराव फुले

(१८२७ - १८९०)

२३.१ जीवन परिचय, २३.२ म. फुले यांचे आर्थिक विचार – (१) म. फुले यांचे कृषिविषयक विचार, (२) सामाजिक कल्याणाचे विचार, (३) साम्यवादासंबंधीचे विचार, (४) श्रमाविषयक विचार

२३.१ जीवन परिचय

सामाजिक क्रांतीचे अग्रणी जोतिराव गोविंदराव फुले यांचा जन्म १८२७ मध्ये पुणे येथे झाला. त्यांचे प्राथमिक शिक्षण १८३४ ते १८३८ पर्यंत पंतोजीच्या शाळेत झाले, तर माध्यमिक शिक्षण इंग्रजी माध्यमातून १८४१ ते १८४७ पर्यंत झाले. महात्मा फुले यांचे शिक्षण शालांत परीक्षेपर्यंत झाले होते. बहुजन समाज शिक्षणाच्या अभावी प्रगतीपासून वंचित आहे, हे लक्षात घेऊन फुले यांनी शिक्षणप्रसाराचे कार्य केले. १८४८ मध्ये अस्पृश्यांसाठी शाळा काढली. १८५२ मध्ये मुलींची शाळा सुरू केली. महात्मा फुले यांनी १८७३ मध्ये 'गुलामगिरी' हा ग्रंथ लिहिला. 'शेतकऱ्यांचा आसूड' हा प्रसिद्ध ग्रंथ १८८३ मध्ये लिहिला.

समाजसुधारणा करण्यासाठी त्यांनी आयुष्यभर प्रयत्न केले. त्यांनी समानतेचा पुरस्कार केला. जातिभेद आणि धर्मभेद यांचा धिक्कार केला. फुले यांनी थॉमस पेन यांचा (Right of Man) हा ग्रंथ वाचला व त्याचा प्रभाव महात्मा फुले यांच्यावर पडला. त्यातूनच त्यांनी आपले आयुष्य मानवी स्वातंत्र्यासाठी वेचले. महात्मा फुले

यांच्यावर निसर्गवादी विचारसरणीचा प्रभाव होता.

११ मे १८८८ रोजी म. फुले यांनी केलेल्या कार्याबद्दल कृतज्ञता व्यक्त करण्यासाठी सर्वधर्मीय मुंबापुरीने त्यांचा भव्य सत्कार करून महात्मा ही पदवी दिली. २६ नोव्हेंबर १८९० रोजी समाजसुधारक, गरिबांचे कैवारी जोतिराव फुले यांचे निधन झाले.

२३.२ म. फुले यांचे आर्थिक विचार :

१) महात्मा फुले यांचे कृषिविषयक विचार

म. फुले यांनी भारतीय शेतकऱ्यांच्या व शेतीच्या दैन्यावस्थेची जी कारणे सांगितली आहेत तशीच शेती, शेतकरी यांची परिस्थिती सुधारण्यासाठी उपायही सांगितले आहेत.

शेतीच्या प्रगतीवर देशाची प्रगती अवलंबून असते. शेतीचे महत्त्व असाधारण असताना शेतीची तत्कालीन सरकारने कायम उपेक्षा केली, असे फुले यांचे मत होते. त्याचा परिणाम म्हणजे शेती मागासलेली राहिली व शेतीत काम करणाऱ्या शेतकरी वर्गास दारिद्र्यात जीवन व्यतीत करणे भाग पडले, असे म. फुले यांचे मत होते. अज्ञानामुळे भारतीय शेतकऱ्यांना शेतीचा विकास करता येत नाही. त्यांनी शेतीचे तंत्र आत्मसात करावे, असे त्यांचे मत होते.

म. फुले यांनी असे निदर्शनास आणून दिले. ब्रिटिश भारतात आल्यापासून शेतीचे खूप नुकसान झाले. तसेच भारतात पडणारे दुष्काळ आणि जनावरांचे साथीचे आजार यामध्ये गुरे मृत्युमुखी पडतात. त्याचा परिणाम म्हणजे भारतातील शेती कामासाठी उपयुक्त पशुधन कमी झाले. शेतीची मशागतीची कामे नीट करता येत नाहीत. शेती उत्पादन घटण्याचे ते एक कारण आहे.

ब्रिटिशांनी जमीन महसुलात अतिरिक्त वाढ केली. संपूर्ण शेतमालाची विक्री करूनसुद्धा शेतसारा भरणे शेतकऱ्यांना शक्य होत नसे. त्यातच सततचे दुष्काळ, वाढती महागाई, साथीचे रोग यामुळे शेतकऱ्यांना जीवन जगणे कठीण झाले.

जमिनीचे लहान तुकडे फक्त कुटुंब वाटपामुळे पडले. ती जमीन जमीनमालकाकडे बैल, नांगर नसल्यामुळे ज्या मोठ्या शेतकऱ्यांकडे या बाबी होत्या त्यांच्याकडे गेल्या. त्यांना जमीन विकण्यात आली किंवा कसण्यासाठी देण्यात आली, त्यामुळे लहान शेतकरी भूमिहीन झाले. तसेच ब्रिटनमध्ये यंत्रावर तयार होणाऱ्या वस्तू भारतात विकल्या जाऊ लागल्या. त्यामुळे भारतातील सुतार, लोहार इ. लोकांना पूर्वीसारखे काम राहिले नाही.

शेतकऱ्यांच्या दुरावस्थेला कारणीभूत असणारा घटक म्हणजे त्यांचे विविध मार्गाने होणारे शोषण होय. हे शोषण हक्काने व काही वेळा अडचणींचा गैरफायदा

घेऊन व काही वेळा शेतकऱ्यांच्या अज्ञानाचा फायदा घेऊन केले जात असे. तसेच शेतकऱ्याला त्याच्या जन्मापासून मृत्यूपर्यंत कोणता ना कोणता धार्मिक विधी करावा लागत असे. त्यातून अडाणी शेतकरी लुबाडला जाई. अशा रीतीने सर्व बाजूंनी नाडलेला शेतकरी जमीन विकून त्याच शेतीवर अन्नावरी किंवा वेठबिगारी म्हणून काम करीत असे. भारतीय शेतकरी उत्पन्न कमी असूनही खर्च जास्त करीत असत. त्यातून त्यांना सावकराकडून कर्ज घेण्याशिवाय पर्याय उरत नसे. सावकाराचे व्याजदर जाचक असे. अल्प रक्कम व्याजासह खूप मोठी बनते. त्याची परतफेड शेतकऱ्यांना असह्य होते. यामध्ये त्यांच्या शेतजमिनी व इतर तारण मालमत्ता सावकार ताब्यात घेतात. त्यामुळे शेती हातातून निघून जाते. त्यामुळे त्यांना इतरांकडे मजुरी करण्याची पाळी येते. त्यामुळे शेतीची व शेतकऱ्यांची दुरावस्था होण्याचे हे एक कारण आहे.

१८९० नंतर जागतिक बाजारपेठेत मंदीची परिस्थिती निर्माण झाली. भारतातील शेतमालाच्या किमती कमी झाल्या. १८७१ मध्ये एका ज्वारीच्या पोत्याची किंमत ३ रुपये होती. परंतु १८७४ मध्ये तीच किंमत सव्वा रुपयाचे पोते एवढी झाली. परिणामी, शेतकऱ्यांचे उत्पन्न एकदम कमी झाले. मात्र, सरकारने शेतसारा माफ केला नाही. त्यामुळे शेतकऱ्यांना आपल्या जमिनी व गुरेढोरे विकावी लागली.

याशिवाय दुष्काळामुळे गुरांची चाऱ्याअभावी उपासमार होऊन व लाळीच्या रोगासारखे साथीचे रोग होऊन गुरे मरत. राहिलेल्या जनावरांना जंगल खात्याच्या जाचामुळे चरायला जागा नव्हती. बैलाअभावी बागायती पिके घेता येईनात त्यामुळे शेतकऱ्यांचे नुकसान होत होते, असे म. फुले यांचे मत होते.

शेतीची व शेतकऱ्यांची स्थिती सुधारण्यासाठी उपाययोजना

भारतीय शेती मागास असण्याची अनेक कारणे म. फुले यांनी स्पष्ट केली. त्यांनी शेतीची उत्पादकता वाढावी म्हणून उपाययोजना सांगितल्या.

१) म. फुले यांच्या मते, शेतकऱ्याला शेतीसाठी पाणीपुरवठा करावा. आज आपण पाणी अडवा पाणी जिरवा असे म्हणतो; परंतु पावसाचे वाया जाणारे पाणी अडविले पाहिजे, असे म. फुले म्हणत. त्यांच्या मते, जागोजागी तालीवजा बंधारे अशा प्रकारे बांधावेत की, वळणाचे पाणी एकंदर शेतात मुरून नंतर नदीनाल्यात मिळवावेत. टेकड्यावर तलाव बांधावेत, नद्यांवर धरणे बांधावीत, नदीचे पाणी विहिरीत साठवून फळबागांसाठी आणि शेतीसाठी त्याचा उपयोग करावा.

२) शेतीत आधुनिक तंत्रज्ञानाचा वापर करावा. शेतकऱ्यांना कृषिविषयक शिक्षण व प्रशिक्षण द्यावे. कोणत्या शेतीजमिनीत कोणती पिके घ्यावीत याचे मार्गदर्शन

करावे. इतर देशांत शेतीविषयक नियतकालिके व माहिती प्रकाशित होते. ती भारतीय शेतकऱ्यांना उपलब्ध करून द्यावी. त्याचा आपला शेतीमध्ये शेतकऱ्यांना प्रयोग करता यावा म्हणून शेतकऱ्यांना साक्षर करावे.

तलाव, विहिरी यातील गाळ शेतकऱ्यांना मोफत द्यावा. सरकारच्या मालकीची कुरणे जनावरांना चरण्यासाठी शेतकऱ्यांना खुली करून द्यावी. बियाणांचा व अवजारांचा वापर करणे, नव्या तंत्रज्ञानाने शेती उत्पादन वाढविणे इ. गोष्टींवर फुले यांनी भर दिला.

म. फुले यांच्या मते, भारतातील शेतीची सुधारणा होण्यासाठी शेतकऱ्यांच्या मुलांना शेतीविषयक शिक्षण द्यावे. त्यांना परदेशातील शेतीचा विकास दाखविणे.

म. फुले यांनी खेड्यापासून कृषिरक्षक योजना राबविली पाहिजे, शेतकऱ्यांचे शेतीचे काम संपले की त्यांनी रिकाम्या वेळी एकत्र आले पाहिजे, उत्पादनावर चर्चा केली पाहिजे, आपल्या बंधूंना मार्गदर्शन केले पाहिजे, असे विचार मांडले.

शेतकऱ्यांनी व शेती उत्पादनवाढीला प्रोत्साहन मिळावे म्हणून इतर उपाययोजना सुचविल्या. उदा.

जास्त पीक घेणाऱ्या शेतकऱ्याला उत्तेजनार्थ बक्षीस द्यावे, शेतीची पुस्तके शेतकऱ्यांना द्यावीत, शेतसाऱ्यापासून शासनाला जे उत्पन्न मिळते ते उत्पन्न सरकारने शेतकऱ्यांच्या मुलांच्या शिक्षणासाठी वापरावे, कमी व्याजदराने शेतकऱ्यांना कर्जपुरवठा करणे, शेतकऱ्यांना भोळ्या समजुतीपासून दूर ठेवणे, पीक संरक्षणासाठी सरकारने शेतकऱ्यांना बंदुकीचे परवाने द्यावेत, लाकूडतोडीविरुद्ध कायदा करावा. इ. उपाय सुचविले.

ड्युक ऑफ कॅनॉट हे भारतात १८८८ मध्ये आले असताना म. फुले यांनी त्यांना एक निवेदन दिले. त्यात त्यांनी शेतकऱ्यांची स्थिती सुधारण्यासाठी त्यांना मोफत शिक्षण देण्याची विनंती केली. म. फुले यांनी शेती आणि शेतकरी यांची स्थिती सुधारण्यासाठी जे उपाय सुचविले ते आजही महत्त्वपूर्ण आहेत.

२) सामाजिक कल्याणाचे विचार

म. फुले यांच्या काळात व्यक्तींचे सामाजिक, आर्थिक, राजकीय, शैक्षणिक व सांस्कृतिक जीवन जातिव्यवस्थेच्या तटबंदीनी बंदिस्त केलेले होते. परिणामी, उच्च जातीय लोक सुख, समृद्धी व प्रतिष्ठेच्या आधाराने ऐषआरामाचे जीवन जगत होते, तर कनिष्ठ जातीय लोक धनसंपत्तीच्या अभावामुळे गरिबीचे व कष्टाचे जीवन जगत होते.

म. फुले यांच्या मते

वसुलीचा पैसा खर्चून खिचडी ऐ द्यांना ।

कष्ट करी शेती खाती चटणी भाकरीनां ।

समाजात अशी स्थिती असतानासुद्धा ब्रिटिश राणीचे सरकार लोकांच्या या हालअपेष्टांकडे दुर्लक्ष करीत होते. राज्यातील लोकांच्या उदरभरणाची व त्यांना उच्च राहणीमान प्राप्त करून देण्याची जबाबदारी सरकारची असूनदेखील सरकारने लोकांची दयनीय अवस्था वाढविण्याचे पातक केले, असे फुले म्हणतात.

गरीब, दीन, दलित शेतकरी, शेतमजूर, शिक्षणाचा अभाव, अंधश्रद्धा, अप्रतिष्ठा इ. मुळे शोषित बनला होता. व्याजाच्या माध्यमानेदेखील त्याला नागवले जात होते, तर कराच्या ओझ्याने तो दबला जात होता. म्हणजेच कनिष्ठ जातीय शोषित तर उच्च जातीय शोषक अशी स्थिती होती. म. फुले या स्थितीचे वर्णन करताना असे लिहतात.

भट्ट धनको । शुद्र ऋणको ।।

कर्ज शेतावर काढीले

किंवा

खजिन्यामधी पैसा सरता कर योजिती ।

हाडे कुणब्याची पिळीती ।।

थोडक्यात दीन दलित, शेतकरी, शेतमजूर वर्गाचे उच्च वर्णीय लोक जात, वंश, व्याज, अंधश्रद्धा, कर इ. माध्यमाने शोषण करीत असल्याने राष्ट्रातील मूठभर लोकांच्या हाती संपत्तीचे केंद्रीकरण, तर सामान्य जनता हालाखीचे जीवन जगत होती.

म. फुले म्हणतात,

राणीबाई । शोधून पाही ।

पाप हे तुझ्या शिरावर ।

काय तू जबाब देणार ?

लोकांच्या कल्याणात वाढ करण्यासाठी उपाय सुचविताना फुले म्हणतात, सुधारित शेतीचा अवलंब करावा. पाणीपुरवठ्याच्या सोयी वाढवाव्यात, शिक्षणाचा प्रसार करावा. अंधश्रद्धा निर्मूलनाबरोबरच राष्ट्रातील संपत्तीचे वाटप न्याय्य पद्धतीने करावे जेणेकरून राष्ट्राच्या कल्याणात वाढ होईल. ते आपल्या एका रचनेत लिहितात.

न्यायाने वस्तूंचा उपभोग घ्यावा ।
आनंद करावा । भांडू नये ।
धर्म राज्य भेद मानवा नसावा ।
सत्याने वर्तावे ईशासाठी ।

थोडक्यात जाती, धर्म, अंधश्रद्धा, व्याज, कर इ. माध्यमाने शेतकरी, शेतमजुरांचे उच्च जातीय लोकांनी शोषण केल्यामुळे त्यांच्या हाती संपत्तीचे केंद्रीकरण झाले तर शेतकरी, शेतमजूर वर्ग हालाखीचे जीवन जगू लागला. परिणामत: सामाजिक कल्याणात घट झाली. ही स्थिती बदलण्यासाठी राष्ट्रीय संपत्तीचे न्याय्य तत्त्वावर पुनर्वाटप करावे व यासाठी सरकारने मुद्दाम प्रयत्न करावे जेणेकरून सामाजिक कल्याणात वाढ होईल, असे म. फुले म्हणतात.

३) साम्यवादासंबंधीचे विचार

म. फुले यांनी 'शेतकऱ्यांचा आसूड' हे पुस्तक शूद्र शेतकऱ्यांसाठी लिहिले आहे. म. फुले यांच्या मते, भारतातील अज्ञानी, देवभोळ्या शूद्र शेतकऱ्यांची स्थिती इतर देशातील शेतकऱ्यांपेक्षा निकृष्ठ प्रतीची आहे. भारतातील सवर्ण शेतकरी धनाढ्य असल्याने मागास वर्गातील शेतकरी गुलामच आहेत. शेतकऱ्यांच्या या दुर्दशेला गोरे अधिकारी जबाबदार आहेत, असे फुले यांचे मत होते. समाजामध्ये असणारी उच्चनीचता नाहीशी व्हावी, श्रेष्ठ, कनिष्ठ हा भेद नाहीसा व्हावा यासाठी त्यांनी आयुष्यभर प्रयत्न केले, संघर्ष केला, सरकारी नोकरीत काळे, गोरे हा भेदभाव न करता सर्वांना त्यांच्या योग्यतेप्रमाणे वेतन द्यावे. गोऱ्या सैनिकांना जादा दिलेले वेतन आणि पेन्शन कमी करावी, असा विचार फुले यांनी मांडला. साम्यवादाचा प्रभावी पुरस्कार करण्याचे कार्य फुले यांनी केले.

४) श्रमविषयक विचार

फुले यांच्या मते जो आयुष्यभर आपल्या हातांनी कोणतेच काम करीत नाही त्याला समाजात प्रतिष्ठित मानले जाते. जो शेतकऱ्यांच्या कष्टावर मजेत जगतो, आपल्याबरोबर इतरांच्या पोटापाण्याची काळजी करतो त्याला समाजात काडीमात्र किंमत नसते. श्रमाला प्रतिष्ठा मिळावयास हवी. म. फुले यांनी श्रमाचा शिक्षणाशी संबंध जोडून श्रमाला महत्त्व दिले व त्याआधारे सामाजिक प्रतिष्ठेचा निकष बदलून शूद्र, अतिशूद्र व भूमिहीन यांच्या जीवनाला सामाजिक प्रतिष्ठा मिळवून दिली.

थोडक्यात म. फुले यांनी शेतकऱ्यांच्यासाठी सुचविलेल्या योजना, शेतीची उत्पादकता वाढावी म्हणून सुचविलेल्या उपाययोजना आजही उपयुक्त आहेत.

समाजातील वर्णव्यवस्था, श्रेष्ठ, कनिष्ठ हा भेद नाहीसा करण्यासाठी शेतकऱ्यांचे अज्ञान दूर करण्यासाठी शिक्षणाचे महत्त्व फुले यांनी सांगितले. फुले यांच्या शेती, शेतकरी, कामगार, शिक्षण इ. संदर्भात मांडलेल्या विचारांतून त्यांची दूरदृष्टी दिसून येते. कृतिशील विचारवंत म्हणून म. फुले यांची इतिहासाने नोंद घेतली आहे. उपेक्षितांविषयी त्यांना आंतरिक तळमळ वाटत असे. सामाजिक न्यायाची बाजू घेऊन सामाजिक संघर्ष केला. स्वत:च्या धर्मपत्नी सावित्रीबाई फुले यांना सोबत घेवून त्या परिस्थितीत त्यांची साथ देणाऱ्या प्रामाणिक सामाजिक कार्यकर्त्यांसह शेवटपर्यंत त्यांनी लढा दिला.

स्वाध्याय

१.शेतकऱ्यांची स्थिती सुधारण्यासाठी म. फुले यांनी सुचविलेल्या उपाययोजना सांगा

२.भारतीय शेतीसंदर्भात फुले यांनी मांडलेले विचार स्पष्ट करा.

३.टिपा लिहा.

(अ) सामाजिक कल्याणाचे विचार

(ब) साम्यवादासंबंधी विचार

(क) श्रमविषयक विचार

❒

२४

डॉ. बाबासाहेब आंबेडकर

(१८९१ - १९५६)

२४.१ जीवन परिचय

भारतीय आर्थिक विचारांच्या पद्धतशीर मांडणीला खऱ्या अर्थाने १९व्या शतकापासून आरंभ झाला. भारतातील आर्थिक विचारांच्या विकासाचा सखोल अभ्यास करताना डॉ. आंबेडकर यांच्या लिखाणाचा विचार करावा लागतो. भारतरत्न डॉ. बाबासाहेब आंबेडकर यांना आपण घटनातज्ज्ञ, कायद्याचे गाढे अभ्यासक, संसदपटू, राजकारणी अशा विविध पदव्यांनी ओळखतो. पण एक अर्थशास्त्रज्ञ म्हणून

त्यांची ओळख फार दुर्मीळ आहे. भारतरत्न या सर्वोच्च पदाने सन्मानित केलेल्या भारतीय राज्यघटनेचे शिल्पकार डॉ. भीमराव रामजी आंबेडकर यांचा जन्म १४ एप्रिल १८९१ रोजी मध्यप्रदेशातील महू या गावी झाला. त्यांचे वडील रामजी आंबेडकर हे सैन्यात सुभेदार होते. त्यांची नेमणूक महाराष्ट्रातील कोकण विभागात दापोली येथे झाली. ते दापोली येथे वास्तव्य करून राहू लागले. त्यामुळे बाबासाहेबांचे प्राथमिक शिक्षण दापोली येथे झाले. त्यानंतर त्यांचे शिक्षण सातारा व मुंबई येथे झाले. त्यांनी मुंबईच्या एल्फिन्स्टन महाविद्यालयातून बी.ए.ची पदवी प्राप्त केली. त्यांच्या जडणघडणीत बडोद्याच्या सयाजीराव गायकवाड महाराजांचा मोठा वाटा होता. अमेरिकेत कोलंबिया विद्यापीठात आणि इंग्लंडमध्ये लंडन स्कूल ऑफ इकॉनॉमिक्समध्ये त्यांनी उच्च शिक्षण आणि डॉक्टरेट पदवी प्राप्त केली. इंग्लंडमध्ये बाबासाहेबांची थोर अर्थशास्त्रज्ञ कॅनन यांच्याशी भेट झाली. १९२३ मध्ये डी. एस्सी (इकॉनॉमिक्स) परीक्षेसाठी 'द प्रॉब्लेम ऑफ रूपी, इटस् ओरिजीन अॅन्ड इटस् सोल्यूशन' हा प्रबंध सादर केला. बाबासाहेबांनी कायद्याचा अभ्यास करून बॅरिस्टर ही पदवी मिळवली होती. १९२५ मध्ये अमेरिकेतील कोलंबिया विद्यापीठात पीएच्.डी.साठी 'द इव्होल्यूशन ऑफ प्रोव्हिन्शिअल फायनान्स इन ब्रिटिश इंडिया' हा प्रबंध सादर केला. सरकारी विधी महाविद्यालयात डॉ. बाबासाहेब आंबेडकरांनी काही काळ प्राध्यापकाचे व प्राचार्याचेही काम केले

१९४२ पासून १९४६ पर्यंत ते व्हाइसरॉयच्या कार्यकारी मंडळात मजूरमंत्री होते. या काळात त्यांनी मागासवर्गीयांची शैक्षणिक व आर्थिक उन्नती करण्याचा फार मोठा प्रयत्न केलेला दिसून येतो. त्यासाठी त्यांनी पीपल्स एज्युकेशन सोसायटी स्थापन केली. भारत स्वतंत्र झाल्यावर नेहरूंच्या मंत्रीमंडळात कायदेमंत्रीपद त्यांनी भूषविले. त्यांना भारतीय घटनेचे शिल्पकार म्हणून ओळखले जाते. घटना समितीने घटनेचा मसुदा तयार करण्यासाठी नेमलेल्या समितीचे ते अध्यक्ष होते. सतत परिश्रम घेऊन चर्चा करून त्यांनी आपल्या सहकाऱ्यांच्या मदतीने सुमारे तीन वर्षांत संविधानाचा मसुदा तयार केला. ह्या महत्त्वाच्या कामगिरीबरोबरच त्यांनी हिंदू-कोड बिल लोकसभेला सादर करण्याचा बहुमान मिळविला. १९९० मध्ये भारतातील परमोच्च 'भारतरत्न' या पदवीने त्यांना सन्मानित करण्यात आले.

डॉ. आंबेडकरांना वाचनाचे फार मोठे वेड होते. ग्रंथाशिवाय आपण जगूच शकणार नाही असे त्यांना वाटे. मृत्यू समयी त्यांच्या ग्रंथालयात सुमारे २५००० दुर्मीळ ग्रंथ होते. अशा शिक्षणतज्ज्ञ, अर्थशास्त्रज्ञ, ग्रंथकार, प्राध्यापक, देशभक्त, दलितांच्या उद्धारकर्त्याचे ६ डिसेंबर रोजी महानिर्वाण झाले.

शोध निबंध – १९२३ मध्ये लंडन विद्यापीठाने त्यांना ' द प्रॉब्लेम ऑफ

रूपी' या प्रबंधास 'डॉक्टर ऑफ सायन्स' ही पदवी बहाल केली. १९२५ मध्ये अमेरिकेतील कोलंबिया विद्यापीठास पीएच.डी.साठी 'ईस्ट इंडिया कंपनीचे प्रशासन आणि वित्त' हा प्रबंध सादर केला.

केवळ वयाच्या २४व्या वर्षी त्यांनी निबंध लिहिला त्यात दोन्ही बाजूंचा संतुलित विचार करण्याची त्यांची वृत्ती आढळते. भारताने इंग्लंडला जेवढे दिले त्यामानाने इंग्लंडचे योगदान काहीच नाही. भारतात ब्रिटिशांनी पाश्चिमात्य शिक्षणाची सुरुवात करून दिली. आधुनिक संस्था आणि जीवन यांचा परिचय भारतासारख्या पुरातन संस्कृत राष्ट्राला करून दिला. मात्र ब्रिटिश राजवटीत भारत आर्थिक विपन्नावस्थेत होता. कारण भारतातील सोन्याचांदीच्या साठ्यात इंग्लंडने काहीच भर टाकली नाही. याउलट येथील संपत्ती लुटून नेली.

२४.२ डॉ. बाबासाहेब आंबेडकरांचे आर्थिक विचार

१. चलनविषयक विचार – लंडनमध्ये असताना डॉ. आंबेडकरांनी (The problem fo Rupee) 'रुपयाचा प्रश्न' डॉ. कॅनन यांच्या मार्गदर्शनाखाली संशोधनात्मक प्रबंध लिहिला. या ग्रंथात त्यांनी भारताच्या रुपयाच्या उत्क्रांतीचा ऐतिहासिक आढावा घेतला. त्यावेळी अर्थशास्त्रज्ञांमध्ये भारतीय रुपयाची जडणघडण ही सुवर्ण परिमाणात ((Gold Standard) असावी की सुवर्ण विनियम परिमाणात (Gold Exchange Standard) याबाबत वाद निर्माण झाला होता. सामान्यपणे सुवर्ण परिमाणात कागदी चलनाचा वापर होतो एवढेच नव्हे तर कागदी चलन देऊन सरकारकडून सोने विकत घेता येऊ शकते.

या दोन परिमाणापैकी योग्य परिमाण भारतासाठी कोणते याबाबत वाद होता. सुवर्ण विनिमय परिमाण लवचीक आहे. भविष्यकालीन अर्थव्यवस्थेला उपयुक्त आहे म्हणून प्रा. केन्स यांनी सुवर्ण विनियम परिमाणाचा पुरस्कार केला. आंबेडकरांनी केन्सच्या विचाराला विरोध केला. त्यांच्या मते सुवर्ण विनिमय परिमाणात स्थैर्य राहात नाही. त्यात लवचीकता आहे पण चलन निर्मितीवर त्यात मर्यादा राहणार नाही. आवश्यकतेपेक्षा जास्त चलन निर्मितीमुळे भाववाढ होईल. त्यामुळे रुपयाची किंमत घसरेल व विनिमयाचे साधन म्हणून रुपयाचे स्थान अस्थिर होईल. त्यासाठी आंबेडकरांनी ऐतिहासिक पुरावे दिले त्यात सुवर्णपरिमाणामध्ये वस्तूच्या किंमती स्थिर होत्या तर सुवर्ण विनिमय परिमाण स्विकारल्यावर किमती वाढत गेल्या याचे विवेचन आहे. हिल्टन यंग कमिशनपुढे अर्थशास्त्रज्ञ म्हणून डॉ. आंबेडकरांनी हे मत मांडले.

आज डॉ. आंबेडकर आणि प्रा. केन्स यांचा वाद इतिहास जमा झाला आहे. कारण विनिमय परिमाण वाद ज्या स्थितीत निर्माण झाला होता ती परिस्थिती

बदललेली आहे. मात्र चलन निर्मितीमुळे भाववाढ होते हे आंबेडकरांचे मत आजही नाकारता येत नाही. आंबेडकरांच्या मते सुवर्ण विनिमय परिमाणात सुवर्ण = पौंड = रुपया हा संबंध ब्रिटिशांना फायदेशीर होता. डॉ. आंबेडकरांचे मार्गदर्शक डॉ. प्रा. कॅनन यांच्या मते डॉ. आंबेडकरांनी केलेल्या सर्व टीका योग्य नाहीत. त्यांनी मांडलेले मुद्दे योग्य नाहीत असे असूनही त्यांचे काही मुद्दे प्रश्नाला भिडणारे आहेत.

१९२६ मध्ये भारतीय अर्थव्यवस्थेचे संबंधी रॉयल कमिशनपुढे डॉ. आंबेडकरांची साक्ष झाली त्यावेळी रुपयाचा प्रश्न म्हणजे रुपयाची किंमत स्थिर राहिली तर वस्तूच्या किमती स्थिर राहतील व महागाई वाढणार नाही असे मत नोंदविले. कारण १८७५ पासून पौंडाच्या तुलनेत रुपयाचे मूल्य घसरले होते त्यामुळे लाखो जादा रुपये ब्रिटनला द्यावा लागले. हा भुर्दंड भरून काढण्यासाठी ब्रिटिश सरकारने जनतेवर अनेक कर लादले. चलन मर्यादित करण्यासाठी दोन मार्ग आंबेडकरांनी सुचविले – पहिला चलन रूपांतरीत करता आले पाहिजे व दुसरा चलन किती काढावे यावर मर्यादा घातली पाहिजे.

२. भारतीय शेतीचे विचार – १९१८ मध्ये डॉ. आंबेडकर यांनी ‘लहान धारणक्षेत्रे आणि त्यावरील उपाय’ (Small Holdings in India and their Remedies) यावर लेख लिहिला. त्यात भारतातील शेतीविषयक प्रश्नांची आणि त्यावरील उपायांची चर्चा केली.

शोधनिबंधात शेतीचे प्रमुख चार प्रश्न आहेत. (अ) शेतीत काय पिकवावे? (ब) शेतीसाठी लागणाऱ्या साधनांचे उत्पादन कसे करावे? शेतीच्या गटाचे क्षेत्र किती असावे? (क) शेतजमीन धारणेचे प्रमाण कोणते असावे? इतर देशांच्या तुलनेत शेतीची दर हेक्टरी उत्पादन कमी असण्याचे कारण शेतजमिनीचे विभाजन व तुकडीकरण वाढत्या लोकसंख्येमुळे शेतजमिनीचे तुकडीकरण होत आहे. तुकडीकरण होऊ नये म्हणून जमिनीच्या विक्रीवर बंदी घालणे, जमीन शेजाऱ्यासच विकता येईल, जमीन गहाण टाकता येणार नाही, जमिनीचे धारणक्षेत्र वाढविण्यावर भर देणे इ. उपाय सुचविले आहेत. त्यांच्या मते किफायतशीर धारणक्षेत्र म्हणजे जमीन भांडवल, श्रम हे सर्व उत्पादन घटक इष्टतम प्रमाणात उपलब्ध असणे होय.

शेतीचा आर्थिक उपक्रम म्हणून वापर केल्यास ती मोठी धारणक्षेत्रे आहेत की लहान धारणक्षेत्राची आहे हा विचार महत्त्वाचा ठरत नाही. मोठी धारणक्षेत्रे किफायतशीर व लहान धारणक्षेत्रे अकिफायतशीर हा युक्तिवादही चुकीचा ठरू शकतो असे त्यांनी स्पष्ट केले.कार्यक्षम मशागत करण्यासाठी आवश्यक असलेली इतर सामग्री आणि धारणक्षेत्रे यांचा योग्य मेळ घातल्यास किफायतशीर धारणक्षेत्र मिळू शकते. लहान धारणक्षेत्र ही भारतीय शेतीची समस्या नसून शेतीत वापरल्या जाणाऱ्या घटकांचा

विशेषत: भांडवल व इतर साधन सामग्रीचा तुटवडा ही खरी समस्या आहे. शेतीत अतिरिक्त उत्पादन न झाल्यामुळे बचत कमी होते व त्यामुळे भांडवल तुटवडा निर्माण होतो.

डॉ. बाबासाहेब आंबेडकर यांचे असे मत होते की, भारतीय शेतीचे प्रश्न सोडविण्यासाठी 'औद्योगिकीकरण' हा एकच प्रभावी व खात्रीशीर मार्ग आहे. "Industrialisation of India is the soundest remedy for the Agricultural problems in India." (S. Ambirajan)

जमिनीपासून मिळणाऱ्या उत्पन्नावर जमीनमहसूल आकारणे अन्याय आहे असे डॉ. आंबेडकरांचे मत होते. काही विशिष्ट रकमेपेक्षा कमी उत्पन्न असणाऱ्यांना जमीन महसूलात माफी मिळाली पाहिजे असे विचार त्यांनी व्यक्त केले. शेती हा भारतीय अर्थव्यवस्थेचा आधार असून शेतीतील उत्पादनवाढीसाठी यंत्रप्रधान शेती, विस्तृत शेते, सहकारी व सामुदायिक शेतीचा त्यांनी पुरस्कार केला. देशातील पडीक जमीन लागवडीखाली आणल्याने भूमीहीनांचा प्रश्न सुटू शकेल. जमीनदारीचे उच्चाटन करून शेतकऱ्याला जमिनीचे उच्चाटन करून शेतकऱ्याला जमिनीची वैयक्तिक मालकी न देता सरकारने जमिनीचे मालक व्हावे या दृष्टीने सामुदायिक शेतीवर त्यांनी भर दिला. विखुरलेल्या व धारणक्षेत्राच्या लहान आकारमानाच्या समस्येवर उपाय म्हणून त्यांना सहकारी शेती योग्य वाटत होती. शेती हा 'शासकीय उद्योग' असावा असे त्यांचे मत होते. महार वतनात अनेक दोष आहेत. त्यामुळे ते खालसा करावे, असे त्यांचे मत होते. जमीन कसणुकीच्या 'खोती पद्धती'मध्ये खोत अनेक प्रकारे शेतकऱ्यावर जुलूम करीत असे. अनेक वेळा खोत शेतकऱ्यांच्या जमिनी बळकावीत असे ही पद्धती समूळ नष्ट केली पाहिजे असे त्यांचे मत होते. जमीन कसणाऱ्यांना कुळांचे वहिवाटीचे हक्क मिळावेत व रयतवारी पद्धती आणावी यासाठी मुंबई विधीमंडळात १९३७ मध्ये त्यांनी खोती पद्धती रद्द करण्यासंबंधीचे विधेयक मांडले.

३. शेती व्यवस्थेतील छुपी बेकारी – भारतीय शेती व्यवस्थेच्या संदर्भात डॉ. आंबेडकरांनी निरर्थक रोजगार किंवा आवश्यक रोजगार ही संकल्पना मांडली. शेतजमीनीच्या क्षेत्राच्या मानाने शेती कार्यरत असलेली लोकसंख्या अतिरिक्त आहे त्यामुळे शेती उत्पादनावर विपरीत परिणाम होतो यालाच शेतीक्षेत्रातील छुपी बेकारी म्हणतात.

डॉ. आंबेडकर यांनी निष्क्रिय भांडवल आणि निष्क्रिय श्रम यातील फरक सांगितला. ज्या भांडवलामुळे उत्पन्न मिळत नाही किंवा भांडवलाचा उपयोग खर्चशून्य असतो त्याला निष्क्रिय भांडवल म्हणतात. पण निष्क्रिय क्षेत्रात उत्पादनासाठी जरी खर्च नसला तरी श्रमिक जिवंत राहण्यासाठी उपयोग खर्च करावा लागतो असे निष्क्रिय

श्रम राष्ट्रीय उत्पन्नात भर घालत नाहीत. भारतातील शेती क्षेत्रातील निष्क्रिय श्रमाची समस्या औद्योगिकीकरणास प्राधान्य देऊन सोडवता येऊ शकेल असे आंबेडकरांचे मत होते.

४. आर्थिक विचारांचे योगदान – डॉ. बाबासाहेब आंबेडकरांचे आर्थिक विचारांचे योगदान आपल्याला त्यांच्या एम. ए., पीएच.डी., एम.एस्सी, डी.एस्सी.सी. या शैक्षणिक कारकिर्दीत केलेल्या लिखाणातून दिसून येते. ते एक जागतिक किर्तीचे अर्थशास्त्रज्ञ होते. The problem of Rupee हा त्यांचा डी.एस्सी.साठी सादर केलेला प्रबंध खूप प्रसिद्धीस आला होता. यामध्ये त्यांनी भारतीय रुपयाच्या समस्येवर लिखाण केले आहे.

गुलामाला त्यांच्या गुलामगिरीची जाणीव करून द्या म्हणजे तो बंड करून उठेल. अशी सिंहगर्जना डॉ. आंबेडकर यांनी करून भारतातील कोट्यावधी दलित, शोषित, पीडित, आदिवासी, अस्पृश्य, शेतकरी, शेतमजूर, भूमिहीन यांना सामाजिक, आर्थिक, शैक्षणिक आणि राजकीय गुलामगिरीतून मुक्त करण्याचे अभूतपूर्व कार्य केले. डॉ. आंबेडकर समाजक्रांतीकारक , धर्म, इतिहास, समाजशास्त्र, नीतिशास्त्र, मानवशास्त्र, राज्यशास्त्र व अर्थशास्त्र या विषयाचे व्यासंगी अभ्यासक व कायदेपंडित होते परंतु डॉ. आंबेडकर सर्वसामान्यांना भारतीय राज्यघटनेचे शिल्पकार म्हणून अधिक परिचित असल्याने अर्थशास्त्रज्ञ म्हणून असणारी त्यांची भूमिका दुर्लक्षित राहिली आहे.

२४.३ इतर आर्थिक विचार

डॉ. बाबासाहेब आंबेडकर यांनी अर्थशास्त्राचे स्वरूप, नियोजित अर्थव्यवस्था जातीव्यवस्था, आर्थिक विचार, वाढती लोकसंख्या इ. विषयांवर आपली मते मांडली आहेत.

१. अर्थशास्त्राचे स्वरूप – अर्थशास्त्रात संपत्तीचा व आर्थिक व्यवहारांच्या अभ्यासाबरोबरच समाजकल्याणाचाही विचार अर्थशास्त्रात असणे आवश्यक आहे असे आंबेडकरांनी स्पष्ट केले. संपत्तीचे समान वाटप व्हावे असे त्यांचे मत होते. पाश्चिमात्य संकल्पना जशाच्या तशा भारताने स्वीकारू नयेत असा त्यांचा आग्रह होता. जाती व्यवस्थेचे देशाच्या अर्थव्यवस्थेवर विपरित परिणाम होतात. दारिद्र्य, आर्थिक पिळवणूक, असमानता निर्माण होते. १९३६ मध्ये त्यांनी मजूर पक्ष स्थापन केला. त्याच्या जाहिरनाम्यात आर्थिक धोरणाबाबत विचार मांडले त्यात शेती, उद्योग, लोककल्याणाचे मार्ग,कामगार व त्यांचे वेतन, कामगार कल्याण योजना, बेकारी निवारण आणि सावकारी नियंत्रण इत्यादींचा समावेश आहे.

२. जाती व्यवस्था – १९२६ साली सातारा जिल्ह्यातील रहिमतपूरला भरलेल्या महापरिषदेत त्यांनी मागासवर्गीय बंधूना वतनदारी व गावकीचे हक्क सोडून देण्याचा संदेश दिला. त्यामुळे शेकडोंनी गावकीचे काम सोडून इतर कामे करण्यास सुरुवात केली. जातीव्यवस्था ही श्रमिकांच्या अनैसर्गिक विभागणीस कारणीभूत आहे. त्यामुळे भारताचा आर्थिक विकास व प्रगती खुंटली आहे. 'स्टेट्स अॅन्ड मायनॉरिटिज' या ग्रंथात त्यांनी गरिबी हटाव, विषमता निर्मूलन आणि शोषण मुक्तता यावर भर दिला.

३. शिक्षणविषयक विचार – डॉ. बाबासाहेब आंबेडकरांच्या मते, शिक्षण ही महाशक्ती आहे. दारिद्र्य, बेकारी व लोकसंख्या या समस्या सोडविण्यासाठी त्यांनी शिक्षणावर भर दिला. शिक्षणामुळे जनतेची उत्पादक शक्ती व कार्यक्षमता वाढते, बेकारी दूर होते, सामाजिक व आर्थिक समानता प्राप्त करण्यासाठी सर्वप्रथम शैक्षणिक समानता निर्माण केली पाहिजे. डॉ. बाबासाहेब आंबेडकर यांनी दलित समाजाला उपदेश करताना शिक्षण हे वाघिणीचे दूध आहे ते दूध जो कोणी प्राशन करेल तो एक दिवस डरकाळी फोडल्याशिवाय राहणार नाही. एवढी जबरदस्त ताकद शिक्षणात सामावलेली आहे.

४. नियोजित अर्थव्यवस्था – राष्ट्रातील लोक आणि उत्पादन प्रक्रिया यातील परस्पर संबंध, उत्पादन संबंध व आर्थिक विकास, राष्ट्रीय उत्पन्नाचे विविध समाज घटकामध्ये होणारे वाटप, राष्ट्रीय उत्पन्नाचा अधिकाधिक वाटा आपल्यालाच मिळावा यासाठी एका सामाजिक गटाचा प्रयत्न आणि त्यातून सामाजिक कल्याणावर होणारे परिणाम डॉ. आंबेडकरांनी नियोजित अर्थव्यवस्था संकल्पनेच्या संदर्भात स्पष्ट केले. राष्ट्राच्या प्रगतीसाठी संपत्ती वाढली पाहिजे, तिचा संग्रह केला पाहिजे. मात्र संपत्तीचा उपयोग गरीब जनतेस जखडून ठेवण्यासाठी होऊ नये कारण राष्ट्राच्या संपत्तीच्या केंद्रीकरणामुळे सर्वसामान्याच्या कल्याणात घट होते. भारतीय समाजव्यवस्थेत जन्माने जात ठरते, जातीने व्यवसाय निश्चित होतो त्यामुळे आर्थिक विषमता निर्माण होते. समाजात मूठभराच्या हातात प्रचंड संपत्ती आणि बहुसंख्य लोकांच्या हातात अल्प संपत्ती केंद्रीत झाल्यास सामाजिक कल्याण साधता येत नाही. उत्पादनात वाढ करणे व राष्ट्रीय संपत्तीचे समान वाटप करण्यासाठी तरतूद करणे या निकषावर आधारित समाजाच्या आर्थिक जीवनाचे नियोजन करण्याची जबाबदारी शासनाची असते असे विचार नियोजित अर्थव्यवस्थेच्या संदर्भात डॉ. आंबेडकरांनी मांडले.

५. आर्थिक विषमता – आरक्षण धोरणाचा त्यांनी शास्त्रशुद्ध अभ्यास केला. केवळ आर्थिक निकष व गुणवत्ता हे निकष ठरविल्यास न्याय व सामाजिक समता यांचा लोप होईल. त्यांना न्याय व सामाजिक समता प्रस्थापित व्हावी असे

वाटत होते. डॉ. आंबेडकरांनी आर्थिक विषमता कमी करण्यासाठी सार्वजनिक क्षेत्रात उद्योगधंदे करावेत, भूमिहीनांना जमिनी द्याव्यात, जमिनीचे राष्ट्रीयीकरण करावे, त्यामुळे कोणी कुळ अथवा भूमिहीन राहणार नाही.

६. लोकसंख्या – डॉ. बाबासाहेब आंबेडकरांनी वाढत्या लोकसंख्या नियंत्रणासाठी आपल्या भाषणातून मते व्यक्त केली. वाढती लोकसंख्या–बेकारी–दारिद्र्य या दुष्टचक्रातील कार्यकारणभाव त्यांनी स्पष्ट केला. १९ ऑक्टोबर १९३८ रोजी लोकसंख्याविषयक नियंत्रण प्रस्ताव तात्कालिक प्रतिकूल परिस्थितीत विधानसभेत मांडला.

संतती नियमनाबाबत त्यांनी विचार मांडले. अनैतिकतेचे व दुःखाचे मूळ कारण दारिद्र्य आहे. अतिवेगाने वाढणाऱ्या लोकसंख्येमुळे दारिद्र्याचा प्रश्न गंभीर बनला आहे. वाढत्या लोकसंख्येला आळा घालण्यासाठी त्यांनी १९३८ मध्ये मुंबई असेंब्लीत संतती नियमन विधेयक मांडले.

७. शेती – शेतीविषयक विचारामध्ये शेतजमिनीची खाजगी मालकी रद्द करून त्याऐवजी त्यांनी सामुदायिक मालकीची कल्पना मांडली. मार्क्सची राष्ट्रीयीकरणाची संकल्पना त्यांनी नाकारली.

८. उद्योगधंदे – उद्योगधंद्याच्या बाबतीत सामाजिक विम्यामुळे उद्योगधंद्याची वाढ पोषक होते. त्यामुळे आयुर्विमा व मोटार वाहतूक उद्योगांचे राष्ट्रीयीकरण करावे अशी त्यांची धारणा होती. डॉ. आंबेडकरांनी औद्योगिक विकासातून विषमता, संपत्तीचे केंद्रिकरण, मक्तेदारी यात वाढ होऊ नये असा इशारा दिला.त्याचा सार्वजनिक क्षेत्राला विरोध नव्हता.

९. कामगार – डॉ. आंबेडकरांनी कामगारासाठी अनेक सुधारणांचा पाठपुरावा केला. वेळोवेळी संघर्षही केले. त्यांनी कामगारांच्या संपाचे केवळ समर्थनच केले नाही तर त्यांचे नेतृत्वही केले. म्हणून डॉ. आंबेडकर हे त्या काळातील कामगारांचे प्रभावी नेतृत्व होते असे म्हणता येईल.

कामगारांच्या स्वातंत्र्याचा हक्क म्हणजे संपाचा हक्क ही त्यांची धारणा होती. संप मोडण्यासाठी पोलीस दलाचा वापर करू नये असे त्यांचे मत होते.

१०. राज्य समाजवाद – डॉ. आंबेडकरांनी राज्य समाजवाद सकल्पनेत समाजातील आर्थिक रचना कशी असावी याबाबत विचार मांडले. त्यांच्या मते, घटनेत राज्यसमाजवादाचा समावेश असला पाहिजे तो अमलात आणण्यासाठी संसदीय लोकशाही असावी त्यामुळे हुकूमशाहीऐवजी लोकशाही रुजेल व समाजवाद प्रस्थापित होईल. हे स्वप्न साकार करण्यासाठी राजकीय व्यवस्थेच्या स्वरूपाबरोबर आर्थिक रचनेचे स्वरूपही स्पष्ट असले पाहिजे.

भारतीय अर्थव्यवस्थेसाठी इंग्लंड किंवा अमेरिका देशाची भांडवलशाही उपयुक्त नाही असे आंबेडकरांचे मत होते. कारण भांडवलशाहीतील मुक्त अर्थव्यवस्थेत मूठभर लोकांकडे आर्थिक शक्तीचे व संपत्तीचे केंद्रीकरण होते.खाजगी मालमत्ता, मालकी हक्क, किंमतप्रधान अर्थव्यवस्था व नफ्याची प्रेरणा असलेली उत्पादन पद्धती कामगार आणि बहुजन समाजाचे हित साधू शकत नाही.

काल मार्क्सच्या तत्त्वज्ञानाप्रमाणे समाजवाद–साम्यवाद रशियाने स्वीकारला. रशियन नागरिकांचे व्यक्ति स्वातंत्र्य, विचार स्वातंत्र्य, लेखन स्वातंत्र्य संपुष्टात आले अशी समाजवाद किंवा राज्य समाजवादी विचारसरणी डॉ. बाबासाहेबांना मान्य नव्हती.

डॉ. आंबेडकरांच्या राज्य समाजवादी तत्त्वज्ञानात व्यक्तीस्वातंत्र्य अपेक्षित होते. त्यांना आर्थिक दृष्ट्या दुर्बल घटकाविषयी तळमळ होती. आर्थिक व सामाजिक परिवर्तन व्हावे त्यासाठी राज्यसमाजवाद स्वीकारावा असे बाबासाहेबांचे मत होते. त्यांनी मांडलेल्या राज्यसमाजवादाबाबत सामाजिक, आर्थिक बाबींचे शासनाकडून नियंत्रण अपेक्षित होते. उत्पादन प्रक्रिया आणि वितरण व्यवस्था मानवी कल्याणाचे उद्दिष्ट साध्य करण्यासाठी शासनाने स्वत:कडे घ्याव्यात असे त्यांचे मत होते.

त्यांच्या राज्य समाजवाद संकल्पनेतील प्रमुख मुद्दे पुढीलप्रमाणे मांडता येतील.

१) राष्ट्रीयीकरण – महाराष्ट्रातील सर्व लागवडीजन्य शेतजमिनीचे राष्ट्रीयीकरण करावे, सामुदायिक सहकारी पद्धतीने मशागत करावी त्यामुळे मालक व कुळे हा भेद राहणार नाही. शेतीतील वाढते उत्पादन सर्व शेतकऱ्यांना समान व न्याय्य पद्धतीने वाटून द्यावे त्यातून शेतकऱ्याचे दारिद्र्य निर्मूलन साध्य होऊ शकेल.

२) उद्योगांच्या राष्ट्रीयीकरणामुळे खासगी उत्पादन पद्धतीतील किंवा भांडवलशाही अर्थव्यवस्थेतील पिळवणूक थांबेल. श्रीमंत भांडवलदार व गरिब कामगार हा भेद नाहीसा होईल. उद्योगधंदे शासनाच्या मालकीचे असल्याने नागरिक आर्थिक व सामाजिक सुरक्षितता उदा. पेन्शन, आजार, शासनाकडून वित्तीय मदत त्यासाठी मिळू शकेल.

३) शासनाने वितरण स्वत:च्या नियंत्रणात ठेवावे त्यामुळे सर्व योग्य प्रमाणात व वाजवी किमतीत जनतेला मिळू शकेल.

४) सामाजिक गतिशीलता निर्माण होण्यास राज्य समाजवाद व्यवस्थेत पात्रता आणि इच्छा असलेल्या प्रत्येक नागरिकास कोणताही व्यवसाय करता येऊ शकेल.

भारतीय राज्य घटनेतील मार्गदर्शक तत्त्वे घटनाकाराने नमूद केली त्यात बदलत्या परिस्थितीनुसार समाजवादी संकल्पनेत आवश्यक ती लवचीकता निर्माण करण्याचे तत्त्व आहे. लोकशाही समाजवादासाठी त्यांनी राज्य समाजवादाचा पुरस्कार केला होता.

डॉ. बाबासाहेब आंबेडकर / २५५

आत्यंतिक समाजवाद आणि निर्हस्तक्षेपी भांडवलशाही या दोन्ही अर्थव्यवस्थांना विरोध करून बाबासाहेबांनी मिश्र अर्थव्यवस्थेचा पुरस्कार केला.

संसदिय लोकशाहीत भांडवलशाहीतील विषमता दूर करता येईल. साम्यवादाऐवजी समाजवाद लोकशाहीला जवळचा दुवा आहे असे डॉ. आंबेडकरांचे मत होते.

११. सार्वजनिक आय-व्यय केंद्र-राज्य संबंध – संघराज्य पद्धतीत केंद्र व घटक राज्ये यांच्यातील संबंध महत्त्वाचे मानले जाते. ब्रिटिश राजवटीत केंद्र आणि घटक राज्ये अस्तित्वात होती. डॉ. बाबासाहेब आंबेडकर यांनी एम.ए.साठी 'ॲडमिनिस्ट्रेशन ॲन्ड फायनान्स ऑफ दी ईस्ट इंडिया कंपनी' (१९१५) हा शोधनिबंध तर पीएच.डी. पदवीसाठी 'दी इव्होल्यूशन ऑफ प्रोव्हिन्शिअल फायनान्स इन ब्रिटिश इंडिया' (१९२५) हे प्रबंध लिहिले.

सार्वजनिक आय-व्ययाबाबत त्यांनी मांडलेल्या विचारसरणीचा तीन भागात अभ्यास करता येतो.

अ) ब्रिटिश साम्राज्यवादाचा आय-व्यय
ब) प्रति (घटक राज्ये) आय-व्यय
क) स्थानिक आय-व्यय

(अ) ब्रिटिश साम्राज्याचा आय-व्यय – डॉ. बाबासाहेब आंबेडकरांनी 'ॲडमिनिस्ट्रेशन ॲन्ड फायनान्स ऑफ दी ईस्ट इंडिया कंपनी' या शोधनिबंधात सन १७९२ ते १८५८ मध्ये ईस्ट इंडिया कंपनीचे प्रशासन व वित्त व्यवस्थेमध्ये कसे बदल झाले व ते भारतीयांना कसे अन्यायकारक ठरले याविषयी आपले विचार व्यक्त केले. व्यापाराच्या निमित्ताने आलेल्या ईस्ट इंडिया कंपनीने भारतीय जनतेची प्रचंड पिळवणूक केली. या काळात कंपनीचा एकूण महसूल ५५ लाख पौंडावरून ३१७ लाख पौंड इतका वाढला. विशेष म्हणजे यापैकी ५४% वाटा जमिनीवरील कराचा होता. या अत्यंत जाचक करामुळे शेतकरी वर्गाची फार मोठी पिळवणूक होत होती. कर्जाच्या बाबतीत कर्जाची रक्कम ७० लाख पौंडावरून ६०७ लाख पौंड झाली. यावेळी विदेशी कर्जाचे प्रमाणे तुलनेने कमी होते. १८५८ मध्ये कंपनी बरखास्त झाल्यानंतर ६९३ लाख पौंड कर्जाचा बोजा भारतावर टाकून अन्याय केला असे मत आंबेडकरांनी मांडले. महसूल उत्पन्नाचा विनियोग करताना मात्र भारतीय जनतेच्या विकासासाठी अत्यंत नगण्य रक्कम खर्च करण्यात आली. मात्र बहुतांश खर्च हा भारताशी संबंधित नसलेल्या बाबींसाठी करण्यात आल्याचे त्यांनी दाखवून दिले.

(ब) प्रांत (घटकराज्ये) आय-व्यय – डॉ. आंबेडकरांचे 'दी इव्होल्यूशन ऑफ प्रोव्हिन्शिअल फायनान्स इन इंडिया' या प्रबंधात १८३३ ते १९२१ या प्रदीर्घ

कालखंडात ब्रिटिश केंद्र सरकार आणि त्यावेळची घटकराज्ये यांच्यातील आर्थिक संबंध कसे विकसित होत गेले याविषयी विचार व्यक्त केले. या काळात भारताच्या वित्त व्यवस्थेचे संपूर्ण केंद्रीकरण केंद्र सरकारकडे झाले होते. म्हणजेच पैसा उभारण्याची जबाबदारी केंद्र सरकारवर तर खर्चाचा अर्थसंकल्प करण्याचा अधिकार राज्यांकडे अशी पद्धती होती. केंद्र सरकार मोठ्या प्रमाणावर शेतसारा वाढवून महसूल गोळा करीत असे. त्यामुळे उत्पादनाला खीळ बसत होती. सरकारला मिळालेल्या उत्पन्नापैकी निम्मा भाग लष्करावर खर्च केला जाऊन शिक्षण, आरोग्य, रस्ते, कालवे याकडे दुर्लक्ष करण्यात आले. हे आंबेडकरांनी दाखवून दिले. प्रांतिक सरकारच्या मागण्या जास्त असल्याने त्यांच्या उत्पन्न आणि खर्चाचा मेळ बसत नव्हता. अशा वेळी रयतेवर अधिक भार टाकला. आंबेडकरांनी असे मत व्यक्त केले की, उत्पन्नावरील कर आकारणी घटकराज्यांच्या दृष्टीने योग्य होती. महसूलाचा हिस्सा वाटपावर आधारित अंदाजपत्रकाची पद्धती १८८२-८३ ते १९२०-२१ मध्ये प्रचलित होती. यामध्ये केंद्रसरकार व घटकराज्ये यांनी गोळा केलेल्या महसूलाचा सुनिश्चित हिस्सा एकमेकांना देण्याची तरतूद करण्यात आली. ही एक चांगली पद्धत होती.

१२.करविषयक तत्त्वे – डॉ. आंबेडकरांनी करविषयक तत्त्वे स्पष्ट केली.

१) ब्रिटिशांनी शेतजमिनीवर भरमसाट कर आकारल्यामुळे कृषी क्षेत्रावर प्रतिकूल परिणाम झाला. ही करपद्धती अन्यायकारक असून त्यामध्ये बदल करण्यात यावा असे आंबेडकरांचे मत होते.

२) ठरावीक उत्पन्न मर्यादेपर्यंत कर आकारले जाऊ नयेत.

३) कर देण्याची क्षमता विचारात घेऊन कराची आकारणी करावी. म्हणजे उत्पन्नापेक्षा भरण्याची पात्रता हा निकष कर आकारताना असावा.

४) करामुळे राहणीमानाच्या पातळीवर प्रतिकूल परिणाम होऊ नयेत.

५) कर आकारण्याची पद्धत प्रगतीशील असावी. कारण करांचा भार श्रीमंतांवर जास्त व गरिबांवर कमी पडावा.

६) विक्रीकरावर राज्य शासनाचा अधिकार असावा कारण घटक राज्यांच्या तिजोरीत या करामुळे भरीव वाढ होईल. त्यामुळे सार्वजनिक खर्चाची गरज पूर्ण होण्याला मदत होईल.

२४.४ डॉ. बाबासाहेब आंबेडकरांचा अर्थशास्त्रीय दृष्टिकोन

डॉ. बाबासाहेब आंबेडकर यांना भारताचे थोर अर्थशास्त्रज्ञ अशी तथाकथित मान्यता मिळण्यास देखील बरीच वर्षे लागली. मानववंशशास्त्र, कायदा, इतिहास, धर्मशास्त्र, तत्त्वज्ञान, राजकारण, समाजशास्त्र अशा ज्ञानाच्या शाखांमध्ये डॉ. आबेडकर

यांनी केलेली कामगिरी अतुलनीय आहे. डॉ. आंबेडकरांचे वैशिष्ट्य असे होते, की कोणत्याही ज्ञानशाखेतील तत्कालीन जागतिक तज्ज्ञांशी त्यांचा अभ्यासपूर्वक वादसंवाद झालेला आहे. १९१५ ला त्यांनी कोलंबिया विद्यापीठातून अर्थशास्त्रात एम. ए. पदवी संपादन केली. या विद्यापीठातून १९१७ ला त्यांनीअर्थशास्त्रातील डॉक्टरेट संपादन केली. त्यानंतर लंडन स्कूल ऑफ इकॉनॉमिक्समधून त्यांनी अर्थशास्त्रात डॉक्टर ऑफ इकॉनॉमिक्समधून त्यांनी अर्थशास्त्रात डॉक्टर ऑफ सायन्स पदवी संपादन केली. अर्थशास्त्रात अशी पदवी मिळविणारे डॉ. आंबेडकर एकमेव भारतीय आहेत. परंतु १९९५ पर्यंत डॉ. आंबेडकर यांचे स्वतंत्र आर्थिक विचार आहेत आणि त्यांची दखल आपण घेतली पाहिजे, असे भारतीय अर्थतज्ज्ञांना वाटले नाही. आपल्या रिझर्व्ह बँकेची स्थापना १ एप्रिल १९३५ ला झाली. त्यापूर्वी १९२६ ला डॉ. आंबेडकरांनी १८३३ ते १९२१ या कालावधीतील भारतीय केंद्रराज्य संबंधांचे मुलगामी व ऐतिहासिक विश्लेषण केले. परवा भारताच्या तेराव्या वित्त आयोगाच्या अध्यक्षपदी डॉ. विजय केळकर यांची निवड झाली. किती भारतीयांना याची कल्पना आहे, की डॉ. बाबासाहेब आंबेडकरांच्या मूलभूत मीमांसेमुळे भारतात वित्त आयोगाची स्थापना करावी लागली. त्याचप्रमाणे भारतीय चलन व्यवस्थेचाही डॉ. आंबेडकर यांनी अर्थशास्त्रीय दृष्टिकोनातून अभ्यास केला आणि त्याची अर्थशास्त्रीय मांडणी केली. लॉर्ड केन्स हा एक जगप्रसिद्ध अर्थशास्त्रज्ञ होऊन गेला. तो काही काळ भारतातही राहून गेला. त्याने भारतासारख्या विकसनशील देशाने चलननिर्मिती करताना लवचीक धोरण ठेवावे, असा विचार मांडला. देशात जेवढे सोने आहे तेवढ्याच किमतीचे चलन छापावे अथवा निर्माण करावे, असा अर्थशास्त्रातील एक महत्त्वाचा विचार आहे. परंतु लवचीकता स्वीकारल्यास चलननिर्मितीत बंधन अथवा मर्यादा येत नाहीत अशी भूमिका केन्स यांनी मांडली. या भूमिकेचा डॉ. आंबेडकर यांनी प्रतिवाद केला. ते म्हणाले, 'लवचीकता हे दुधारी शस्त्र आहे. त्यातून अमर्याद चलननिर्मितीचा धोका संभवतो. काही वेळा तशी गरजही असू शकते. परंतु जर केंद्रात बेजबाबदार सरकार सत्तेवर बसले आणि त्यांनी जर अमर्याद चलन निर्माण केले तर या चलन फुगवट्याचा परिणाम म्हणून महागाई निर्माण होते. महागाईचा सर्वाधिक फटका येथील गरीब आणि दुबळ्या माणसाला बसतो. त्यामुळे ही लवचीकता विकसनशील देशांना परवडणारी नसते.' १९२६ ला डॉ. आंबेडकरांनी हिल्टन यंग कमिशनपुढे दिलेली साक्ष म्हणजे त्यांच्या अर्थशास्त्रीय विचाराची दूरदृष्टी स्पष्ट करणारा दस्तऐवज आहे. केंद्र सरकारला केंद्रीय बँकेने केलेला पतपुरवठा आणि त्यावरचा अंकुश याबाबत यावेळी आंबेडकरांनी विवेचन केले. रिझर्व्ह बँक निर्माण होण्यापूर्वी ९ वर्षे आधी हे विवेचन केले आहे हे लक्षात घेतले पाहिजे. डॉ. आंबेडकर म्हणजे केवळ विचार

करणारा महात्मा नव्हता तर कधीकाळाचा महामानव होता. शेतीच्या क्षेत्रासाठी अर्थशास्त्रज्ञ म्हणून त्यांनी केलेली कामगिरी आजही मार्गदर्शक आहे. १८९३ ते १८९७ या काळात खोतांविरुद्ध आंदोलन झाले. लोकमान्य टिळकांनी खोतांची बाजू उचलून धरली. नंतरच्या काळात डॉ. आंबेडकर यंनी मात्र खोतीला विरोध केला. त्याविरुद्ध चळवळ केली. सर्वसामान्य कुळांची बाजू घेऊन आंबेडकर लढले.

१९२६ ला मुंबई विधीमंडळात सरकार नियुक्त समस्य म्हणून डॉ. आंबेडकरांनी काम पाहिले. यावेळी सावकारी प्रतिबंधक विधेयक मांडले. अशिक्षित शेतकऱ्यांची सावकारांकडून होत असलेली पिळवणूक आणि त्यांचे देशाच्या अर्थकारणावर होणारे परिणाम यासंबंधीची चिकित्सा आंबेडकरांनी केली. त्यावेळी त्यांनी केलेल्या सूचना आजही मार्गददर्शक आहेत. (१) दरवर्षी प्रत्येक सावकाराला नव्याने परवाना घेण्याची सक्ती करावी. (२) प्रत्येक धनकोने प्रत्येक ऋणकोला स्वतंत्र पासबुक देऊन त्यात सर्व नोंदी कराव्यात. या दोन गोष्टी केल्यास कर्जदार शेतकऱ्यांची कोणीही फसवणूक करणार नाही अशी भूमिका आंबेडकरांनी मांडली. उद्योगधंद्याच्या क्षेत्रातही त्यांनी पायाभूत काम केले. प्रारंभीच्या काळात (१९२४ ला भारतात परत आल्यानंतर) काही काळ आंबेडकरांनी संपाला विरोध केला. १९२९ ला संपाचा अधिकार काढून घेण्याच्या हालचाली सरकारने केल्या. डॉ. आंबेडकर मूलत: थोर लोकशाहीवादी हाते. त्यामुळे त्यांनी संपाच्या हक्काचे जोरदार समर्थन केले. डाव्यांबरोबर अनेक संपात त्यांनी सहभाग दिला. १९३६ ला आंबेडकरांनी स्वतंत्र मजूर पक्ष स्थापन केला. या पक्षाचा जाहीरनामा आज जरी वाचला तरी गाजलेला वीस कलमी कार्यक्रम आणि मजूर पक्षाचा जाहीरनामा यातील साम्य सहज ध्यानात येईल. १९३७ला जेव्हा नव्या कायद्यानुसार पहिले मंत्रीमंडळ आले तेव्हा त्यातही आंबेडकरांनी लेबर मेंबर म्हणून काम पाहिले. या काळात उत्तम प्रशासक कसा असावा याचा आदर्श त्यांनी उभा केला. आज प्रत्येक जिल्ह्याच्या ठिकाणी एम्प्लॉयमेंट एक्सजेंज आहे. किती जणांना माहिती आहे की डॉ. आंबेडकर यांनीच एम्प्लॉयमेंट एक्सचेंजची कल्पना मांडली. रस्त्यावर काम करणारे मजूर डांबर ओतत असतात. श्रमाने त्यांचे शरीर अनेकदा काळे ठिक्कर पडलेले असते. परंतु त्यांच्या पायात गमबुट असतात. ही या श्रमिकांना डॉ. आंबेडकरांनी दिलेली भेट आहे हे किती जणांना माहिती असते? कोणत्याही गोष्टीचा समग्रतेने आणि बारकाव्यानिशी विचार करणे हे आंबेडकरांचे वैशिष्ट्य होते. आज उद्योग क्षेत्रात कामगार मालक वाद निर्माण झाल्यास त्रिपक्षीय चर्चा होते. कधी त्याला त्रिपक्षीय लवाद असेही म्हणतात. त्रिपक्षीय चर्चेचे जन्मदाते डॉ.आंबेडकर आहेत. अर्थशास्त्र म्हणजे केवळ तांत्रिक मार्गदर्शन नव्हे तर त्याला एक सामाजिक भूमिका असते, असे सूत्र अर्थशास्त्रज्ञ म्हणून आंबेडकरांनी मांडले. जातीप्रथेत

आर्थिक पीछेहाट कशी होते याचे विवेचन केले. लाहोरच्या जात पात तोडक मंडळाच्या १९३६ च्या अधिवेशनाकरिता तयार केलेल्या भाषणात डॉ. आंबेडकर म्हणतात, 'ज्या महात्म्याला हिंदू वंद्य समजतात त्याच्याच पुढारीपणास मी आव्हान दिलेले आहे. अस्पृश्य समजल्या गेलेल्या मोठ्या जनसमूहाला सार्वजनिक शाळा बंद असताना तुम्ही राज्यसत्ता हस्तगत करण्यास लायक आहात का? अस्पृश्यांना सार्वजनिक विहिरीवर पाणी भरण्यास मनाई असताना तुम्ही राज्यसत्ता ग्रहण करण्यास लायक कसे? समाज रचनेत बदल न घडवून आणता समाजवाद्यांना आर्थिक सुधारणा करता येतील का? भारतात कर्मधर्मसंयोगाने समाजवादी सत्ताधारी बनले तर त्यांना समाज व्यवस्थेने निर्माण केलेले प्रश्न सोडवावे लागणार नाहीत काय? जातीप्रथेचा भस्मासूर नष्ट केल्याशिवाय राजकीय, सामाजिक, आर्थिक सुधारणा शक्य नाहीत. जातीव्यवस्था म्हणजे केवळ श्रमविभागणी नसून श्रमिकांची विभागणी आहे. सामाजिक अथवा वैयक्तिक गुणवत्तेसाठी प्रत्येक व्यक्तीला कर्तृत्वसिद्ध करण्यास वाव मिळाला पाहिजे. आपल्याकडे माणसाची निवड अंगीभूत गुणांवरून न होता पूर्वजांच्या योग्यतेवरून होते ही पद्धत घातक आहे. जाती व्यवस्थेने एक गोष्ट निश्चित केली, ती म्हणजे समाज विघटन आणि नैतिक अध:पतन.'

: अर्थतज्ज्ञ आणि पुणे विद्यापीठाचे कुलगुरू डॉ. नरेंद्र जाधव यांचा सकाळ – १४ एप्रिल २००८च्या लेखावरून

२४.५ मूल्यमापन

सामाजिक क्षेत्रात आणि राजकीय क्षेत्रात भरीव आणि ठळक कामगिरी करणाऱ्या आंबेडकरांनी अर्थशास्त्रीय विचारातही भर घातली. त्यांचे कार्य सामाजिक क्षेत्रात तसेच राजकीय क्षेत्रात ठळकपणे दिसून येत असले तरी ते खऱ्या अर्थाने अर्थशास्त्रज्ञ होते. त्यांनी तत्कालीन परिस्थितीत मांडलेले अर्थशास्त्रीय विचार काळाच्या सीमा ओलांडणारे होते.

अर्थशास्त्राचे तात्त्विक व व्यावहारिकदृष्ट्या दोन्ही बाजूनी त्यांनी केलेले विश्लेषण परिपूर्ण होते. त्यांनी केलेली चलनसमस्येची चर्चा मूलभूत स्वरूपाची होती. पाश्चात्य विचारवंतांचे विवेचन कसे सदोष आहे हे पुराव्यासह स्पष्ट करण्याची धमक त्यांच्यामध्ये होती. भारतीय अर्थव्यवस्था, येथील सामाजिक, शैक्षणिक, राजकीय परिस्थिती यांचा सूक्ष्म अभ्यास डॉ. आंबेडकरांनी केलेला होता. त्यामुळेच अर्थशास्त्रीय विचारांची मांडणी करताना या सर्व घटकांचा प्रभाव त्यामध्ये आढळतो.

मार्क्सवादाला नाकारणे हे त्यांचे प्रतिगामी पाऊल होते असे म्हटले जाते. त्यांनी स्वत:चा वर्गविषयक कार्यक्रम नमूद केला नाही. बौद्ध तत्त्वज्ञान मार्क्सवादाला

पर्याय आहे आणि त्यातून समाजवाद साध्य होऊ शकेल असे त्यांचे मत अनाकलनीय आहे.

स्वाध्याय

१. डॉ. बाबासाहेब आंबेडकर यांचे शेतीविषयक विचार स्पष्ट करा.

२. डॉ. बाबासाहेब आंबेडकरांचे चलनविषयक विचार स्पष्ट करा.

३. डॉ. बाबासाहेब आंबेडकरांचा अर्थशास्त्रीय दृष्टिकोन स्पष्ट करा.

४. टीपा लिहा.

(अ) डॉ. बाबासाहेब आंबेडकरांचे शिक्षणविषयक विचार

(ब) नियोजित अर्थव्यवस्था

(क) शेती

(ड) उद्योगधंदे

(ई) राज्य समाजवाद

(इ) शेतीविषयक तत्त्वे

(ड) कामगार

❑

(२५)

छत्रपती राजर्षी शाहू महाराज

(१८७४ - १९२२)

२५.१ जीवन परिचय, २५.२ शाहू महाराजांचे आर्थिक विचार - (१) शेतीविषयक विचार, (२) कामगारविषयक विचार, (३) व्यापारविषयक विचार, (४) उद्योगधंदेविषयक विचार, (५) सहकारविषयक विचार, (६) कल्याणकारी राज्यविषयक विचार, (७) सामाजिक विचार, (८) दारिद्र्य निर्मूलन आणि रोजगारविषयक विचार

२५.१ जीवन परिचय

राजर्षी शाहू महाराजांचा जन्म २६ जुलै १८७४ रोजी कोल्हापूर येथे झाला. त्यांचे मूळ नाव यशवंतराव होते. जयसिंगराव ऊर्फ आबासाहेब घाटगे यांचे ते सर्वात धाकटे सुपुत्र. आबासाहेब घाटगे हे कागल संस्थानचे संस्थानिक होते. कोल्हापूरचे महाराज शिवाजी चतुर्थ यांचे १८८३ मध्ये निधन झाले. त्यानंतर राजगादीला वारस म्हणून त्यांच्या विधवा महाराणी आनंदीबाई यांनी यशवंतरावांना दत्तक घेतले. दत्तक घेतल्यानंतर त्यांना छत्रपती राजर्षी शाहू महाराज असे म्हटले जाऊ लागले. शाहू महाराजांना शिक्षण देण्यासाठी के. बी. गोखले यांची शिक्षक म्हणून नियुक्ती झाली. महाराजांना प्राथमिक शिक्षण दिले. महाराजांना पुढे ब्रिटनमध्ये शिक्षणासाठी

पाठविण्याचा त्यांचे वडील आबासाहेब घाटगे यांचा निश्चय होईना. त्यांना इंग्लंडला न पाठविता राजकुमार कॉलेज, राजकोट येथे पाठविण्यात आले. त्यानंतर १८८९ मध्ये महाराज धारवाड येथे चार वर्षाच्या शिक्षणासाठी गेले. तेथे त्यांनी प्रशासन व कायद्याचे शिक्षण घेतले. श्री. फ्रेझर यांनी शाहू महाराजांना संपूर्ण देशाच्या दौऱ्यावर नेले त्यामुळे त्यांच्या पुस्तकी ज्ञानाबरोबरच प्रत्यक्ष वस्तुस्थितीचे अवलोकन झाले. शाहूमहाराजांवर गोखले, फिट्स एराल्ड (Fitz Erald) यांचा प्रभाव पडला होता. तसेच सेठ माणिकचंद हिराचंद आणि टी. एम. नायर हे त्यांचे जवळचे मित्र होते. आर.वाय. सबनीस हे गोखले यांच्यानंतर महाराजांचे शिक्षण घेत असे. १८८२ मध्ये वैयक्तिक शिक्षक नेमण्यात आलेले सबनीस २२ वर्षे महाराजांचे 'दिवाण' राहिले. प्रशासनातील विश्वासू मानत.

राजर्षी शाहूंच्या प्रचंड कर्तबगारीचा कालावधी २ एप्रिल १८९४ ते ६ मे १९२२ म्हणजे २८ वर्षे इतका आहे. या कालावधीचे त्यांनी सोने केले. महाराष्ट्राच्या आर्थिक व सामाजिक क्षेत्रात प्रचंड परंतु अनमोल कार्य करून ते राजर्षी या अढळ पदाला पोचले.

शाहू महाराजांचे व्यक्तिमत्त्व सुजाण, सुसंस्कृत, विद्याविभूषित, जाणते, संयमी, धाडसी, दिलदार, कनवाळू, उच्च विचारसरणीचे, लोकाभिमुख व गोरगरिबांचा त्राता असे होते. त्यांच्या व्यक्तिमत्त्वात भारतीय व पाश्चिमात्य शिक्षण व संस्काराचा सुरेख संगम होता. परदेश भेटीत त्यांनी पाश्चिमात्य जीवन, समाज, शेती, उद्योग, तंत्रज्ञान इ. गोष्टींचा अभ्यास केला. युरोप खंडातील १८व्या १९व्या शतकातील सामाजिक आर्थिक व राजकीय बदलांचा प्रभाव त्यांच्यावर पडला होता. त्यामुळे भारतात परतल्यानंतर भारतीय समाजातील सामाजिक व आर्थिक स्थिती बदलण्याचा ध्यास त्यांनी घेतला. तत्कालीन भारतीय समाज धार्मिक व सामाजिक रूढी परंपरामध्ये अडकलेला होता. शिक्षणाचा अभाव, जातींची उतरंड, धर्ममार्तंडाचा प्रभाव इ. मुळे संख्येने 'मोठा असणारा' बहुजन समाज आर्थिक व सामाजिक दृष्ट्या मागासलेला होता. या समाजाची उन्नती करायची असेल तर वरील प्रकारच्या बंधनातून समाजाची मुक्तता केली पाहिजे असे शाहू महाराजांनी ठरविले. त्यासाठी त्यांनी जे कार्य केले, जे विचार मांडले त्यामधून जे तत्त्वज्ञान स्पष्ट होते त्याची तुलना आजपर्यंत जे सामाजिक, आर्थिक व राजकीय विचारंत होऊन गेले त्यांच्या विचारांशी केली असता, त्यामध्ये मोठे साम्य दिसून येते. छत्रपती राजर्षी शाहू महाराजांनी वेळोवेळी जी भाषणे केली, विचार मांडले, हुकूमनामे, जाहीरनामे, राजाज्ञा काढल्या त्यामधून त्यांची आर्थिक व सामाजिक विचारसरणी स्पष्ट होते.

२५.२ छत्रपती राजर्षी शाहू महाराजांचे आर्थिक विचार

(१) शेतीविषयक विचार (Agriculture) : शाहू महाराजांचे शेतीविषयक कार्य लक्षात घेता असे दिसून येते की, निसर्गवाद्याप्रमाणेच शाहू महाराजसुद्धा शेतीतून वाढावा निर्माण होतो या विचारसरणीचे होते. तसेच जमिनीच्या विभाजनाने शेतीची उत्पादकता कमी होते हे लक्षात घेऊन त्यांनी १९१३ साली संस्थानातील सर्व इनामे अविभाज्य केली होती. शाहू महाराजांना शेतकरी व शेती याविषयी नितांत तळमळ वाटत होती. कोल्हापूर परिसरात शेतीचा विकास करण्यासाठी निर्धारपूर्वक प्रयत्न केले. त्यातूनच हरिक्रांती या परिसरात झालेली आहे. त्याचे श्रेय त्यांनाच जाते. त्या काळात दुष्काळामुळे शेतकऱ्यांचे अतोनात हाल होत असे. त्यासाठी अन्नधान्य आणि चाऱ्याचे वाटप करून महाराजांनी शेतकऱ्यांना दिलासा देण्याचे काम केले. दुष्काळावर कायमस्वरूपी उपाययोजना करण्यासाठी उपाययोजना केल्या पाहिजेत असे त्यांचे मत होते. त्या दृष्टिकोनातून त्यांनी १९०२ मध्ये 'सार्वजनिक पाटबंधारे धोरण' (Mass Irrigation Policy) घोषित केले. या धोरणाच्या अंमलबजावणीसाठी स्वतंत्र 'पाटबंधारे खाते' निर्माण केले. या खात्यामार्फत विहिरीदुरुस्ती व देखभाल करणे, धरणे, बंधारे यांच्या नोंदी करण्यात आल्या. शक्य तेथे दुरुस्ती करण्यात आली. पावसाचे पाणी अडविणे व साठविणे त्याचा शेतीसाठी वापर करणे यावर भर दिला. छत्रपती शाहू महाराजांनी सतत पडणाऱ्या दुष्काळावर मात करण्यासाठी कोल्हापूर परिसराच्या विकासासाठी एखादा प्रकल्प हाती घेणे आवश्यक आहे. त्यासाठी महाराजांनी 'राधानगरी' प्रकल्पाला जीवित कार्य मानले. भोगावती नदीवरील 'राधानगरी' या धरणाच्या बांधकामास १९०९ मध्ये प्रारंभ झाला. या धरणास महाराजांनी सर्व प्रकारे निधी मिळविण्याचा प्रयत्न केला. हे धरण त्यांच्या हयातीत पूर्ण होऊ शकले नाही. पुढे त्यांचे पुत्र छत्रपती राजाराम महाराजांनी हा प्रकल्प पूर्ण केला. सद्य:स्थितीत कोल्हापूर परिसराला या धरणाचा उपयोग होत आहे. या प्रकल्पामागे शाहूमहाराजांची दूरदृष्टी दिसून येते.

शाहू महाराजांनी राज्य कारभार स्वीकारल्यानंतर शेतकऱ्यांना भेटून त्यांची गाऱ्हाणी ऐकली. त्यांचे दु:ख व शेतकऱ्यांचे दारिद्र्य स्वत: पाहिले. शेतीच्या दुरावस्थेमुळे शेतकऱ्यांचे दारिद्र्य वाढते, तसेच शेतीची उत्पादकता कमी असल्यामुळे उत्पन्न कमी हे त्यांनी जाणले. शेतकऱ्यांना या दारिद्र्यापासून बाहेर काढण्यासाठी शेतीत सुधारणा करण्याची गरज आहे तसेच अत्याधुनिक पद्धतीने शेती करण्याचे तंत्र आत्मसात करणे गरजेचे आहे. यासाठी शाहू महाराजांनी विदेशातील शेती उत्पादनाचे तंत्र शेतकऱ्यांनी आत्मसात करावे यासाठी अनेक प्रयोग केले. त्यासाठी १९१२ मध्ये कोल्हापूर येथे 'किंग एडवर्ड ॲग्रिकल्चरल इन्स्टिटयूट'ची स्थापना केली. बी-

बियाणे, रासायनिक खते, सुधारित यंत्रे, आधुनिक पद्धतीची शेती यांचे शिक्षण व प्रशिक्षण देण्यासाठी खास कृषी अधिकाऱ्याची नेमणूक केली. 'शेती प्रदर्शने' भरविण्यात येत असे. त्यामध्ये शेती अवजारे, अन्नधान्ये, पशु प्रदर्शन इ.चा समावेश केला जात असे. तसेच शेती उपकरणांचे म्युझियम सुरू झाले.

शाहू महाराजांचे नगदी पिकांकडे शेतकऱ्यांनी वळावे असे मत होते.उदा. कॉफी, रबर, वेलदोडे, इ. त्यांनी भुगदरगड, पन्हाळा येथे चहा, कॉफी, रबर, यांचे मळे तयार केले. ताग, बेळगावी बटाटे, कापूस, रेशीम यासारखी पीके घेण्यास शेतकऱ्यांना प्रवृत्त केले. चहा उत्पादनाचा प्रयोग यशस्वी झाला. 'पन्हाळा चहा नं. ४' या नावाने तो प्रसिद्ध होता. पुढे महाराजांनंतर हा प्रयोग चालू राहिला असता तर महाराष्ट्राचे चित्र कदाचित बदलले असते.

महाराजांनी वनविषयक कायद्यात बदल करण्यासाठी स्वत: लक्ष घातले. शेतकऱ्यांनी फळझाडे, इमारती चे लाकूड वनौषधीची लागवड करावी असेही शाहू महाराजांनी निर्देश दिले. त्यांच्या मते शेतकऱ्यांनी आंबा, फणस, काजू, साग तसेच हिरडा, बेहडा, आणि इतर वनौषधी वस्तपतींची लागवड केल्यास शेतकऱ्यांच्या उत्पन्नात मोठी वाढ होईल. 'टॅपिओला' वनस्पतीपासून साबुदाणा तयार होतो, त्याची लागवड शेतकऱ्यांनी हाती घ्यावी, यातून शेतरकऱ्यांनी दरिद्री जीवन जगावे लागणार नाही. शेतकऱ्यांना अपुऱ्या उत्पन्नामुळे दारिद्र्यात राहावे लागते. असंख्य शेतकरी उत्पादक अथवा अनुत्पादक कार्यासाठी सावकाराकडून कर्ज घेतात. शेतकऱ्यांच्या अज्ञानाचा फायदा घेऊन शेतकऱ्यांना सावकार लुबाडतात. यावर उपाययोजना करण्यासाठी महाराजांनी १८९५ मध्ये कर्जबाजारी शेतकऱ्यांना दरबारामार्फत कर्जपुरवठा करण्यास प्रारंभ केला. व्हिक्टोरिया राणीच्या स्मरणार्थ एक निधी स्थापन करून त्यातून सावकारांनी शेतकऱ्यांच्या जप्त केलेल्या जमिनी सोडविण्यासाठी वित्तपुरवठा केला. १ जून १९१९ रोजी एक वटहुकूम जारी करून सावकारांवर अनेक निर्बंध आणले. ज्यात उभी पीके जप्त करण्यात मज्जाव करण्यात आला.

(२) कामगार (श्रम) विषयक विचार : शाहू महाराजांनी श्रमाला संपत्ती मानले होते. श्रमविभागणीला त्यांनी महत्त्व दिले होते. तसेच शेतीतील अतिरिक्त मजुरांचे इतर क्षेत्रात स्थलांतर होणे गरजेचे आहे असे त्यांचे मत होते. त्यांचे हे विचार नर्क्स आणि ल्युईस यांनी मांडलेल्या छुप्या बेकारीच्या संकल्पनेशी साधर्म्य दाखवितात.

युरोपमध्ये औद्योगिक क्रांतीनंतर औद्योगिक क्षेत्रात काम करणारा स्वतंत्र कामगारवर्ग उदयाला आला. तेथे कामगारांना संघटित करण्याचे प्रयत्न झाले. तसेच कामगार संघाच्या सामूहिक शक्तीच्या बळावर अनेक लाभ मिळविण्यास ते यशस्वी झाले. भारतात सुद्धा मुंबईसारख्या शहरात कारखाने वाढत होते कापडगिरण्यांची

संख्या वाढत होती. या गिरण्यात काम करणारा वर्ग शेती व्यवसायाशी निगडित असलेला, ग्रामीण विभागातून आलेला होता. शैक्षणिक दृष्ट्या मागासलेल्या या कामगारांचे शोषण गिरणीमालक करत. शाहूमहाराजांनी युरोपमध्ये तेथील कामगारांची स्थिती पाहिली. भारतीय कामगारांनी युरोपमधील कामगारांप्रमाणे संघटना स्थापन करून मालकांच्या विरोधात लढा दिल्याशिवाय त्यांचे न्याय्य हक्क त्यांना मिळणार नाहीत असे महाराजांना वाटत असे. त्यांनी मुंबईच्या कामगारांच्या सभेत दोन भाषणे दिली त्यातूनच त्यांची कामगारांविषयी तळमळ दिसून येते. ही भाषणे १९१८ मध्ये दिली. मुंबईमध्ये कामगार संघाचे नेतृत्व नारायण मेघाजी लोखंडे व त्यांचे सहकारी करीत. त्यांच्यावर कामगारांचा विश्वास होता. या सर्व कामगार नेत्यांनी १० नोव्हेंबर १९१८ रोजी मुंबईच्या परळ भागात दहा हजार कामगार व पददलितांची सभा आयोजित करून शाहू महाराजांना अध्यक्षपद स्वीकारून भाषण करण्यासाठी निमंत्रित केले होते. कामगारांच्या संघशक्तीचा ऊहापोह त्यांनी केला. गवताच्या एकेका काडीची ताकद जास्त नसते. पण अनेक काड्यांचा वेठ (दोर) वळला तर हातालाही बांधता येते इतकी ताकद संघटनेत असते. युरोपात कामगार व भांडवलदार वर्ग आहेत. कामगारांनी संघटना स्थापन केल्यामुळे आता भांडवलदारांची कामगारांवर सत्ता चालत नाही. वेतनदरात वाढ करण्यास त्यांना यश मिळाले तसेच पार्लमेंटसारख्या संस्था व प्रधान मंडळात कामगारांच्या प्रतिनिधींना प्रवेश मिळालेला आहे. त्या आधारे कामगारांच्या हिताचे ते संरक्षण करू शकतात. दुसऱ्या एका कामगार सभेपुढे भाषण करून श्रमिकांमध्ये एकोपा निर्माण झाल्यास मजूर पक्षाची ताकद कशी वाढते हे ब्रिटनच्या उदाहरणाने त्यांनी स्पष्ट केले. कामगारांनी आपली प्रगती करण्यासाठी 'ऐक्य, परस्पर प्रेम, विश्वास व चिकाटीने सतत प्रयत्न' ही शस्त्रे बनविली पाहिजेत. आणि 'सहकार' आपल्या प्रगतीचे प्रमुख साधन झाले पाहिजे, असे त्यांनी स्पष्ट केले. मुंबईतील कामगारांवर शाहू महाराजांच्या भाषणाचा अनुकूल परिणाम झाला. सी. के. बोले व इतर नेत्यांनी 'लोकसंघ' या नावाने कामगार संघ स्थापन केला. भारतातील कामगारांचा वर्ग शेती व्यवस्थापनातून रोजगाराच्या अपेक्षेने शहरात आलेला आहे. याची महाराजांना जाणीव होती. तसेच ग्रामीण भागात रोजगार उपलब्ध होत नसल्याने लोकसंख्येचे मोठ्या प्रमाणावर शहराकडे स्थलांतर होते ही बाब देशाच्या दृष्टीने गौरवास्पद नाही असे महाराजांनी स्पष्ट केले. यातून शहरी भागाच्या समस्या निर्माण होतील असे त्यांचे मत होते. थोडक्यात, शाहू महाराजांचा 'श्रम' घटकाकडे पाहण्याचा दृष्टिकोन आधुनिक व प्रगतिशील असल्याचे स्पष्ट होते.

(३) व्यापारविषयक विचार (Trade) : शाहू महाराजांचे संस्थानातील व्यापारविषयक धोरण अर्थशास्त्रातील व्यापारवादी विचारसरणीशी सुसंगत असल्याचे

दिसून येते. तसेच आर्य चाणक्याने सांगितलेल्या जकात नाक्यांची संकल्पना तसेच प्रगतिशील वजने व मापांची संकल्पना त्यांनी संस्थानांच्या व्यापारात प्रत्यक्षात राबविली होती.

१९१७ मध्ये खामगाव येथे 'अखिल भारतीय मराठा शिक्षण परिषदेच्या अधिवेशनात अध्यक्ष पदावरून बोलताना 'आम्ही शेतकरी किंवा सैनिकच होऊन राहावे ही स्थिती आम्हाला समाधानकारक नाही. म्हणून व्यापार-धंदे व उच्च प्रगतीचे व्यवसाय यात आम्हाला शिरण्याची जरूरी आहे. व्यापार करण्याचे साहस आम्ही केले नाही तर आमच्या सर्व चळवळी निस्तेज व निरर्थक होतील.

शेती व उद्योगधंदे ज्याप्रमाणे विकसित होतील त्याबरोबरच व्यापारातही वृद्धी व्हावी हा संतुलित विकासाचा विचार शाहू महाराजांनी व्यक्त केला. तसेच व्यापार हा स्वकीयांच्या हातात असणे देशाच्या दृष्टीने उपयुक्त होईल अशी त्यांची धारणा होती.

व्यापार व उद्योगधंद्यामुळे समाजाची प्रगती होते असे त्यांचे मत होते. एका भाषणात ते म्हणतात, ''.....२०व्या शतकात राष्ट्राची उन्नती व्यापार व इतर संबंधित चळवळ याचर अवलंबून आहे.'' ... व्यापाराबाबतचे त्यांचे विचार युरोप खंडातील व्यापारवादी विचारवंत 'थॉमस् मन', विल्यम पेट्टी यांच्या विचारांशी साम्य दर्शवितात. राष्ट्राला आर्थिकदृष्ट्या संपन्न होण्यासाठी व्यापाराला चालना द्यावी असे व्यापारवाद्यांनी म्हटले.

शाहू महाराजांचे असे मत होते की उत्पादनास योग्य भाव मिळण्यासाठी हक्काची व जवळची बाजारपेठ असावी. तसेच व्यापरात स्थानिक व्यापाऱ्यांनी भाग घ्यावा. व्यापारात गैर प्रकार करू नयेत. शेतकऱ्यांची शेतमाल विक्री करताना अडवणूक होऊ नये. याबाबत ते जागरूक असत. संस्थानात उत्पादित झालेल्या वस्तू स्थानिक, राष्ट्रीय व आंतरराष्ट्रीय बाजारपेठत पाठविण्यात याव्यात, त्यातून लोकांना वस्तू मिळाव्यात एवढाच उद्देश नव्हता तर त्यातून परकीय चलन मिळावे व संस्थानांच्या (देशाच्या) आर्थिक विकासाला पूरक ठरावे असे त्यांचे मत होते.

(४) उद्योगधंद्याविषयक विचार : शाहू महाराजांनी संस्थानात खाजगी, संयुक्त, सार्वजनिक आणि सहकारी अशा चारही क्षेत्रात उद्योगधंद्याची उभारणी करून मिश्र अर्थव्यवस्थेचा पुरस्कार केला होता. तसेच महाराजांनी संस्थानातील काही उद्योगांच्या बाबतीत संरक्षणाचे धोरण सुद्धा राबविले होते. जे १९व्या शतकातील जर्मन विचारवंत फेडिरिक लिस्ट याने मांडलेल्या संरक्षण नीतीच्या सिद्धान्ताशी तंतोतंत जुळते.

शाहू महाराजांना युरोपचा दौरा करताना असे लक्षात आले की, एखादा देश उद्योग क्षेत्रात आघाडीवर राहिला तर तो आर्थिक विकासात सुद्धा आघाडीवर राहील.

तसेच आम्ही उद्योगात मागे राहिल्यामुळे आर्थिक शोषणास बळी पडलो याची त्यांना जाणीव झाली होती. या दृष्टिकोनातून त्यांनी कोल्हापूर संस्थानात उद्योगधंदे उभारण्यासाठी औद्योगिक पाहणी (Survey) केली. त्यानुसार अनेक उद्योगधंदे स्थापन करता येतील असे त्यांचे मत बनले. १९०५ पर्यंत कोल्हापूर संस्थानामध्ये सुती कापड उद्योग, मधमाशा पालन, सुगंधी व औषधी तेल, उद्योग सुरू करण्यात आले. या उद्योगासाठी लोकांना प्रशिक्षणासाठी पाठवले जात होते.

१९०६ मध्ये 'दि शाहू छत्रपती स्पिनिंग ॲण्ड विव्हिंग मिल्स' ही कापडगिरणी कोल्हापूर येथे स्थापन झाली. या गिरणीसाठी ५० हजार रुपये भांडवल पाण्याचे तळे आणि जमीन उपलब्ध करून दिली. १९१२-१३ मध्ये रायबाग येथे शाहू वीव्हर्स असोसिएशन ही संस्था स्थापन करून विणकर व कामगारांना संरक्षण दिले. या संस्थेद्वारे उत्पादित होणाऱ्या साड्या, धोतर, खण, चादरी या वस्तूंची कोल्हापूर दरबाराने खरेदी करण्याचे ठरवून या संस्थेला माल विक्रीची हमी दिली. जेणेकरून उद्योगाला प्राथमिक अवस्थेत संरक्षण मिळून त्यांचा विकास होईल हे त्यांचे विचार जर्मनीमधील राष्ट्रवादी विचारवंत फ्रेडरीक लिस्टने मांडलेल्या संरक्षण विषयक धोरणाशी साम्य दर्शवितात.

उद्योगाबाबत शाहू महाराजांनी विकेंद्रित नियोजनाची कल्पना मांडली. ते आपल्या भाषणात म्हणतात, "...उद्योगांचे केंद्रीकरण झाल्यास खेड्यातून येणाऱ्या लोंढ्यामुळे शहरात गर्दी होऊन आर्थिक व सामाजिक दुष्परिणाम उद्‌भवतात. ते टाळण्यासाठी विकेंद्रीकरणाची गरज असते." लोकांना ग्रामीण भागातच रोजगार उपलब्ध व्हावा, कामगारांच्या स्थलांतराची प्रक्रिया थांबवावी व शहरीकरणाचे दुष्परिणाम टाळावेत म्हणून त्यांनी औद्योगिक विकेंद्रीकरणावर भर दिला. त्यासाठी त्यांनी ग्रामीण उद्योग, लघु व कुटीर उद्योग व सहकारी क्षेत्रातील उद्योगांवर भर दिला. त्यांनी सार्वजनिक क्षेत्र, खासगी क्षेत्र व सहकारी क्षेत्रात उद्योग सुरू केले. त्यांच्या विकेंद्रित औद्योगिक नीतीनुसार शाहुपुरी, राधानगरी, जयसिंगपूर, गडहिंग्लज या नवीन बाजारपेठा निर्माण करून संस्थानाचा समतोल आर्थिक विकास घडवून आणण्याचे प्रयत्न केले. शाहू महाराजांची विकेंद्रीकरणाची नीती विभागीय नियोजनातील 'पेरॉक्स व वेग्मन' यांच्या 'आर्थिक वाढीचा केंद्रबिंदू व आर्थिक वाढीचा केंद्र' या सिद्धान्ताशी तसेच 'व्हॉन युनेनच्या' औद्योगिक स्थानिकीकरण सिद्धान्ताशी साम्य दर्शविते.

(५) सहकारविषयक विचार : उद्योगधंदे सरकारने स्थापन करण्याऐवजी नागरिकांनी एकत्र येऊन सहकारी पद्धतीने स्थापन करावेत असे शाहू महाराज सांगत असत. त्या संदर्भात १९०६ मध्ये कापडगिरण्यांच्या उद्‌घाटन प्रसंगी तसे निर्देश दिले. तसेच १९१८ मध्ये मुंबईच्या कामगार सभेत कामगारांनी सहकारी तत्त्वावर

पतसंस्था स्थापन कराव्यात असा सल्ला दिला. सहकाराची कायदेशीर मार्गाने अंमलबजावणी करण्याचा मनोदय महाराजांनी व्यक्त केला. त्यानुसार कोल्हापूर संस्थानात १९१२ मध्ये 'सहकारी संस्थाविषयक कायदा' संमत करण्यात आला. सहकारी संस्थांची नोंदणी करण्यासाठी 'रजिस्ट्रार'ची नेमणूक करण्यात आली. त्यानंतर लगेच १९१३ मध्ये 'दि कोल्हापूर अर्बन को-ऑपरेटिव्ह सोसायटी लि.' ही पहिली सहकारी संस्था भास्करराव जाधव यांच्या पुढाकाराने स्थापन करण्यात आली. १९२१ पर्यंत कोल्हापूर संस्थानात ३७ सहकारी संस्था स्थापन केल्या गेल्या. पतसंस्थेपासून साखर कारखान्यापर्यंत, सहकारातून समृद्धीकडे जाण्याचे नवे दालन सुरू झाले.

(६) कल्याणकारी राज्यविषयक विचार : शाहू महाराजांनी आपली प्रतिमा प्रजाहितदक्ष अशी राखण्याचा सदैव प्रयत्न केला. त्यांच्यावर हिंदवी स्वराज्य संस्थापक छत्रपती शिवाजी महाराजांचा मोठा प्रभाव होता. शाहू महाराजांनी आधुनिक शिक्षण प्राप्त केले. त्यांना फ्रेझरसारखे गुरू लाभले. नागरिकांना शाळा, दवाखाने, महाविद्यालये, रेल्वे इ.सारख्या सुविधा मिळाल्या पाहिजेत याकडे त्यांचे लक्ष होते. शिक्षणाची सुविधा सामान्य नागरिकांना मिळावी कारण शिक्षणाशिवाय त्यांना तरणोपाय नाही ही महात्मा फुले यांची शिकवण महाराजांना मान्य होती. बहुजन समाजामध्ये साक्षरतेचे प्रमाण साधारणत: १० टक्के होते. बहुजनांनी शिक्षण घ्यावे यासाठी त्या काळी महाराजांनी संस्थानात वसतिगृहे काढली. त्यातूनच सवर्ण व अस्पृश्य जाती-जमातींच्या विद्यार्थ्यांना शिक्षण घेता आले. सामाजिकदृष्ट्या दुर्बल घटकांच्या हितासाठी महाराजांनी १९०२ मध्ये कोल्हापूर संस्थानात रिक्त जागांवर ५०% आरक्षण मागासलेल्या वर्णासाठी (वर्गासाठी) केले. तसेच शेतीच्या सिंचनासाठी सर्वेक्षण केले. अनेक लहान मोठी धरणे महाराजांनी बांधली. गरजू शेतकऱ्यांची तगाई कर्जे महाराजांनी माफ केली. धान्य व चारा यासाठी संस्थानाच्या तिजोरीतून खर्च केला. संस्थानाच्या जागातून गुरांना चारा मिळण्यासाठी ती खुली केली. तसेच साथीचे रोग पसरू नयेत म्हणून १८९७ मध्ये प्रतिबंधक उपाययोजना केली. कायदा व सुव्यवस्था व न्यायव्यवस्था महाराजांच्या काळात संपूर्ण संस्थानात उत्तम होती. सर्वांसाठी समान कायदा हे त्यांचे तत्त्व होते. ते स्वत: धार्मिक वृत्तीचे होते. परंतु सार्वजनिक जीवनात धर्मनिरपेक्ष वृत्तीने वागले. इतर धर्माचा त्यांनी आदर केला. कला वाङ्मय, नाट्य, साहित्य, शिल्पकला, कुस्ती,खेळ यांनाही राजाश्रय दिला. या सर्व दृष्टिकोनातून शासन व प्रशासन लोककल्याणकारी होते असे म्हणता येते.

(७) शाहू महाराजांचे सामाजिक विचार : शाहू महाराजांनी आपल्या सामाजिक विचारात अस्पृश्यता निर्मूलन, राखीव जागा, धोरण, समान संधी याबरोबरच

शिक्षणासंबंधी मौल्यवान विचार मांडले व ते प्रत्यक्ष कृतीत आणले. मंडल आयोगाने मागासलेल्या जाती व जमातींसाठी ५०% जागांचे धोरण जाहीर केले. त्यापूर्वी ७५ वर्षे अगोदर महाराजांनी हे धोरणे राबविले होते. शिक्षणाबाबत १९१७च्या खामगाव परिषदेत ते म्हणतात, 'शिक्षणाशिवाय कोणत्याही देशाची प्रगती झाली नाही... म्हणून सक्तीच्या व मोफत शिक्षणाची हिंदुस्थानला आवश्यकता आहे.' प्राथमिक शिक्षण स्त्रीशिक्षण, तलाठी शिक्षण, शाळा, पाटील शाळा, विवधि कार्यशाळा, वसतिगृहाची चळवळ इत्यादीमधून त्यांचा शिक्षणविषयक दृष्टिकोन स्पष्ट होतो. आपल्या एकूण महसुली उत्पन्नापैकी ६% उत्पन्न ते शिक्षणावर खर्च करीत असत. यावरून त्यांचा पुरोगामी दृष्टिकोन स्पष्ट होतो. त्यांचे राज्य प्लेटो व ॲरिस्टॉटल यांच्या विचारातील 'आदर्श राज्य' ठरते व प्लेटो आणि ॲरिस्टॉटलच्या कल्पनेतील 'आदर्श राजा' किंवा 'तत्त्वज्ञ राजा' शाहू महाराजांच्या रूपाने दिसून येतो.

बहुजन समाजाच्या उन्नतीसाठी राजर्षी शाहू महाराजांनी हस्तक्षेप नीतीचा स्वीकार केला. जिचा पुरस्कार २०व्या शतकात केन्स, अे.पी. लर्नर या आधुनिक अर्थशास्त्रज्ञांनी केला होता. शाहू महाराजांनी हस्तक्षेप नीती व सामुदायिक गरजांची पूर्तता यावर आधारलेला आधुनिक सार्वजनिक अर्थव्यवहारांचा सिद्धान्त स्वीकारला म्हणून शाहू महाराजांचे सरकार जॉन स्ट्यूअर्ट मिलच्या विचारातील 'प्रातिनिधीक सरकार' ठरते. मिलच्या प्रातिनिधीक सरकारची सर्व वैशिष्ट्ये शाहू महाराजांच्या शासन प्रणालीमध्ये सापडतात. आजच्या काळातील नोबेल पारितोषिक विजेते जगातील नामवंत अर्थशास्त्रज्ञ अमर्त्य सेन यांनी अविकसित देशाच्या कल्याणासाठी जे उपाय सुचविले आहेत ते शाहू महाराजांनी करवीर संस्थानात आठ दशके अगोदर राबविले आहेत. यावरून म्हणता येते की, शाहू महाराज काळाच्या खूप पुढे होते. शाहू महाराजांचे विविध आर्थिक व सामाजिक क्षेत्रातील विचार व कार्य म्हणजे मानवी साधन संपत्तीच्या विकासासाठी केलेले कार्य होय. त्यालाच अर्थशास्त्राच्या परिभाषेत मानवी साधन संपत्तीचा विकास असे म्हणतात.

(८) शाहू महाराजांचे दारिद्र्य निर्मूलन व रोजगार विषयक विचार

शाहू महाराजांनी दारिद्र्य निर्मूलन व रोजगाराबाबत मोलाचे योगदान दिले त्यासाठी त्यांनी सामाजिक व आर्थिक क्षेत्रात बदल घडवून आणले. दारिद्र्य निर्मूलनासाठी त्यांनी अर्थशास्त्रातील व्यावसायिक गतिशीलतेच्या तत्त्वाचा पुरस्कार केला. त्यांना उर्ध्व व्यावसायिक गतिशीलता अभिप्रेत होती. त्यांची खालील भाषणे पहा.

माणगाव परिषदेत त्यांनी असे मत व्यक्त केले की 'मी सर्व बलुतेदारांस व महार वगैरे वतनदारास अशी विनंती केली की, अशी लहान लहान वतने व बलुती यांच्या मागे लागू नका, ती सोडून द्या. तुम्ही माणशी दहा एकर जमीन वाट्याला येईल असे तुकडे करा व ते उत्पन्न तुमच्यातील जे वडील असतील त्यांच्याकडे चालवा. बाकीच्या लोकांस गावात अगर बाहेरगावी कोणताही धंदा करण्यास मोकळीक होईल...'

११ मार्च १९२० चा हुकूमनामा बहुजन समाजाची उन्नती व्हावी म्हणून मागासलेल्या जातीतील लोकांना वकिलीची सनद दिलेल्यांची नावे स्पष्ट करतो. तसेच १६ जानेवारी १९१९ रोजी प्रस्तुत केलेला हुकूमनामा सरकारच्या विविध खात्यात अस्पृश्य जातीच्या लोकांना नोकऱ्या-नेमणूका दिल्याचे स्पष्ट करतो. शाहू महाराजांचे हे कार्य उर्ध्व सामाजिक गतिशीलतेबरोबरच संधीची समानता हे आधुनिक समाजवादाचे तत्त्व स्पष्ट करते.

स्वाध्याय

१. शाहू महाराजांचे शेतीविषयक विचार स्पष्ट करा.
२. छत्रपती राजर्षी शाहू महाराजांचे व्यापार आणि उद्योगधंद्याविषयीचे विचार सांगा.
३. शाहू महाराजांची कामगारविषयक भूमिका विशद करा.
४. **थोडक्यात स्पष्ट करा.**
   (अ) शाहू महाराजांचे सहकारविषयक विचार.
   (ब) शाहू महाराजांचे कल्याणकारी राज्यविषयक विचार.
   (क) शाहू महाराजांचे सामाजिक विचार.
   (ड) शाहू महाराजांचे दारिद्र्य निर्मूलन आणि रोजगार विषयक विचार.

(२६)

प्रा. धनंजयराव गाडगीळ

(१९०१ - १९७१)

२६.१ जीवन परिचय, २६.२ भारतीय शेती, २६.३ सहकार, २६.४ नियोजन – (अ) नियोजनाची भूमिका, (ब) भारतीय नियोजन व्यूहरचना, (क) नियोजनाचे विकेंद्रित प्रतिमान, (ड) विकासात सहकाराचे महत्त्व, (इ) सहकारी लोकराज्य संकल्पना, (ई) प्रादेशिक नियोजन, २६.५ ग्रामीण उद्योगाची आर्थिक विकासातील भूमिका, २६.६ मूल्यमापन

२६.१ जीवन परिचय

गोखले अर्थशास्त्र संस्थेचे (पुणे) माजी संचालक, थोर अर्थशास्त्रज्ञ, सहकारी अर्थव्यवस्थेचे पुरस्कर्ते प्रा. धनंजयराव रामचंद्र गाडगीळ यांचे स्थान भारताच्या, महाराष्ट्राच्या राजकीय, आर्थिक व सामाजिक जडणघडणीत अनन्यसाधारण आहे. १० एप्रिल १९०१ रोजी नाशिक येथे जन्म झालेले धनंजयराव गाडगीळ परदेशी एम. लीट ही पदवी संपादन करून तेथेच नोकरी न करता मायदेशी परतले. एम. लीट. पदवीच्या प्रबंधासाठी 'हिंदुस्थानातील औद्योगिक विकास' हा विषय निवडला. १९२४ साली हा प्रबंध ग्रंथरूपाने ऑक्सफर्ड प्रकाशनाने प्रकाशित केला आणि तेव्हापासून 'संदर्भ ग्रंथ' म्हणून त्यास विश्वविद्यालयीन अभ्यासक्रमात स्थान लाभले.

मायदेशी परतल्यानंतर अध्ययन, अध्यापन, संशोधन आणि स्थानिक ते आंतरराष्ट्रीय स्तरावरील समित्यांचे सभासद म्हणून त्यांनी महत्त्वाची पदे भूषविली व

भारतीय अर्थशास्त्रविषयक अध्ययन व संशोधन कार्यात पथदर्शक कामगिरी केली. उदा. अप्पर साहाय्यक सचिव – वित्त विभाग (१९२४-२५) प्राचार्य, एम.टी.बी. कॉलेज सुरत (१९२५-३०), संचालक, गोखले अर्थशास्त्र संस्था, पुणे (१९३०-६६), अध्यक्ष, इंडियन इकॉनॉमिक असोसिएशन (१९४०) अध्यक्ष, प्रवरानगर सहकारी साखर कारखाना (१९४९-६०) कुलगुरू, पुणे विद्यापीठ (१९६६-६७), राज्यसभा सदस्य, उपाध्यक्ष नियोजन मंडळ (१९६७-७१) इत्यादी. त्यांनी अनेक लेख, पेपर विविध विषयावर लिहिले. त्यांनी एकूण २४ पुस्तके लिहिली.

प्रा. गाडगीळ हे उच्च विभूषित होऊनही आपल्या मातीशी अतूट राहून आर्थिक विकासाचे शिल्पकार बनले. त्यांनी भारतीय संघराज्य व नियोजनविषयीचे आपले विचार परखडपणे मांडून देशाच्या आर्थिक विकासाला नवे वळण दिले. नियोजन मंडळाचे उपाध्यक्ष म्हणून काम पाहत असताना गरिबी दूर करणे आणि देशाचा स्वावलंबी विकास घडवून आणणे ही त्यांची धोरण पद्धती होती. भारतातील आर्थिक विषमता, दारिद्र्य आणि श्रीमंत लोकांची स्वार्थीवृत्ती यावर त्यांनी वेळोवेळी बोट ठेवले. आर्थिक विषमता कमी झाल्याशिवाय आर्थिक विकास होणार नाही असे त्यांचे मत होते. भारतासारख्या मिश्र अर्थव्यवस्थेचा स्वीकार करणाऱ्या देशात नियोजनाचे स्वरूप चीन-रशियापेक्षा वेगळे आहे. हे त्यांनी ठामपणे सांगितले. सहकारी संघटनेस महाराष्ट्राची भूमी अनुकूल आहे. स्वयंरोजगारातील लाखो उत्पादक घटक, शेतकरी, कारागीर, आदिवासी यांना सहकाराची कास धरल्याशिवाय अधिक प्रगती साधता येणार नाही, या दृष्टीने विविध क्षेत्रात सहकारी संघटना स्थापन करण्यासाठी प्रा. गाडगीळ यांनी प्रयत्न केले. कृषी विकासासाठी कर्जपुरवठा पायाभूत असल्याने 'सहकारी बँक' व्यवस्थेच्या विकासावर त्यांनी विशेष भर दिला. ३ मे १९७१ रोजी दिल्लीहून पुण्याला परत येत असताना रेल्वे प्रवासात त्यांना हृदयविकाराचा तीव्र झटका आला. त्यातच त्यांनी जगाचा कायमचा निरोप घेतला.

२६.२ भारतीय शेती

भारत कृषीप्रधान देश आहे. भारतातील सिंचनाचा प्रश्न, शेतमाल किमती, कृषी वित्त पुरवठ्याची समस्या आणि सहकारी क्षेत्रातील वाढती थकबाकी यासंबंधी गाडगीळांनी आपले विचार मांडले. भारतात शेतीला पुरेसा पाणी पुरवठा नाही. उत्तर प्रदेश, बिहार, राजस्थान या भागात सिंचनाच्या बृहद्योजना घेण्यात आल्या. त्यात योग्य नियोजन आणि पायाभूत संरचनेची आवश्यकता होती. १९६० मध्ये गाडगीळ महाराष्ट्र सिंचन आयोगाचे सदस्य होते. त्यांनी आपल्या अहवालात पाण्याच्या वापराचे योग्य व्यवस्थापन असावे. सिंचनकार्याचे स्वरूप उत्पादक व संरक्षक यात सीमारेषा

स्पष्ट करणारे असावे; शेतीच्या व्यापारीकरण प्रक्रियेत हा दृष्टिकोन मागे पडला.कृषी कार्यव्यवस्थेच्या भौतिक आणि स्वयंपूर्ततेसाठी पाणी पुरवठ्याचा संरक्षक दृष्टिकोन महत्त्वाचा आहे पण गतिमान अर्थव्यवस्थेत हा दृष्टिकोन योग्य नाही. पाणी पुरवठा व्यवस्थापनामध्ये मूळ आराखड्यात आवश्यकतेनुसार बदल करण्याची तरतूद असली पाहिजे. पुणे शहरास मुठा धरणातून पाणी मिळते. शहराची पाण्याची गरज भोवतालच्या पिकांचा आढावा घेऊन मुठा धरणाच्या मूळ आराखड्यात बदल केले आहेत.

सिंचन प्रकल्पात लाभ व्यय तत्त्व वापरावे. प्रकल्पासाठी होणारा खर्च, सिंचनामुळे वाढणारे शेती उत्पादन यांचा विचार यात केला जातो. गाडगीळांच्या मते, एखाद्या भागात विहीर बागायत असेल; सिंचन क्षेत्र मर्यादित असेल पण कालव्याच्या विस्ताराने तेथे ह्या परिसरात आर्थिक प्रगती होते. धरणामुळे आणि कालव्यामुळे जवळच्या कृषीक्षेत्रावर जलसिंचनामुळे आर्थिक लाभ होतात.

पाण्याचे योग्य वाटप आवश्यक आहे. कालव्याचे पाणी वापरल्यामुळे भूगर्भातही पाणी वाढते. बिगर लाभ क्षेत्रात विहिरीच्या मदतीने सिंचन क्षेत्र वाढविले जाते. लाभक्षेत्रात पिकांना अतिरिक्त प्रमाणात पाणी दिले जाते. त्यामुळे तेथील जमिनी व लागवडीयोग्य राहत नाहीत. म्हणून पिकांचे योग्य नियोजन करणे; पाण्याचे व्यवस्थापन करण्यासाठी पाणी वाटप यंत्रणा उभारणे गरजेचे आहे. त्यातून बारमाही पिके व हंगामी पिके निश्चित होऊ शकतात. कृषी विकास हा सामाजिक, आर्थिक व राजकीय स्वरूपातील परिवर्तनास कारणीभूत होणारा घटक आहे.

२६.३ सहकार

प्रा. धनंजयराव गाडगीळ हे द. गो. कर्वे यांचे समकालीन या दोन धुरंधरांनी वैकुंठभाई मेहतांचा राजकीय पाठिंबा मिळवून महाराष्ट्राच्या सहकारी चळवळीचा इतिहास घडविला. गाडगीळ भारतीय परिस्थितीशी सुसंगत होईल अशा तऱ्हेने सहकारीकरण घडवून आणण्यासाठी कटिबद्ध होते. मात्र त्याचवेळी रॉशडेल पायोनियर्सच्या सहकाराच्या तत्त्वांना तिलांजली दिली जाणार नाही याबद्दल ते दक्ष राहिले. सहकारातील प्रारंभीचे अडथळे दूर व्हावेत या उद्देशानेच त्यांनी राज्य पुरस्कृत सहकाराचा ठामपणे आग्रह धरला. दुर्दैवाने नंतरच्या सरकारी हस्तक्षेपाने भयानक स्वरूप धारण केले.

प्रा. गाडगीळ यांनी पीककर्ज धोरणाची जी आखणी केली त्या धोरणाला अनुसरूनच सध्याच्या अध्ययन, अध्यापन, संशोधन कार्याबरोबर त्यांनी सहकारी क्षेत्रात सुद्धा भरीव कामगिरी केली. सहकारी साखर कारखानदारीचा पायाच जणू त्यांनी विखे पाटील यांच्या सहकार्याने प्रवरा सहकारी साखर कारखाना उभारून घातला.

सहकार शेती, सहकारी पद्धतीवर सूतगिरणी, साखर कारखाना, तेल गिरण्या, उभारण्याची संकल्पना गाडगीळांचीच. तसेच शेतकऱ्यांच्या कर्जबाजारी स्थितीतून आणि व्यापारी, सावकार यांच्या पाशातून त्यांची मुक्ती करण्यासाठी पुरेसा आणि योग्यवेळी पतपुरवठा करण्यासाठी ग्रामीण भागात प्राथमिक सहकारी पतसंस्था उभारून त्यांना शासनाने भाग भांडवलावर पुरवठा करणे आवश्यक आहे म्हणून पतपुरवठा संस्थांचे जाळे देशभर उभारण्याची कल्पना प्रा. गाडगीळांनी मांडली. सहकारी पतपुरवठा जितका महत्त्वाचा तितकेच शेतकऱ्यांच्या उत्पादित मालाची विक्री सहकारी संस्थेमार्फत करणेही आवश्यक आहे. हे हेरून प्रा. गाडगीळींनी पतपुरवठा संस्थांची माल-विक्री सहकारी संस्थांशी सांगड घालण्याची कल्पना व्यापक प्रमाणावर राबविण्याचे प्रयत्न केले. अशाच प्रकारे सहकारी शेतमाल उत्पादनाची सांगड ग्राहक संस्थांशी घालावी अशी त्यांची आग्रही भूमिका होती.

प्रा. गाडगीळ यांनी Co-operative Commonwealth या त्यांच्या ग्रंथात सर्व आर्थिक व्यवहार सहकाराच्या जाळ्यात एकत्र गुंफण्याची प्रक्रिया स्पष्ट केली. अशा रीतीने सहकारी अर्थरचनेचा व्यापक व समर्थ पाया उभारण्यासाठी प्रा. गाडगीळांनी वैचारिक आणि व्यावसायिक पातळीवर सतत प्रयत्न केले.

प्रा. धनंजयराव गाडगीळ यांनी पीक कर्ज धोरणाची जी आखणी केली त्या धोरणाला अनुसरूनच सध्याच्या काळात विदर्भात ज्या शेतकऱ्यांनी आत्महत्या केल्या (यवतमाळ, वाशिम, बुलढाणा, अकोला, अमरावती, वर्धा या सहा जिल्ह्यात) तेथील शेतकऱ्यांना राष्ट्रीय कृषी विमा योजनेअंतर्गत विमा हप्त्यात सवलती देण्याचा शासन निर्णय (सोम ७ ऑगस्ट २००६) राज्यसरकारने जारी केल्याचे दिसते. या ठिकाणी गाडगीळांच्या कार्याचा आवाका किती मोठा आहे याची प्रचिती येते. राज्य शासनाची ही सवलत २००६-०७ या खरीप हंगामातील पीक विमा धारकांना लागू केली आहे. या निर्णयानुसार आत्महत्याग्रस्त जिल्ह्यांमधील कापूस उत्पादक शेतकऱ्यांना त्यांनी उतरविलेल्या पीक विम्याच्या हप्त्यात अल्प व अत्यल्प भूधारकांसाठी ७५% तर अन्य शेतकऱ्यांसाठी ५०% सवलत देण्यात आली असून हा बोजा राज्यसरकार उचलणार आहे.

प्रा. गाडगीळांनी शेतकऱ्यांची स्थिती सुधारण्यासाठी जे विचार मांडले त्यामध्ये त्यांनी असे सांगितले की, शेतकऱ्यांची प्रगती झाल्याशिवाय त्यांच्या प्रश्नांची उत्तरे मिळणार नाहीत. त्यासाठी त्यांनी सहकाराचा मार्ग सांगितला आणि सहकारी लोक राज्याची मुहूर्तमेढ रोवण्याचा यशस्वी प्रयत्न केला. ग्रामीण जीवन सुधारण्यासाठी सहकार किती महत्त्वपूर्ण भूमिका बजावतो याचे विवेचन केले आहे. त्याचप्रमाणे नियोजनाच्या माध्यमातून सामाजिक न्याय आणि ग्रामीण विकास कशा प्रकारे साध्य

करता येतो याबद्दल विचार प्रगट करून नियोजनाचे महत्त्व सांगितले.

भारतीय परिस्थितीतील वेगवेगळ्या विषयांचा अभ्यास करण्यासाठी योग्य अशी संशोधन पद्धती त्यांनी विकसित केली. त्यांना शेतीचे अर्थशास्त्र, सहकारी चळवळ आणि ग्रामीण विकास या विषयावरील संशोधनाची आवड होती. नागरी भागातील संशोधनासाठी त्यांनी वेगळी संशोधन पद्धती विकसित केली.

देशात सहकारी तत्त्वावर आधारित लोकराज्य प्रस्थापित व्हावे असे त्यांचे स्वप्न होते. ग्रामीण अर्थव्यवस्थेवरील सावकार व व्यापारी यांचा पगडा कमी करण्यासाठी कृषी व्यवसायामध्ये सहकारी पतपुरवठा आणि सहकारी खरेदी विक्री यंत्रणा उभारण्याची आवश्यकता त्यांनी स्पष्ट केली. सहकारी समाजवादाला नियोजनाची जोड देऊन भारतीय अर्थरचना मुळापासून मजबूत करता येईल असे त्यांना वाटत होते. त्यांच्या मते राष्ट्रीय उत्पन्न व दरडोई उत्पन्न यातील वाढीबरोबरच या उत्पन्नाचे नागरी व ग्रामीण तसेच औद्योगिक व कृषीक्षेत्रात न्याय्य वाटप महत्त्वाचे असते. पहिल्या तीन योजनांमध्ये त्यांना आढळलेल्या त्रुटींचे त्यांनी विश्लेषण केले. गाडगीळ आणि आर्थिक नियोजन यांचे अतूट नाते आहे. तळाच्या घटकांपासून योजनांची आखणी झाली पाहिजे. समाजाचा देशाच्या अर्थ व्यवहारांमधील सहभाग याला त्यांनी अग्रक्रम दिला.

२६.४ नियोजन

आर्थिक व्यवहारांचे नियोजन हा नियोजनावरील प्रदीर्घ लेख १९३७ मध्ये धनंजयराव गाडगीळ यांनी लिहिला. त्यात पाश्चिमात्य भांडवलशाही देशातील नियोजनाचा आढावा घेतला आहे. आर्थिक नियोजन भारताच्या आर्थिक विकासासाठी साधन आणि गरज आहे. नियोजन म्हणजे राष्ट्रीय प्रयत्न होत. योजना तयार करणे व त्यांची अंमलबजावणी करणे. नियोजनाचे दोन भाग आहेत.उद्दिष्टे-उपलब्ध साधनसामग्री उद्दिष्टांचे प्राधान्यक्रम यांचा विचार योजना करताना केला पाहिजे. साधनांची जमवाजमव आणि त्यांची अंमलबजावणी करून उद्दिष्टपूर्तता गाठण्यासाठी नियोजन यंत्रणा केली पाहिजे.

दुसऱ्या महायुद्धाच्या कालावधीत (१९३९-४५) ते सल्लागार होते. किंमत नियंत्रण आणि नियंत्रित वाटप पद्धतीचा सल्ला अमलात आणण्याचा सरकारला दिला.

स्वातंत्र्योत्तर काळात १९५० पासून भारतात नियोजनाचे युग सुरू झाले. नियोजनाचे उद्दिष्ट आणि व्यवहार, नियोजनाची भूमिका, भारतीय नियोजनात; नियोजन मंडळाचे स्थान, नियोजनाचे यशापयश इ. बाबतीत गाडगीळ यांनी आपले विचार मांडले. १९४० पासून अर्थव्यवस्थेचे नियमन आणि नियंत्रण आवश्यक आहे असे

विचार मांडले. नियोजनाच्या यशामध्ये मोठे व्यापारी व नामवंत उद्योगपती अडथळे आणतात याची गाडगीळांना जाणीव होती.

१९६६ मध्ये ते भारतीय नियोजन मंडळाचे उपाध्यक्ष होते. त्यांना त्यांच्या विचाराप्रमाणे कायम करता येत नाही, प्रस्थापित विचारप्रणालीच्या चौकटीतच काम करावे लागते हे लक्षात घेऊन त्यांनी उपाध्यक्ष पदाचा राजीनामा दिला.

प्रा. डॉ. गाडगीळ यांनी आर्थिक नियोजनाचे प्राधान्यक्रम निकष केले.

खर्च लाभ निकष (Cost benifit criteria) हा त्यातील निकष आहे. राष्ट्रीय हित लक्षात घेऊन निकष विकसित करावे लागतात. त्या निकषांचा विस्तृत संच तयार होतो. मात्र अपूर्ण माहिती आणि मर्यादित सर्वेक्षणावर आधारित असलेले नियोजन राबविताना अनेक समस्या निर्माण होतात. आज भारताकडे साधनसामग्री मर्यादित आहे. नियोजनबद्ध प्रयत्नातून ही साधनसामग्री वाढविण्याचे प्रयत्न करावे लागणार आहेत.

(अ) नियोजन मंडळाची भूमिका – देशाच्या नियोजनबद्ध आर्थिक विकासाचे उद्दिष्ट साध्य करण्याची जबाबदारी नियोजन मंडळावर सोपविली आहे. आर्थिक विकासात नियोजन मंडळाची भूमिका महत्त्वाची आहे. भारतात संघराज्य पद्धती आहे. घटक राज्यांना त्यांच्या गरजेनुसार योजना आखता येतात. नियोजन आयोग राज्य सरकारांच्या योजनेचा हेतू आणि उद्दिष्टे आणि नियोजनाची अंमलबजावणी जाणून घेण्याचा प्रयत्न करते.

घटकराज्यांना नियोजनबद्ध आर्थिक विकासासाठी केंद्रसरकार निधी देते. घटक राज्यांना आर्थिक साहाय्य देताना कोणता निकष लावावयाचा हे नियोजन आयोगाला ठरवावे लागते. तसे सुसूत्र शोधन पाच वर्षाच्या कालावधीत केंद्रीय साहाय्यक कशा पद्धतीने मिळेल याची माहिती नियोजन मंडळ राज्य सरकारांना देते. प्रत्येक राज्याला केंद्राकडून जास्तीत जास्त कार्य साहाय्य हवे असते. जी राज्ये अधिक प्रगतीस उत्सुक आहेत. त्यासाठी कठोर परिश्रम करण्यास तयार आहेत. त्यांना केंद्रसरकारची मदत राहिल, हा एक निकष गाडगीळ यांनी सांगितला. राज्यसरकार राज्यापुरत्या आर्थिक विकासाच्या योजना राबविताना त्या केंद्रसरकारच्या नियोजनाच्या आर्थिक चौकटीत आहेत व केंद्र सरकारच्या योजनेशी सुसंगत आहेत याची राज्य सरकारने दखल घ्यावी.

(ब) भारतीय नियोजन व्यूहरचना – भांडवलशाही अर्थव्यवस्थेतील निर्हस्तक्षेपी धारणेवर गाडगीळांचा विश्वास नव्हता. भारत खंडप्राय देश आहे तेथे विविध जातीचे, धर्माचे, वंशाचे लोक आहेत. भौगोलिक भिन्नताही राज्या-राज्यांमध्ये आहे म्हणून भारतीय विकास नियोजन प्रक्रिया साच्यातून होऊ शकेल अशी भारतीय

नियोजनाची व्यूहरचना गाडगीळांनी सूचविली. सरकारने सार्वजनिक खाजगी सहकारी क्षेत्रावर नियंत्रण ठेवल्यास नियोजन यशस्वी होऊ शकेल. उपलब्ध साधन सामग्रीच्या आधारावर कोणत्याही अर्थव्यवस्थेत नियोजनाची प्रक्रिया राबविता येते.

नियोजनबद्ध आर्थिक विकासात पुढील बाबी महत्त्वाच्या आहेत.

१) लोकांचा सहभाग–योजना तळातील घटकांपासून आखावी. त्यात लोकांचा सहभाग असावा यावर गाडगीळांचा भर होता.

२) आर्थिक विकास म्हणजे उत्पादन वाढ, रोजगार वाढ, शेती उत्पादन वाढ होय.

भारतात कृषीप्रधान समाजाच्या सर्वांगीण विकासाच्या समस्या आहेत. सर्वांगीण विकास झालेल्या स्थानिक संस्था निर्माण करणे हे नियोजनाचे अल्पकालीन उद्दिष्ट आहे. औद्योगिकीकरण, त्यातून उत्पादनवाढ व त्या आधारे राहणीमान सुधारणे हे दीर्घकालीन उद्दिष्ट आहे. आर्थिक विकास दीर्घकालीन प्रक्रिया आहे असे गाडगीळ मानतात. स्थानिक समस्या सर्वांच्या सहकार्याने सोडवून सर्वांगीण विकास योजना बनविणे आणि ती यशस्वीरित्या राबविणे हे आर्थिक विकासाच्या व्यूहरचनेत अभिप्रेत आहे.

(क) नियोजनाचे विकेंद्रित प्रतिमान – भारतात लोकशाहीप्रधान अर्थव्यवस्था आहे. विकेंद्रित नियोजन प्रतिमान हे या अर्थव्यवस्थेला पूरक आहे. गाडगीळांनी नियोजनाचे विकेंद्रित प्रतिमान स्पष्ट करताना गाव किंवा खेडे, तालुका, जिल्हा, राज्य आणि केंद्र अशा विविध पातळीवरचे सहकार्य आणि सुसूत्रिकरण यांना महत्त्व दिले.

(ड) विकासात सहकाराचे महत्त्व – भारताने दुसऱ्या आणि तिसऱ्या पंचवार्षिक योजना काळात समाजवादी समाजरचना स्वीकारली त्यात उत्पादन घटकांचा मालकी हक्क नियंत्रित करण्यावर भर होता.

(इ) सहकारी लोकराज्य संकल्पना – गाडगीळांनी समाजवादाऐवजी ही संकल्पना मांडली तेव्हा ते चवथ्या योजनेचे उपाध्यक्ष होते. हस्तोद्योगाच्या विकासाची शिफारस त्यांनी सहकारी चळवळीला उत्तेजन देण्यासाठी केली. सर्व स्तरावर सहकारी संस्थांचे जाळे निर्माण केले तर सामाजिक न्याय आणि समता या नियोजनाच्या उद्दिष्टांची पूर्तता होईल असे गाडगीळांचे मत होते. पंचायत राज्य, जिल्हा विकास आयोग, शेती विकास आयोग स्थापन केल्यास सहकाराच्या साहाय्याने विकास साध्य होईल.

(ई) प्रादेशिक नियोजन – राष्ट्रीय नियोजनाबरोबर त्यांनी प्रादेशिक नियोजनाचा पुरस्कार केला. त्यात तीन बाजूवर भर दिला, त्या बाजू पुढीलप्रमाणे –

१) विशिष्ट प्रदेशाचे उत्पादन घटकांची उत्पादन क्षमता वाढविणे त्याला

प्रोत्साहन देणे आणि ज्याच्याजवळ अशी साधने नाहीत किंवा उत्पादनाचे कौशल्य नाही त्यांच्यासाठी खास योजना, व्यापक प्रादेशिक योजनेत अंतर्भूत असावी.

२) प्रादेशिक विकासासाठी आणि तेथील उद्योग व्यवसाय वाढीसाठी वाहतूक वित्त पाणीपुरवठा, शिक्षण इ. मूलभूत सुविधा उपलब्ध करून दिल्या पाहिजेत.

३) विशिष्ट प्रदेशातील नैसर्गिक साधन संपत्तीच्या संधारणाच्या व संवर्धनाच्या योजना प्रादेशिक योजनेत असाव्यात.

प्रादेशिक लोकांना विकासाची फळे मिळावी. विकास योजनेत सर्व स्तरातील लोकांचा सहभाग असावा. गाडगीळांना अपेक्षित असलेला प्रादेशिक विकास महाराष्ट्रात मूर्त स्वरूपात आढळतो. प्रादेशिक विकासाला सहकारी कारखानदारी प्रेरक ठरली. ग्रामीण अर्थव्यवस्थेत आमूलाग्र बदल झाले आणि प्रादेशिक अर्थव्यवस्था गतिमान झाली.

२६.५ ग्रामीण उद्योगाची आर्थिक विकासातील भूमिका

भारत हा खेड्यांचा देश आहे. पारतंत्र्य काळात घरगुती व कुटीरोद्योगाचे जाळे भारतात होते, त्यातून तलम रेशमी कापड भारत निर्यात करीत होता. ब्रिटिशराज्यात वरील लघु व कुटीरोद्योग मारले गेले. स्वातंत्र्योत्तर काळात दुसऱ्या योजनेत लघु कुटीर उद्योगांच्या विकासावर भर देण्यात आला. त्यातून ग्रामीण बेरोजगारी कमी करण्याचा प्रयत्न होता. ग्रामीण विकासाच्या वाढीसाठी सहकारी क्षेत्रात असे व्यवसाय वाढविण्यावर भर देण्यात आला.

दुसऱ्या पंचवार्षिक योजनेने औद्योगिकीकरणाचा पाया रचला गेला. मोठ्या कापड उद्योगातून कापड निर्माण झाले. गावचे हातमाग व्यवसाय मागे पडले. लाखो विणकऱ्यांच्या उपजीविकेचा प्रश्न होता. त्यांचे पुनर्वसन करण्याच्या दृष्टीने आणि भारतात ग्रामीण भागातील हातमाग व्यवसायास उत्तेजन देण्यासाठी खादी व ग्रामोद्योग मंडळाची स्थापना करण्यात आली.

भारतातील ग्रामीण क्षेत्रात पारंपरिक पद्धतीने लघुउद्योग आणि कुटीरउद्योग चालतात. त्यात मातीची भांडी तयार करणे, दोरखंड तयार करणे इ. समाविष्ट आहे. मात्र या उत्पादनाची कालमानाप्रमाणे मागणी घटत आहे. हे ग्रामोद्योग टिकविण्यासाठी अधिक दृष्ट्या ते किफायतशीर कसे होतील याचा विचार होणे आवश्यक आहे. त्यांना सवलती द्याव्यात पण ग्रामीण उद्योगाच्या मूलभूत प्रश्नाकडे लक्ष द्यावे. या लघु-कुटिर उद्योगांची स्पर्धात्मक शक्ती वाढविली पाहिजे. संशोधकांनी या क्षेत्रातील उत्पादन वाढीस असे तंत्रज्ञान शोधावे. आधुनिक यंत्रांचा मर्यादित प्रमाणावर वापर करावा.

ग्रामीण उद्योगातून निर्माण झालेल्या वस्तू विशेषतः कलाकुसरीच्या वस्तू,

हस्तकला यांना खात्रीशीर बाजारपेठ आवश्यक आहे. मोठे उद्योग आणि ग्रामीण भागातील लघुउद्योग यांच्यामध्ये समन्वय हवा. स्पर्धेपेक्षा सहकार्य हवे. लघुउद्योगासाठी विशिष्ट उत्पादन क्षेत्र राखून ठेवले पाहिजे असे गाडगीळ यांचे मत होते.

आर्थिक स्थिरता – अर्थव्यवस्थेत स्थिरता असावी ती कायम स्वरूपाची असावी. अशी स्थिरता असण्यासाठी देशातील उद्योगावर नियंत्रणे लादावी.

सट्टेबाजीचे व्यवहार व बँकाविषयीचे धोरण, बँकांवरील नियंत्रण असली पाहिजे असे विचार प्रा. गाडगीळ यांनी मांडले.

देशाच्या अर्थव्यवस्थेत अस्थिरता निर्माण झाल्यास किंमतविषयक धोरण व उत्पन्न विषयक धोरण राबवून अधिक स्थिरता प्रस्थापित करता येते असे गाडगीळांचे मत होते.

(१) किंमतविषयक धोरण – देशातील सर्व शेतमालाची खरेदी, साठवणूक व विक्री सरकारमार्फत झाली तर शेतमालाच्या किमती स्थिर राहतील तर

१. सरकारची नियंत्रण असलेली किरकोळ विक्रीची दुकाने देशभर उभारून आवश्यक वस्तूंचा पुरवठा करावा या वितरणावर सरकारचे नियंत्रण असावे.

२. उत्पादनासाठी आवश्यक असलेल्या वस्तूच्या किमतीवर आणि भांडवली वस्तूंच्या किमतीवर सरकारी नियंत्रण असावे.

(२) उत्पन्नविषयक धोरण – यात पुढील बाबींचा समावेश होतो.

१. रोजगाराभिमुख गुंतवणूक केल्याने बेकारी टाळता येते. शेतमालाच्या किंमती स्थिर ठेवाव्यात.

२. ज्यादा उत्पन्न असलेल्या व्यक्तींवर उत्पन्न कर लादावा.

गाडगीळांना व्यापक नियंत्रण हवे होते त्यात खाजगी भांडवलाची व्याप्ती व महत्त्व वाढविण्यासाठी चलन पत आणि कर विषयक धोरणांचा अवलंब करणे तसेच बँकांनी विविध उद्योगांना दिलेल्या कर्जावर मर्यादा घालणे आवश्यक आहे. वाढत्या स्वयंपूर्ततेसाठी औद्योगिक क्षेत्राची तपासणी करणे तसेच खाजगी क्षेत्राच्या व्यवहारावर सरकारी लेखा परिक्षणाद्वारे नियंत्रण ठेवणे गाडगीळांना अपेक्षित होते.

२६.६ मूल्यमापन

प्रा. गाडगीळ यांनी जागतिक घडामोडी महाराष्ट्राच्या आर्थिक प्रश्नासंबंधी, आर्थिक नियोजनासंबंधी, आर्थिक विकासासंबंधी तसेच सहकाराबाबत आपले विचार मांडून भारतीय विकासामध्ये आणि पर्यायाने जनसामान्य लोकांच्या विकासासाठी मोठे योगदान दिले आहे. त्यांनी आपल्या एम.लीट पदवीच्या प्रबंधासाठी 'हिंदुस्थानातील औद्योगिक विकास' हा विषय निवडून भारतीय औद्योगिक विकासासंबंधी आपले विचार प्रगट केले आहेत आणि औद्योगिक विकास कशा

प्रकारे साध्य करता येईल याबाबत विवेचन केले आहे. प्रा. गाडगीळांनी समाजपरिवर्तनाच्या प्रक्रियेमध्ये प्रबोधन हे आपले जीवनकार्य मानून भारतीय समाजाबद्दलचा आपला दृष्टिकोन व्यक्त केला आहे. शेती व्यावसायिकाच्या म्हणजे शेतकऱ्यांच्या समस्या व समस्यांवर कोणत्या प्रकारे उपाययोजना करता येईल याबद्दल त्यांनी संशोधनपर लिखाण केले आहे. त्यांचे हे लिखाण भारतीय शेतकऱ्यांच्या जीवनामध्ये कायमस्वरूपी बदल घडवून आणण्याच्या दृष्टीने फार उपयोगी पडले आहे. प्रा. गाडगीळांच्या लोकशाहीवादी व उदारमतवादी विचारसरणीमुळे भारताच्या व पर्यायाने महाराष्ट्राच्या सामाजिक व राजकीय जीवनात मोलाची भर पडली. भारताच्या आर्थिक विकासाचा विचार करताना प्रा. गाडगीळांनी भारतातील आर्थिक विषमता आणि श्रीमंत लोकांची स्वार्थीवृत्ती यावर वारंवार परखड भाष्य केले आहे.

प्रा. गाडगीळ यांच्या मते भारतातील गरिबी ही अपुरी निर्मिती आणि उत्पन्नाचे अत्यंत विषम वाटप यांचे फलित आहे. प्रा. गाडगीळांची वैचारिक भूमिका विघटीत समाजाचे एकसंधीकरण, राज्यसत्तेचे विकेंद्रिकरण, लोकाभिमुख आर्थिक विकास आणि विकासात लोकांचा सहभाग या त्रिसूत्रीवर आधारित होती. विनोबा भावे, डॉ. बाबासाहेब आंबेडकर, कर्मवीर भाऊराव पाटील यांच्या कार्याने ते प्रभावित झाले होते.

तत्कालीन व्यवस्थेतच त्या व्यवस्थेला धक्का न पोहोचता सामाजिक परिवर्तनाची आणि आर्थिक विकासाची प्रक्रिया समजावून घेत या परिस्थितीत कसे बदल करता येतील याचे विवेचन करणारे व्यक्तिमत्त्व म्हणजे प्रा. गाडगीळ.

भारताच्या आजच्या परिस्थितीत अशा ध्येयवादी, कृतीशील विचारवंताची गरज सातत्याने जाणवते.

स्वाध्याय

१. प्रा. गाडगीळ यांचे भारतीय शेती आणि सहकारासंबंधीचे विचार स्पष्ट करा.

२. प्रा. गाडगीळ यांचे नियोजनासंदर्भातील विचार स्पष्ट करा.

३. टीपा लिहा.

(अ) भारतीय नियोजनाची व्यूहरचना

(ब) भारतीय विकासातील भूमिका

(क) गाडगीळ यांच्या विचारांचे मूल्यमापन

(ड) सहकारी लोकराज्य संकल्पना

$$\textcircled{२७}$$

प्रा. व्ही. जी. काळे

२७.१ जीवनपरिचय, २७.२ प्रा. काळे यांचे आर्थिक विचार – (१) भारताच्या आर्थिक समस्या, (२) गरिबीविषयी विचार, (३) औद्योगिक विकास, (४)बँक व्यवसाय, (५)चलन समस्या, (६) आर्थिक महासत्ताविषयक विचार

२७.१ जीवनपरिचय

भारताच्या आर्थिक विचारांच्या विकासामध्ये प्रा. व्ही. जी. काळे यांचे आर्थिक विचार महत्त्वाचे ठरतात. प्रा. व्ही. जी. काळे हे फर्ग्युसन महाविद्यालयात अर्थशास्त्राचे प्राध्यापक होत. (इ. स. १८७६-१९४६) (An Introduction to the Study of Indian Economics प्रा. काळे यांचा सर्वांत महत्त्वाचा ग्रंथ इ. स. १९२२ मध्ये प्रसिद्ध झाला. या ग्रंथामध्ये त्यांच्या आर्थिक विचारांचे सार आढळते.

२७.२ प्रा. काळे यांचे आर्थिक विचार

आधुनिक प्रगती आणि भारताच्या आर्थिक विकासाचा विचार करताना ब्रिटिशांनी आखलेली धोरणे व त्यांच्या तत्कालीन भारतातील आर्थिक व्यवस्था,

सामाजिक संस्था, धार्मिक श्रद्धा, रुढी आणि परंपरा यावर झालेला परिणाम यांचा अभ्यास प्रा. काळे यांनी केला.

भारताच्या जुन्या-नव्यांचे एक विचित्र मिश्रण झाल्यामुळे येथील आर्थिक परिस्थितीची दिशा अनाकलनीय झाली आहे. या परिस्थितीचे शास्त्रशुद्ध विश्लेषण अर्थतज्ज्ञांनी करण्याची गरज आहे, असे प्रा. काळे यांचे मत होते.

१) भारताच्या आर्थिक समस्या : भारताच्या समस्यांचे वास्तव विश्लेषण करून अर्थशास्त्रीय नियमांचा वस्तुनिष्ठतेने व समंजसपणे उपयोग केला पाहिजे, असे प्रा. काळे म्हणत. असा उपयोग करताना लवचीकपणा व परिस्थितीला अनुरूप बदल केले पाहिजेत.

प्रा. काळे यांनी भारताच्या आर्थिक समस्यांचा विचार करून आपले विचार व्यक्त केले. आर्थिक परिस्थितीची सोडवणूक करताना इतर देशांशी संबंध अवश्य ठेवले पाहिजेत. भारताने स्वसंरक्षणाचा विचार केला पाहिजे. राष्ट्रीय जाणीव व उद्दिष्टे यांचा विसर पडू नये, असे त्यांचे मत होते.

भारत हा धर्मनिष्ठ असून तात्विक विचार आणि धार्मिक हेतू यामध्ये गुरफटून गेलेला आहे. भारतीय लोक आर्थिक हेतूंची जाणीव नसलेले आहेत, हे त्यांना मान्य नव्हते. भारत व इतर देश यांच्यातील फरक समतोल जीवन यांची कर्तव्यभावना आणि सामाजिक जाणीव यामधून दिसून येते.

२) गरिबीविषयी विचार : आपल्या देशातील 'गरिबी' ही महत्त्वाची समस्या सोडवण्यासाठी योग्य उपाययोजना करण्याची आवश्यकता त्यांनी प्रतिपादन केली. उत्पादनाच्या पद्धती व संपत्तीचे विभाजन यामध्ये परिस्थितीनुरूप बदल करणे आवश्यक आहे. यात राज्याची भूमिका महत्त्वाची आहे, असे त्यांचे मत होते.

३) औद्योगिक विकास : औद्योगिक पुनरुज्जीवन आणि विकास यामुळे देशाची खरी प्रगती होईल, याबाबत प्रा. काळे यांना शंका नव्हती. शेतीच्या विकासाबरोबर औद्योगिक विकास करणे महत्त्वाचे आहे. देशातील वाढत्या लोकसंख्येची मागणी पूर्ण करण्याकरिता शेती विकास आवश्यक आहे. याबरोबरच औद्योगिक विकास साधून शेतीवरील लोकसंख्येचा भार कमी केल्याने दारिद्र्यावरही उपाययोजना होईल, असे त्यांचे मत होते.

४) बँक व्यवसाय : बँक व्यवसाय व उद्योग कार्यक्षम करून व्यापाराला उत्तेजन, भारतीयांना आर्थिक उपक्रम संघटित करण्याचे आणि चालविण्याचे शिक्षण देण्याची गरज आहे. खेडी सुधारली पाहिजेत. शेती क्षेत्रातील सुधारणा आवश्यक असून शेतकऱ्यांवरील कर्जाचा भार हलका केला पाहिजे. शेतकऱ्यांना वित्तपुरवठा

सोपा करून कृषी बँका व सहकारी पतसंस्था यांची व्याप्ती वाढविली पाहिजे, असे प्रा. काळे यांचे मत होते.

५) चलन समस्या : चलन समस्या सोडविण्यासाठी व्याजाचा दर स्थिर ठेवणे, कागदी चलनाचे रुपयातील रूपांतर थांबविणे, मौल्यवान धातू मुक्तपणे आयात करणे, सुवर्णाधारीत चलनी नोटा सुरू करणे असे, काही उपाय त्यांनी सुचविले.

भारतातील चलनपद्धती आणि विनिमय पद्धती स्वंचलित असल्या पाहिजेत. त्यामुळे भारतात आर्थिक सुबत्ता निर्माण होईल.

६) आर्थिक महासत्ताविषयक विचार : २१ व्या शतकाच्या दृष्टीने विचार केल्यास भारताला जागतिक अर्थव्यवस्थेत महासत्तास्थान प्राप्त करावयाचे असेल तर त्यासाठी काही समस्यांची हकालपट्टी करणे आवश्यक आहे. विशेषत: दारिद्र्यनिमूलनासाठी प्रा. काळे यांनी सुचविल्याप्रमाणे उत्पादन पद्धतीत श्रमप्रधान तंत्र आणि आधुनिकीकरण या दोहोंचा संयुक्त वापर करावा. तसेच संपत्तीचे विभाजन न्याय्य तत्त्वानुसार व्हावे, असे त्यांचे मत होते.

दूरदृष्टीने विचार केल्यास प्रा. काळे यांनी ७५ वर्षांपूर्वी मांडलेले विचार भारताला आर्थिकदृष्ट्या स्वावलंबी आणि स्वयंपूर्ण करण्यासाठी आजही उपयुक्त ठरतील, असे म्हटले तर ते वावगे ठरू नये.

स्वाध्याय

१.प्रा. काळे यांचे आर्थिक विचार सांगून आर्थिक समस्या स्पष्ट करा.

२.टिपा लिहा.

अ) गरिबीविषयी विचार

(ब) औद्योगिक विकास

(क) चलन समस्या

(ड) आर्थिक महासत्ताविषयक विचार

❒

(२८)

यशवंतराव चव्हाण

(१९१३ - १९८४)

२८.१ जीवनपरिचय, २८.२ यशवंतराव चव्हाण यांचे आर्थिक विचार (१) शेतीविषयक विचार, (२) सहकारविषयक विचार, (३) उद्योगधंद्याविषयी विचार (४) समाजवादविषयक विचार, २८.३ इतर आर्थिक विचार - (१) आर्थिक विचार, (२) आर्थिक विषमता, (३) विकासातील समस्या

२८.१ जीवनपरिचय

भारताचे उपपंतप्रधान, महाराष्ट्राचे शिल्पकार, कुशल प्रशासक यशवंतराव बळवंतराव चव्हाण यांचा जन्म १२ मार्च १९१३ मध्ये सांगली जिल्ह्यातील देवराष्ट्रे या गावी झाला. शालेय शिक्षण देवराष्ट्रे आणि कऱ्हाड येथे झाले. महाविद्यालयीन शिक्षणासाठी कोल्हापूरच्या राजाराम कॉलेजमध्ये १९३४ मध्ये दाखल झाले. १९३८ मध्ये इतिहास आणि राज्यशास्त्र हे विषय घेऊन बी. ए. पदवी प्राप्त केली. १९४१ मध्ये कायद्याची पदवी प्राप्त करून वकिली व्यवसायाला सुरुवात केली. २ जून १९४२ रोजी त्यांचा विवाह झाला.

१९३० ते ३३ या काळात कायदेभंगाच्या चळवळीत भाग, १९३२ मध्ये अठरा महिन्यांचा कारावास, १९४२ मध्ये चलेजाव चळवळीत सामील आणि अटक;

स्वातंत्र्यप्राप्तीनंतर १९५२ मध्ये कराड मतदारसंघातून विधानसभेवर निवड आणि नागरी पुरवठामंत्री म्हणून नेमणूक. १९५६ मध्ये द्विभाषिक मुंबई राज्याच्या मुख्यमंत्रिपदी म्हणून विराजमान, १९६३ मध्ये लोकसभेवर निवड, १९७६ पर्यंत केंद्रात विविध खात्यांचे मंत्री म्हणून काम केले. १९७७-७८ या काळात लोकसभेत विरोधी पक्ष नेते म्हणून काम केले. १९७७ मध्ये भारताचे उपपंतप्रधान आणि १९८२ मध्ये आठव्या वित्त आयोगाचे अध्यक्ष म्हणून काम केले. २५ नोव्हेंबर १९८४ मध्ये दिल्ली येथे निधन झाले. यशवंतराव फक्त राजकारणीच होते असे नाही तर ते रसिक साहित्यिक होते. त्यांनी लिहिलेले युगांतर, ऋणानुबंध, कृष्णाकाठ, सह्याद्रीचे वारे इ. त्यांचे उल्लेखनीय ग्रंथ होत.

२८.२ यशवंतराव चव्हाण यांचे आर्थिक विचार

१) शेतीविषयक विचार : भारत हा खेड्यांचा देश असून, मोठी लोकसंख्या असलेल्या या देशाच्या राष्ट्रीय उत्पन्नात त्या काळात शेतीचा हिस्सा ५० टक्के होता. तेव्हा शेतीची प्रगती करण्यासाठी रचनात्मक बदल घडवून आणणे त्यांना आवश्यक वाटले. भारतीय शेतीची दरहेक्टरी उत्पादकता कमी आहे, त्यासाठी कृषी क्षेत्रात पायाभूत सुविधा उपलब्ध करून द्याव्यात व सिंचनानंवर भर दिला पाहिजे. भारतात प्रत्येक राज्यात नद्यांवर धरणे बांधून पाण्याचा वापर जलसिंचनासाठी मोठ्या प्रमाणात करण्यात यावा. असे यशवंतराव चव्हाण यांचे मत होते.

भारतीय शेतकरी परंपरागत पद्धतीने शेती करतात. बहुतेक शेतकरी 'उपजीविकेची' शेती करतात. अनेकांचा उपजीविकेचा प्रश्न शेतीतून सोडविला जात नाही. कारण शेतीचे उत्पादनतंत्र कालबाह्य झालेले आहे. इतर देशांमध्ये नवीन तंत्रज्ञान, यंत्रे, बियाणे, रासायनिक खते यांचा वापर करून शेतमालाच्या उत्पादनात मोठी वाढ झाली. अशा स्वरूपाची कृषिक्रांती भारतात व्हावी, अशी त्यांची अपेक्षा होती. शेतीत बदलत्या काळानुसार होणारे परिवर्तन शेतकऱ्यांनी आत्मसात केले पाहिजे, तसेच कृषी विद्यापीठाचे संशोधन शेतकऱ्यापर्यंत पोचले पाहिजे, असे यशवंतराव चव्हाण यांना वाटत होते.

ग्रामीण अर्थव्यवस्थेत शेतजमिनीच्या मालकीचे विषम विभाजन यावर त्यांनी चिंतन केले. काही शेतकऱ्यांकडे शेकडो एकर जमीन, तर दुसरीकडे अल्पभूधारक, सीमांत शेतकरी, भूमिहीन शेतकरी यांच्या जमिनी अत्यल्प असल्याने त्यांना या जमिनी खंडाने प्राप्त कराव्या लागतात. ही कुळपद्धती संपुष्टात यावी. कुळकायदे करून कुळांना संरक्षण द्यावे असे यशवंतराव चव्हाण यांनी विशद केले. 'कसेल

त्याची जमीन' हा कायदा संमत करण्यावर त्यांनी भर दिला. कमाल जमीन धारणा कायद्याची कडक अंमलबजावणी व्हावी, अतिरिक्त जमिनी सरकारने काढून घेऊन त्या शेतीशी संबंधित कुळाना वाटप करावे, असे त्यांचे मत होते.

शेतीस वित्तपुरवठा पुरेशा प्रमाणात होत नाही. सहकारी क्षेत्रातील संस्था शेतीस कर्जपुरवठा करतात, मात्र तो अपुरा आहे. परिणामी, अनेक शेतकरी सावकारांकडून कर्जे घेतात. त्यांचे व्याजाचे दर अधिक असतात, त्यामुळे कर्जदार शेतकऱ्याची आर्थिक स्थिती हलाखीची होते. यावर उपाययोजना म्हणून सहकारी बँकांबरोबरच राष्ट्रीयीकृत बँकांनीही शेतीस प्राधान्याने कर्जे द्यावीत, असे त्यांचे मत होते. शेतकऱ्यांनी अन्नधान्याचे उत्पादन करावे कारण देशाची समग्र लोकसंख्या निर्वाहासाठी लागणारे धान्य शेतीतून मिळते. असे असूनसुद्धा शेतकऱ्यांनी नगदी पिकांकडे वळावे. ऊस, फळे, भाजीपाला इ.चे लागवडीखालील क्षेत्र वाढविणे आवश्यक आहे. त्यामुळे शेतकऱ्यांच्या उत्पन्नात वाढ होईल. शेतीस जोडधंदा म्हणून शेतकऱ्यांनी दुधाचा व्यवसाय, कुक्कुटपालन यासारखे व्यवसाय करावेत. त्यामुळे शेतकऱ्यांना जोडधंद्यातून उत्पन्न मिळेल, अशी अपेक्षा यशवंतराव चव्हाणांनी व्यक्त केली.

भारतात फार मोठ्या प्रमाणात जमीन अविकसित राहिली, ती पडीक राहिलेली आहे. त्यामुळे देशाचे मोठे नुकसान होते, तेव्हा पडीक जमीन लागवडीखाली आणली पाहिजे, असे चव्हाण यांचे मत होते.

तसेच त्यांच्या मते शेतीच्या विकासासाठी सहकारी शेतीचा अवलंब करणे आवश्यक आहे. त्यासाठी शेतकऱ्यांनी एकत्र आले पाहिजे. तसेच भारतीय शेतकऱ्याला आधुनिक पद्धतीचे शेतीचे ज्ञान देऊन त्याविषयी त्यांचे अज्ञान दूर केले पाहिजे. शेतीशास्त्राचा अभ्याससुद्धा शेतकऱ्यांनी केला पाहिजे. तसेच चव्हाण यांनी असेही म्हटले की, शेतीच्या उत्पादनवाढीसाठी बांधबंदिस्तीची कामे, तुकडेबंदी, तुकडेजोड, जास्तीत जास्त जमीन ओलिताखाली आणणे इ. योजना आहेत.

२) सहकार : सहकारामध्ये आर्थिक विकास करण्याची शक्ती आहे. चव्हाण यांच्या मते भारतासारख्या कृषिप्रधान राष्ट्राच्या अर्थव्यवस्थेचा विकास साधण्यासाठी सहकारी तत्त्व उपयोगी पडते. शेतीउत्पादन वाढविण्यासाठी त्यांनी सहकारी शेतीपद्धतीचा पुरस्कार केला. जमीन मालकांची संयुक्त मालकी असलेली व त्यांच्या संयुक्त व्यवस्थेसाठी काम करणारी स्वयंस्फूर्त सहकारी शेतीसंस्था स्थापन करावी, असा विचार मांडला. या पद्धतीमुळे शेतकऱ्यांना एकमेकांच्या अनुभवाची देवाणघेवाण करता येऊ शकेल.

तसेच या पद्धतीमुळे शेतकऱ्याला शेतीत आधुनिक तंत्राचा, यंत्राचा अवलंब

करता येऊ शकेल. उत्पादनात वाढ होऊन त्यांचे उत्पन्नही वाढेल. शेतकऱ्यांच्या धान्याला योग्य भाव मिळण्यासाठी सहकारी खरेदी विक्री संस्था, तसेच योग्य दरात कर्जपुरवठा होण्यासाठी सहकारी पतसंस्था, सहकारी बँका तसेच योग्य दरात वस्तू मिळण्यासाठी सहकारी ग्राहक संस्था स्थापन कराव्यात आणि सहकाराचा विस्तार करावा, असे प्रतिपादन यशवंतराव चव्हाण यांनी केले.

भारतात सहकारी कायदा १९०४ व १९१२ अस्तित्त्वात होते. १९६० मध्ये यशवंतराव चव्हाण यांनी सुधारित सहकारी कायदा संमत केला. त्यानंतर महाराष्ट्रात सहकारी संस्थांचे जाळे निर्माण झाले.

महाराष्ट्रातील सहकारी चळवळ व सहकारी क्षेत्रातील विविध संस्था देशभर गौरवास्पद ठरल्या. त्याचे श्रेय यशवंतराव चव्हाण यांच्याकडे जाते. ग्रामीण अर्थव्यवस्थेच्या विकासासाठी शेतमालावर प्रक्रिया करणारे कारखाने सहकारी क्षेत्रात स्थापन व्हावेत, असे चव्हाण यांचे मत होते.

सहकारामध्ये अनेक नागरिक एकत्र येऊन भागभांडवल जमा करून सहकारी संस्था स्थापन करतात. त्या संस्थांचे नेतृत्व स्थानिक नागरिकांना करावयास मिळते. सहकारी संस्था स्थापन करून त्या अतिशय उत्तम पद्धतीने महाराष्ट्रात चालविण्यामध्ये यशवंतराव चव्हाणांचे मार्गदर्शन लाभले. सहकारी साखर कारखाने, सहकारी सूतगिरणी, सहकारी पतसंस्था, सहकारी बँका, सहकारी गृहनिर्माण संस्था, सहकारी खरेदी विक्री संघ महाराष्ट्रात मोठ्या प्रमाणात स्थापन झाले. या संस्थांनी खेड्यात राहणाऱ्या लोकांचा आर्थिक स्थर उंचावला. त्यांनी उत्पादन केलेल्या शेतमालावर प्रक्रिया करून अल्प किमतीच्या कच्च्या मालाचे जास्त किमतीच्या पक्क्या मालात रूपांतर केले. यातून रोजगार निर्माण झाला. लोकांच्या उत्पन्नात वाढ झाली. त्यांच्या सर्वांगीण विकासासाठी सहकारी संस्था वरदान ठरल्या. सहकार ही महाराष्ट्राला लाभलेली मोठी शक्ती आहे, असे चव्हाण मानत. सर्वसामान्य लोकांना एकत्र आणून त्यांच्या सामूहिक शक्तीतून सहकारी संस्थांची उभारणी ही लोकशाही चळवळ आहे. म्हणून ती जनतेची चळवळ झाली पाहिजे. या चळवळीचा लाभ समाजातील सर्वांत गरीब माणसाला व्हावा, त्याच्या उन्नतीचे मार्ग सहकारातून व्हावेत ही चळवळ आपली आहे अशी भावना त्यामध्ये असावी, अशी अपेक्षा चव्हाण यांनी व्यक्त केली. तसेच खेडी सुधारली तर देश सुधारेल. शेतीचा विकास झाला तर देशाची अर्थव्यवस्था विकसित होईल. त्यासाठी सहकार क्षेत्र ग्रामीण अर्थव्यवस्थेचा कायापालट घडवून आणू शकेल, असे चव्हाण यांचे मत होते.

३) उद्योगधंद्याविषयी विचार : उद्योगासंबंधी विचार मांडताना चव्हाण

यांनी कृषी औद्योगिक समाजरचनेची संकल्पना मांडली. त्यामध्ये त्यांनी ग्रामीण सुधारणांवर भर दिला. त्यामध्ये कृषी आधारित उद्योग स्थापन करावेत, प्रक्रिया उद्योग स्थापन करावेत, औद्योगिक वसाहती तसेच विविध महामंडळांची स्थापना करावी. औद्योगिक उत्पादनात नवीन तंत्र, नवीन पद्धती, यांचा वापर करावा. त्यांनी समतोल आर्थिक विकासाचा पुरस्कार केला आहे. देशाच्या प्रत्येक विभागामध्ये उद्योग सुरू करावेत तसेच त्यासाठी आर्थिक नियोजन याचा स्वीकार करावा. तसेच उद्योगधंद्याचा विकास करताना साधनसामुग्रीचा काटकसरीने वापर करावा, असा सल्ला त्यांनी दिला. उत्पादन प्रक्रियेत कामगारांनीही सहभागी करून घ्यावे. त्यामुळे औद्योगिक कलह निर्माण होणार नाहीत. देशात बचत व गुंतवणुकीचे प्रमाण वाढवून स्वयंचलित विकास करावा, असे चव्हाण म्हणतात.

यशवंतराव चव्हाण यांनी कृषिक्षेत्रास पूरक उद्योगांवर भर दिला. त्यामध्ये मुख्यत: साखर उद्योग, कापड उद्योग, तेलबिया प्रक्रिया उद्योग, स्पिनिंग व जिनिंग इ. उद्योगांचा दुहेरी फायदा अर्थव्यवस्थेस मिळेल. शेतमाल प्रक्रिया उद्योगामुळे कृषीक्षेत्राचे उत्पन्न वाढेल. शेतीक्षेत्रातील लोकांची खरेदीशक्ती वाढल्यामुळे औद्योगिक वस्तूंना तसेच उपभोग्य वस्तूंना बाजारपेठ उपलब्ध होईल. वाढत्या लोकसंख्येला रोजगाराचा प्रश्न सोडविण्यासाठी औद्योगिकीकरण हा पर्याय असेल. यासाठी केंद्र सरकारने उद्योगधंद्याच्या उभारणीस प्राधान्य द्यावे, असे चव्हाण यांचे मत होते. तसेच उद्योगधंद्याच्या उभारणीसाठी रस्ते, रेल्वेमार्ग, वीज, पाणी, अर्थसाहाय्य इ. घटकांना विशेष महत्त्व द्यावे. या सुविधा पुरविण्यासाठी केंद्र आणि राज्य सरकारांनी पुढाकार घ्यावा. विशेषत: केंद्र सरकारने पायाभूत सुविधांवर विशेष लक्ष द्यावे, असेही चव्हाण यांनी म्हटले आहे. ब्रिटिश कालखंडात लघु व कुटीरउद्योगांचा ऱ्हास झाला. या उद्योगांच्या पुनर्रचनेसाठी स्वातंत्र्योत्तर काळात प्राधान्य द्यावे, असे त्यांचे मत होते. तसेच मोठे उद्योग व लहान उद्योगांमध्ये समन्वय असावा, असेही त्यांचे मत होते.

यशवंतराव चव्हाण यांच्या मते देशात विपुल नैसर्गिक साधनसामग्री आहे. त्यासाठी मोठी गुंतवणूक करावी लागेल. लोहपोलाद उद्योग, रसायने, खतनिर्मिती, तेलशुद्धीकरण प्रकल्प इ. प्रकल्पांचा सरकारने विचार करावा.

सरकारने सार्वजनिक क्षेत्रात गुंतवणूक करून उद्योगधंदे वाढीसाठी अनुकूल वातावरण तयार करावे. तसेच जेथे शक्य होईल तेथे खासगी क्षेत्र व सार्वजनिक क्षेत्र यांनी एकत्र येऊन संयुक्त प्रकल्प उभे करावेत, असेही त्यांचे मत होते. सहकार क्षेत्र उद्योगाच्या वाढीसाठी महत्त्वपूर्ण राहील तसेच अनेक कृषी उद्योग सहकार क्षेत्रात स्थापन करता येतील, ते ग्रामीण भागात स्थापन करता येतील त्यामुळे उद्योगांचे

विकेंद्रीकरण होईल. ग्रामीण भागातून नवीन उद्योजकीय वर्ग उदयास येईल, असे त्यांचे मत होते.

४) समाजवाद : यशवंतराव चव्हाण यांना समाजवादाचे आकर्षण होते. यशवंतरावांनी १९३० च्या राष्ट्रीय आंदोलनात भाग घेतला होता. त्या काळात त्यांना अठरा महिन्यांची कारावासाची शिक्षा झाली होती. त्या काळात कारागृहात त्यांची एम. एन. रॉय यांच्याशी चर्चा झाली होती. रॉय हेही समाजवादी विचारवंत मानले जातात. तसेच पं. नेहरूंच्या विचारांनी चव्हाण भारावून गेले होते. या नेत्यांच्या विचारांचा प्रभाव चव्हाण यांच्या वैचारिक भूमिकेवर पडणे साहजिकच होते. अनेक देशांत समाजवादी सरकारे स्थापन झाली. त्यांच्या अनुकरणातून भारतात समाजवाद स्वीकारणे कितपत शक्य आहे, यासंदर्भात त्यांनी आपली मते मांडली. त्यांनी समाजवादाच्या आवश्यकतेसंदर्भात असे मत व्यक्त केले की, ''खासगी नफ्याच्या जागी सामाजिक नफ्याचा पाय घट्ट करणे.'' या अर्थाने समाजवादाचा अर्थ घ्यावा लागेल असे त्यांचे मत होते. यावरून त्यांना आर्थिक आणि सामाजिक क्षेत्रात समाजवाद अपेक्षित होता.

भारतात समाजवाद आणण्यासाठी सार्वजनिक क्षेत्र विकसित झाले पाहिजेत. सार्वजनिक क्षेत्राच्या विस्तारामुळे जनतेला लाभ होईल. तसेच देशातील लोकांच्या कल्याणातही वाढ होईल, असे चव्हाण यांचे मत होते. भारतीय लोकांत जी आर्थिक दरी पडली आहे ती कमी करणे हा समाजवादाचा उद्देश आहे. तसेच समाजातील सर्व लोकांना एकसारखी वागणूक आणि समान प्रकारची संधी निर्माण करणे हे फक्त समाजवादानेच शक्य आहे, असे यशवंतराव चव्हाण यांचे मत होते.

''सर्वांना समान संधी, उत्पन्नातील फरक कमी करणे, आर्थिक विषमतेमुळे होणारी पिळवणूक नाहीशी करणे, प्रत्येकाला समान संधी उपलब्ध करून देणे म्हणजे समाजवाद होय,'' अशी समाजवादाची व्याख्या चव्हाण यांनी केली. समाजवादाकडे जाण्याचा भारताचा निर्धार आहे, असे चव्हाण यांचे मत होते. समाजवादी समाजरचना निर्माण करणे हे आपल्या राज्यघटनेचे उद्दिष्ट आहे.

२८.३ इतर आर्थिक विचार

१) आर्थिक नियोजन : अविकसित देशांमध्ये नियोजनाला महत्त्व आहे. भारतानेसुद्धा विकासासाठी आर्थिक नियोजन केले पाहिजे. एवढेच नव्हे तर मिश्र अर्थव्यवस्था स्वीकारावी. अविकसित देशांत दारिद्र्यरेषेखालील लोकांची संख्या जास्त असते, तेव्हा दारिद्र्यरेषेखालील जीवन जगण्याची आर्थिक स्थिती उंचावणे म्हणजे आर्थिक विकास होय. मात्र, यासाठी नियोजन आवश्यक असते. त्यांच्यामते

देशाच्या प्रगतीसाठी एखाद्या देशाची आर्थिक, सामाजिक पद्धती कोणतीही असली तरी त्या देशाला आर्थिक नियोजन करणे महत्त्वाचे आहे.

२) आर्थिक विषमता : यशवंतराव चव्हाण यांच्या मते विषमता, उत्पन्न आणि लोकांना मिळणाऱ्या सुख-सोयींच्या प्रमाणात आढळते. अविकसित देश साधनसामग्रीच्या अभावी गरीब होत आहेत. अविकसित देशांत लोकसंख्या जास्त असते. ही लोकसंख्यासुद्धा विकासाचा वेग मर्यादित करते, तर विकसित देशांत साधन-संपत्ती जास्त असल्याने ते दिवसें-दिवस श्रीमंत होत आहेत. त्यामुळे अविकसित देशांत आणि विकसित देशांत अंतर वाढत आहे. ते कसे कमी करता येईल हे पाहणे आवश्यक आहे.

३) विकासातील समस्या : अविकसित देशांत शेती, उद्योगधंदे, मनुष्यबळ, नागरीकरण ही क्षेत्रे मागासलेली असतात. या क्षेत्राचा विकास कसा करावा, हा प्रश्न अर्थशास्त्रासमोर असतो असे चव्हाण यांचे मत होते. भारतात शेती हा प्रमुख व्यवसाय आहे. तसेच शेतीचा विकास झालेला नाही. उद्योगधंद्याचा विकास पुरेसा न झाल्याने शेतीच्या व्यतिरिक्त रोजगाराचे साधन नाही. परिणामी, शेतीवर वाजवीपेक्षा भार पडतो. त्याचा परिणाम शेतीच्या उत्पादकतेवर होतो. वाढती लोकसंख्या व कमी अन्नधान्य यामुळे वाढत्या लोकसंख्येला अन्नधान्य कसे उपलब्ध करून द्यावे असा प्रश्न पडतो. यशवंतराव चव्हाण यांच्या मते शेतीची प्रगती साधण्यासाठी जमीनधारणेवर मर्यादा घालाव्यात, तसेच शेती क्षेत्रात वाजवीपेक्षा जास्त लोक आहेत त्यांना तेथून काढावे. त्यांचे पुनर्वसन करावे, असे यशवंतराव चव्हाण यांना वाटते. चव्हाण यांच्या मते कोणत्याही देशाच्या आर्थिक विकासात जमीन सुधारणा, वाढती लोकसंख्या आणि औद्योगिकीकरण हे तीन प्रश्न महत्त्वाचे असतात. त्यांच्या मते देशाच्या प्रगतीसाठी योजना असाव्यात तसेच विकासाच्या मार्गातील अडथळ्यांवर उपाययोजना करणे आवश्यक आहे. उदा. वाढती लोकसंख्या, मागासलेली शेती, लोकांची जीवन प्रवृत्ती, लोकांचा सामाजिक दृष्टिकोन इ.

भारताने नियोजनाचा स्वीकार करताना व विकासाच्या योजना आखताना माणूस हा केंद्रबिंदू असला पाहिजे कारण अर्थशास्त्र हे सामाजिक शास्त्र आहे.

सामाजिक विषमता कशी कमी होईल, लोकांचे कल्याण कसे होईल, लोकांच्या उत्पन्नात वाढ कशी होईल हे उद्दिष्ट नियोजनाचे आहे, असे त्यांचे मत होते.

समाजाच्या गरजा पूर्ण करण्याच्या दृष्टीने पंचवार्षिक योजना आखाव्यात असे त्यांचे मत होते. चव्हाण यांनी विकासासाठी आर्थिक नियोजनाचा पुरस्कार केला असला तरी लोकशाही नियोजनाला आणि लोकशाहीला महत्त्व दिले.

योजनेतील उद्दिष्टांची पूर्तता करण्यासाठी लागणारा पैसा कर्ज रूपाने आणि घटनात्मक मार्गाने उभारावा, असे यशवंतराव चव्हाण यांचे मत होते.

अशाा रीतीने यशवंतराव चव्हाण यांनी तत्कालीन परिस्थितीमध्ये मांडलेले विचार आजच्या बदलत्या परिस्थितीमध्येसुद्धा महत्त्वपूर्ण वाटतात. म्हणून त्यांचे अर्थशास्त्रातील योगदान मान्य करावे लागते.

स्वाध्याय

१. यशवंतराव चव्हाण यांचे शेतीविषयक विचार स्पष्ट करा.

२. यशवंतराव चव्हाण यांचे उद्योगासंबंधीचे विचार स्पष्ट करा.

३. सहकाराबाबतचे विचार स्पष्ट करा.

४. समाजवादासंदर्भातील चव्हाण यांचे विचार स्पष्ट करा.

५. टिपा लिहा.

(अ) आर्थिक नियोजन

(ब) आर्थिक विषमता

(क) विकासातील समस्या

❐

२९

अमर्त्य सेन

२९.१ जीवन परिचय, २९.२ अमर्त्य सेन यांचे आर्थिक विचार, २९.३ सेन विचारसरणीवर टीका

२९.१ जीवन परिचय

अमर्त्य सेन यांचा जन्म ३ नोव्हेंबर १९३३ रोजी झाला. त्यांचा जन्म झाला तो परिसर म्हणजे पश्चिम बंगालमधील रवींद्रनाथ टागोर यांच्या शांतीनिकेतन आणि विश्वभारतीचा परिसर होय. अमर्त्य सेन यांच्याबरोबर वीस वर्षांपूर्वी म्हणजे १९१३ मध्ये रवींद्रनाथांना साहित्यासाठीचा नोबेल पुरस्कार मिळाला होता. त्यानंतर ८५ वर्षांनी म्हणजे १९९८ मध्ये त्या भूमीत जन्मलेल्या अमर्त्य सेनांना अर्थशास्त्रातील हा पुरस्कार मिळाला.अमर्त्यांची आई अमिता सेन या शांतिनिकेतनच्या विद्यार्थिनी - रवींद्रनाथांची हुशार विद्यार्थिनी. खुद्द रवींद्रनाथांनी नामकरण सोहोळ्याच्या दिवशी (बारशाला) सेन घराण्याच्या या कुलदीपकाचे 'अमर्त्य' नाव ठेवले व हा 'मुलगा ज्ञात जगाच्या पलीकडे जाईल आणि एक दिवस असामान्य माणूस म्हणून नावारूपाला येईल.' असा आशीर्वाद दिला. गुरुदेवांच्या आशीर्वादाची भविष्यवाणी खरी ठरली. आणि गुरुदेवांच्या १९९८चा अर्थशास्त्रातील नोबेल पुरस्कार भारतीय अर्थशास्त्रज्ञ डॉ. अमर्त्य सेन यांना जाहीर झाला. सर्व भारतीयांना अभिमान वाटावा असाच हा सन्मान आहे. कारण अर्थशास्त्रातील नोबेल पुरस्कार मिळवणारे या खंडातले ते पहिले अर्थशास्त्रज्ञ. डॉ. अमर्त्य सेन यांच्याबद्दल अभिमान वाटावा असे आणखी वैशिष्ट्य असे की, अनेक

वर्ष अमेरिका आणि युरोपमधील देशांमध्ये राहूनही त्यांनी आपले भारतीय नागरिकत्व सोडलेले नाही. त्यांना हा पुरस्कार आल्फ्रेड नोबेल यांच्या स्मृतिदिनी म्हणजे १० डिसेंबर रोजी स्टॉक होममध्ये मोठ्या समारंभात बहाल करण्यात आला.

सेन घराणे ढाक्क्याचे म्हणजे त्या काळातील बंगाल परगण्यातले व आजच्या बांगलादेशातील राजधानीचे गाव. तिथे सेन घराण्याचे वडिलोपार्जित मोठे घर होते. अमर्त्यांचे वडील आशुतोष हे ढाका विद्यापीठात रसायन शास्त्राचे प्राध्यापक होते. अमर्त्यांची आई अमिता सेन या साहित्यिक व कवयित्री होत्या. त्यांचे वडील क्षितीमोहन सेनगुप्ता हे शंतिनिकेतनमधील विश्वभारतीत संस्कृतचे गाढे पंडित असून तिथे संस्कृत व प्राचीन मध्ययुगीन भारतीय संस्कृती शिकवत असत. वडिलांचा विद्वत्तेचा वारसा त्यांच्या मुलीकडे-अमर्त्यांच्या आईकडे आला व तो अमर्त्यांमध्ये उतरला.

अमर्त्यांचे बालपण ढाक्क्यात गेले. वयाच्या तिसऱ्या वर्षापासून ते सहाव्या वर्षांपर्यंतचे बालपण ब्रह्मदेशात मंडाले येथे गेले. कारण त्यांच्या वडिलांना तिथे व्हिजिटिंग प्रोफेसर म्हणून नेमणूक मिळाली होती. तिथून परतल्यानंतर सेंट ग्रेगॉरी या शाळेत काहीसे प्राथिमिक व माध्यमिक शिक्षणासाठी शांतिनिकेतन आणि लिखाण यांची सवय जोपासली. शांतीनिकेतनच्या शाळेत गणितात त्यांनी चांगली प्रगती केली. माध्यमिक शिक्षणानंतर त्यांचे महाविद्यालयीन शिक्षण शांतिनिकेतनमध्ये विश्वभारती महाविद्यालयात इंटरपर्यंत झाले. त्यांनतर पदवी शिक्षणासाठी १९५१ मध्ये ते कलकत्त्यास गेले. तेथे प्रेसिडेंसी कॉलेजमध्ये १९५३ मध्ये बी.ए. झाले. त्यानंतर इंग्लंडला केंब्रिजमधील ट्रिनिटी कॉलेजमध्ये त्यांनी प्रवेश घेतला. भारतातून जरी बी.ए. पदवी घेतली असली तरी त्यांचा संपूर्ण अर्थशास्त्र विषय नव्हता. तर अर्थशास्त्र (मुख्य) आणि गणित असे दोन विषय होते. त्यामुळे त्यांना संपूर्ण अर्थशास्त्राचा अभ्यास करण्यासाठी बी.ए.च्याच वर्गात प्रवेश देण्यात आला व दोन वर्षात १९५५ मध्ये त्यांनी ती पदवी मिळविली. त्यानंतर १९५५ मध्ये त्यांनी पी.एच.डी.साठी केंब्रिज विद्यापीठातील नाव नोंदविले. त्यांचा संशोधनाचा विषय 'द चॉईस ऑफ टेक्निक' (The choice of Technique) असा होता. त्यांना मार्गदर्शक प्रसिद्ध अर्थशास्त्रज्ञ जोन रॉबिनसन आणि जोडीला मॉरिस डॉब हे अर्थशास्त्रज्ञ होते. १९५८-५९ मध्ये त्यांना पीएच. डी. पदवी मिळाली. म्हणजे वयाच्या पंचविशीतच ही सर्वोच्च पदवी मिळाली.

अमर्त्य सेन यांचा विवाह नवनीता देव यांच्याशी झाला. त्या लोकप्रिय कवयित्री, समीक्षक, कादंबरीकार व लघुकथाकार आहेत. बंगाली साहित्यात त्यांचे मोठे योगदान आहे. १९७१ मध्ये अमर्त्यांनी दिल्ली सोडून लंडनला जायचं ठरवलं. ते सर्वजण लंडनला आल्यानंतर थोड्याच दिवसात त्या दोहोत काही मतभेद झाले व

त्याची परिणती घटस्फोटात झाली. १९७३ मध्ये अमर्त्यांनी इव्हा कार्लोर्नी यांच्याशी विवाह केला. इव्हा कार्लोर्नी यांना कर्करोग झाला. त्यातच त्यांचा १९८५ मध्ये मृत्यू झाला. त्यानंतर काही वर्षांनी अमर्त्य केंब्रिजच्या किंग्ज कॉलेजमध्ये प्राध्यापिका असलेल्या एय्या रॉथस्चाइल्ड यांच्याशी विवाहबद्ध झाले.

अमर्त्यसेन यांनी आपल्या कारकिर्दीत ट्रिनिटीत त्या सहा वर्षातील फेलोशिप पूर्ण करून १९६३ मध्ये ते परत भारतात आले. १९६३ ते १९७१ अशी आठ वर्षे त्यांनी दिल्ली स्कूल ऑफ इकॉनॉमिक्समध्ये प्राध्यापक म्हणून काम केले. १९७१ मध्ये परत इंग्लंडला गेले. तिथे त्यांनी लंडन स्कूल ऑफ इकॉनॉमिक्स मध्ये सहा वर्षे प्राध्यापक म्हणून नोकरी सांभाळल्यानंतर १९७७ मध्ये ऑक्सफर्डच्या नफिल महाविद्यालयात तीन वर्षे प्राध्यापकपद सांभाळले. १९८० मध्ये ऑक्सफर्ड विद्यापीठाने त्यांची 'ड्यूमाँड प्रोफेसर ऑफ इकॉनॉमिक्स' या मानाच्या पदावर त्यांची नियुक्ती केली. १९८७ पर्यंत हे पद सांभाळल्यानंतर ते अमेरिकेत गेले. तेथे हार्वर्ड विद्यापीठाने त्यांची 'लॅमॉट प्रोफेसर ऑफ इकॉनॉमिक्स ॲण्ड फिलॉसॉफी' म्हणून नेमणूक केली. हे पद ११ वर्षे सांभाळल्यानंतर १९९८ मध्ये इंग्लंडमधील ते विद्यार्थी असलेल्या ट्रिनिटी महाविद्यालयाचे 'मास्टर' (म्हणजे सर्वेसर्वा प्रमुख) म्हणून नेमणूक केली. याच वर्षी त्यांना ऑक्टोबर मध्ये नोबेल पारितोषिक जाहीर झाले. १० डिसेंबरला स्टॉम होम (स्वीडन) येथे ते बहाल करण्यात आले. डॉ. अमर्त्य सेन यांनी आपल्या लेखन सामग्रीत २० मौलिक ग्रंथ आणि २२५ पेक्षा अधिक शोध निबंध लिहिले. हे सर्व त्यांचे विचार दारिद्र्य, दुष्काळ, विषमता, आरोग्य, शिक्षण याविषयी असून त्यांनी आपल्या जीवनात नैसर्गिक साधनापेक्षा मानवी भांडवलाला अधिक महत्त्व दिले.

२९.२ अमर्त्य सेन यांचे आर्थिक विचार

(१) कल्याणाचे अर्थशास्त्र : डॉ. अमर्त्य सेन यांचा अर्थशास्त्रातील विविध विषय आणि शाखा यांच्या अभ्यासाचा आवाका फार मोठा आहे. आणि त्यातील योगदानही मौलिक आहे. परंतु या सर्व योगदानापैकी त्यांचे कल्याणकारी अर्थशास्त्रातील योगदान नोबेल निवड समितीला सर्वात मोलाचे वाटले आणि त्याबद्दल त्यांना हे पारितोषिक देण्यात आले. त्यामुळे सेन यांचे या बाबतचे विचार पुढीलप्रमाणे सांगता येतील.

कल्याणाच्या अर्थशास्त्रातील मूलभूत समस्यांवरील संशोधनाला अनेक महत्त्वाच्या बाबतीत सेन यांनी योगदान केले आहे. यात चार मुद्यांचा समावेश आहे.

१) सामाजिक निवडीचा सिद्धान्त

२) दारिद्र्याचे निर्देशांक व कल्याणाचे निर्देशांक

३) सामाजिक निवडीचा सिद्धान्त

यापैकी सामाजिक निवडीच्या सिद्धान्ताबाबतचे त्यांचे विश्लेषण त्यांच्या १९७१च्या 'Collective Choice and Social Welfare' या ग्रंथात त्यांनी केले आहे. ॲरो समस्या आणि ॲरो यांचा अशक्यता सिद्धान्त यांचे विश्लेषण करून सेन यांनी असे दाखवून दिले की, काही विशिष्ट परिस्थितीत काही अटी पूर्ण केल्या तर लोकशाही चौकटीत व्यक्तिस्वातंत्र्य व व्यक्तींचे हक्क अबाधित ठेवूनसुद्धा व्यक्तीच्या पसंतीवरून सर्व समाजाची सामूहिक निवड ठरविता येणे शक्य आहे. त्यासाठी ॲरो म्हणतात त्याप्रमाणे हुकूमशहाची निवड हीच सर्व समाजाची निवड आहे असे मानणे आणि व्यक्तिस्वातंत्र्य व व्यक्तिचे हक्क यांची हुकूमशहाच्या टाचेखाली पायमल्ली होऊ देणे याची काही आवश्यकता नाही.

ॲरो यांच्या अशक्यता सिद्धान्ताने अर्थशास्त्रातील आदर्शवादी अर्थशास्त्राच्या शाखेच्या (Normative branch of Economics) प्रगतीत फार मोठी धोंड (अडथळे) निर्माण केली होती. ती सेन यांच्या विश्लेषणाने दूर झाली. त्यामुळेच सामाजिक निवडीच्या सिद्धान्ताची तत्त्वे अधिक समृद्ध झाली.

१९७१ च्या त्यांच्या ग्रंथात त्यांनी बहुमताचा नियम, व्यक्तिमात्राचे हक्क आणि व्यक्तिचे कल्याण यासारख्या समस्यांचा ऊहापोह केला असून त्यातील तत्त्वज्ञानानुवर्ती प्रकरणांनी आदर्शनुसार आर्थिक विश्लेषणाला एक नवीन दिशा दिली आहे.

(२) दारिद्र्य व कल्याणाचे निर्देशांक : दारिद्र्य व कल्याणाचे फार मोठे योगदान सेन यांनी केले. असे निर्देशांक दोन दृष्टींनी महत्त्वाचे असतात.

(१) देशांतर्गत विविध समाजगटांत दारिद्र्याचे प्रमाण आणि कल्याणाचे व उत्पन्नाचे वाटप कसे आहे, त्यात कसे बदल झाले आहेत याचा अभ्यास करण्यासाठी असे निर्देशांक उपयुक्त असतात.

(२) निरनिराळ्या देशांमध्ये दारिद्र्याचे प्रमाण किती आहे, कल्याणाचे प्रमाण कसे आहे, याबाबतची तुलना करण्याच्या दृष्टीनेही त्यांचा उपयोग होत असतो.

याशिवाय दारिद्र्य कमी करून समाजाच्या कल्याणात वाढ करण्यासाठी योग्य अशी धोरणे आखण्यासाठी सुद्धा हे निर्देशांक मार्गदर्शक ठरत असतात. असे निर्देशांक तयार करणे म्हणजे सामाजिक निवडीच्या सिद्धान्ताच्या प्रत्यक्ष उपयोजनाचाच (Application) एक महत्त्वाचा भाग असतो. अमर्त्य सेन, ॲटकिन्सन आणि सर्ज कामे या तिघांनी असे निर्देशांक तयार करण्याच्या बाबतीत बरेच परिश्रम घेतले आणि बरेच काही साध्य केले. त्यांनी लॉरेंझ वक्र (ज्यावरून उत्पन्न वाटप स्पष्ट होते) गिनी सहगुणक (ज्यावरून उत्पन्न विषमतेचे प्रमाण मोजता येते) आणि समाजातील उत्पन्न

वाटपाची क्रमवारी (ordering) या तीन गोष्टींमधील संबंध आपल्या अभ्यासातून स्पष्ट केले. त्यामुळे असे निर्देशांक तयार करणे सुलभ झाले. पुढे सेन यांनी स्वत: दारिद्र्याचे निर्देशांक व कल्याणाचे इतर निर्देशांक निश्चित करून मांडले आणि हे त्यांचे कार्य फार मोलाचे ठरले.

(अ) दारिद्र्याचे निर्देशांक : दारिद्र्याचा सर्वसाधारण मापक (Measure) म्हणजे दारिद्र्य रेषेखाली असलेल्या लोकसंख्येचे प्रमाण होय. परंतु हा निर्देशांक तसा सदोष व अपूर्ण आहे. त्यावरून दारिद्र्य रेषेखालील लोकांमध्ये दारिद्र्याचे प्रमाण कसे आहे याचा बोध होत नाही. तसेच या निर्देशांकानुसार समाजातील गरिबातील गरीब गटांच्या उत्पन्नात एकदम मोठी वाढ घडवून आणली तरी दारिद्र्य रेषेखालील लोकांचे प्रमाण कमी होईलच असे नाही. या उणिवा दूर करण्यासाठी सेन यांनी पाच स्वयंसिद्ध तत्त्वाच्या (Axioms) आधारे पुढीलप्रमाणे दारिद्र्य निर्देशांक तयार केला.

$$P = H [I + (1 - I) G]$$

या समीकरणात P = दारिद्र्याचे प्रमाण, H = दारिद्र्य रेषेखालील लोकसंख्येचे प्रमाण, I = म्हणजे उत्पन्नातील तफावत व I म्हणजे गिनीसहगुणक.

हा निर्देशांक केव्हा आणि कसा वापरावा हे त्यांनी स्पष्ट केले आणि तुलनेसाठी सुद्धा त्याचा वापर करता येईल याची ग्वाही दिली. अगदी गरीब देशांमध्येही, की जेथे माहिती आणि आकडेवारी अपुरी, साशंक असते किंवा प्रश्नात्मक (Problematic) असते, तेथे सुद्धा या निर्देशांकाचा वापर करता येईल. सेन यांचा हा निर्देशांक पुढे इतका मान्यता पावला की त्याचा इतर अनेकांनी उपयोग केला.

सेन यांच्या मते दारिद्र्याच्या मोजमापाविषयी प्रत्येकाला माहिती असते की, एक दारिद्र्य रेषा असते. परंतु दारिद्र्यरेषेच्या खालच्या खाली जेथपर्यंत एखादी व्यक्ती गेलेली असते, त्याचे मोजमाप कसे करायचे ते त्यांनी गणिती पद्धतीने लोकांचे उत्पन्न दाखवून दिले. तसेच देशामधील मूलभूत समानता व किमान सामाजिक सुरक्षितता निर्माण करण्यासाठी देशात रोजगाराच्या संधी मोठ्या प्रमाणात निर्माण झाल्या पाहिजे. त्यामध्ये त्यांनी महाराष्ट्राची प्रशंसा केली. तसेच सेन यांच्या मते, देशात प्राथमिक शिक्षण हे मूलभूत आणि सक्तीचे झाले पाहिजे. तसेच राहणीमानाचा दर्जा सुधारण्यासाठी देशातील आर्थिक आणि सामाजिक सुधारणा घडवून आणली पाहिजे त्यामुळे देशातील लोकशाहीला खरा अर्थ प्राप्त होतो.

अमर्त्य सेन यांनी आपल्या विश्लेषणात असे दाखवून दिले की, अप्रगत देशांचा आर्थिक विकास केवळ देशात मोठमोठे कारखाने उभारून होत नाही तर त्यासाठी मनुष्यसाधनामध्ये मोठी गुंतवणूक करावी लागते. कारण त्यांच्या मते, आर्थिक प्रगतीत

मनुष्यबळाचा मोठा वाटा असतो. त्यामध्ये आयुर्मान, प्रौढ साक्षरता, शिक्षण या गोष्टीचा समावेश होतो.

अमर्त्य सेन यांनी १९८१ मध्ये आपल्या प्रसिद्ध केलेल्या Porvety & Famines या ग्रंथात अविकसित देशातील दारिद्र्य आणि उपासमार यांचा सर्व अंगांनी विचार केला. त्यांच्या मते, अन्नधान्याच्या टंचाईपेक्षा लोकांकडे पुरेशा खरेदीशक्तीचा अभाव हे दुष्काळ व उपासमार समस्येचे मूळ कारण असून ग्रामीण भागातील लोकांना रोजगाराची संधी न मिळाल्याने त्यांना अन्नावाचून वंचित राहण्याची वेळ येते.

तसेच त्यांनी भारतीय अर्थव्यवस्थेच्या प्रगतीसाठी वेळोवेळी दिलेला सल्ला महत्त्वाचा ठरला आहे. त्यांचे संशोधन व लिखाण भारतीय अर्थव्यवस्थेच्या त्यांनी अनुभवलेल्या वास्तव स्थितीवर आधारित आहे. आर्थिक प्रगतीच्या विविध टप्प्यात मानवी चेहरा कायम ठेवण्यासाठी शासनाने शिक्षण, आरोग्य व इतर सुविधांची देशात महत्तम प्रमाणात निर्मिती करणे आवश्यक आहे हे दाखवून दिले.

(ब) कल्याणाचे निर्देशक : कल्याणाचे विविध पर्यायी निर्देशक सध्या अस्तित्वात असले तरी सेन यांनी स्वत:चे पर्यायी निर्देशक तयार केले. याचे कारण म्हणजे आज सर्वसामान्यपणाने उपयोगात आणले जाणारे दरडोई उत्पन्नासारखे निर्देशक केवळ साधारण परिस्थिती विचारात घेतात. परिणामी निरनिराळ्या समाजाच्या कल्याणाची तुलना करणे अडचणीचे होते. त्यामुळे सेन यांनी कल्याणाचे असे पर्यायी निर्देशक तयार केले की जे समाजातील उत्पन्न वाटपही लक्षात घेतात. त्यापैकी एक निर्देशक पुढीलप्रमाणे –

$$Y u (1 - G)$$

Y = दरडोई उत्पन्न, G = गिनी सहगुणक, u = प्रमाद संज्ञा

कल्याणाचे पर्यायी निर्देशक तयार करताना सेन यांनी एक वेगळा व नवा दृष्टिकोन मांडला. वस्तूंमुळे केवळ वस्तू म्हणून कल्याणाची निर्मिती होत नसते, तर ज्या विशिष्ट अर्थप्रक्रियेसाठी (Economic Activity) त्या मिळविल्या जातात. त्यातून कल्याणाची निर्मिती होत असते. या दृष्टिकोनानुसार, उत्पन्नामुळे संधी निर्माण होतात. म्हणून उत्पन्नाला महत्त्व आहे या अशा संधीनाच सेन यांनी 'क्षमता' (Capabilities) म्हटले आहे. अशा प्रत्यक्ष प्राप्त होणाऱ्या संधी किंवा माणसात निर्माण होणारी क्षमता उत्पन्नाबरोबरच आरोग्य, शिक्षण यासारख्या इतर घटकांवरही अवलंबून असतात. त्यामुळे कल्याणाचे निर्देशक तयार करताना आणि कल्याणाचे मोजमाप करताना इतर घटक देखील लक्षात घेणे आवश्यक आहे. सेन यांच्या या नव्या दृष्टिकोनाचा एवढा प्रभाव पडला की, यूनोने त्याचा अवलंब केला. 'United

Nations Development Programme' तर्फे दरवर्षी जो मानवी विकास निर्देशांक तयार केला जातो आणि त्यांच्या वार्षिक (Human Development Report' मध्ये प्रसिद्ध केला जातो. तो केवळ उत्पन्न विचारात घेऊन तयार न करता सेन यांनी सांगितलेले आरोग्य, शिक्षण इत्यादी घटक लक्षात घेऊन तयार केला जात आहे. त्यामुळेच यूनोच्या या निर्देशांकाला वस्तुनिष्ठता आणि विश्वासार्हता लाभली आहे.

(३) दुष्काळाचे विश्लेषण : सेन यांनी दुष्काळाची मीमांसा त्यांच्या Poverty and Famines (१९८१) या ग्रंथात सविस्तरपणे केली आहे. हे त्यांचे विश्लेषण १९४० नंतरच्या भारत (बंगाल) आणि सहारा देश यातील भीषण दुष्काळांच्या अनुभवनिष्ठ (Empirical) अभ्यासावर आधारित असल्याने वस्तुनिष्ठ आहे. या लेखात दोन मुद्यांचा उल्लेख करणे क्रमप्राप्त आहे. एक म्हणजे, देशातील दुष्काळी व उपासमारीच्या परिस्थितीचे यथायोग्य आकलन होण्यासाठी केवळ अन्नधान्याचा पुरवठा किंवा उपलब्धता या एकाच घटकाचा विचार न करता समाजातील विविध गटांवर परिणाम करणाऱ्या विविध सामाजिक आणि आर्थिक घटकांचे सखोल विश्लेषण करणे जरूरीचे आहे. यावर सेन यांनी आपल्या ग्रंथात भर दिला आहे. कारण हे घटकच त्या गटांना मिळणाऱ्या संधी, त्यांची क्षमता ठरवीत असतात आणि दुष्काळ व उपासमारीतून बाहेर पडण्याचे त्यांचे सामर्थ्य ठरवीत असतात. दुसरा मुद्दा म्हणजे अशा दुष्काळी व उपासमारीच्या परिस्थितीत सरकारने केवळ बघ्यांची भूमिका न घेता किंवा केवळ जुजबी उपाययोजना न करता भक्कम अशी सरकारी उपाययोजना केली पाहिजे. त्यासाठी विरोधी पक्षांनी व प्रसारमाध्यमांनी सरकारवर जबरदस्त दडपण आणून त्याला गरिबांचे अन्नधान्यावरचेच काय पण स्वत:च्या जीवनावरचेही हक्कदायित्व प्राप्त करून देणारी उपाययोजना करण्यास भाग पाडले पाहिजे. मग अर्थव्यवस्थेने कितीही खुलेपणाचे, उदारपणाचे जागतिकीकरणाचे धोरण स्वीकारलेले असले तरीही !

(४) कल्याणकारी उपाययोजना

अमर्त्य सेन यांनी मानवी कल्याणासाठी अनेक उपाय सुचविले आहेत. ते पुढीलप्रमाणे

(१) सर्वसामान्यांच्या आरोग्याकडे लक्ष पुरवून त्यांच्या आरोग्याची पातळी उंचावणे.

(२) निरक्षरता घालवून शिक्षणाचा सार्वत्रिक प्रसार करणे.

(३) स्त्री-पुरुष भेदभाव नष्ट करून स्त्रियांना पुरुषांच्या बरोबरीने शिक्षणाच्या व इतर संधी मिळवून देणे.

(४) जमीन सुधारणांचा कार्यक्रम राबवून शेती कार्यक्षम करणे.

इत्यादींचा त्यात समावेश आहे. त्यांच्या या उपायोजनाबाबत दुमत होण्याचे कारण नाही. त्या साक्षेपाने आणि प्रामाणिकपणे राबविल्या तर मानवी कल्याण खरोखरच फार दूर नाही.

२९.३ सेन विचारसरणीतील टीका

अमर्त्य सेन यांच्या कल्याणकारी विचारसरणीवर पुढीलप्रमाणे टीका केली जाते.

सेन यांनी लोकशाहीवर नको तेवढा विश्वास ठेवला आहे. तो इतका की, जणू लोकशाहीत दारिद्र्य, दुष्काळ, उपासमार होऊच शकणार नाही. प्रत्यक्षात मात्र लोकशाहीतच ही संकटे व मानवी अकल्याण झालेले दिसून येते. परंतु हा आक्षेप सेन यांच्या लोकशाहीच्या आग्रहाचा अन्वयार्थ चुकीच्या लावण्यातून निर्माण झाला आहे. सेन यांचा लोकशाहीचा आग्रह अशासाठी आहे की, लोकशाही सरकारवर विविध मार्गांनी दबाव आणून कल्याणकारी धोरणे अमलात आणता तरी येतात. हुकूमशाहीत ही दारेच नसतात. असली, तरी कायमची बंद असतात.

तसेच सेन यांनी सार्वजनिक उपाय योजनांवर वाजवीपेक्षा अधिक भर देऊन सरकारकडून अवाजवी अपेक्षा केल्या आहेत. पण अशा अपेक्षात गैर काही नाही. कारण दारिद्र्य, बेकारी आणि दुष्काळ यासारख्या परिस्थितीत त्यांचे उच्चाटन करण्यासाठी उपाययोजना करणे हे आधुनिक कल्याणकारी राज्याच्या कल्याणकारी शासनाचे अटळ असे कर्तव्यच आहे. शिवाय अशा उपाययोजना खर्चिक आणि कोणत्याही प्रकारच्या पैशातील मोबदला मिळवून देणाऱ्या नसल्याने खाजगी क्षेत्र त्यावर खर्च करून त्या अमलात आणावयाला पुढे येणे शक्य नाही. त्या लोकशाही शासन संस्थेनेच हाती घेणे आवश्यक आहे.

अशोक मित्रा, अर्थतज्ज्ञ आणि बंगालचे माजी अर्थमंत्री त्यांच्या मते, अमर्त्य सेन यांनी दुष्काळ आणि उपासमार याविरुद्ध सांगितलेल्या उपाययोजनात नवीन असे काहीही नाही. या तर आमच्या आज्या-पणज्यांनाही माहीत होत्या. या आक्षेपात तसा काही अर्थ नाही. कारण एकतर आज्या-पणज्या सरकार होऊ शकत असत्या तर त्यांनी निश्चित चांगले सरकार दिले असते. पण त्या सरकार होऊ शकत नाहीत. दुसरे असे की, आज्या-पणज्यांना जे उपाय माहीत होते ते आजच्या सरकारला माहीत नाहीत. त्यामुळे त्यांना माहीत करून देणे आणि अमलात आणावयाला सांगणे यात अमर्त्य सेन यांनी काही गैर केले नाही.

सेन यांच्यावर अशा रीतीने टीका होत असली तरी कल्याणाच्या अर्थशास्त्राला त्यांनी नवा अर्थ, नवी दिशा दिली. तसेच शास्त्राला तात्त्विक आणि नैतिक अधिष्ठान प्राप्त करून दिले. समाजरचनेच्या उतरंडीतील अगदी तळाशी असलेल्या दारिद्र्य, बेकारी, उपासमार यांच्या गर्तेत व अंध:कारात वर्षानुवर्षे खितपत पडलेल्या मनुष्य नावाच्या प्राण्याबद्दल कल्याणाच्या अर्थशास्त्राला पाझर फुटला आणि त्याने प्रकाशाचा एक किरण त्यांच्यामार्फत पोहोचवून त्याचे जीवन उजळविले तरी त्या शास्त्राने आपले नाव सार्थ केल्यासारखे होईल.

स्वाध्याय

१. अमर्त्य सेन यांचे कल्याणाचे अर्थशास्त्रातील योगदान थोडक्यात स्पष्ट करा.

२. सेन यांचे दारिद्र्य आणि कल्याणाचे निर्देशांक स्पष्ट करा.

३. सेन यांचे दुष्काळाचे विश्लेषण स्पष्ट करा.

४. सेन विचारसरणीवरील टीका स्पष्ट करा.

❑

संदर्भ सूची

Bell J. F.	–	History of Economic Thought.
Bhatia H. L.		History of Economic Thought.
Brahme Sulbha	–	Writings and Speeches of Dr. Gadgil on Economic & Political Problems.
Dandavate Madhu	–	Marx & Gandhi.
Das Gupta	–	History of Indian Economic Thought.
Desai S. M. S.	–	Development of Indian Economic Thought.
Dillard, Dudley	–	The Economics of J.M. Keynes.
Dongre M. R.	–	Economic Thought of Dr. B. R. Ambedkar.
Eric Roll	–	A History of Economic Thought
Gilde & Rist	–	History Of Economic Thought.
Ghosh B. N. & Ghosh Roma	–	Concise History of Economic Thought.
Gopalakrishnan P. K.	–	Development of Economic ideas in India (1880-1950)
Govt. of Maharashtra	–	Dr. Babasaheb Ambedkar Writings & Speeches, Vol 1 & 6.
Haney, Lewis	–	History of Economic Thought.

Hajela T. N.	–	History of Economic Thought.
Higgings, Benjamin	–	Economic Development.
Keer, Dhananjay	–	Dr. Ambedkar life & mission.
Kuber W. N.	–	B. R. Ambedkar.
Lekachman, Robert	–	A History of Economic ideas.
Meier & Baldwin	–	Economic Development.
Mithani D. M.	–	The Grestest Economists of the world.
Madan G. R.	–	Economic Thinking in India
Newman P. C.	–	The Development of Economic Thought.
Rao V. K. R. V.	–	The Gandhian alternative to western socialism.
Schumpter J. A.	–	History of Economic : Analysis
Singh V. B.	-	Keynesian Economics : a Symposium
फडके य. दि	–	महात्मा फुले समग्र वाङ्मय
भोळे भा. ल.	–	आधुनिक राजकीय विचार.
मराठी अर्थशास्त्र परिषद	–	३० वे राष्ट्रीय अधिवेशन स्मरणिका.
महाराष्ट्र शासन	–	महात्मा फुले समग्र वाङ्मय
मोरवंडीकर रा. शा	–	कौटिल्य अर्थशास्त्र परिचय
रायखेलकर ए. आर	–	आर्थिक विचारांचा इतिहास.
कविमंडन विजय	–	आर्थिक विचारांचा इतिहास
कदम विश्वास	–	आर्थिक विचारांचा इतिहास.
कदम डी. एस., दातीर चिंतामणी जाधव	–	आर्थिक विचारांचा इतिहास
केळकर भा. कृ	–	यशवंतराव चव्हाण राष्ट्रीय व्यक्तिमत्त्व.
कुलकर्णी मीना, कुलकर्णी ब. शि	–	श्री शाहू छत्रपतींचे अर्थकारण

गोखले आर. एम.	–	अर्थशास्त्रीय विचारांचा इतिहास
श्रीवास्तव उमाकांत	–	कौटिल्य का अर्थशास्त्र समीक्षात्मक अध्ययन.
पंत जे. सी./सेठ एम. एल	–	आर्थिक विचारोंका इतिहास
पाटील जे. एफ.	–	आर्थिक विचारांचा इतिहास.
जोशी लक्ष्मण शास्त्री	–	मराठी विश्वकोश खंड १, महाराष्ट्र राज्य साहित्य संस्कृती मंडळ, मुंबई.
जोशी लक्ष्मण शास्त्री	–	यशवंतराव चव्हाण अभिनंदन ग्रंथ
जाधव नरेंद्र	–	डॉ. आंबेडकरांचे अर्थशास्त्रीय लेखन (अर्थशास्त्रीय लेख)
दातार माधव	–	अमर्त्य सेन यांचे अर्थशास्त्र महाराष्ट्र टाइम्स १३ डिसेंबर १९९८.

www.ingramcontent.com/pod-product-compliance
Lightning Source LLC
Chambersburg PA
CBHW072114020726
47501CB00003B/814
9788184830316